चाकाची खुर्ची

नसीमा हुरजूक

मेहता पब्लिशिंग हाऊस

CHAKACHI KHURCHI by NASIMA HURJUK

चाकाची खुर्ची : नसीमा हुरजूक / आत्मकथन

'नशेमन', २३५ / ११,ई वॉर्ड,ताराबाई पार्क, कोल्हापूर – ४१६००३.

✆ ०२३१-२६८००२६ / ६५२१२९४

E-mail : klp_crusade@sancharnet.in / Website : www.hohk.org

Email : author@mehtapublishinghouse.com

संस्थापक : सुनील अनिल मेहता

प्रकाशक : मेहता पब्लिशिंग हाऊस प्रा. लि.,
१९४१ सदाशिव पेठ, माडीवाले कॉलनी, पुणे – ४११०३०.

मुद्रक : ट्रिनिटी ॲकॅडमी फॉर कॉर्पोरेट ट्रेनिंग लिमिटेड

मुखपृष्ठ : शैलेश मांडरे

छायाचित्रकार : रसिकलाल मारु, 'प्रतिबिंब', सांगली.

प्रकाशनकाल : सप्टेंबर, २००१ / जानेवारी, २००४ / जानेवारी, २००५ /
जून, २००६ / जानेवारी, २००८ / डिसेंबर, २००९ /
जून, २०११ / फेब्रुवारी, २०१३ / सप्टेंबर, २०१५ /
जून, २०१८ / पुनर्मुद्रण : जानेवारी, २०२५

किंमत : ₹ ३९५

P Book ISBN 9788177661798

E Book ISBN 9788184988673

E Books available on : amazonkindle Apple Books Google Play Books

माझी चाकाची खुर्ची
सतत फिरती ठेवणाऱ्या
माझ्या स्वप्नांना...

जीवनावरील श्रद्धेचा अपूर्व लढा

'शब्दांचा अर्थ प्रत्यक्ष जीवनातच यथार्थपणे जाणवतो,' असं एक सुप्रसिद्ध वचन आहे. प्रत्यक्ष जीवनातून तो अर्थ अनुभवास येतो, तेव्हाच त्या शब्दांना 'अर्थपूर्णता' प्राप्त होते.

बारा वर्षांपूर्वी याचा प्रत्यय आला, जेव्हा 'हेल्पर्स ऑफ दि हॅण्डिकॅप्ड, कोल्हापूर' या संस्थेच्या एका कार्यक्रमात सौ. रजनीताई करकरे सुरेल आवाजात गात होत्या...

अश्रूंच्या मग बिंदूबिंदूतून
इंद्रधनू आम्ही नटवू...
सुखदु:खाचे घेऊनी धागे
जीवनपट अमुचा नटवू...

या कवितेच्या शब्दाशब्दाला अर्थपूर्णता बहाल करणारी, माझ्या दृष्टीने एकमेव व्यक्ती म्हणजे नसीमा हुरजूक. 'हेल्पर्स ऑफ दि हॅण्डिकॅप्ड' या संस्थेच्या संस्थापिका. मी त्यांच्यासारखी व्यक्ती आजवर कुठेही पाहिलेली नाही. आपलं सारं अपंगत्व झुगारून देऊन या स्त्रीनं स्वत:चा जीवनपट तर सावरलाच, पण आपल्या भोवतालच्या असंख्य अपंगांच्या आयुष्यांचे जीवनपटही नटवले. त्यांनी अपंगांना स्वत:च्या पायावर उभं राहायला शिकवलं, त्यांच्यात आत्मविश्वास निर्माण केला, त्यांना आत्मसन्मानानं जगायला शिकवलं; 'तुमच्यात काही कमी नाही, तुम्ही फक्त इतरांपेक्षा काही बाबतीत वेगळे आहात' हा मोलाचा मंत्र त्यांनी त्यांना दिला.

कोल्हापूर 'सकाळ'च्या रविवारच्या अंकात नसीमादीदींनी 'चाकाच्या खुर्चीवरून' या शीर्षकाखाली वर्षभर लेखन केलं. त्यावेळी आणि आजही ते वाचताना कुणीही

माणूस अस्वस्थ होईल. त्यांनी आपल्या शारीरिक अपंगत्वाशी केलेला संघर्ष, जीवनाशी केलेला संघर्ष, त्यांची अपंगांना समर्थ बनविण्याची स्वप्नं, ती प्रत्यक्षात उतरवण्यासाठी त्यांनी केलेला आटापिटा, त्यांची जिद्द, आचरणातील सच्चेपणा, कठोर शिस्त पाहून कुणाच्याही मनात येतं, की शरीरानं धडधाकट असणाऱ्या माणसालाही जे जमणार नाही, ते या चाकाच्या खुर्चीतल्या व्यक्तीनं कसं केलं! आणि मग धडधाकट शरीराच्या आम्हाला आमच्या अपुरेपणाची जाणीव होते.

गेली ३४ वर्षं नसीमादीदी एका चाकाच्या खुर्चीत आहेत. शरीराचा क्षणोक्षणी पराभव होताना त्यांनी पाहिला आहे. जखमांतून भळाभळा रक्त वाहिलेलं अनुभवलं आहे. पण तरीही त्या खचल्या नाहीत. अपंगांच्या कल्याणाचं घेतलेलं व्रत त्यांनी सोडलं नाही.

'चाकाची खुर्ची' या त्यांच्या आत्मकथनात्मक लेखनात आपलं सगळं आयुष्य त्यांनी उलगडून ठेवलंय. त्यात अनेक प्रसंग आहेत, घटना आहेत; त्यांचा सगळा संघर्ष त्यात चित्रित झालेला आहे.

'रडायचं नाही, खचायचं नाही..' ही त्यांच्या जीवनाची प्रतिज्ञा आहे; आणि ती क्षणोक्षणी प्रत्ययास येते.

दीदींच्या या संघर्षात त्यांचं सगळं कुटुंबही त्यांच्या बरोबर आहे. तसंच मनोहर देशभ्रतार, पी. डी. देशपांडे यांच्यासारखी काही देवलोकावरची भासणारी माणसंही सावलीसारखी त्यांच्या साथीला आहेत. दीदींच्या बरोबरीनं या साऱ्या माणसांनी हा संघर्ष स्वीकारलाय.

मला एकदा नसीमादीदींनी एक प्रश्न विचारला. अनेक जन्म घेतले तरी त्या प्रश्नांचं उत्तर मला देता येणार नाही, हे मी प्रांजळपणे नमूद करतो.

- दीड वर्षांपूर्वीची गोष्ट. त्यांना हाताचा खूप त्रास होत होता. दीदी म्हणाल्या, – 'कमरेखालचं सगळं शरीर निपचित होऊन ३०-३२ वर्षं झाली. अर्धंच शरीर

घेऊन मी वाढले. आता हात दुखतोय. आता पुन्हा एखाद्या अपंगत्वानं जर माझ्यावर हल्ला चढवला, तर मग मी जगावं का?..'

पण तरीही मला मनापासून सांगावंसं वाटतं, की दीदी एकट्या नाहीत. त्यांनी कोल्हापुरात अनेक अपंग भावा-बहिणींना, स्वतःच्याच मनाच्या ओंजळीत आयुष्याचे श्वास असतात, हे शिकवलं. अनेकजण दीदींच्या प्रेमामुळे, प्रेरणेमुळे, मदतीमुळे जगले, वाढले. त्यांच्यासाठी दीदी हव्यातच...

त्यांनी अपंगांच्या धैर्याचा जो अनोखा गोवर्धन पेलला आहे, त्यासाठी त्या हव्यातच...

आणि दीदी एक माणूस म्हणूनही हव्यातच...

अपंगांच्या वेदना या फक्त शरीराच्या नाहीत. मनाच्याही आहेत. अपंगांना सामाजिक जीवनात जी वागणूक मिळते, ती त्यांच्या मनाला अतिशय क्लेश देते.

दीदींनी आपल्या आयुष्यात, या संघर्षात असंख्य कडुगोड अनुभव घेतलेत. ते वाचताना कधी राग येतो, तर कधी डोळ्यातून अनावरपणे अश्रू वाहू लागतात.

माणसाच्या जन्माला येऊन माणूस माणुसकी सोडून वागू शकतो, याचे विदारक अनुभव घेऊनही दीदींनी मात्र माणुसकीचाच घट आपल्या हाती घट्ट धरला आहे. झाड उन्हात उभे असले तरी पांथस्थांना त्याची सावली मिळते, याचा अर्थानुभव दीदींच्या आयुष्यानं दिला.

दीदींचं हे अपूर्व आयुष्य आज पुस्तकरूपानं मराठी वाचकांसमोर उलगडत आहे, ही एक मोठी चांगली गोष्ट घडत आहे. या आत्मकथनात प्रदर्शन बिलकूल नाही. केवळ आपले अनुभव समाजापर्यंत, अपंगांपर्यंत पोहोचवण्याची धडपड आहे. मागच्यांना ठेचा लागू नयेत, ही कळकळ आहे.

'हाऊस ऑफ करेज, कॅरेक्टर आणि ह्युमॅनिटी म्हणजेच नसीमादीदी' असं म्हटलं, तर ते अत्यंत सार्थ ठरावं.

'हेल्पर्स ऑफ दि हॅण्डिकॅप्ड' या संस्थेची उभारणी हाच एक असामान्य संघर्ष आहे. ही संस्था उभारताना, तिला बळकट करताना असंख्य अडचणी उभ्या राहिल्या आणि त्या त्यांनी निकरानं सोडवल्या. नवनवे मार्ग शोधून काढायचे, अर्थकारण सांभाळायचं, माणसांची मनं समजून घ्यायची, वेळप्रसंगी हिसकाही दाखवायचा अशा शेकडो पायऱ्या पार करीत 'हेल्पर्स' चालली आहे.

नसीमदीदी बंडखोर आहेत. बंडखोरी कधी मुलाहिजा ठेवीत नाही. मूठभर मुलांच्या गुंडपणासाठी आपण आपला अभ्यास का खराब करायचा, हा शालेय जीवनातला त्यांचा प्रश्न बंडखोरीचं बीज पेरून गेला.

'नियती किती विचित्र असते..' यासारखी विधानंदेखील नसीमदीदींसमोर थरथरत असतात.

नसीमदीदींमध्ये आपल्या कामाबद्दलची एक अतिविशाल तन्मयता आहे. लहानपणी शाळेत त्यांनी नाचात कृष्णाची राधा उभी केली होती. फक्त कृष्णाच्या अस्तित्वाचा आनंद शरीरभर वाहता ठेवून मनाचे सगळे रंग त्यांनी नृत्यातून आविष्कृत केले होते. नंतर कमरेपासूनचं शरीर गेलं, तरी तन्मयता तीच, अभंग आहे.

रात्र रात्र झोप नाही, वेदना असह्य आहेत, शरीराला झटके येतात, नैसर्गिक गोष्टींसाठीही अतोनात हाल होतात... अशी कितीतरी आयुष्यं दीदींनी हाताळली. त्यांचे हसरे चेहरे म्हणजे माणसाच्या रूपातलं उपनिषद-बायबल-कुराणच आहे.

दीदी उत्तम खेळाडू आहेत. त्यांचा विनोदही स्वतःचा खास असतो. दिलेला शब्द पाळण्यासाठी त्या कोणत्याही टोकाला जाऊ शकतात. परवा पी. डी. देशपांडे म्हणाले की, 'दीदींना जर सांगितलं, की जरा उभ्या राहूनच भिंतीवरची ती वस्तू द्या, ती दिली तर हेल्पर्सला मोठी मदत मिळू शकेल, तर सर्वस्व ओतून दीदी ती वस्तू देतीलच.'

स्पर्शज्ञानाचा आनंद केवढा अमर्याद असतो! माणसं रडण्याची कारणंही अनेक असतात. पण अर्ध्या शरीराचं स्पर्शज्ञान हरवलेल्या माणसांच्या आयुष्याची नाळ जेव्हा अंतहीन वेदनांशीच बांधली जाते, तेव्हाही रडणं हद्दपार करून चेहरा हसरा ठेवता येतो का? अर्धं शरीर जवळपास दगडासारखं संवेदनशून्य असतानाही समुद्राच्या लाटांत उतरून पोहता येतं का? आलंच तर त्याचा अर्थ काय?... व्हीलचेअर हीच जीवनसाथी असताना साता समुद्रापार म्हणजे परदेशात जाऊन क्रीडास्पर्धा गाजवता येतात का? हाताला बोटं नसली किंवा अगदी हातही नसला तरी पायानं लिहून, एखादा महंमद हाच 'हेल्पर्स'च्या इमारतीचा उद्घाटक होऊ शकतो का? - अशा असंख्य प्रश्नांची उत्तरं ज्यांनी दिली, त्याच या नसीमदीदींची 'चाकाची खुर्ची' म्हणजे जीवनावरील श्रद्धेच्या अपूर्व लढ्याची अजरामर कहाणी आहे. अर्थात, ही कहाणी पुस्तकी नसून प्रत्यक्षातली आहे. श्वासांची, प्रेरणांची, वेदनांची आणि नवनिर्मितीची आहे.

श्री. अनिल मेहता व त्यांचे कर्तबगार चिरंजीव सुनील मेहता यांनी या पुस्तकाच्या प्रकाशनाद्वारे माणुसकीला आणि जीवनालाच अधिक भक्कम आधार दिला आहे.

— अनंत दीक्षित

मनोगत

'चाकाची खुर्ची' हे साप्ताहिक सदर १९९९ मध्ये 'दै. सकाळ'च्या कोल्हापूर आवृत्तीसाठी मी लिहिलं. रविवारच्या 'सप्तरंग' पुरवणीत वर्षभर आलेलं माझं हे लेखन असंख्य वाचकांच्या इच्छेप्रमाणे पुस्तकरूप घेतंय, याचा आनंद वाटतो. तेव्हाचे कोल्हापूर 'सकाळ'चे (आणि आताचे पुणे 'सकाळ'चे) संपादक श्री. अनंत दीक्षित आणि आमच्या 'हेल्पर्स ऑफ दि हॅण्डिकॅप्ड, कोल्हापूर' संस्थेचे संघटक-खजानीस श्री. पी. डी. देशपांडे यांच्या आग्रहामुळे मी लिहायला तयार झाले खरी, पण पहिला लेख लिहिताना मनावर प्रचंड दडपण होतं. आपल्याला वेळ कमी.. लिहायची सवय नाही.. उगाच हे लचांड मागे लावून घेतलं असं वाटू लागलं. पण लेख छापून येऊ लागले, तसतसा माझा आत्मविश्वास वाढू लागला. वाचकांचा प्रचंड प्रतिसाद मला सुखावू लागला. नकळत मी सुद्धा रविवारची वाट पाहू लागले.

भूतकाळ आठवून लिहीत असताना परत एकदा ते आयुष्य जगत असल्याचा भास प्रसंगी विलक्षण त्रासदायक असे. ज्यांच्या आठवणींनी त्रास व्हावा, असं माझ्या आयुष्यात बरंच काही घडलेलं आहे. विस्मरण मला त्यामुळेच वरदान वाटतं. तरीही हे सगळं लिहिलं ते बरंच झालं असं आता वाटतंय. माझ्या धडपडीतून मी जे काही शिकले, ते नकळत यातून आलं आहे. ते वाचल्यानं 'पुढचा शहाणा' झाला तर त्याला कमी ठेचा बसतील.. मग ती कोणी अपंग व्यक्ती असो, वा एखादी सार्वजनिक संस्था असो.

गेली २८ वर्षं मी अपंगांच्या पुनर्वसनाच्या कार्यात आहे. हे कार्य करीत असताना कुठल्याही मर्यादा मी कधीच मानल्या नाहीत. अपंग व्यक्ती दिसली, तिची अडचण वा गरज जाणवली, की आपल्या परीनं तिला सहकार्याचा हात पुढे करणं, तिचं जीवन

सुसह्य करण्याचा प्रयत्न करणं हेच माझ्या जीवनाचं ध्येय आहे. या क्षेत्रात मी कशी आले, हा प्रश्न मला नेहमीच विचारला जातो. तेव्हा त्याबद्दल थोडंसं सांगते -

मी जन्मत: अपंग नाही. वयाच्या सोळाव्या वर्षी प्री. डिग्रीमध्ये शिकत असताना पाठीच्या दुखण्याचा इलाज करण्यासाठी हॉस्पिटलमध्ये अ‍ॅडमिट होते आणि एकाएकी माझ्या शरीराच्या कमरेखालील भागातील चैतन्य मी कायमचं गमावलं. तीन-चार वर्षं पाठीत दुखत होतं, त्याचं योग्य निदान डॉक्टरांना करता आलं नाही. माझं पाठीचं दुखणं हे काल्पनिक असल्यानं त्यावर मानसोपचार करावेत, इथपर्यंत डॉक्टरांचं मत झालं. दुखण्याचं मूळ माझ्या स्पायनल कॉर्डमध्ये होतं, हे डॉक्टरांना उमगलं नाही. परिणामी मी पॅराप्लेजिक पेशंट झाले. योग्य वेळी योग्य निदान आणि त्यावरील योग्य उपचार झाले असते, तर कदाचित असं घडलं नसतं. मी खेळाच्या किंवा नृत्याच्या क्षेत्रात तुम्हाला दिसले असते !

शाळेत खेळात व नृत्यात मी नेहमीच आघाडीवर असे. जयसिंगपूरच्या शाळेत सातवीच्या वर्गात शिकत असताना सांस्कृतिक कार्यक्रमासाठी आम्ही राधा-कृष्ण नृत्य बसवलं होतं. त्यात मी राधा झाले होते. नृत्याचा कार्यक्रम चालू असताना फळ्यांचं स्टेज एकदम कोसळलं आणि त्याबरोबर मीही खाली पडले. मला बाहेर काढून स्टेज पुन्हा उभारून शिक्षकांनी पुढील कार्यक्रम पुकारल्याबरोबर 'आमचा नृत्याचा कार्यक्रम आम्ही पूर्ण करणार' असा आग्रह मी धरला व त्याप्रमाणे नृत्य पूर्ण केलं. त्यावेळी मिळालेलं पहिलं बक्षीस पडल्याबद्दल खचितच नव्हतं !

..... तर पडून पुन्हा उठण्याची जिद्द माझ्या स्वभावात लहान वयातही होती, पण पॅराप्लेजियाच्या दुखण्यानं मी अंतर्बाह्य उन्मळून पडले. मला अपंगत्व आल्यानंतर सहा महिन्यातच माझे वडील हृदयविकाराच्या झटक्यानं पैगंबरवासी झाले. माझ्या डोळ्यासमोरील अंध:कारमय भविष्य मला अधिकच गडद भासू लागलं. कमालीच्या नैराश्यानं ग्रासलेल्या आणि बिछान्याला खिळलेल्या अवस्थेत असताना मला उभारी

देण्याचा प्रयत्न करणाऱ्यांचा मला राग येत असे. 'यांचं काय जातंय सांगायला! ज्याचं जळतं, त्यालाच कळतं..' अशी माझी मनोभूमिका होती. मला व्हीलचेअर - चाकाची खुर्ची - देऊ करण्यात आली, तेव्हा ती मदतही मला नकोशी वाटली. मनाच्या अशा काळ्याशार डोहात तीन वर्षं डुंबून मी अधिकच खोल खोल पाण्यात जात असताना एके दिवशी मला बाबूकाका दिवाण भेटले. शारीरिकदृष्ट्या माझ्यासारखेच म्हणजे पॅराप्लेजिक असूनही बाबूकाका म्हणजे मूर्तिमंत चैतन्य होतं. त्यांनी स्वानुभवातून विनासंकोच मला माझ्या शारीरिक अडचणींच्या बाबतीत मार्गदर्शन केलं. त्यांनीच मला शिकविलं, की दुसऱ्यांकडून मदत घेताना अजिबात कमीपणा बाळगू नये. आपल्याला शक्य होईल तेव्हा आपण इतर अपंगांना मदत करून त्याची परतफेड केली म्हणजे झालं ! हीच माझी अपंग पुनर्वसन कार्यामागील प्रेरणा होय.

बाबूकाका दिवाणांच्या प्रेरणेनं आम्ही १९७२ मध्ये अपंग क्रीडा स्पर्धेमध्ये सहभागी होण्यासाठी बेंगलोरला गेले असताना, तिथे बाबूकाकांनी Association of the physically handicapped या संस्थेच्या रूपानं अपंगांसाठी उभ्या केलेल्या कल्पवृक्षाच्या दर्शनानं मी दिपून गेले व त्यांना मनोमन माझं गुरू मानलं. त्यांच्या पाऊलखुणांवरूनच माझी आजवरची वाटचाल झालेली असून यापुढेही त्यांचं जीवन माझ्यासाठी दीपस्तंभाचं काम करीत राहील, याची मला खात्री वाटते.

१९७३ सालीच मी मुंबई व नंतर इंग्लंडला खेळात भाग घेण्यासाठी जाऊन आले. त्यानिमित्तानं विजय मर्चंट या आणखी एका महामानवाचा प्रेरणादायी अल्पसहवास मला लाभला. इंग्लंडच्या क्रीडास्पर्धांमध्ये अपंगांचे आत्मविश्वासाने फुललेले चेहरे पाहून आल्यावर मला आपल्याकडील अपंगांच्या चेहऱ्यावरील खिन्नता अधिकच जाणवू लागली.

सामाजिक कार्यात अनेक भलेबुरे अनुभव गाठीशी घेऊन मी आणि माझी मैत्रिण रजनी करकरे अपंग पुनर्वसन संस्थेतून बाहेर पडलो. काही काळ व्यक्तिगत

पातळीवरून कार्य करून पुढे १९८३ साली आम्ही दोघींनी श्रीमती विजयादेवी घाटगे आणि सौ. सुहासिनीदेवी घाटगे यांच्या मदतीनं 'हेल्पर्स ऑफ दि हॅण्डिकॅप्ड कोल्हापूर' ही संस्था सुरू केली. २००० सालापर्यंत 'हेल्पर्स'नं ७००० पेक्षा अधिक अपंग व्यक्तींना सुमारे सव्वा कोटी रुपयांचं पुनर्वसन सहाय्य केलं आहे, याचं अतीव समाधान वाटतं.

अपंगत्व हे पूर्वजन्मीच्या पापाबद्दल देवाचा शाप आहे, कर्माचा भोग आहे, अशी समजूत आजही पूर्णपणाने दूर झालेली नाही. दयाबुद्धी, अतिकाळजी एका बाजूला, तर उपेक्षा, वंचना दुसरीकडे अशा दोन ध्रुवांवर राहणाऱ्या अपंगांची संख्या आजही कमी नाही. यातून अपंगांमधील न्यूनगंडाची भावना वाढीला लागते. ही न्यूनगंडाची भावना हे खरं अपंगत्व आहे. मानसिकता ही वस्तुस्थितीपेक्षा जास्त महत्त्वाची असते. छोट्याशा पणतीनं खोलीभर अंधार दूर होऊ शकतो. पणतीची ज्योत चेतवणं गरजेचं असतं. ती अधिक काळ तेवण्यासाठी सुहृदांच्या स्नेहमय तेलाची आवश्यकता असते.

आई-वडील, भाऊ-बहिणी, मामा-मावश्या यांनी माझ्यावर केलेली माया शब्दात मांडण्यापलीकडची आहे. संस्थेच्या कार्यानिमित्तानं दिवस-दिवस आणि वसतिगृह व्यवस्थेसाठी बऱ्याचदा रात्रीचा मुक्कामही तिकडेच, हे सर्व माझी आई क्षमाशीलतेनं सहन करते. चाकांच्या खुर्चीतून मला मुंबईला पहिल्यांदा माझ्या प्रिय समुद्राच्या लाटांपर्यंत नेणारा माझा भाऊ परमप्रिय अजीज आज संस्थेच्या गॅस एजन्सीची व व्यवसाय प्रशिक्षण केंद्राची बरीचशी जबाबदारी अत्यंत कार्यक्षमतेनं सांभाळत आहे. त्याची पत्नी इर्शाद संस्थेची विश्वस्त आहे. संस्थेसाठी आर्थिक वा वस्तूरूप सहकार्य मिळवण्याच्या कामात ती पुढे असते. माझी ही वहिनी स्वयंपाक इतका छान करते, की संस्थेकडे खास पाहुणे आले की त्यांच्या खाण्यापिण्याची जबाबदारी आम्ही तिच्यावर सोपवतो. माझी मोठी बहीण रेहाना हिचे पती श्री. ऐतबार शाह-खान हे आमच्या संस्थेचे आणखी एक विश्वस्त आहेत. संस्थेची मुंबईतील

महत्त्वाची कामं ते करतात. लहानपणी मला उचलण्यापासून ते संस्थेची रजिस्टर्स, रेकॉर्डस् ठेवण्याच्या कामी माझे मामा हारून खान यांनी मदत केली आहे.

कुठलंही रक्ताचं नातं नसलेली, पण माझ्या जीवाची जिवलग असलेली सौ. रजनी करकरे-देशपांडे, श्री. मनोहर देशभ्रतार, श्री. पी. डी. देशपांडे आणि श्री. श्रीकांत केकडे हे संस्थेचे चार भक्कम खांब आहेत. रजनीनं मला अगदी सुरुवातीपासून कार्यात साथ केली आहे. देशभ्रतार उत्तम संयोजक असून कोणतंही काम करण्यासाठी सदैव तत्पर असतात. महत्त्वाच्या बाबींवर मी ज्यांचा सल्ला घेते ते पी. डी. पत्र छान लिहितात. अपंगत्वाशी काहीही संबंध नसताना केकडे यांनी संस्थेच्या कार्याला वाहून घेतलं आहे. या चौघांव्यतिरिक्त अभिजित गारे आणि डॉ. छाया देसाई हे दोघे तरुण विश्वस्त संस्थेच्या कार्यात महत्त्वाचं योगदान देतात.

कोणतंही काम असो, सल्लागार असलेले श्री. सुरेश शिपूरकर आणि श्री. अविनाश वाडीकर हाक मारताच धावून येतात. श्री. वाडीकर कॉट, गाद्या, दूध वसतिगृहासाठी मोफत देतात. रात्री-अपरात्री आपली मारुती गाडी घेऊन संस्थेच्या कार्यासाठी येतात.

अनेक कार्यकर्त्यांच्या सहकार्यानं संस्थेचं काम होत असतं. सुशील नाशिककर, दस्तगीर पठाण, सुबोध मुंगळे, राजीव कांबळे, विजय साबळे, रमेश रांजणे हे संस्थेचे दीर्घकाळ सहकारी आहेत. अभिजित गारेबरोबर विजयकुमार नलवडे आणि हेमंत तेलंग हे रात्र-रात्र जागून अकाउन्टिंगचं काम करतात. मेडिकल सर्टिफिकेटस्, देणग्या मिळवणं असो वा इतर कोणतंही काम असो, संसारात अडकल्यानं जास्त काम करता येत नाही अशी खंत व्यक्त करीत बरंच काम करणाऱ्यात सौ. नीता देशभ्रतार, सौ. मंजिरी करकरे, सौ. प्रभा कामत यांची बरीच मदत होते. प्रसिद्ध गायिका कु. सुचित्रा मोर्डेकर अलीकडे संस्थेच्या कार्यात सामील होऊन सांस्कृतिक कार्यक्रमाबरोबर वसतिगृहाच्या व्यवस्थापनाच्या कामातही सहभागी होते आहे. इंग्रजी आणि महत्त्वाची मराठी पत्रं लिहिण्यासाठी शि. वा. उर्फ तात्या आठवले संस्थेमध्ये

येतात. मुलामुलींना उचलण्यापासून उत्तम फोटो काढण्यापर्यंतचं काम श्री. अनिल वेल्हाळ करतात. आमची सुखदुःखं, कार्य, प्रश्न वाचकांसमोर आणतात शिवाजी पाटील, चंद्रशेखर माताडे, उदय कुलकर्णी अशी अनेक पत्रकार मंडळी. संस्थेचे अहवाल, पत्रिका, स्मरणिका, प्रमाणपत्रं कलात्मक पद्धतीनं छापण्यामागे सुनील धोपेश्वरकर यांची सर्जनशीलता असते. संस्थेला लागणारे बोर्डस्, बॅनर्स पेंटर अथणे गेली अनेक वर्षं मोफत करून देतात. साताराम पाटील, सोनाली नवांगूळ यांच्यासारखे नवीन कर्मचारी हे कार्यकर्ते अधिक आहेत. अशांच्या कार्यातून संस्थेचा भविष्यकाळ उज्ज्वल होणार आहे.

मुंबईचे निवृत्त न्यायमूर्ती सुभाषचंद्र देसाई आणि पुण्याच्या प्रसिद्ध सामाजिक कार्यकर्त्या अनुताई भागवत आमच्या सल्लागार मंडळावर आहेत, याचा आम्हाला अभिमान वाटतो. 'दै. सकाळ'च्या संपादनाची मोठी जबाबदारी सांभाळून संस्थेच्या कार्यात मित्र-मार्गदर्शनाची भूमिका पार पाडणारे अनंत दीक्षित; वैद्यकीय पुनर्वसनात मोलाची कामगिरी करणारे डॉ. पी. जी. कुलकर्णी, डॉ. सावनी चौगुले, डॉ. शरद शिंदे आणि इतर अनेक डॉक्टर्स; बांधकाम आणि वास्तुरचना यामध्ये उपयुक्तता आणि सौंदर्य यांचा मिलाफ साधणारे श्री. प्रमोद बेरी; ऑडिटबरोबर मोलाचं मार्गदर्शन करणारे चार्टर्ड अकाऊंटन्ट श्री. शरद सामंत; कायदेशीर सल्लागार ॲडव्होकेट श्री. माधवराव नानिवडेकर, ॲडव्होकेट श्री. स्वानंद कुलकर्णी या सर्वांच्या व्यावसायिक कौशल्याचा उपयोग संस्थेला होत असतो. अशा अनेकांमुळे संस्था प्रगतिपथावर वाटचाल करते आहे. अनेकांचा उल्लेख जागेच्या मर्यादेमुळे व माझ्या नजरचुकीमुळे झालेला नाही, तरी त्यांनी समजून घ्यावं ही विनंती.

'मेहता पब्लिशिंग हाऊस'चे अनिल मेहता आणि सुनील मेहता, माझं लेखन शुद्ध आणि अधिक स्पष्ट होण्यासाठी अपरिमित कष्ट घेणाऱ्या चारुलता पाटील या सर्वांच्या प्रयत्नांनी हे पुस्तक सिद्ध झालेलं आहे. त्यांची मी मनःपूर्वक आभारी आहे.

गेल्या काही वर्षांत मला अनेक पुरस्कार मिळाले. त्याची रोख रक्कम संस्थेच्या कार्याला देता आली याबद्दलचा आनंद आहे, मात्र कार्य सर्वांनी मिळून करायचं आणि पुरस्कारासाठी फक्त मी पुढे, यामुळे पुरस्कार स्वीकारताना संकोच आणि अपराधीपणाची भावना असते. माझं असं सांगणं आहे, की पुरस्कार व्यक्तीला नको, संस्थेला द्या. सर्वांनी मिळून तो स्वीकारण्याचा आनंद काही आगळाच असेल. त्या भाग्ययोगाची मी वाट पाहते आहे.

आयुष्यात अनेक कटू प्रसंग-स्वप्नभंग माझ्या वाट्याला आले, तरी स्वप्न बघायची माझी खोड कमी होत नाही. स्वप्नं दिसण्याचं बंद होणं म्हणजे मृत्यू असं मला वाटतं. बाबा आमटे म्हणतात, की भान ठेवून स्वप्नं बघावीत आणि ती प्रत्यक्षात आणण्यासाठी बेभानपणे कामं करावीत. हाच माझ्यापुढचा आदर्श आहे.

आता हे मनोगत लिहीत असताना माझं एक स्वप्न पुरं होत आलंय. मतिमंद आणि पराकोटीच्या अपंग व्यक्तींकरता एक निवासी केंद्र 'दरयानानी ट्रस्ट'च्या सौजन्याने 'हेल्पर्स' तर्फे आम्ही लोणावळ्याजवळ कान्हे येथील 'साईबाबा सेवाधाम' येथे सुरू करतोय.

आमचं उद्याचं स्वप्न आहे, अपंग व सुदृढ एकमेकांच्या मदतीनं एकाच शिक्षणसंस्थेत जीवनोपयोगी शिक्षण घेत आहेत. आदर्श अशा प्रशिक्षण केंद्रात संशोधित स्वरूपात अपंगांसाठी अधिक उपयुक्त, अधिक सोयीस्कर कृत्रिम साधनं अपंग तंत्रज्ञ बनवित आहेत. अनाथ, अपंग मुलांसाठी घरकुल उभं राहत आहे. सर्वसामान्यांप्रमाणे विवाह करून अपंग व्यक्ती सुखासमाधानानं जीवन व्यतीत करीत आहेत.

एक.. दोन.. अन् अनेक.. शेवटी 'आकांक्षापुढती गगन ठेंगणे-आमच्याही,' हेच खरं. अशी अनेक स्वप्नं आजही क्षितिजापल्याडच आहेत. त्यांच्या पाठीमागे मी धावतच राहणार आहे - माझ्या चाकाच्या खुर्चीच्या सहाय्यानं !

■■

श्रीमती नसीमा हुरजूक यांना मिळालेले काही ठळक पुरस्कार

१९८६ – हॅण्डिकॅप्ड वेल्फेअर फेडरेशन, नवी दिल्ली यांच्यातर्फे दिला जाणारा 'राष्ट्रीय पुरस्कार'.

१९९६ – इचलकरंजीच्या फाय फौंडेशनचा पुरस्कार तत्कालिन मुख्यमंत्री श्री. मनोहर जोशी यांच्या हस्ते.

१९९९ – स्त्री शिक्षण संस्था, पुणे यांचेकडून 'बाया कर्वे पुरस्कार'.

२००० – 'अपंग कल्याणकारी – सेवा पुरस्कार' तत्कालिन केंद्रीय गृहमंत्री श्री. लालकृष्ण अडवाणी यांच्या हस्ते.

२००१ – 'हमीद दलवाई' पुरस्कार.

२००१ – सामाजिक न्याय मंत्रालयातर्फे 'रोल मॉडेल' राष्ट्रीय पुरस्कार, तत्कालिन उपराष्ट्रपती श्री. कृष्णकांत यांच्या हस्ते.

२००२ – 'डॉ. हेडगेवार सेवा' पुरस्कार.

२००२ – राष्ट्रीय अपंग विकास संस्थेचा 'बी.जे. मोदी फाऊंडेशन' पुरस्कार.

२००३ – कोल्हापूर महापालिकेचा 'कोल्हापूर भूषण' पुरस्कार.

२००३ – केविन केअर ॲबिलिटी (एमिनन्स) पुरस्कार.

२००५ – आऊटलूक मासिकातर्फे 'स्पीक आऊट' पुरस्कार श्रीमती सोनिया गांधी यांच्या हस्ते.

२००५ – एन. सी. पी. इ. डी. पी 'शेल हेलन केअर' पुरस्कार.

२००५ – फिक्की 'अपंग व्यक्तींचे सक्षमीकरण' पुरस्कार, पंतप्रधान डॉ. मनमोहन सिंग यांच्या हस्ते.

२००५ – महाराष्ट्र शासनाद्वारे दिला जाणारा 'सावित्रीबाई फुले पुरस्कार'.

२००६ – मुंबई दूरदर्शन सह्याद्री वाहिनीच्या नवरत्न पुरस्कार मालेअंतर्गत 'रत्नशारदा' पुरस्कार.

२००८ – अटल प्रतिष्ठान सावंतवाडी, जि. सिंधुदुर्ग येथे यांचेकडून अटल गौरव पुरस्कार मा. माजी केंद्रिय मंत्री सुरेश प्रभु यांच्या हस्ते प्राप्त झाला.

२००९ – डॉ. झाकीर हुसेन मेमोरियल नॅशनल ॲवॉर्ड कंपनी, नागपूर यांचेकडून डॉ. झाकीर हुसेन मेमोरियल नॅशनल ॲवॉर्ड प्राप्त झाला.

'ग्रेस' सोशल ॲण्ड कल्चरल फाऊंडेशन संस्थेच्या द्वितीय वर्धापनदिनानिमित्त 'जिवन गौरव' राज्यस्तरीय पुरस्कार प्रदान करण्यात आला.

युआरएल फाऊंडेशन, मुंबई या संस्थेने 'सामाजिक गौरव पुरस्कार' घोषित केला आहे.

✆ +91 020-24476924 / 24460313 / Mob. No. 9545000513
Email : production@mehtapublishinghouse.com
Website : www.mehtapublishinghouse.com

एक पाचसहा वर्षांचं बालपण माझ्या समोरच्या पलंगावर शांत गाढ झोपेत पहुडलं आहे. मी आज माझं बालपण कागदावर उतरवण्याचा प्रयत्न करणार आहे. समोर झोपलेला हा अमरावतीचा अविनाश दहाट, पहिलीत शिकतो. खणखणीत आवाजात गाणी म्हणतो. याला दोन्ही हात नाहीत. पायानं सर्व करतो. कसलीही खंत वा खेद याच्या चेहऱ्यावर नाही. कुणी सतावल्यावर पायानं मारतो किंवा चावतो. माझा कंगवा, पेन पडलं तर क्षणाचाही विलंब न लावता ते पायानं उचलून देतो. मी वसतिगृहाबाहेर पडेपर्यंत सारखा माझ्या मागे मागे राहून "दीदी! संध्याकाळी येणार ना?" विचारतो. सध्या हा अविनाश माझा गुरू आहे. काल रात्री हा हट्टानं माझ्या खोलीत पलंगावर एकटा झोपला. हा अविनाश दोन्ही हात नसून सर्व करू शकतो. परवा जागतिक अपंग दिनी हट्टानं पायात मेणबत्ती धरून त्यानं पाहुण्यांसोबत दीपप्रज्वलन केलं. तर मग मी माझे अनुभव समाजापर्यंत, इतर अपंगांपर्यंत पोहोचवण्याचा प्रयत्न का करू नये? मी सर्वांच्या आग्रहानं लिहीत आहे.

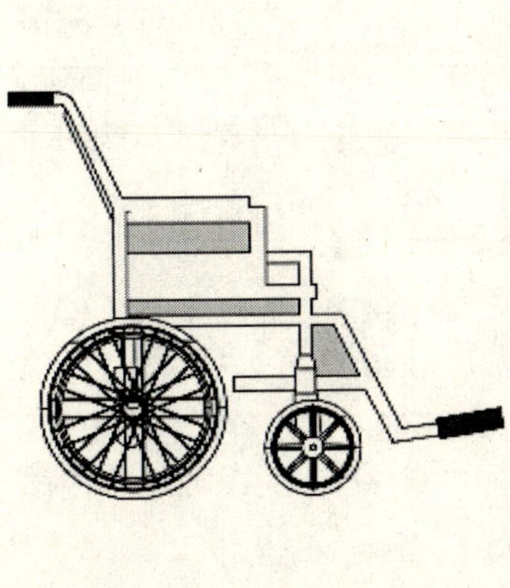

उद्देश एकच, अपंगांच्या पुनर्वसनाच्या कार्यासाठी याचा उपयोग व्हावा.

ज्योतिषावर मी कधी विश्वास ठेवला नाही. मी खूप लहान असताना एका ज्योतिषानं सांगितलं होतं, की मी मोठी लेखिका होईन. मला हे कळलं तेव्हा हसले मी! कारण अजूनही माझी कल्पना होती - किंबहुना आहे, की जी व्यक्ती दैनंदिन जीवनापासून दूर, कल्पनेच्या आनंददायी विश्वात वाचकाला नेते, वाचकाला भूतभविष्याचा विसर पडेल असं लिखाण ज्याच्या हातून होतं तो 'लेखक'. मला तर सत्य, प्रत्यक्षात घडलेलं सोडून काल्पनिक काहीच लिहिता येत नाही.

नोकरीला लागल्यावर एक ज्योतिषी ऑफिसमध्ये आला. विश्वास नसताना इतरांच्या आग्रहाखातर मजा म्हणून मी माझा हात दाखवला. तर म्हणे, "तुमचं लग्न होणार नाही. संसारसुख तुमच्या नशिबात नाही." त्याला उत्तर दिलं, "हे सांगायला तुझं ज्ञान कशाला हवं? ही चाकांची खुर्चीच ते सांगते." पुढे म्हणाला, की "तुम्ही खूप मोठं घर बांधणार आहात." या वाक्यावर मी मोठ्यानं हसले. म्हटलं, "लग्न नाही, अपत्य नाही आणि त्यात सरकारी नोकरी. कोणासाठी मी हे मोठं घर बांधणार? भाडं मिळवण्यासाठी?" तो बिचारा इतर कोणाचे हात न बघता "थोड्या वेळात येतो" म्हणून निघून गेला, तो परत आलाच नाही. माझ्याकडून पैसेही नंतर घेतो म्हणून घेतले नाहीत.

आज मात्र संध्याकाळी सूर्यास्ताच्या वेळी वसतिगृहासमोर आयुष्याचा - काल, आज आणि उद्याचा विचार करताना त्या ज्योतिषाची प्रकर्षानं आठवण येते. माझ्या स्वभावानुसार त्याचं नाव, चेहरा काही आठवत नाही, पण वाटतं, तो एकदा तरी परत यावा आणि त्यानं हे मोठं 'हाऊस ऑफ करेज' बघावं. त्याच्या ज्ञानाची मी जी टर उडवली होती, त्याची त्याबद्दल मनापासून मला माफी मागता यावी.

लहानपणात शिरताना सर्वप्रथम आठवण होते, ती घरात फक्त मी एकटीच काळीसावळी आणि आई, वडील, बहीण, भाऊ वगैरे इतर सर्वजण गोरेपान लालबुंद. माझा मोठा भाऊ अडीच वर्षांचा असताना बाबांची पहिली पत्नी वारली. तीन मुली आणि एक मुलगा या लहान मुलांच्या संगोपनासाठी वडिलांनी दुसरं लग्न केलं. मग आम्ही तीन बहिणी आणि एक भाऊ झालो. पण नववीपर्यंत मला माझी मोठी भावंडं सावत्र आहेत, हे माहीत नव्हतं. इतकं प्रेम, इतका एकोपा कुटुंबात होता. अजूनही आहे. बऱ्याच दिवसांनी घरी आलेले पाहुणे, दूरचे नातेवाईक आईला विचारत, खास करून मी सावळी असल्याने माझ्याकडे बोट दाखवून विचारत, "हलिंबी! ही तुझीच का?" 'हो' उत्तर आल्यावर म्हणत, "वाटत नाही, वेगळीच

आहे? हिचे बाबा आणि तू गोरे असून ही अशी कशी?'' आईचे डोळे आणि माझा पडलेला चेहरा बघून की काय, पुढचं वाक्य असे, ''चेहरा मात्र तुझ्यासारखा आहे.''

हळूहळू का कोण जाणे, मोठी बहीण रेहाना अगदी वडिलांसारखी दिसायला गोरी, धिप्पाड आणि बोलण्यावागण्यात धीट, हुशार, वर्गात नेहमी पहिला नंबर असल्याने कदाचित असेल, पण वडील तिला जास्त जवळ घेत. त्यामुळे मी खरोखरीच या कुटुंबातली नाही, हे सर्व कुटुंब इतकं चांगलं आणि प्रेमळ आहे, की मी अनाथ असल्यानं मला ठेवून घेतलं आहे; पण खाण्यापिण्यात, कपड्यालत्त्यात भेदभाव करत नाहीत, असं वाटू लागलं. एकदा रेहानानं आणि इतरांनी खेळात चेष्टेत मला कोंडा देऊन घेतलं आहे, असं सांगितलं, तेव्हा माझ्या बालमनाला पक्की खात्री झाली, की मी खरंच या कुटुंबातली नाही. एरवी दिसण्यात, स्वभावात इतका फरक कसा असेल?

मी खूप कमी बोलायचे. माझ्या असलेल्या, नसलेल्या चुकीबद्दल बोलणी, मार खाऊनही मी गप्प बसायचे. रेहाना मात्र वाद घालायची. मारणाऱ्याचा हात धरायची. त्यामुळे जास्त मार खायची. जास्त बोलून घ्यायची. मी मात्र राग आल्यावर तांदूळ घेऊन निवडत बसायचे. घरी येणाऱ्या जवळ जवळ प्रत्येक व्यक्तीच्या तोंडून, माझ्याकडे बोट दाखवून, ''ही कोणाची, तुमचीच का?'' हा प्रश्न जेव्हा सतत ऐकू येऊ लागला, तशी मी घरी पाहुणे आले की घरातल्या सर्वात अंधाऱ्या खोलीत एकटीच जाऊन बसू लागले. कोणी बोलावलं तरी बाहेर जात नसे. पाहुण्यांबरोबर न जेवता, भात होताच भात वरण खाऊन झोपेचं सोंग करू लागले. मी मोठी झाल्यावर रेहानाला झालेली पहिली मुलगी हुमेरा अशीच काळीसावळी झाली. घरी येणारा प्रत्येकजण परत तेच ''ही तुमचीच का? हे कसं?'' असे निरर्थक प्रश्न विचारू लागला; तेव्हा मात्र मी त्यांना त्यांचं शिक्षण विचारून बालमानसशास्त्राचे डोस देऊ लागले. जी रेहाना 'जशास तसं' कसं वागावं याचे धडे मला द्यायची, तिला मी तिच्या मुलीसाठी येणाऱ्यांशी तिनं कसं वागावं हे शिकवू लागले.

आमचे बाबा सेंट्रल एक्साईजमध्ये माझ्या बालपणी सुपरिटेंडंट होते. इतर इन्स्पेक्टर्सची मुलं-मुली घालत असलेले कपडे, त्यांचा थाट, पॉकेटमनी बघून मी एकदा बाबांना विचारलं, ''हे असं का? तुम्ही वरचे अधिकारी असून तुमच्याकडे कमी पैसे का?'' बाबा म्हणाले, ''आपण गरीब आहोत. एवढं मोठं कुटुंब आणि फक्त नोकरीवर सर्व भागवावं लागतं. लहानपणीच अगदी अडीच-तीन वर्षांचा असताना माझे आई-बाबा वारले. माझी शेती-घर, माझं पालकत्व माझ्या मामांकडे होतं. मला शिक्षणाची आवड, पण मामा मला शेतात काम कर म्हणायचे. एके

दिवशी मी शिक्षणासाठी गाव सोडून पळालो. मुंबईत वसतिगृहात राहून शिक्षण घेतलं. एस. एस. सी. ला मेरीटमध्ये आलो. शिक्षक पुढे 'शिक' म्हणत होते, पण पोटाचा प्रश्न होता. पोलिसांचा ड्रेस मला खूप आवडत होता. मी रिझल्ट लागताच सरळ पोलिस होण्यासाठी अर्ज भरायला गेलो. तिथल्या साहेबांनी मार्क्स बघून पुढे शिकण्याचा सल्ला दिला. मी मानत नाही बघून पोलिसऐवजी सेंट्रल एक्साईजमध्ये जाण्याचा सल्ला दिला आणि मी इन्स्पेक्टर म्हणून सेंट्रल एक्साईजला लागलो. घरातून पळून गेलेला म्हणून स्वतःच्या गावात कुप्रसिद्धी झाली होती. नोकरी लागताच गावाला गेलो. मामांनी लग्न लावून दिलं. पण ज्या घरात मामा राहत होते, जी शेती मामा करत होते, ज्यावर त्यांचं कुटुंब चाललं होतं, ते माझं आहे आणि आता मला मिळावं, असं मला कधीच वाटलं नाही. माझ्या पगारात माझं कुटुंब चैनीनं नव्हे, पण व्यवस्थित आनंदात आहे, असं मला वाटतं. तुम्हाला आपलं गाव आणि शेती बघायची असेल तर जाऊन या. पण मी अनेक वर्षांत तिकडे गेलो नाही.''

त्यानंतर माझे दोन्ही भाऊ गावाला जाऊन आले. येताना बाबांच्या मामांनी स्वतः होऊन जुनी तांब्या-पितळेची, काचेची भांडी, आंबे वगैरे दिले. त्यानंतर मामांचा मुलगा शिकायला आमच्याकडे काही वर्षं होता. या प्रसंगानंतर मात्र अशा मोठ्या मनाच्या बाबांची आम्ही 'लेकरं' गरीब कधीच असू शकणार नाही, असं वाटलं. मला चेष्टेतही कोणी 'गरीब' म्हटलं तर मी चिडत होते.

माझ्या आणि रेहानाच्या भांडणात बाबा नेहमी रेहानाची बाजू घेत आणि आई माझी. बाबा आईला रागावले, की आई माझी चूक नसून मला मारे. माझ्या आणि रेहानाच्या वयात फक्त दीड वर्षांचं अंतर होतं. माझे कपडे तिला येत. मी धुऊन इस्त्री करून ठेवलेले कपडे, मी शाळेत खेळण्यासाठी लवकर गेले, की ती घालून येई. शाळेत तिच्या अंगावर माझे कपडे बघून मी मनातल्या मनात चिडे. सर्वांसमोर भांडणं बरं नव्हतं. ती मात्र गालातल्या गालात हसायची. मग घरी येताच तिला गुद्दे लगावून मी माझा राग व्यक्त करी. मी अपंग झाल्यावर रेहाना अभ्यास, नोकरी, स्वयंपाक, घराची स्वच्छता आणि माझ्या कपड्यांना इस्त्री करून - घरातल्या घरात इस्त्रीची गरज नाही, असं सांगूनही - पलंगाजवळ माझ्या हाताशी ठेवून जाई, तेव्हा मला भरून येई, की या अशा बहिणीला मी माझे कपडे घातले म्हणून मारत होते. एकदा मी तिला म्हणाले, (आम्ही सर्वजण तिला रिन्ना म्हणत असू) ''रिन्ना! बघ, तू कधी तरी माझे इस्त्रीचे कपडे पळवायचीस, पण देवानं तुला किती मोठी शिक्षा दिली; रोज माझ्या कपड्यांना इस्त्री करण्याची, धुण्याची....'' त्यावर तिचं उत्तर असे, ''नच्छू! (मला सर्व नच्छू म्हणत.) तुझं अपंगत्व काही काळाकरता वाटून घेत आलं असतं, तर पाळीपाळीनं आम्ही सर्वांनी ते वाटून घेतलं असतं. मग तुझ्या

व्हीलचेअरवर काही दिवस मी बसले असते आणि तुला सर्व कपडे इस्त्री करावे लागले असते.''

अगदी लहानपणापासून आम्हा सर्वांच्या कामाच्या पाळ्या असत. घर झाडणं, पुसणं, बिछाना घालणं, काढणं, कपडे, भांडी धुणं, वाळत घालणं, कपडे काढून आणून घड्या करून ज्याच्या त्याच्या कपाटात ठेवणं, बंब पेटवणं, चहा करणं, चपातीचं पीठ मळणं, पाणी भरणं ही आईनं लावलेली कामाची शिस्त आज वसतिगृह चालवताना उपयोगी पडते. मग आम्ही भावंडं आम्ही केलेल्या कामाची आई-बाबांच्या कामाशी तुलना करत असू. हो, आमचे बाबा सुट्टीच्या दिवशी स्वयंपाक, शिलाई करीत असत. तेव्हा आमच्या घरी धुण्याभांड्याला, झाडू मारण्यासाठी, फरशी पुसण्यासाठी बाई नव्हती, हे सांगताना मला अभिमान वाटतो.

रविवारी उठल्या उठल्या आम्ही आई-बाबांसोबत बागकाम करीत असू. प्रत्येक रविवारी आईला स्वयंपाकघरात प्रवेश नसे. आम्ही भावंडं बाबांच्या हाताखाली काम करीत असू. रविवारचा स्वयंपाक रोजच्यापेक्षा चांगला म्हणून खात असू. याचं कारण म्हणजे उत्तमातलं उत्तम, भरपूर साहित्य वापरून तो पदार्थ केलेला असे. आईनं चार दिवस पुरवलं असतं, ते साहित्य बाबा एका दिवसात संपवत. पण तक्रार कोणाचीच नसे. बऱ्याचदा रविवारी रात्री जेवणाऐवजी अल्पोपाहार असे. मग दुपारी मोठी भावंडं आणि आईबाबा मिळून रमी किंवा हुकूम खेळत असू.

नांदेडला शाळेत असतानाचा एक प्रसंग आठवतो. मी आणि रेहाना किल्ल्याजवळच्या एका शाळेत जात होतो. तिची एक मैत्रीण सोबत असायची. नवीन रस्ता, शॉर्टकट शोधणं हा रेहाना आणि तिच्या मैत्रिणींचा छंद होता. मला तंबी, घरी सांगितलं तर आमच्याबरोबर नेणार नाही; एकटी जा. तिसरीत असलेली मी एकटी जाणं शक्यच नव्हतं. दर शनिवारी दुपारी येताना हा नवीन मार्ग शोधायचा उपक्रम असायचा. भुकेल्या पोटी चालताना माझी दमछाक व्हायची. एकदा असंच गल्लीतून येताना एका तरुणानं रेहानाच्या मैत्रिणीचा, रस्ता दाखवतो म्हणून हात धरताच त्याला हिसका देऊन तिचे हात मी आणि रेहानानं धरून जी धूम ठोकली, की नवीन मार्ग शोधायचं नाव रेहानानं परत कधीच काढलं नाही. पण आता संस्थेच्या कार्यात पडल्यानं हे नवीन मार्ग शोधण्याचं, शॉर्टकट शोधण्याचं आणि वेळी प्रसंगी हिसका दाखवण्याचं तंत्र आपोआप जमू लागलं.

जयसिंगपूरला पाचवी आणि सहावीत शिकत असतानाचे दोन प्रसंग कायमचे आठवणीत आहेत. मुलामुलींची एकत्रित शाळा होती ती. नेमकं कोणत्या तासाला आठवत नाही, पण एका सरांनी मुलांना शिक्षा दिली, म्हणून गुंड मुलांनी वर्गातल्या

सर्व मुलामुलींना आज्ञा केली, की वर्गात तासाला कोणी बसायचं नाही. सर्वांनी वर्गाबाहेर निघावं. मूठभर मुलांनी आज्ञा दिली. इतर असंख्य मुलामुलींनी ती ऐकली. सर्व भ्याड मुलामुलींविषयी मनात प्रचंड चीड दाटून आली. मी बाकावरून उठले नाही. माझ्या मैत्रिणींना सांगितलं, "मी तासाला बसणार आहे; तास बुडवून बाहेर हिंडले तर आईबाबा चिडतील. मूठभर मुलांच्या गुंडपणासाठी आपण का आपला अभ्यास खराब करायचा आणि तासाच्या सरांचा अपमान करायचा?" मला मैत्रिणींनी समजावलं, "हट्ट करू नकोस. ती मुलं वाईट आहेत." मी म्हटलं, "माझं ते काय वाईट करणार ते बघायचंय. मी कोणाच्या वाटेला गेले नाही, तर ते का माझ्या वाटेला येतील?" माझ्या मैत्रिणींचं माझ्यावर मनापासून प्रेम होतं. त्याही माझ्याबरोबर बसून राहिल्या. पण आमचं दुर्दैव, की सरच तासाला आले नाहीत. बराच वेळ वाट पाहून मग आम्ही रेल्वे रूळावरून पुराचं, पुलावर आलेलं पाणी बघायला जायचं ठरवलं. फिरत फिरत, बोलत तिकडे गेलो. शिवणाचा क्लास त्या बाजूलाच होता. त्या ऑफ तासानंतर आमचा शिवणाचाच तास होता.

आतांसारखं तेव्हा हातात घड्याळ नसल्यानं बोलण्याच्या नादात पुलावर पोहोचलो. रेल्वे येत असल्याचा आवाज ऐकू आला. पुलाच्या दोन्ही बाजूला रूळाला स्पर्श करणारं खळाळतं पाणी आणि रूळ सोडून उभं राहायला जागा नाही. पूल पुढे लांबपर्यंत होता. हे बघताच चौघी पाच जणींनी एकमेकींना आरोळी दिली, "परत पळा, पळा रेल्वे येत आहे." अनेकदा रेसमध्ये जोरात पळून नंबर मिळवला होता. पण ही वेळ कोणाला मागे टाकण्याची नव्हती. सर्वांनी पूल ओलांडणं आवश्यक होतं. एकजण जरी मागे राहिली असती, तरी आयुष्यभर तो सल राहिला असता. देवाच्या कृपेनं आयुष्यात एवढ्या जोरात प्रथमच पळालो असू. पूल ओलांडून रूळ सोडून खाली उतरलो. रेल्वे धडाडत गेली. सर्वजणी एकमेकींना जिवंत बघून धापा टाकत, हातात हात घेत भेटत असताना रेहानानं येऊन मला धरलं आणि विचारलं, "कुठे लागलं का? काय झालं?" ती थरथरत होती. कोणी तरी तिला निरोप दिला, 'तुमची बहीण पुलाकडे गेली आहे आणि रेल्वे येत आहे.' रेहानाला 'आईला सांगू नको' म्हणून विनवलं. तिनंही ते मानलं. कारण मी तिचं ऐकत होते. त्या दिवसापासून रेहाना फक्त बहीण न राहता मैत्रीणही झाली.

दुसरा प्रसंग होता नाचाचा. नांदेडला असताना इंद्रधनुष्याच्या सात रंगांवर आधारलेल्या गीतावरील नाचात मी निळा रंग झाले होते. आकाशीची निळाई मला नेहमीच आवडत होती. त्या आमच्या नाचाला बक्षीस मिळालं होतं. त्यामुळे जयसिंगपूरला गॅदरिंगच्या वेळी नाचाच्या स्पर्धेत भाग घ्यायच्या वेळी नावं विचारली, तेव्हा माझा हात वर झाला. निवडही झाली. आनंदानं मी घरी येऊन सांगितलं. सातवीत होते तेव्हा मी! आईनं सरळ नकार दिला. म्हणे, "आता तुम्ही लहान

नाही. नाचात भाग घ्यायचा नाही.'' खूप रडले, पण परवानगी मिळाली नाही. वर्गात येऊन सरांना सांगितलं, ''घरी परवानगी नाही.'' सर म्हणाले, ''मी घरी येऊन परवानगी काढतो.'' सर घरी आले. बाबांना त्यांनी कसं समजावलं माहीत नाही, पण एकदाची परवानगी मिळाली. राधा-कृष्णाच्या नाचात मी राधा होते. 'मुरलीकी धून सून राधा बोले...' असं काहीसं ते गाणं होतं. त्यातील धेत, धेत, तिरकीट धेत, धित, धित कट धा कीट, तकीत, ता न ता तिट कट, गधी गन धा धा... असे काहीसे ते बोल होते. कॉमेंट्रीही होती. विसरले आता. पण या तालावर हात पाय थिरकताना खूप आनंद वाटायचा. मानेची हालचाल, चेहऱ्याचे भाव आणि कमरेचं कमानीकृती वाकवणं. एकंदरीत नाच हा प्रकारच मला खूप आवडायचा. माझ्याबरोबर कृष्ण आणि यशोदेचं नृत्य करणाऱ्या दोघी बहिणी रोज क्लासिकल नाच शिक्षकांकडून शिकत होत्या. मला त्यांच्याबरोबर प्रॅक्टिस करताना खूप संकोच वाटायचा. पण त्या दोघीही खूपच चांगल्या होत्या. मला शिकवत. मी नर्व्हस होत आहे असं वाटलं, तर माझा उत्साह वाढवीत. मी नाचाच्या क्लासला गॅदरिंगनंतर नियमित यावं असं मला सुचवीत. माझ्या मोठ्या बहिणीची सातवीनंतर 'मोठी झाली' म्हणून शाळा बंद झाल्यानं आणि आमच्या जातीत स्त्रियांनी नाचणं वाईट समजलं जातं, हे त्यांना सांगण्याचा धीर मला झाला नाही.

एकदाचा गॅदरिंगचा दिवस उजाडला. नाचासाठी रंजना तावदारे या जिवलग मैत्रिणीला घेऊन मी लवकर शाळेत गेले. जाताना रंजनाचा मोठा भाऊ म्हणाला, ''कोण नाचात आहे? आज तुमचा नाच पूर्ण होणार नाही. मी नुकताच स्टेज बघून आलोय. ते नक्की मोडणार!'' मला वाटलं, तो नेहमीसारखी चेष्टाच करतो आहे. म्हणून म्हटलं, ''पैज! आमचा नाच नक्की पूर्ण होणार.''

पडदा वर गेला. नाचाला सुरुवात करताना समोर नजर गेली, तर बाबा आपल्या मित्रांसमवेत पहिल्या ओळीत! बाबा माझा नाच बघायला आले याचा आनंद नाचायला मिळत आहे, या आनंदापेक्षा कितीतरी पटीनं मोठा होता. कारण जगाच्या कौतुकापेक्षा घरच्यांचं कौतुक हे नेहमीच जास्त महत्त्वाचं वाटत असतं. मी नाचत होते... सर्व जगाला विसरून फक्त कृष्णाचं अस्तित्व मला जाणवत होतं... आणि अचानक कडाड् कड् आवाज झाला. काय झालं हे कळायच्या आत मी स्टेजवरच्या जाजमासहित खाली झोळीत लटकल्यासारखी झाले. काहीच दिसत नव्हतं मला. वर मान केली तर बाबा आणि अनेकजण मला हात देऊन वर काढत होते. वर आले तेव्हा पडदा पडलेला होता. त्वरित स्टेज लावून त्या फळ्या परत पडू नयेत, म्हणून त्यावर माणसांना बसवलं गेलं. मला 'काही लागलं का?' विचारलं. 'नाही' म्हणत असताना माईकवर आवाज आला, पुढच्या नाचाच्या अनाउन्समेंटचा. रंजनाच्या भावाचे शब्द आठवले. मी तडकलेच... वा रे वा! हा

कोणता न्याय? चूक स्टेज बनवणाऱ्यांची! स्पर्धा असताना आमचा नाच अपूर्ण, असं का? मी सरळ जाऊन सरांना विचारलं, "सर, हे काय? आमचा नाच पूर्ण झालाच पाहिजे." ते आश्चर्यानं विचारत होते, "तू परत नाचणार?" मी 'होय' म्हणताच कृष्णानं आनंदानं माझा हात हातात घेतला. चालू असलेला नाच संपताच परत आमचा नाच झाला. टाळ्यांच्या कडकडाटात आम्ही स्टेजच्या खाली येऊन प्रेक्षकांत बसलो.

नंतर बक्षीस समारंभ सुरू झाला आणि आमच्या नाचाला पहिलं बक्षीस मिळालं. पोरीला पाडलं म्हणून रागावलेल्या बाबांना खूश करण्यासाठी, की पडूनही जिद्दीने परत उभं राहून नाच पूर्ण केला म्हणून?... कौतुक म्हणून, की खरोखरीच पहिल्या बक्षिसाला आमचा नाच पात्र होता? - या प्रश्नाचं उत्तर अजून मला मिळालं नाही. कारण त्यानंतर शाळा, कॉलेजमध्ये नाचात भाग घेण्यासाठी मी खूप हट्ट केला, रडले, तरी घरून परवानगी मिळाली नाही आणि माझ्या नाचाची कला कोणत्या दर्जाची होती, हे माझं मला कधीच पारखता आलं नाही. पण अजून चित्रपटगृहात, टीव्हीवर नाच बघताना, सुधा चंद्रनचा नाच बघताना वाटतं, थोड्या वेळापुरतं तरी पायाला स्पर्शज्ञान यावं. आपण थोडं नाचावं. ठेका धरण्यापुरती तरी पायाची हालचाल व्हावी. माझ्या नाचाचा एकही फोटो नाही, याची खंत मला बऱ्याच वेळा वाटते.

जयसिंगपूरनंतर आम्ही कोल्हापूरला आलो. घराजवळ मुलींच्या शाळेत आम्हा दोघींना - मला आणि रेहानाला घातलं. गॅदरिंगच्या वेळी 'उसना नवरा' मध्ये नऊवारी पातळ नेसून रेहानानं भाग घेतला. तिच्या परवानगीसाठी सरांना घरी यावं लागलं नाही. तिनं वकिली मुद्दा काढला, "नसीमला नाचात दोनदा परवानगी दिली. मग हे तर नाटक आहे. मी भाग घेणारच!" तिला परवानगी मिळाल्यावर मग मीही पुढच्या वेळी माझ्या ग्रुपची एकांकिका बसवली. एकांकिका मीच निवडली. नव्हे, दैवानं ते घडवून आणलं असं म्हणायला हवं. 'मूकम् करोति वाचालम्, पंगू लंघयते गिरीम्' ही ती एकांकिका होती. डायरेक्टरही आम्हीच! हेड सर होते जीवन कांबळे. आमचे ते स्फूर्तिदेवता होते. त्यांनी लागलीच परवानगी दिली. शाळेच्या एका साध्या कार्यक्रमात ती सादर केली. सरांची शाबासकी मिळवली. गॅदरिंगच्या वेळी 'परत करा' असं सरांनी सांगताच अंगावर मूठभर मांस चढलं. मग परत थोडी प्रॅक्टिस करून स्टेजवर एकांकिका सुरू केली. यावेळी पद्मा शिरोडकरनं मात्र कमाल केली.

प्रेक्षकांनी हसावं असा आमचा एक संवाद आणि प्रसंग होता. पण पद्माच हसत सुटली. हर्षवायू झाल्यासारखी. मी आणि चंदूनं सावरायचा प्रयत्न केला. मोठ्यानंच बोललो, "एवढं हसण्यासारखं काय आहे?" चंदूनं जवळ जाऊन पद्माला धमकी दिली, "हसू आवरलं नाहीस तर बघ!" पण पद्माला स्टेजवर

नसलेली वाक्यं मी आणि चंदू बोलू लागल्यानं जास्तच हसू आलं. पोट धरून ती हसू लागली. एवढ्या वेळात प्रेक्षकांना कळून चुकलं, की गंभीर नाटकाचं विनोदी भरीत झालं आहे. संपूर्ण सभागृहातून हास्याचे फवारे येताच पडदा पाडण्याची खूण केल्यानं पडदा पडला. ही एकांकिका मात्र अपूर्ण राहिली. कारण स्टेजवरून खाली येताच पद्मानं जी रडायला सुरुवात केली, 'माझ्यामुळे तुमचा विचका झाला' म्हणून, ते थांबायलाच तयार नाही. मग आम्ही माघार घेतली.

मी अपंग झाल्यावर पहिल्यांदा अनेक वर्षांनंतर पद्मा भेटली, तेव्हाही ती परत अशीच रडली होती. माझ्यापेक्षा दोन वर्षं मागे असलेली, पण खूप दाट मैत्री होती आमची. खूप साधी आणि हुशार होती ती! आज तिचे वडील संस्थेच्या कार्यात मला हातभार लावण्यासाठी या वयातही इतके धडपडतात, की आश्चर्य वाटतं. या त्यांच्या वाढदिवसाला त्यांनी सर्व नातेवाईकांना आणि मित्रमंडळींना सांगितलं, की मला जे द्यावंसं वाटेल त्याची किंमत 'हेल्पर्स'ना पाठवा. अनेक चेक्स, डी. डी. आम्हाला त्यावेळी आले.

कोल्हापुरात शाळेत असताना कांबळे सरांमुळे आम्ही शाळेतील जागेत भाजीपाला लावून, तो विकून त्याचे पैसे शाळेला दिले होते. शाळेत येताच आलेले दोन अनुभव मला चांगले आठवतात.

जयसिंगपूरमध्ये मला संस्कृत नव्हतं. दुसरं म्हणजे, तिथल्या आणि इथल्या शिवण शिक्षणातही खूपच फरक होता. कोल्हापूरला येताच पहिल्या तिमाही परीक्षेत मला संस्कृतमध्ये चार-पाच, तर शिवणात नव्वद टक्के, आणि रेहानाला संस्कृतमध्ये नव्वद टक्क्यांच्या पुढे आणि शिवणात चार-पाच मार्क मिळाले. संस्कृतच्या सरांनी माझी भर वर्गात टर उडवली, "मोठ्या बहिणीची थोडी अक्कल घे..! ती किती हुशार आहे! पहिली आली वर्गात!" तेव्हापासून त्या सरांचा मनात कुठेतरी राग होता. पण खरोखर रेहानाकडून मी संस्कृत शिकून पन्नास-साठपर्यंत मार्कांची मजल नेल्यानं त्या सरांना मी वर्गात सर्वात आज्ञाधारक वाटू लागले होते.

एप्रिल महिन्याची पहिली तारीख होती. हे सर वर्षातून एकदा दिवाळीत डोक्यावर नवी कापडी टोपी घालत. वर्षभर बहुतेक ती धूत नसावेत. कारण हळूहळू त्यावर तेलकट थर बसून ती कळकट दिसू लागे. बिनटोपीचे सर कसे दिसतात, हे कोणीच बघितलं नव्हतं. गोटा आहे की केस आहेत, ही चर्चा कधी कधी होई. तर त्या दिवशी वर्गात सर वर्गाकडे पाठ करून फळ्यावर काहीतरी शिकवत होते. मला काय सुचलं कोण जाणे! मी एकदम ओरडले, "सर! मोठा टोळ तुमच्या टोपीवर!" सरांनी इतक्या पटकन टोपी काढून टेबलावर फेकली, की त्यांच्या गुळगुळीत टकलावरील शेंडी बघून आम्ही आश्चर्यचकित झालो. म्हणजे केस असून ते सर्व चम्मनगोटा करत होते. "टोळ कुठे आहे?" विचारताच सर्व वर्ग, विशेषत:

मी आणि माझ्या पाचसहा मैत्रिणी ‘एप्रिल फूल’ म्हणून ओरडताच रेहानासारखे गोरेपान असलेले सर लाल लाल झाले. छडी घेऊन जवळ येताच आम्ही मुकाट्यानं हात पुढे केला. पण त्यांचं समाधान झालं नाही. हेड सरांकडून वर्गात बसायची परवानगी आणा म्हणाले. “ ‘एप्रिल फूल’चं इतकं काय वाईट वाटून घेता सर, माफ करा! परत मोठ्यांना कधी ‘एप्रिल फूल’ करणार नाही,” म्हणून प्रॉमिस केलं; तरी त्यांनी काही ऐकलं नाही. परत मला उपदेश दिला, ‘रेहानासारखी हो!’ सरांना मी अशी वागले याचा धक्का बसलेला दिसत होता. आम्ही मुकाट्यानं कांबळे सरांकडे गेलो. सर्व हकीकत सांगितली. कबूल केलं, की ‘मोठ्यांना, गुरूंना एप्रिल फूल करायचं नसतं हे आम्हाला माहीत नव्हतं. कोणी तसं कधी आम्हाला सांगितलं नव्हतं. माफ करा. यापुढे आम्ही असं करणार नाही.’

सरांनी हसून लागलीच परवानगी दिली वर्गात जाऊन बसण्याची! आम्ही सरांच्या खूप लाडक्या विद्यार्थिनी होतो. त्यांनी शिक्षा केली नाही.

शाळेतून घरी येताना मी रेहाना आणि तिच्या मैत्रिणींना वर्गातला प्रकार आणि कांबळे सरांच्या चांगुलपणाविषयी सांगितलं. त्यावर हसत त्यांनी त्यांच्या वर्गातला प्रकार सांगितला. संस्कृतचे तेच सर त्यांच्या वर्गात शिकवायला लागल्यावर रेहाना आणि तिची मैत्रीण बाहेरून आत आल्या. कांबळे सरांनी त्यांना कामासाठी बोलावलं आहे म्हणून बाहेर पाठवलं. ते जाऊन आले. बोलावलेलं नव्हतंच. सर्व वर्ग ‘एप्रिल फूल’ म्हणून ओरडला. पण लाडक्या हुशार विद्यार्थिनींची खोडी होती ती! त्यांनी हसून स्वीकारली.

जयसिंगपूर आणि कोल्हापूरमधील पी. टी.त पण खूप फरक होता. जयसिंगपूरमध्ये शिस्तबद्ध मार्चिंग कधीच शिकवलं नव्हतं. फक्त पी. टी. चे सर्व प्रकार होत. इथे येताच ‘मार्च पास’च्या वेळी हातपाय व्यवस्थित ‘उजवा बरोबर डावा’ न हलल्यानं मला ‘मार्च पास’मधून बाहेर काढण्यात आलं. पी. टी. च्या बाई खूप छान होत्या. नीट कसं करायचं ते सांगितलं. असं बाजूला काढल्यानं मन खूप खट्टू झालं होतं, पण आठ दिवस घरी दारी माझं ‘लेफ्ट-राईट’ चालू होतं. सर्व ग्रुपच्या पुढे ऑर्डर देण्यासाठी माझी निवड झाली. उत्तम ‘मार्च पास’ म्हणून शाबासकी मिळाली.

पण लवकरच पाठीचं दुखणं सुरू झालं.

पी. टी., खो-खो, कबड्डी, थ्रो-बॉल सर्व खेळ डॉक्टरांनी बंद करायला लावले. तसं सर्टिफिकेट दिलं. सहामाही वा वार्षिक परीक्षा जवळ आली, की माझ्या पाठीत भयंकर दुखायला लागे. नववीत होते मी तेव्हा! कांबळे सर म्हणत, “आजाराला सांग, थोडं थांब. तुझ्याकडे बघायला, कौतुक करायला आत्ता मला वेळ नाही. परीक्षा संपली की मग तुझ्याकडे बघेन.” मी तसंच औषधं खात, शेकत, इंजेक्शनं आणि वेदनेला सोबत घेऊन परीक्षा देई. बिछाना गाठे. मग एक-दोन महिने पूर्ण

तळमळत बिछान्यात. कांबळे सर घरी येत. शरीराला नुसता स्पर्श झाला, तरी सर्व शरीरभर वेदना पसरत आणि मी विव्हळे. रात्र-रात्र मला सरळ झोपता येत नसे. कधी आराम खुर्चीत, तर कधी पलंगावर उशा लावून रात्रभर बसून राही. आई-बाबा सतत जवळ असत. हवं नको विचारत. मला काहीच नको असे. फक्त वेदना संपायला हवी, झोप यावी एवढीच अपेक्षा असे. या आजारात माझा सावळा रंग काळा ठिक्कर होई. कुरळ्या केसांमधला गुंता सोडवतानाही वेदना असह्य होऊन तोंडून किंकाळी निघे. केस न विंचरताच दवाखान्यात जाऊ म्हणून मी हट्ट करी. डॉ. जाधव यांच्यापासून सुरुवात करून कोल्हापूरचे सर्व नामवंत डॉक्टर्स, फिजिशियन्स पालथे घातले. इंजेक्शन्सचा मारा, इलेक्ट्रिक शेक यानं एक-दोन महिन्यांत दुखणं आटोक्यात येई. या दुखण्यात कमरेखाली पूर्ण शरीरात मुंग्या असत. 'आंघोळ करताना वरच्या अंगाला पाणी गरम लागतं. खाली कळत नाही गार की गरम,' हे मी प्रत्येक डॉक्टरांना सांगत होते.

वडिलांचा पैसा पाण्यासारखा माझ्यावर खर्च होताना मला दिसत होता. एक औषध लागू पडलं नाही, तर बाटली तशीच बाजूला ठेवून दुसरी आणावी लागे. अर्धवट वापरलेल्या औषधांचा तर ढीग असे. या सर्वांचा परिणाम म्हणून, की कोल्हापूरमधल्या विद्यार्थिनी अधिक हुशार म्हणून, पण दुसऱ्या तिसऱ्या नंबरवर पास होणारी मी चौथ्या-पाचव्या नंबरवर गेले. एकदा फक्त दुसऱ्या नंबरने पास झाले. रेहानानं मात्र पहिला नंबर सोडला नाही. अशातच एस. एस. सी. ११ वीची परीक्षा दिली. फर्स्ट क्लास मिळाला नाही. थोडक्यात गेला. खूप वाईट वाटलं. पण पास झालो याचं हायसं वाटलं. कारण परीक्षा होताच परत बिछाना धरला होता. यावेळी वेदनेबरोबर शरीराला झटके येत होते. परीक्षा संपताच आजोळी गेले. तिथे पूर्ण सुट्टी बिछान्यात गेली.

मी एस. एस. सी. होण्याच्या अगोदर एक वर्ष रेहाना एस. एस. सी. झाली होती. तिला कॉलेजात घालायचं नाही, ती बिघडेल, मग लग्नात अडचण येईल असं इतरांच्या सांगण्यामुळे आईचं झालेलं मत. तिच्याहून मोठ्या बहिणीचं - जैबूनचं शिक्षण फक्त सातवीपर्यंतच झालं होतं. त्यावेळी लग्नात येणाऱ्या अडचणी पाहून शेवटी बाबांनी रेहानाला कॉलेजला जाण्याची परवानगी दिली होती. रेहाना डॉक्टर होणार म्हणत होती. मला पण डॉक्टर व्हावंसं वाटत होतं. पण आजार आणि एस. एस. सी. चे कमी मार्क. डॉक्टरांनीही सायन्स साईडला जाऊ नका, म्हणून सल्ला दिला. निदान नर्स व्हावं ही इच्छा होती, पण शेवटी राजाराम कॉलेजला आर्टस्‌ला प्रवेश घेतला.

माझी सर्वात लहान बहीण कौसर तेव्हा पहिलीत होती. भाऊ अजीज आठवीत होता. कौसरला इंग्लिश शाळेत घालावं, असं आम्हा सर्व भावंडांना वाटे. पण

कॉन्व्हेंटचा खर्च झेपणार नाही, म्हणून तिला मी आणि रेहाना ज्या शाळेतून बाहेर पडलो, त्याच शाळेत घातलं. शेंडेफळ म्हणून सर्वांची, विशेषत: बाबांची ती खूप लाडकी होती. तिचं काही चुकलं तरी रागावू नका, समजावून सांगा असं बाबा म्हणत. माझ्या आजारपणात मला जवळ घेऊन आई-बाबा झोपत. बाबा माझ्याजवळ असले तर ती मुकाट्यानं आईकडे जाई आणि आई माझ्याकडे आली तर ती बाबांकडे काही तक्रार न करता जाई.

बालपण संपून तारुण्यात केलेला प्रवेश. हवंहवंसं वाटणारे तारुण्य. पण त्याचवेळी बालपण संपू नये, कौसरसारखं सर्वात लहान असल्यावर सर्वजण आपलेच लाड करतील असं वाटे. एक तर मोठं व्हावं म्हणजे मान मिळतो, नाही तर शेंडेफळ व्हावं म्हणजे प्रेमच प्रेम वाट्याला येतं.

बालपणाला डोळ्यात, मनात साठवून कॉलेजच्या रंगीत दुनियेत प्रवेश केलेला पहिला दिवस...

मनात प्रचंड धाकधूक आणि रेहानाकडून वांड मुलं करत असलेल्या चेष्टा, दंगा यांच्या ऐकलेल्या गोष्टी. त्यात चार वर्षं कोल्हापूरला फक्त मुलींच्या शाळेत शिक्षण झालेलं असल्याने मुलांशी कसा संबंध येईल, एका वर्गात शिकताना कसं वागायचं यासंबंधी मनात शंका-कुशंका होत्या. पंजाबी ड्रेसचा वापर त्यावेळी आताच्या इतका सर्रास नव्हता. १९६६ साल होतं ते. पंजाबी ड्रेस घालून भवानी मंडपाच्या राजवाड्यात असलेल्या राजाराम कॉलेजमध्ये जात असताना दुतर्फा मुलं उभी होती. मी, उषा, शोभा, अरुणा, अशा आम्ही सर्व शाळेतील मैत्रिणी एकत्रित चाललो होतो. हातात गुलाबाचं टपोरं फूल घेऊन 'बा आदब बा मुलाहिजा होशियार, मलिका पधार रही है' ची आरोळी मारत कोणी तरी पुढे आलं. आईने दिलेली शिकवण, की आपण कोणाला उत्तर न देता, कोणाच्या तोंडी न लागता खाली मान घालून निघून जावं. काही दिवस आपल्याला आजमावून मग वांड मुलं नाद सोडून देतात. उत्तरं-दुरुत्तरं, रागावणं, डोळे वटारणं किंवा हसणं अशामुळे शिक्षणात रस नसलेल्या असल्या मुलांना प्रोत्साहन मिळत असतं. पहिल्या दिवशी आईचे शब्द आठवून खाली मान घालून आम्ही सर्वजणच वर्गात गेलो. वर्गात विद्यार्थिनीच होत्या. वेगवेगळ्या शाळांमधून आलेल्या एकमेकींची ओळख करून घेत होत्या.

माझी ओळख नावाने करून देताच, उषा ढफले, शाळेतली सर्वात जवळची सुंदर अक्षर असलेली मैत्रीण म्हणाली, "ही नसीम स्कॉलर आहे!" का कोण जाणे, मला माझा हुकलेला फर्स्ट क्लास आठवला. मी माझी टक्केवारी सांगून म्हटलं, "या उषाला अशी चेष्टा करून पाडून बोलायची सवय आहे." कॉलेज सुटल्यावर घरी

येताना माझं आणि उषाचं कडाक्याचं भांडण झालं. तिचं म्हणणं तिनं चेष्टा केली नव्हती. मी खरंच हुशार आहे आणि माझं म्हणणं मी हुशार असते तर इतके कमी मार्क कसे पडले असते? यानंतर दोघींचं घर जवळ असून (मध्ये फक्त एक रस्ता होता) वर्षभरात आम्ही एकमेकींशी बोललो नाही. ती वेगळ्या वाटेनं जाई आणि मी वेगळ्या वाटेनं. दोघींचे विषयही वेगळे होते. त्यामुळे गाठही क्वचितच पडे.

महिन्याभरातच वर्गात माझी अनेकांशी मैत्री झाली. त्यावेळी कॉलेजमध्ये पी. टी. किंवा एन. सी. सी. यापैकी काहीतरी एक घ्यावं लागत होतं. रेहाना सायन्स साईडला असल्यानं माझा रिपोर्ट आता घरी पोहोचणार नव्हता. पण एन. सी. सी. घेणं युनिफॉर्ममुळे शक्यच नव्हतं. घरी कळलं असतं. डॉक्टरांचा सल्ला झुगारून मी पी. टी. ला जाऊ लागले. खेळाची हौस भागवू लागले. सर्व मैत्रिणींच्या आग्रहामुळे पी. टी. च्या लीडरच्या निवडणुकीसाठी उभी राहिले आणि काय आश्चर्य, सर्वात जास्त मतं मला मिळाली. प्रत्येक वर्षासाठी वेगळे लीडर होते. वर्षअखेरीला बेस्ट लीडरचं पहिलं बक्षीसही मला मिळालं. ते सर्टिफिकेट जेव्हा जेव्हा पाहते, तेव्हा वेगळाच आनंद होतो. लीडरशिप करताना माणसाचा आत्मविश्वास केवढा वाढतो!

पी. टी. केल्यावर दोरीच्या उड्या मारताना एकदा अशी पाठीतून कळ आली, की डोळ्यापुढे पूर्ण अंधारी आली. मी जमिनीवर पडले की बसले आठवत नाही, पण डोळे उघडले, उजेड दिसू लागला, तेव्हा तोंडावर पाणी मारलेलं होतं. ओठांजवळ पाण्याचा पेला होता. सर्व मैत्रिणींना विनंती केली, की मी त्यांना ग्राऊंडवर हवी असेन तर आजचा हा रिपोर्ट रेहानाला अथवा घरी कोणी द्यायचा नाही. सर्वांनी माझी विनंती मान्य केली. त्यांना काय माहीत, माझ्यापुढे नियतीनं कोणतं ताट वाढून ठेवलं होतं ते! या घटनेनंतर चालताना, पाय एकीकडे टाकताना दुसरीकडेच पडू लागला. काही मैत्रिणी चेष्टा करू लागल्या, ‘कॉलेजची हवा लागलेली दिसते. स्टायलिश चालायला लागलीस.’ पायाच्या असंबद्ध हालचालीबरोबर युरीन कंट्रोलवरही परिणाम होत असलेला जाणवू लागला. परीक्षा जवळ आली होती. घरी सांगितलं तर कॉलेजला जाऊ नको म्हणतील आणि मी जैबूनआपासारखी (तीन नंबरची बहीण) कमी शिकलेली राहीन, म्हणून गप्प राहिले. पण आठ-नऊ महिने आटोक्यात असलेल्या दुखण्यानं परत डोकं वर काढलं. बिछाना धरण्याअगोदरच्या आठ-दहा दिवसांपूर्वीचा प्रसंग आठवतो.

माझं आणि रेहानाचं अगदी साध्या गोष्टीवरून भांडण झालं होतं. आईनं माझ्यावर हात उगारला आणि मार बसण्याअगोदरच पाठीतून असह्य कळ आल्यानं मी मटकन खाली बसले. दरवेळी मार चुकवण्यासाठी वेगवेगळं सोंग करते, असा आईनं समज करून घेतला आणि बसलेल्या मला मारून ती निघून गेली. मला उठताही येईना. असह्य वेदना आणि राग यामुळे तोंडातून ब्र निघाला नाही, पण

चेहऱ्यावरील वेदनेचा ठसा आणि शरीराच्या विचित्र हालचाली यामुळे तिथेच असलेल्या रेहानाला काय वाटलं कोण जाणे! तिनंच मला उठवलं आणि पलंगावर झोपवलं. तो पलंग या दुखण्याने कायमचा माझा झाला होता. पलंगावर पडल्यावर डोळ्यातून फक्त वेदनेचे अश्रू वाहत होते. रेहाना माफी मागत होती. मी ओठ आवळून वेदनेला तोंड देत होते. थोड्या वेळानं आईने येऊन चौकशी केली, तेव्हा मी कॉलेजला जाणार नाही, पाठीत दुखतंय म्हणून सांगितलं. पाठीचं दुखणं म्हणताच आईचा स्वर सायीसारखा मऊ झाला. जवळ येऊन तिनं औषध, दूध दिलं. मी तशीच पडून राहिले. उशीखाली सहज हात घातला, तर गोष्टीचं (बहुधा रेहानानं लपवलेलं) पुस्तक हाताला लागलं. एरवी गोष्टीच्या पुस्तकात रमणारं मन, त्या दिवशी आई माझ्या दुखण्याला नाटक समजली, या व्यथेमुळे त्या कादंबरीतही रमलं नाही.

सहावीत असतानाचा आणखी एक प्रसंग आठवला. परीक्षा जवळ आली होती. मी अभ्यास करत होते. संध्याकाळची वेळ होती. बाबांनी येताना छान मोठा मासा आणला. आई आमटीसाठी मसाला वाटत होती. बहीण मासा तळत होती. मासा तळताना स्टोव्हमधलं रॉकेल संपत आलं, म्हणून आईनं स्टोव्हमध्ये रॉकेल भरायला मला बोलावलं. अभ्यास सोडून उठावं लागल्यानं कपाळाला आठ्या घालत मी स्वयंपाकघरात शिरले. आमच्या परीक्षा जवळ आल्या, की घरी चांगलं खायला, प्यायला करत असत. कारण परीक्षेच्या टेन्शननं भूक कमी होते, जेवण नीट जात नाही. स्टोव्हमध्ये रॉकेल घालत असतानाच बहिणीनं फ्राईंग पॅनमध्ये तापलेल्या तेलात मासा सोडला आणि गरम तेल माझ्या उजव्या हातावर तळहाताच्या मागच्या बाजूला मनगट आणि बोटांच्या मध्ये उडालं. साहजिकच मी किंचाळले. त्यावेळी आईला वाटलं, की मी थोडंसं भाजून मुद्दाम जोरात ओरडले. आई बहिणीला न रागावता मलाच रागावली. म्हणून नंतर तोंडातून ब्रही न काढता मी हातातलं काम संपवलं. वेदना, भगभग प्रचंड होत होती. काम संपल्यावर बाथरूममध्ये जाऊन हातावर पाणी सोडलं आणि तोंडातून आवाज न काढता अश्रूंना वाट मोकळी करून दिली. त्यानंतर अभ्यास करणं शक्यच नव्हतं. उलट हात एवढा भाजला होता, की दुसऱ्या दिवशी पेपर लिहिता येईल की नाही, असं वाटू लागलं. मी अंधारात जाऊन बसून राहिले. स्वयंपाक झाल्यावर सर्वजण जेवायला बसले. मला बोलावलं, तेव्हा मी भूक नाही म्हणून सांगितलं. कारण हातानं जेवता येणार नव्हतं. आणि मला माझा हात कोणाला दाखवायची इच्छाही नव्हती.

आईनं रेहानाला परत मला बोलवायला पाठवलं, तेव्हा मग नाईलाजानं मी रेहानाला हात दाखवला. माझ्या वेदना मला तिच्या चेहऱ्यावर दिसल्या. तिनं मला ओढत जेवणघरात नेऊन आईला आणि सर्वांना माझा हात दाखवला. हात पाहून

सर्वांची एकच धावपळ सुरू झाली. बरनॉल लावलं गेलं. खूप मोठा पुरीसारखा फोड आला होता. त्या दिवशी आईनं मला भरवलं. हात वाळायला खूप दिवस लागले. पुढे कित्येक दिवस माझ्या हातावर भाजल्याचा डाग राहू नये, म्हणून आई खोबरं जाळून, उगाळून ते हातावर लावत होती. त्यादिवशी मी हूं का चूं केलं नाही, याचं अजूनही सर्वांना आश्चर्य वाटतं. मला तर असल्या वेदना पचवायची इतकी सवय आता लागली आहे, की हा प्रसंगही मी विसरले होते. रेहानानं या प्रसंगाची आठवण करून दिली. नियतीनं आयुष्यात जे पुढे वाढून ठेवलं होतं, त्याची रिहर्सल पण नियतीच करवून घेत होती...!

दुखणं कमी होत नव्हतं. रोज बिछान्यावरच दुपारचं जेवण करून डोळे मिटून झोपेची प्रतीक्षा करताना एकदम आठवलं, की काही वर्षांपूर्वी इथे कोल्हापूरलाच याच पलंगावर मी रेहानानं आणलेलं पुस्तक अशीच झोपून वाचत होते. रेहाना आली आणि पुस्तक मागू लागली. अर्थातच मी पुस्तक दिलं नाही. त्यामुळे तिनं ते ओढून घेण्याचा प्रयत्न केला. मी उताणी झोपून वाचत होते. पुस्तक हातातून सोडावं म्हणून तिनं गुदगुल्या करायला सुरुवात केली. त्यानं अस्वस्थ होऊन मी हसत मान उचलली, ती उशीवरून खाली पलंगाच्या काठावर आली आणि माझं अर्धं शरीर पलंगावर, तर अर्धं खाली डोक्यासहित लटकू लागलं. एका हातात घट्ट धरलेलं पुस्तक आणि गुदगुल्यांनी गुदमरलेला जीव. श्वास कोंडत होता. रेहानाला वाटत होतं, मी हसतेय. पण क्षणातच तिला काहीतरी विचित्र घडत असल्याचं जाणवलं असावं. तिनं मला पटकन वर पलंगावर घेतलं आणि नीट झोपवलं.

माझा श्वास पूर्ववत झाल्यावर तिनं मला कुठे लागलं का विचारलं. मी पाठीकडे बोट दाखवलं. तिनं कोणतं तरी मलम लावल्याचं आठवतं. नंतर नेहमीप्रमाणे तिनं ही घटना, हे भांडण कोणाला सांगू नको म्हणून विनवलं. ती आता माझी फक्त बहीण नसून मैत्रीण असल्याची खात्री पटल्यानं आणि मुद्दाम तिनं मला मार लागावा म्हणून काही केलं नसल्यानं, शिवाय नंतर मला परत दुखलं नसल्यानं मी सर्व विसरून गेले होते. ते आज पलंगावर पडल्या पडल्या आठवलं. डॉक्टर दरवेळी विचारत, कुठे पडली होतीस का? पाठीला मार लागला होता का? इतके दिवस आठवलं नव्हतं, पण हे सांगितल्यावर रेहानाला रागावतील, मारतील अशी भीती वाटल्यानं मी त्याचा उच्चार केला नाही. हे विचित्र दुखणं कदाचित नाचाच्या वेळी पडल्यानं किंवा या पलंग प्रकरणामुळे किंवा कबड्डीत अनेक वेळा पाठीवर पडल्यामुळेही असू शकेल. पाठीचं ऑपरेशन झाल्यावर मला कळलं, की मला 'घरी कोणालाही ती घटना सांगू नको' म्हणणाऱ्या रेहानानं बाबांना रडत स्वतःच ती घटना सांगितली होती.

बिछाना धरला तो धरलाच. आई-बाबा आणि कांबळे सरही यावेळी म्हणत होते, मिरजेला वॉनलेस हॉस्पिटलमध्ये जा. पण अभ्यास झालेला, परीक्षा तोंडावर, तेव्हा माझा हट्ट 'परीक्षा संपल्यावर जाऊ.' यावेळी वेदनांचं स्वरूप नेहमीपेक्षा तीव्र होतं. बाथरूम-संडासला जाणंही अशक्य होत होतं. रंग तर कोळशासारखा काळा पडला होता. अंगावर सूज असायची. औषधं, इंजेक्शनं, शेक यांचा मारा चालू होता. गुण येत नाही म्हणून कोणीतरी मेथी वाटून त्याचा लेप लावायला सांगितला. तो लावला आणि मरण बरं वाटलं. तो लेप वाळल्यावर काढताना मी मारलेल्या किंकाळ्या अजून आठवतात.

झोपेचं औषध दिल्यावर थोडी गुंगी यायची. डास होते म्हणून पलंगावर मच्छरदाणी लावलेली असे. गुंगीत मला जाणवे, की कोणी तरी खूप शक्ती असलेल्यांनी माझे दोन्ही पाय गच्च आवळून धरले आहेत. कधी वाटे, माझे पाय दगडाचे-लोखंडाचे झाले आहेत. मग माझा प्रयत्न सुरू होई, पाय वर उचलून मच्छरदाणीला स्पर्श करण्याचा. पण यश न येता माझ्या खांद्याजवळ छातीवर ती शक्ती आपला जोर लावते आहे, असं वाटे. मी खूप जोरात ओरडे, 'कोण आहे त्याला हाकला...' मला वाटायचं, मी पूर्ण जागी आहे. माझ्या आजारामुळे आजी (आईची आई) आली होती. ती आणि आई मला सांगत, की तुला झोपेत काहीतरी स्वप्न पडलं. पण माझं ते स्वप्न नसायचं. कोणालाच ते खरं वाटायचं नाही. मग दुवा-दरूद म्हणून आई-आजी माझ्या अंगावर फुंकर मारत. माझ्या अंगावरून हळुवार हात फिरवीत राहत. "तुम्ही इथून उठू नका. नाहीतर ती शक्ती परत मला दाबून टाकेल," असं म्हणून मी माझ्या जवळून त्यांना हलू देत नव्हते.

परीक्षा सुरू झाली. रिक्षातून अगदी हळुवारपणे आधी मी डॉक्टरकडे जाई. इंजेक्शन, शेक घेऊन मग परीक्षा हॉलमध्ये जाई. दोन पेपर संपले. तिसऱ्या पेपरला माझ्या आजाराची कल्पना नसलेल्या मैत्रिणीनं पाठीमागून येऊन नुसता खांद्यावर हात ठेवला आणि माझ्या तोंडून किंकाळी निघाली. सर्वजण अवतीभवती जमले. ती मैत्रीण रडकुंडीला आली. कशीबशी मी वर्गात जाऊन बसले. वेदना असह्य होत्या. काहीच सुचेनासं झालं. काही आठवेनासं झालं. दूरवर त्यावेळी कुठल्यातरी गाण्याची रेकॉर्ड लागलेली होती. ती गाणीच उत्तरपत्रिकेत लिहिली. घरी येताच मोठा भाऊ भाईजान यानं 'पेपर कसा गेला' विचारताच माझं जे रडणं सुरू झालं, ते थांबेना. थोड्या वेळानं मी उत्तरपत्रिकेत केलेला प्रकार सांगितला. बाबा म्हणाले, की काही आलं नाही तर पेपर कोरा ठेवावा, पण गाणी, रांगोळी असा प्रकार करू नये. नंतरचे पेपर मी कसे दिले देवच जाणे. त्या वर्षी मी सर्व विषयात सेकंड क्लासनं पास झाले, हे एक आश्चर्यच आहे.

वर्षभरात मैत्रिणींनी सिनेमाला जाण्याचा आणि कोल्ड्रिंक हाऊसमध्ये आईस्क्रीम

खायला जाण्याचा खूप आग्रह केला होता. पण घरी आवडणार नाही, शिकायला मिळतं हेच खूप आहे, म्हणून मी घरी कधी विचारलंही नाही. अशा कार्यक्रमांना गेलेही नाही. परीक्षा संपल्यावर जाऊ म्हटलं होतं. शेवटचा पेपर संपताच तीनच्या खेळाला जायचं ठरलं. घरूनही आनंदानं परवानगी मिळालेली. पण शेवटच्या पेपरपर्यंत माझ्यातली बसण्याची ताकद संपलेली होती. मैत्रिणी 'कॅन्सल करू', 'डॉक्टरकडे जाऊ' म्हणत असताना मीच पिक्चरला जाण्याचा आग्रह धरला. पिक्चर होता, 'यह जिन्दगी कितनी हसीन है.' एरवी पण दिलीपकुमार आणि मीनाकुमारीशिवाय दुसऱ्या कोणत्या नटनट्या मला कळायच्या नाहीत. त्या दिवशी बघितलेल्या सिनेमामध्ये तर कोण होतं, गोष्ट काय होती काही कळलं नाही. जिन्दगी हसीन होती, की आणखी कशी होती, काही कळण्याच्या पलीकडे सर्व शरीरभर वेदनेला सोबत घेऊन, केवळ मैत्रिणींना दिलेला शब्द पाळण्यासाठी मी तीन तास थिएटरमध्ये घालवले. परत येताना अरुणा तिच्या घराकडं वळल्यावर अगदी थोडा रस्ता मला एकटीनं चालायचं होतं. अंधार पडत आला होता. अरुणा घाबरट होती. म्हणून मीच म्हटलं, "मला घरापर्यंत सोडायला येण्याची गरज नाही. मी एकटी जाईन. पाच मिनिटांचाच रस्ता आहे." ती तिच्या घराकडे वळल्यावर मी एकटीच चालू लागले.

अरुणा कामत ही हुशार पण अतिशय शांत स्वभावाची मुलगी. तिचे वडील एल. आय. सी. त मॅनेजर होते. ऑफिसतर्फे त्यांना ॲम्बॅसिडर कार होती. मी आणि अरुणा सकाळी कॉलेजला मिळून जात असू. रोज तिचे बाबा आम्हाला त्यांच्या गाडीतून सोडत. अरुणा नसली तरी मला एकटीलाही ते गाडीतून सोडत. त्यामुळे कॉलेजमध्ये अनेक जणांना ते माझेच बाबा आहेत, असं वाटे. कारण मी कधीच कॉलेज चुकवत नसे. अरुणा मात्र अनेक वेळा तब्येत ठीक नाही म्हणून घरी राहत असे. कॉलेजहून परत येताना मी तिच्याबरोबर बसनं स्टेशनला उतरून पायी ताराबाई पार्कला येत असे. कारण तिकिटाचे निम्मे पैसे वाचत. बस आणि पॉकेटमनीचे पैसे वाचवून मी माझ्या आवडीचा एक छानपैकी गुलाबी पंजाबी ड्रेस विकत आणला होता. ड्रेसवर सुरेख हलक्या रंगाची मशीन एम्ब्रॉयडरी होती. तोच ड्रेस त्या दिवशी मी घातलेला होता. निम्मा रस्ता एकटीनं चालत असतानाच समोरून म्हशींचा घोळका आला. मला वेदनांमुळे भरभर चालता येत नव्हतं. म्हशींची शिंगं लागतील या भीतीनं घाम फुटला. पूर्ण अंधारून आलं होतं. अगदी थोडा रस्ता शिल्लक होता. पाऊल उचलत नव्हतं. वाटलं, उगाच अरुणाला घरी पाठवलं. घरापर्यंत सोबत घ्यायला हवं होतं. घरून कोणीतरी शोधत यावं असं वाटलं. उठत-बसत, किती वेळाने, कशी मी घराच्या पायऱ्यांपर्यंत आले कोण जाणे! पायऱ्यांवरच बसून राहिले. कधी कोणी दार उघडलं माहीत नाही. पण

तिथूनच मला कावळ्या नाक्यावरील मेरी वॉनलेस हॉस्पिटलमध्ये नेलं आणि ॲडमिट केलं.

पाच-सहा दिवस एक्स-रे वगैरे काढले. एक्स-रेमध्ये काहीच दिसत नव्हतं. डॉ. बिद्रींनी जाहीर केलं, की या मुलीचं कोडकौतुक थोडं जास्तच होतंय. मला अन्न जात नव्हतं, म्हणून घरून वेगवेगळे पदार्थ करून आणत. पण वेदनेपुढे मला काहीच नको असायचं. माझं ओरडणं बाहेर रस्त्यावर ऐकू जाई. एक्स-रेत काहीच दोष दिसला नाही, तेव्हा डॉक्टरांनी मला बळजबरीनं पलंगावरून उठवलं. वेलीसारखी वरपासून खालपर्यंत मी कापत होते. मुंगीएवढी हालचाल केल्यानंही वेदनेचा सागर उसळत होता. पण डॉक्टरांनी पाऊल उचलून पुढे टाकण्याची सक्ती केली. पाऊल उचलताच मी पडू लागले, तेव्हा माझ्या दंडाला धरून त्यांनी खस्कन ओढलं. मी गुरासारखी ओरडू लागले. वॉर्डमधले सर्व लोक जमले. डॉक्टरला 'माणूस आहे का राक्षस' म्हणू लागले. डॉक्टरांचं उत्तर होतं, "हिला काहीही झालेलं नाही. कॉलेजमध्ये प्रेम प्रकरण असेल. चौकशी करा. हा आजार सायकॉलॉजिकल आहे." इतकंच नव्हे, तर त्या दिवशी त्यांनी बाबांना, हिला सायकिॲट्रिस्टला दाखवा, असा सल्लाही दिला.

परत दुसऱ्या दिवशी, वेळ कोणती ते आता आठवत नाही, पण २४ एप्रिल १९६७ चा दिवस होता तो. केवळ डॉक्टरांचा आग्रह म्हणून मी बाथरूमला जाण्यासाठी आई-बहिणीच्या आधारानं हळूहळू अतिशय कष्टानं एक एक पाऊल, किंकाळी आवरत टाकत होते. परंतु बाथरूमच्या दाराबाहेरच मी कोसळले. सर्वांनी मिळून मला पलंगावर झोपवलं. सर्व वेदना थंडावल्या होत्या. डोळे किती तासांनी उघडले माहीत नाही. पण मी वॉर्डऐवजी स्पेशल रूममध्ये होते. माझे फक्त हातच हालत होते. छातीपासून खालचं शरीर असल्याचीही जाणीव होत नव्हती. पलंगाला युरीन बॅग लागलेली होती.

माझं कमरेखालच्या भागाचं सेन्सेशन गेलं, तरी डॉक्टर डिस्चार्ज देईनासे झाले. शेवटी बाबा खूप चिडले. काही कमी-जास्त झालं, तर 'केस करेन' म्हणाले. तेव्हा मग हॉस्पिटलची ॲम्ब्युलन्स, सोबत डॉक्टर, नर्स वगैरे देऊन मला मिरजेच्या वॉनलेस हॉस्पिटलमध्ये आणण्यात आलं.

हे सर्व लिहिताना मनावर प्रचंड ताण पडत आहे. डोळ्यासमोर 'लोटस'मध्ये वेदनांनी तळमळणारी अफसाना आहे. कालच तिच्यावर प्लास्टिक सर्जरी झाली. वॉनलेस हॉस्पिटलमधील वेदनेचा डोंब व त्यानंतर बरं होण्यासाठी केलेली केविलवाणी धडपड लिहिण्याअगोदर मला माझ्या मनाची तयारी केली पाहिजे. कारण भूतकाळात

जाऊन हे लिहितानाही पाठीच्या कण्यातून वेदनेबरोबर थंडीची लाट खालपासून वरपर्यंत सरकून हातात फुटत आहे. बर्फासारखे गार हात थोड्या थोड्या वेळानं मुंग्या येऊन अक्षरश: बधिर होतात. बोटांची हालचाल होऊ शकत नाही. गेल्या वर्षी असं झालं, तेव्हा डॉ. मोहनराव गुणेंकडे जाऊन मी ओक्साबोक्शी रडले होते. कमरेखालील संवेदना जाण्याअगोदरही अशाच मुंग्या असायच्या त्या भागात.

मिरजेला येताच मायलोग्राम (मणक्यात इंजेक्शन देऊन मग एक्स-रे) काढण्यात आला. त्यात एक मणका चेपलेला. त्यामुळे मज्जारज्जूवर एक गाठ आलेली दिसली. ती गाठ त्वरित काढण्याचा निर्णय घेण्यात आला. त्यावेळी डॉ. डोनाल्डसन आणि डॉ. प्रधान होते. २० मे १९६७ ला ऑपरेशन टेबलावर मला घेताना पूर्ण विश्वास होता, की गाठ काढताच संवेदनेचा प्रवाह सुरू होईल. एखाद्या पाईपमध्ये गाळ साचला की पाणी येणं बंद होतं आणि गाळ काढताच जसा पाण्याचा प्रवाह सुरू होतो, तसंच घडेल असं मला वाटलं होतं. स्पर्शज्ञान येताच मला पाय हलवता येतील, मी उभी राहून चालू लागेन, या विचारानं क्लोरोफॉर्म देताना मी आनंदात होते. आई, बाबा, मामा, आजी, बहिणी, मावशी सर्वांचे काळजीनं काळवंडलेले चेहरे बघून मला आश्चर्य वाटत होतं. चालायला लागल्यावर याच मिरजेच्या दवाखान्यात राहून नर्सिंगचा कोर्स करायचा, आई-बाबांची परवानगी मिळवायचीच, हा निर्णय मी अगदी पक्का केला होता. त्याचं कारण तिथले असंख्य पेशंटस्, विशेषत: संजीवनी नावाची एक तरुणी होती.

संजीवनीचं लग्न होऊन सासरी जाताना तिच्या गाडीला अपघात झाला. तिच्या कमरेखालील शरीराची संवेदना माझ्यासारखीच गेली होती. ती पॅराप्लेजिक बनली. त्यामुळे नवरा किंवा सासरचं कोणीही तिला बघायला दवाखान्यात आलं नव्हतं. माहेरचं कोणी नव्हतंच. मामांनी तिचं लग्न लावून दिलं होतं. दवाखान्यात येऊन तिला अकरा महिने झाले होते. अपंगत्वाच्या दुर्दैवाबरोबर अनाथपणाचं दुर्दैवही तिच्या वाट्याला आलं. कोणी कपडे, कोणी खायचे पदार्थ तिला आणून देत. तिला काय वाटत असेल, या विचारानं माझं मन थरारून जाई.

ऑपरेशननंतर स्ट्रेचरवरून आणतानाच मला शुद्ध आली होती. स्ट्रेचरवरून बिछान्यात घालताना स्ट्रेचरवरील रक्तानं माखलेली चादर व नंतर बाजू बदलताना पाठीच्या कण्यातून होणाऱ्या वेदना, यामुळे प्रत्येक क्षणी मला मरण हवंसं वाटे. येणाऱ्या-जाणाऱ्या प्रत्येकाजवळ मी या यातनातून सुटण्यासाठी विष मागत होते. सात इंच पाठीचा कणा चिरलेला होता. तेरा टाके पडले होते. पूर्ण एक महिना या वेदनांनी मी अहोरात्र तळमळत होते. पायाला स्पर्शज्ञान तर आलंच नव्हतं, पण एके

दिवशी आईनं अंगावरील चादर झटकण्यासाठी काढली, तर कमरेखाली मुंग्यांचं वारूळ होतं. आईची किंकाळी आणि भीतीनं थरथर कापणं बघून सर्वजण धावले. मला तर काहीच दिसत नव्हतं. सिस्टर्स आणि घरच्यांनी मिळून सर्व बिछाना बदलला, तेव्हा बेडशीटवर मुंग्यांची थारोळी दिसली. शरीराला मुंग्यांनी खाल्लेलं होतं. पाटा वरवंट्याला टाकी दिल्यावर तो कसा होतो, तसं माझं शरीर झालं होतं. रक्ताचे बारीक बारीक थेंब दिसत होते. मुंग्यांनी सर्व शरीर खाल्लं होतं... हे वर्णन इतरांच्या तोंडून ऐकलेलं. आईचे डोळे रडून रडून सुजलेले. त्या दिवशी खोलीबाहेर रात्री उशिरापर्यंत आई रडत होती. माझ्या खोलीत तिनं पाऊलही टाकलं नव्हतं. आपल्या पोरीवर हा काय प्रसंग, असं तिला वाटलं असणार. नंतर आई सारखी माझा बिछाना थोड्या-थोड्या वेळानं स्वच्छ करू लागली. सारखी ती माझ्या पायाकडे बघत राहायची. पाय अचानक हलू लागतील, अशी माझ्यासारखीच तिलाही आशा वाटत होती. एक दिवस पायाचा अंगठा हललेला आईला दिसताच, तिनं इतक्या आनंदानं सर्वांना सांगितलं, की सर्वांना वाटलं माझ्यावरचं गंडांतर आता टळलं. आता मला स्पर्शज्ञान येणार. पण एक दिवस डॉक्टरांनी व्हीलचेअर समोर आणली. दोघा-चौघांनी मिळून मला उचलून व्हीलचेअरवर बसवलं. अनेक महिन्यांनंतर बसल्यामुळे माझ्या डोळ्यांपुढे पूर्णपणे अंधारी आली. मी मान आडवी टाकताच मला परत पलंगावर झोपवण्यात आलं. तेवढ्या श्रमानंही मला घाम फुटला होता. दुसऱ्या दिवशी मला परत व्हीलचेअरवर बसवलं. बाहेर वाऱ्यावर उन्हात नेताच मला खूप बरं वाटलं. व्हीलचेअर सरळ कशी चालवायची, उजवीकडे वळवताना उजवा हात स्थिर ठेवून डाव्या हातानं मोठ्या चाकाजवळ जोडलेली लोखंडी रिंग उजवीकडे वळवायची, हे सर्व डॉक्टरांनी स्वत: दाखवलं. उभं राहता आले नाही तरी असं बाहेर फिरता येऊ लागल्यानं खूप बरं वाटलं. व्हीलचेअरवरून मग फिजिओथेरपीमध्ये व्यायामाला नेऊ लागले. तिथले शाम आणि किशोर खूप चांगले होते. गप्पा मारता मारता व्यायाम देत. त्यामुळे कंटाळा येत नसे.

एकदा या शाम आणि किशोरनं, 'हिला रिहॅबिलिटेशन सेंटरला न्या,' असा सल्ला आई-बाबांना दिला. नाव, पत्तादेखील ते देऊ लागले. पण आई-बाबांना वाटलं, की माझ्या आयुष्याचं सर्वांना ओझं होतंय असं वाटून ते मला तिथे कायमचं पाठवण्याचा सल्ला देतायत. म्हणून त्यांनी पत्ता देखील घेतला नाही आणि 'आम्ही घरी सर्व मॅनेज करू,' असं त्यांना उत्तर दिलं. बसण्याच्या जागी खूप मोठी दोन बेडसोअर्स झाली होती. रोज त्याला अल्ट्रा-रेज देताना मला स्वत:चाच खूप राग येई. शरीराची घृणा वाटत होती. पण हे लवकरच संपणार या आशेनं, आई-बाबांना बरं वाटावं म्हणून मी हसत बोलत होते. अशा अवस्थेत डॉक्टरांनी डिस्चार्ज दिला. तसंच मला कर्नाटकमधील बेळंबर या खेड्यातील 'काळ कोठडी'त नेलं गेलं.

स्पेशल टॅक्सीनं मिरजेहून कोल्हापूरला घरी न नेता फक्त दारात काही मिनिटं टॅक्सी थांबवून, थेट बेळंबरला नेल्यानं परत माझं रडणं सुरू झालं. व्हीलचेअर न देताच दवाखान्यातून मला डिसचार्ज दिलेला होता.

एक महिना आम्ही बेळंबरला घालवला. देशी औषधपाला आणि तेल याचं मालिश सकाळ-संध्याकाळ पुरुषांकडून करवून घेऊन मग गरम पाण्यानं आंघोळ. त्या पाल्याला आणि तेलाला म्हणे स्त्रियांनी हात लावायचा नाही. खोलीला फक्त एकच दार व त्या दारानंतर थोडी जागा सोडून भिंत. खिडकी वगैरे काही नाही. अंधारातील उपचार, सूर्यप्रकाशाचा स्पर्श होऊ न देता. खोलीत पलंगही नव्हता. त्या लहानशा खोलीत तेही पावसाळ्यात, तो एक महिना मातीच्या जमिनीवर माझ्याबरोबर आई-बाबा, आजी आणि मामांनी कसा काढला असेल, याची कोणी कल्पनाही करू शकणार नाही. त्या उपचाराला मी 'काळ्या पाण्याची सजा' असं नाव दिलं होतं.

एका महिन्यात मात्र आश्चर्यकारकरीत्या माझे दोन्ही बेडसोअर्स वाळले. रोज त्या मालिश, आंघोळीच्या दिव्यातून जाताना मनाला का कोण जाणे वाटू लागलं होतं, की आपणही संजीवनीसारख्या कायमच्या अपंग झालो. दिवसभर माझं रडणं सुरू असायचं. शरीराच्या वेदना कमी झाल्या होत्या, पण मनाच्या वेदनांना अंत नव्हता. शेवटी एक दिवस माझ्या रडण्यानं वैतागून बाबा आजारपणात पहिल्यांदा माझ्यावर खूप म्हणजे खूपच रागावले. मी रडून सर्वांना रडवते; अशानं मी सर्वांना, सर्व घराला दुःखी करते; आईवर माझ्या रडण्याचा विपरीत परिणाम होतोय, हे मला दिसत नाही का? रडून दुःख, संकटं संपणार असतील तर सर्वजणच रडलो असतो; (सर्वजण गुपचूप रडतात हे मला माहीत होतं) हसून वातावरण प्रसन्न ठेवावं; आपण हसावं, इतरांना हसवावं म्हणजे आलेल्या संकटाला तोंड देण्याची शक्ती मिळते; दुःख नाहीसं होणं शक्य नाही, पण तीव्रता कमी होते.... वगैरे वगैरे. बाबांचा तो राग बघून मी स्तंभित झाले! माझ्यावर कसला प्रसंग आहे आणि हे माझ्यावर रागवत आहेत! खूप वाईट वाटलं मला. मग मी निश्चय केला, माझ्या रडण्यानं जर इतरांना दुःख होतं, तर कोणासमोर रडायचंच नाही. आणि आजअखेर हा माझा निश्चय टिकला आहे. माझ्या स्वतःच्या दुःखाबद्दल मी कोणासमोर रडत नाही. त्यासाठी रात्र माझी असते. रडणं थांबवून आई-बाबांकडे लक्षपूर्वक बघितलं. माझी चूक मला कळली. केवढं वजन उतरलं होतं दोघांचं. बाबांनी खर्च कमी व्हावा म्हणून सिगारेटही सोडली होती.

एक महिन्यानंतर बेळंबरहून आम्ही कुमठ्याला आजोळी आलो. एके दिवशी आईनं मला आंघोळ घालताना आपल्या हातावरून पाणी माझ्या अंगावर सोडलं होतं. त्या बेळंबरच्या वैद्यानं कढत गरम पाण्यानं आंघोळ घालायला सांगितलं होतं.

स्टूलावर बसवून दोघांनी मला धरून माझ्या आंघोळीचं दिव्य केलं जाई. आंघोळ आटोपून आईनं मला बिछान्यावर झोपवलं. सर्वांगाला पावडर लावण्यासाठी पालथं केलं, तर मागे खालच्या भागावर मोठमोठे भाजल्याचे फोड. कमरेपासून खाली मी पूर्ण भाजले होते. मला जरासुद्धा जाणीव नव्हती. आईचं ते पाहताच रडणं सुरू झालं. माझ्या एवढ्याशा मुलीला अशा अवस्थेत मी स्वत:च असं कसं जाळलं, म्हणून आई स्वत:ला दोष देत होती. इतकं प्रचंड भाजलं होतं, की ताबडतोब डॉक्टरांना बोलावलं. सर्व फोड फोडून त्यांनी औषध लावलं, इंजेक्शन दिलं, तरी ताप आलाच.

ते मुंग्यांचं शरीरावरचं वारूळ, हे भाजणं आयुष्यभर लक्षात राहणारं होतं. आधीच शरीराची विचित्र अवस्था आणि आता या जखमांमुळे पालथं झोपून राहणं नशिबी आलं. पण मी कुरकूर केली नाही. आईला वाईट वाटेल म्हणून! ताप आला की बरं वाटे मला त्या ग्लानीत पडून राहायला. शस्त्रक्रियेनंतर जवळ जवळ वर्ष-दीड वर्ष दर महिन्याला ठराविक तारखेला मला ताप येत होता.

बाबांची रजा संपल्यानं बाबांना नोकरीवर हजर होणं आवश्यक होतं. पाच महिने बाबा माझ्या आजारामुळे रजेवरच होते. तशातच औरंगाबादला बाबांची बदली झाली. पण माझ्या तापामुळे आई-बाबांचं कोल्हापूरला जाणं लांबत होतं. आई स्वत: जात नाहीच म्हणत होती, पण मीच आग्रह धरला. 'बाबांना व्यवस्थित पॅकिंग करून दे आणि मग ये. इथे तुझ्याइतक्या प्रेमानंच सर्वजण माझी तळहातावरल्या फोडाप्रमाणे देखभाल करीत आहेत.' एरवी बाबांच्या बदलीच्या गावी सर्व कुटुंब जात होतं, पण आता माझ्यामुळे ते शक्य नव्हतं. मी आणि आईनं काही दिवस आजोळी मोठ्या एकत्र कुटुंबात कुमठ्याला राहायचं ठरलं. मुलांनी कोल्हापूरला शिक्षणासाठी राहायचं आणि त्यांच्या सोबतीला बद्रुनिस्सा नावाच्या मावशीनं राहायचं असं ठरलं. औरंगाबादला बाबा एकटेच जाणार होते. बाबांना सर्व तयारी करून देण्यासाठी आई कोल्हापूरला जाऊन कुमठ्याला परत येणार होती. तोपर्यंत माझी देखभाल बहीण, मावशी आणि आजींनी करायची असं ठरलं.

मी आता कायमची पॅरॉप्लेजिक झाले आहे, हे मला कोणी न सांगता कळून चुकलं होतं. पॅरॉप्लेजिक झाल्यावर कसं वाटतं माहीत आहे? लहानपणी गोष्टीत वाचलं होतं, एका राजाला कोणीतरी शाप दिल्यावर त्याचं अर्धं शरीर दगडाचं होतं आणि तो एकाच जागी अनेक वर्षं खिळून राहतो. मग कोणीतरी येतं आणि उ:शाप मिळून तो परत पूर्ण माणूस बनतो. माझं कमरेच्याही वरपासून खाली तळपायापर्यंतचं अर्धं शरीर दगडाचं झालं होतं. गोष्टीतला राजा उभा होता. मी मात्र बिछान्यावर

आडवी होते. आयुष्यात परत माझं दगडाचं अर्ध शरीर जिवंत होणार नव्हतं. लघवी -संडासची संवेदना नसल्यानं सर्व विधी अंथरुणात होत. वास आल्यावर बिछाना स्वच्छ करायला, मला कुशीवर वळवायला चार-चार लोक लागत. पावडर, सेंट यांच्या सहाय्यानं दुर्गंधी दूर केली जाई. अगरबत्ती लावून रेडिओ लावला जाई. गोष्टीचं पुस्तक हाताशी ठेवत. पंखा सुरू असे आणि इतकं करूनही माझे अश्रू थांबले नाहीत, उशी भिजतच राहिली, तर झोपेची गोळी दिली जाई. त्यावेळी माझं वय होतं सोळा वर्षांचं. कोणीतरी केवळ कल्पना करावी, मला काय वाटत असेल याची! देवाजवळ मरण मागत होते... देवा! मला आणि माझ्यावर प्रेम करणाऱ्यांना या संकटातून कायमचं सोडव. नाही तर मला पायात संवेदना तरी दे. कमीत कमी स्वत:चे विधी स्वत: बाथरूम-संडासापर्यंत जाऊन करण्याची, आईला त्रास न देण्याइतपत तरी ताकद दे किंवा लवकर मरण दे. किती किती विनवलं त्या अल्लामियाँला! काही मोठी चूक केली तर देव अशी शिक्षा देतो हे ऐकून होते. पण मी अशी कोणती मोठी चूक केली होती? शाळेत किंवा कॉलेजच्या एका वर्षांत मी कधीही कोणाला दुखावलं नव्हतं. माझ्याकडून माझ्या कुवतीप्रमाणे प्रत्येकाला मदत करण्यात मला नेहमीच आनंद मिळे. वह्या-पुस्तकांपासून माझी कोणतीही वस्तू कोणी मागितली, तरी मी देत असे. आजोळी गेले की आजी-मावशीला भांडी घासणं, धुणी धुणं, विहिरीचं पाणी काढणं, अंगण झाडणं, मोगऱ्याचे गजरे बनवणं या सर्व कामात मदत करण्यात मला अतिशय आनंद मिळायचा. असं कोणाला काही दिलं, मदत केली तर ते सर्वजण माझ्याशी खूप प्रेमानं वागत. असं असताना मला कशाबद्दल एवढी मोठी शिक्षा मिळाली आहे, हे कळत नव्हतं.

कोल्हापूरला ज्या घरात आम्ही भाड्यानं राहत होतो, त्यांना वाटलं, आता माझ्या अपंगत्वामुळे आम्ही इथे कायमचे राहातो की काय! कधी नव्हे ते एक दोन महिन्यांचं भाडं द्यायचं राहिलं होतं. घर मालकांनी घर खाली करण्याचा तगादा लावला. ताराबाई पार्कमध्येच मग दुसरं घर बघितलं. त्या नवीन घराच्या पुढच्या आणि मागच्या दाराला कडी लावलेली असली, तरी धक्का देताच ती दारं उघडत. बाबा, आई कुमठ्याला माझ्याबरोबर असताना मुलामुलांनीच, बाबांच्या ऑफिसमधले मित्र पाटीलकाका आणि इतरांच्या मदतीनं घर बदललं होतं. माझ्या आजारपणात घर अक्षरश: धुतलं गेलं होतं. आईचे मोजकेच दागिनेही गहाण ठेवले होते. चोरांना चोरण्यासारखं काहीच नव्हतं. घरमालक श्री. प्रभाकर केळवकर इतके चांगले होते, की घरभाडं अकरा महिन्यांचं तटलं तरी त्यांनी कधी मागितलं नाही. बारा-तेरा वर्षं त्या घरात राहिल्यावर काही लोक आम्हाला सल्ला देत होते, की घर सोडू नका. कायद्याप्रमाणे ते तुम्हाला मिळू शकतं. पण दुसऱ्याची मालमत्ता अशी घेऊन कोणी सुखी होऊ शकत नाही. त्यामुळे आईनं तो सल्ला मानला नाही.

त्या नवीन घरात मुलांना आणि मावशींना ठेवून एक सप्टेंबरला बाबा औरंगाबादला बदलीच्या जागी हजर होण्यासाठी गेले. आई कुमठ्याला परतली. बाबा असे पहिल्यांदाच एकटे गेले होते. टूरवर गेले तरी बाबा जेवणाचं सर्व साहित्य बरोबर नेऊन स्वयंपाक करून खात. औरंगाबादलाही एक खोली बाबांनी भाड्यानं घेतली. सोबत एक शिपाई राहत होता. हे सर्व बाबांच्या पत्रातून कळलं. आईला मिळालेल्या पत्राबरोबर बाबांनी मलाही पत्र लिहिलं होतं. मला लिहिलेलं बाबांचं ते पहिलं पत्र. कारण आजपर्यंत कधी आम्ही लांब राहिलोच नव्हतो. इंग्लिशमधून लिहिलेलं ते पत्र, त्यात बाबांचं अक्षर वाचण्याची सवयही नव्हती. मामांनी ते पत्र वाचून अर्थही सांगितला. 'हसत आनंदी राहा, हे संकटही टळेल. आईची काळजी घे' हेच लिहिलं होतं. बाबांचं मायेनं ओथंबलेलं ते पत्र होतं. आता या पत्राचं उत्तरही आपण बाबांना आनंद वाटेल असं द्यायचं, मी ठरवलं. दोन-तीन वेळा ते पत्र मी वाचलं. त्या पत्राचं लागलीच उत्तर दिलं. ते पत्र मिळाल्यावर आईच्या पत्रातून बाबांनी कळवलं होतं, 'नसीमनं खूप छान पत्र पाठवलं. लिहिण्याची तिची पद्धत खूप आवडली. सवडीनं उत्तर पाठवित आहे म्हणून तिला सांग.'

मी माझ्या पत्राच्या उत्तराची वाट पाहत होते. तेवीस तारखेला सकाळी माझी आंघोळ आटोपून आई खाली गेली होती. सकाळचे अकरा वाजले होते. इतक्यात कुणीतरी आईला धरून वर माझ्या खोलीत आणलं. सर्व रक्त शोषल्याप्रमाणे आई पांढरी फटफटीत दिसत होती. मामांच्या हातात तार होती. तारेत होतं, 'वडील सीरिअस आहेत.' पण सर्वांच्या हालचाली आणि चेहरे काही भयानक सांगत होते. फोन आला, वडिलांना औरंगाबादहून कोल्हापूरला आणत आहोत. आम्ही कोल्हापूरला पोहोचावे.

दारात टॅक्सी आली. मला उचलून त्यात बसवलं. शेजारी आई. एक शब्द कोणी बोलत नव्हतं. आईचे हुंदके अधूनमधून ऐकू येत होते. आईचा हात थोड्या थोड्या वेळानं मी हातात घेत होते. थंडगार हात. प्रवास संपता संपत नव्हता. रात्री एक वाजता ताराबाई पार्कमध्ये आलो. सेंट्रल एक्साईज ऑफिस ते नवीन केळवकरांचं घर येथपर्यंत पांढरे कपडे घातलेली असंख्य माणसं रस्त्याच्या दुतर्फा एवढ्या रात्री नीरव शांततेत बघून मनात असलेली बाबांच्या जिवंतपणाची अंधुकशी आशाही मावळली. पण मी रडले नाही. दगडाची झाले होते मी. खालच्या शरीराबरोबर मनही दगड बनलं होतं. आठवत होते फक्त बाबांचे शब्द 'रडून संकट टळणार नाही...'

मला उचलून आणलं. न बघितलेलं घर. मोठ्या हॉलमध्ये मधोमध पांढऱ्या चादरीत गुंडाळलेलं बाबांचं ते शरीर, नाकात कापूस घातलेलं. आयुष्यात पहिल्यांदा मृत शरीर, तेही बाबांचं, मी थिजल्या डोळ्यांनी पाहत होते. आईचा एकच हंबरडा 'मला एकटीला न सांगता असं टाकून गेलात, आता या एवढ्या पाच मुलांना मी

कशी वाढवू...?' (तीन बहिणींची लग्नं त्यावेळी झालेली होती.) औरंगाबादहून आणलेली डेड बॉडी जास्त वेळ ठेवता येत नाही म्हणून दहा मिनिटांतच बाबांना उचललं. माझ्या जवळ आणलं. बाबांच्या कपाळाला मी ओझरता स्पर्श केला; त्या क्षणी आठवलं, मिरजेत मी वेदनेनं तळमळत असताना माझ्या यातना वाटून घेता येत नाहीत म्हणून खेद व्यक्त करून बाबांनी माझ्या कपाळाचं घेतलेलं चुंबन. काही क्षणापुरत्या त्या प्रेमाच्या स्पर्शानं माझ्या वेदना शमल्या होत्या.

बाबांची बॉडी नेली. शांत नि स्तब्ध घर आणखीनच स्तब्ध झालं. बाबांच्या मृत्यूची तार आणि रेहानाला मेडिकलला ॲडमिशन मिळाल्याची तार एकाच दिवशी एका तासाच्या अंतरानं आल्या होत्या.

दुसऱ्या दिवसापासून अनेक गोष्टी कानावर येऊ लागल्या. बाबांच्या मृत्यूची कळलेली हकीकत अशी. औरंगाबादला जॉईन होताच काम संपवण्यासाठी ऑफिस सुटल्यावरही बाबा ऑफिसमध्ये थांबत होते. त्या दिवशीही असेच काम करीत होते. तेवढ्यात बाबांचे कोल्हापूर येथील एक सहकारी - ज्यांना नोकरीतून निलंबित करून औरंगाबादला हलवलं होतं. त्यांनी आपल्या केसमध्ये बाबांना खोटी साक्ष देण्याची विनंती केली होती. पण मित्राखातरही खोटं बोलून नोकरीशी बेईमानी बाबांना पटणारी नव्हती. त्यामुळे बाबांनी खरी साक्ष दिल्यानं त्या मित्राला सस्पेन्ड व्हावं लागलं. - तिथे आले. चहाला चल म्हणून, बाबा 'नको' म्हणत असतानाही आग्रहानं नेलं. चहा घेऊन परतल्यावर ते मित्र गेले. बाबा कामाला बसताच बाबांना चक्कर येऊ लागली. मळमळू लागलं. लागलीच रिक्षा बोलावून बाबा खोलीवर गेले. शिपायाला 'लिंबाचं सरबत कर' म्हणून सांगितलं. डायनिंग टेबलाजवळ बसले. सरबताचा एक घोट घेतला आणि कसंसंच होतंय, डॉक्टरांना बोलाव, म्हणून सांगितलं. शिपाई बाहेर पळत गेला. परत आला, तेव्हा बाबांचा प्राण गेलेला होता. डॉक्टरांना घेऊन बाबांचे तेच मित्र (औरंगाबादला बाबांच्या ओळखीचं दुसरं कोणी बहुतेक नव्हतं.) आले. आपलं पूर्ण वजन वापरून बाबांचं पोस्टमार्टम न करता बॉडी सहीसलामत कोल्हापूरला स्पेशल गाडी करून आणली. वाटेत अनेक अडचणींना तोंड देत. आमचे दूरचे नातेवाईक आणि ओळखीचे सर्वजण त्या मित्राच्या धाडसाचं, मदत करण्याच्या वृत्तीचं कौतुक करत होते. माझं मन म्हणत होतं, की ही सर्व मंडळी गप्प का आहेत? एका साध्या डॉक्टरनं हार्ट ॲटॅकचं सर्टिफिकेट देताच ते खरं का मानलं जातंय? पोस्टमार्टम केलं नाही, हे साफ चूक आहे! मी लहान. सोळा वर्षांची. मोठमोठ्या लोकांसमोर माझ्या मनातली शंका बोलून दाखवण्याचं धाडसही तेव्हा मला झालं नाही. बाबांच्या हातातली सोन्याची अंगठीही गायब होती. चौकशीअंती एका शिपायानं ती सोनाराकडे विकल्याचं कळलं. सर्व पुरावा हातात होता, पण आईचे उद्‌गार अजूनही आठवतात. 'आपला सोन्यासारखा माणूस गेला. या सोन्याला घेऊन काय करायचंय? त्या शिपायाच्या बायका-पोरांचा विचारही

आपण केला पाहिजे.' त्या शिपायानं माफी न मागताच आईनं त्याला माफ केलं होतं. अभिमान वाटतो अशा आईची आम्ही अपत्यं आहोत याचा!

संकटांची एकापाठोपाठ जी मालिका सुरू झाली होती, ती आणखी किती लांबणार होती हे नियतीच जाणे! २३ सप्टेंबर १९६७ ला बाबा देवाघरी गेले. मी बिछान्यातच पडून असे. डिसेंबर १९६७ ला पहिला भूकंप झाला. रमजानचा महिना होता. पहाटे जेवायला सर्वजण उठलो होतो. तो जमिनीतील प्रचंड गडगडाट, भिंतींचं ते प्रचंड हालणं... घराबाहेर जाण्याऐवजी सर्व कुटुंब एकदम माझ्या पलंगाजवळ आलं. आईनं शांतपणे सांगितलं, 'देवानं आपली प्रार्थना ऐकली, देवाचं नाव घ्या!' मीपण आता या आयुष्यातून आपली सुटका होणार, याबद्दल देवाचे आभार मानले. पण गडगडाट थांबला. तासाभरानं परत थोडं हादरलं.

दिवस उजाडला. सर्वत्र एकच चर्चा. कोयना येथे झालेल्या भूकंपामुळे अनेक कुटुंबांचे भीषण किस्से ऐकायला मिळाले. मामा गोव्यात होते. संध्याकाळी लागलीच ते कोल्हापूरला आले. आम्ही रात्रीचा प्रसंग मामांना सांगितला. मामांनी सर्वांना समजावलं. पाटीलकाकाही आले. आत राहिल्यानं मरणच येईल याची काय खात्री? फक्त अपंगत्वच आलं तर काय करणार? त्यामुळे वर्तमानपत्रात दिलेल्या सूचनांप्रमाणे घराबाहेर त्वरित पडावं, हे आईला समजावलं. परत भूकंप झाला, तेव्हा रेहाना-आई-अजीज सर्वजण मला उचलण्यासाठी आत माझ्या पलंगाजवळ! म्हटलं, 'मला मरू द्या. मला यायचं अपंगत्व आलेलं आहे. मला नेण्यात जो वेळ जातोय, त्यात तुम्ही आत अडकला तर?...' पण कोणीही ऐकायला तयार नव्हतं. मग घराबाहेर पडायला सोपं जावं म्हणून माझा पलंगच बाहेरच्या खोलीत घेतला. एकदा रात्री आठपासून धक्के बसणार म्हणून घोषित केल्यावर तर मला पहिल्या धक्क्याच्या वेळीच बाहेर काढून अंगणात खाली जमिनीवर गादी घालून झोपवलं. व्हीलचेअर नव्हतीच. डिसेंबरची कडाक्याची थंडी, दंवानं सर्व ओलंचिंब. डोक्याजवळ छत्री उघडून ठेवली. बंजारे कसे उघड्यावर जगत असतील, याचा अनुभव त्या दिवशी घेतला. रेहानानं सर्वांना एक ड्युटी दिली होती. घर पडल्यावर अनवाणी पायानं चालणं होणार नाही, म्हणून सर्वांच्या चपला एका टोपलीत घालून बाहेर नेणं, एक एक जोडी कपडे एका बॅगेत भरून ती बॅग बाहेर घेणं, जेवणाचं शिल्लक साहित्य, चपात्या, भाजीचा डबा बाहेर घेणं. पैसे आईच्या कंबरेच्या लहान बटव्यात असत.

मला आणि मावशीला या भूकंपाच्या काळात छातीत खूप धडधडे. जेवण जात नसे. मला मरायला न सोडता स्वत:बरोबर जगवण्याच्या नादात हे सर्वजण संकट ओढवून घेत आहेत, असं वाटत होतं. त्यांच्या प्रेमाचा मला राग येऊ

लागला होता. आईनं आम्हाला दोघींना समजावलं, 'आहे त्याचा स्वीकार करा. भूकंपानं नाही तर तुमच्या या विचित्र स्वभावानं तुम्ही आजारी पडाल आणि संकट वाढवून घ्याल. देवाच्या नावाचा जप करा.' शांती मिळाली, तरीपण झोप लागत नसे. जरा डोळा लागला आणि उंदरानं खाडखूड केलं, तरी आम्ही दोघी भूकंप झाला म्हणत असू. एकदा मोठा धक्का बसला. सर्वजण मला घेऊन बाहेर गेले. भाईजानला उठवू लागले, तर 'झोपा! उंदीर आहे!' म्हणताच त्या तशा धास्तीच्या वातावरणातही आम्ही हसलो! आणि मग हळूहळू भूकंपाची धास्ती कमी होत गेली.

झोपेत मला विचित्र स्वप्नं पडत. मी चाकांच्या पाटावर रस्त्याच्या कडेला बसले आहे... लोक माझ्या अपंगत्वाकडं पाहून माझ्यापुढं भीक टाकत आहेत.. वगैरे. मला दरदरून घाम फुटे. हळूहळू हे स्वप्न पडेनासं झालं. मला चालता येत नसतानाही मी आकाशात उडत आहे, दऱ्याखोऱ्यांतून, झाडा-झुडपांतून, नदीवरून विहार करत आहे, असं स्वप्न पडू लागलं. काही दिवसांनी लहानपणापासून बघत असलेलं स्वप्न परत दिसू लागलं. एका समुद्रकिनारी असलेल्या प्रचंड वाड्यात मी वावरत आहे. त्या वाड्याचं प्रवेशद्वार, पायऱ्या, मागच्या पायऱ्या, नंतरचे काळे खडक, त्याला स्पर्श करणारं ते समुद्राचं पाणी, वाड्यातील खोल्या, हॉल सर्व आता पूर्ण परिचयाचं झालं आहे. अजूनही कधीकधी हे वाड्याचं आणि दऱ्यांतून, डोंगरावरून उडण्याचं स्वप्न मला दिसतं. ही स्वप्नं पडू लागली आणि मी जागेपणीही बिछान्यावर पडल्या पडल्या दिवास्वप्नं पाहू लागले आणि त्यात रमू लागले. त्या दिवास्वप्नात मी कॉलेजमध्ये जात होते, गॅदरिंगमध्ये नाचात बक्षीस मिळवत होते. सर्व खेळांत जिंकून बक्षिसं मिळवत होते. कधी घरी पूर्ण स्वयंपाक करून मी आईची शाबासकी मिळवी, तर कधी कल्पना करे, की माझी व्हीलचेअर आली आहे आणि मी त्यावरून कॉलेजला जात आहे. मग मोठ्या ऑफिसमध्ये नोकरी करत आहे. सर्व लोक कौतुकानं माझ्याकडे पाहत आहेत. मी पगारातून घरातल्या सर्वांना खाऊ, कपडे आणत आहे..... हे दिवास्वप्न पाहताना वाटे, हे असं कधीच घडणार नाही. आपण घरादारावर कायमचं ओझंच आहोत. आज वयाच्या ५० व्या वर्षी मात्र कळून चुकलं आहे, की इच्छा करून त्याच्या पूर्ततेसाठी प्रयत्न केला, तर अशक्य ते सर्व शक्य होत असतं.

लहान भाऊ अजीज खोडकर, तर मोठा युसुफ शांत. अजीज वयानं माझ्यापेक्षा लहान होता. पण भांडणात मारण्याऐवजी माझे, रेहानाचे केस ओढायचा. त्याच्या शाळेतून कधी तक्रार घरी यायची. आई-बाबांना त्याची खूप काळजी वाटायची. पण माझ्या अपंगत्वानंतर आणि बाबांच्या निधनानंतर अजीज एकदम बदलला. मी, रेहाना आणि भाईजानपेक्षा जास्त धडाडीनं सर्व कामं तो करू लागला. बाबा आम्हाला सोडून गेल्यावर रेहानानं नोकरी धरली, तरी त्यात मोठ्या कुटुंबाचं भागत

नव्हतं. आईनं कोंबड्या पाळून अंडी विकण्याची तयारी करताच अजीजनं सायकलवरून बांबू वगैरे साहित्य आणून आईला कोंबड्यांसाठी खुराडा करून दिला. आठवीत होता तो. पण अभ्यासाबरोबर अंडी, आईनं लावलेली भाजी आणि टोमॅटो विकून पैसे आणत होता.

लहानपणापासून मानसिक अपंगत्वानं मला ग्रासलं होतं. शारीरिक अपंगत्वानंतर तर हा न्यूनगंड वाढायला हवा होता. पण तसं न होता उलट घडलं. याला कारण कुटुंबियांची, सर्व नातेवाईकांची वागणूक, प्रोत्साहन. व्हीलचेअर माझी सोबतीण झाल्यावर आई, भाऊ, सर्व बहिणी, मावशी, सर्व मामा, मावसबहिणी-भाऊ सर्वजण खूप आपुलकीनं, प्रेमानं माझी सगळी चांगली-वाईट कामं करीत. कशाचीच घाण वाटून न घेता मला निरनिराळे मार्ग सुचवीत. बिछाना ते व्हीलचेअर, व्हीलचेअर ते रिक्षा, प्रत्येक गोष्टीत स्वत: प्रयोग करीत आणि मला 'असं करून बघ' म्हणून सुचवीत.

मी मिरजेच्या दवाखान्यात असताना व त्यानंतरही बेळंबरच्या काळकोठडीत उपचार घेताना मधले मामा हारून खान सोबत होते. त्यांच्या उद्योगाची -लाकडाची वखार होती त्यांची -पर्वा न करता ते आमच्यासोबत आपल्या कुटुंबियांसह होते. या मामांचं लग्न माझी दोन नंबरची बहीण आपाजान जमीला हिच्याशी आणि मोठ्या मामांचं लग्न मोठी बहीण बहेनजान सुरैय्या हिच्याशी झालेलं होतं. आईइतकीच माझी सेवा आपाजान अजूनही करते. बाबा वारल्यावर मला बदल म्हणून आणि समवयस्क मावशी राहीलाची आणि माझी चांगलीच गट्टी असल्यानं मी कुमठ्याला आजोळी गेले होते. माझी सेवा सर्वजणच करीत. पण आपाजान आणि राहीला जास्त करीत. मन रमवण्यासाठी पत्ते खेळणं, पिक्चरला जाणं चालू होतं. (पिक्चरला जाण्यासाठी खास कोल्हापूरहून माझ्यासाठी पैसे येत.) मामांचा धंदा माझ्या आजारपणात बंद पडल्यानं आर्थिक ओढाताण होती. पण आजी तशा परिस्थितीत हसतमुखानं येणाऱ्या प्रत्येक पाहुण्यांचा पाहुणचार आणि माझी खाण्यापिण्याची बडदास्त ज्या पद्धतीनं ठेवी, त्यानं मी अवाक होई आणि देवाजवळ सतत प्रार्थना करे, की आजोळची आर्थिक परिस्थिती सुधारू दे. माझ्या तब्येतीला उकडे तांदूळ नको म्हणून चांगले तांदूळ, इतरांना चपाती नसताना फक्त मलाच चपाती-दूध. या प्रकारानं मी संकोचून जायचे. सहा महिने तिथे राहीलाच्या सोबत विणकाम, भरतकाम करण्यात घालवल्यावर मला कोल्हापूरचा ध्यास लागला. आजोळी राहताना कोल्हापूरची खूप आठवण आली, तरी मी मनाची समजूत घाली, की माझ्या आजारपणानं आणि बाबांच्या निधनानं आई खूप अशक्त झाली आहे. मी तिथे राहिले तर मला उचलणं, आंघोळ घालणं, माझ्या चादरी धुणं यामुळे आईला त्रास होईल. कुमठ्यातही माझ्यामुळे होणारी पैशाची ओढाताण बघितली आणि मी खूप अस्वस्थ

झाले. छातीत सारखं धडधडे आणि मरावंसं वाटे. पण मार्ग सापडत नव्हता. अस्वस्थपणा खूप वाढला, तेव्हा मी कोल्हापूरला परतण्याची इच्छा व्यक्त केली.

बाबांचे पैसे मिळायला वेळ लागला. त्या पैशातून एका वर्षानं आईनं मला व्हीलचेअर विकत घेऊन दिली. रोटरी, लायन्स क्लबनं व्हीलचेअर मोफत देऊ केली होती. ती घेण्यात स्वाभिमान आड आला होता. पूर्ण पैसे पाठवूनही कंपनीकडून व्हीलचेअर न आल्यानं कंपनीला वकिलाकडून नोटीस पाठवली होती. मी कुमठ्यात असताना कोल्हापूरला आलेली व्हीलचेअर तिकडे त्वरित पाठवली होती.

आता व्हीलचेअरच्या सहाय्यानं कोल्हापूरमध्ये मी सर्वत्र फिरू शकणार होते. माझ्या तीव्र इच्छेनुसार मला कुमठ्याहून कोल्हापूरला नेण्यासाठी आई आणि अजीज कुमठ्याला आले. टॅक्सी करण्याइतकी परिस्थिती नव्हती. कोल्हापूर ते कुमठा साध्या एस. टी. नंच आले होते. परत तसंच जायचं होतं. व्हीलचेअरवरून उचलून बसमध्ये बसवताना लोक टकमका बघत. सर्व इतिहास विचारत आणि चुकचुक करत म्हणत, ''या एवढ्या लहान वयात, तरुणपणी हे काय भोग! सर्व घरादाराला त्रास! गेल्या जन्मी केलेल्या पापाचं फळ!'' हे सर्व ऐकणं नको वाटे. त्या दिवशी कुमठ्याच्या घरातून सर्वांचा निरोप घेताना सर्वांचे ओलावलेले डोळे बघून माझेही डोळे भरून आले होते. एवढ्या लांबचा अकरा-बारा तासांचा प्रवास या अशा अवस्थेत कसा होईल, या धास्तीनं धडधडतही होतं. सुदैवानं बेडसोअर्स, भाजलेल्या जखमा वाळल्या होत्या. एस. टी. चं आमचं रिझर्व्हेशनही केलेलं होतं.

अशा परिस्थितीतल्या प्रवासाचा हारूनमामा, अजीज, आई सर्वांचाच दुसरा प्रसंग होता. या हारूनमामांचा उजवा हात त्यांच्या लहानपणी हातात कंगवा पेटल्यानं जळलेला आहे. हाताला बोटंच नाहीत. फक्त मनगट आहे. पण त्यामुळे त्यांचं कधीच कुठं अडत नव्हतं. मला उचलण्यापासून सर्व कामं ते करत. एस.टी. स्टँडवर नेहमीसारखीच गर्दी होती. गर्दीतून वाट काढत माझी व्हीलचेअर एस.टी. च्या दारापर्यंत आणली. अजीज गर्दी हटवत होता आणि मामा आपल्या दोन्ही हातांवर मला उचलून आत चढले. आत आमच्या सीटवर माणसं बसलेली. त्यांना उठायला सांगूनही ते लोक उठले नाहीत. मामांचे हात मला घेऊन अवघडल्यानं अजीजनं आपल्या हातावर मला घेतलं. मामा कन्नडमध्ये त्या लोकांना माझी परिस्थिती समजावून सांगत होते. खरं म्हणजे सांगण्याची गरज नव्हती. एवढ्या लहान अजीजच्या हातात मी, लहान बाळांना दोन्ही हातात धरतात, तशी होते. तशातच आणखी लोक आत चढून ढकलायला लागले. अजीजच्या हातातून मी निसटून खाली पडते असं वाटल्यानं मामांनी सीटवर बसलेल्या एका माणसाला धरून उठवलं आणि अजीजला मला त्या जागेवर ठेव, असं म्हटलं. मामांनी त्या माणसाला उठवताच पाचसहा माणसं अक्षरश: मामांवर तुटून पडली. एका वेळी

इतकी माणसं मामांना मारत होती. मामांच्या चेहऱ्यावर रक्त दिसू लागलं. माणसांमधल्या या भयानक अमानुषपणाचं दर्शन अवाक करणारं, विश्वास न ठेवण्यासारखं होतं. हे सर्व केवळ माझ्यामुळं, माझ्या अपंगत्वामुळं होतं. अजीज मामांना वाचवण्याचा प्रयत्न करत होता. भांडण थांबत नव्हतं. शेवटी कंडक्टरनं बस पोलिस स्टेशनला नेली. तिथे आमच्या सीटस् आम्हाला दिल्या. बस सुरू झाली. आधीच लांब असलेला प्रवास या प्रकारात तास-दीड तास गेल्यानं आणखी वाढला. एरवी असं घडू शकतं, यावर मी विश्वासही ठेवला नसता. माणसाच्या जन्माला येऊन माणूस इतकी माणुसकी सोडून वागू शकतो, याचा प्रत्यक्ष घेतलेला तो अनुभव होता. मी रडले नाही, पण मनोमन निश्चय केला. यापुढे प्रवासाची इच्छाच ठेवायची नाही. आपल्यामुळे घरच्या लोकांना संकटात टाकायचं नाही.

एकदाचं आम्ही कोल्हापूरला पोहोचलो.

कोल्हापूरला आल्यावर सर्व भावंडं शाळा-कॉलेज घरकामात गुंग. मला एकटीलाच खूप कंटाळा येई. गोष्टीची पुस्तकं वाचून वाचून किती वाचणार! रेडिओ तरी किती ऐकणार! एक दिवस उषा ढफळे आणि शकू रूपे अशीच मी एकटी असताना आल्या आणि गप्पांत वेळ कसा गेला कळलंच नाही. जाताना उषा म्हणाली, ''नसीम! तुझ्या माझ्या कॉलेजच्या पहिल्या दिवशी झालेल्या भांडणामुळं तुझ्या आजारपणानंतर मी अनेकदा तुझ्या दारापर्यंत येऊन परत गेले. तुला वाटलं असतं, की मी तुला खिजवायला आले; पण तुला न भेटता तसंच गेल्यानं मी खूप अस्वस्थ होई. आज तू हसून बोललीस खूप बरं वाटलं. मी रोज आले तर चालेल का?'' खरोखर तिचं कॉलेज पूर्ण होऊन लग्न होईपर्यंत रोज संध्याकाळी ती माझ्याकडे येई. तिच्यासोबत शकू, अरुणा, हेमा, अलका अशा इतर मैत्रिणीही येऊ लागल्या. रोजची संध्याकाळ कशी संपे कळत नसे. हळूहळू रात्री आठपर्यंत बैठक रंगू लागली. त्या मला गोष्टीचं पुस्तक आणून देत. कॉलेजच्या रोजच्या हकीकती सांगत. मी कॉलेजला जात नाही, म्हणून मला वाईट वाटेल, असं कधी त्यांना वाटलं नाही.

कधी कधी आपण आपल्या चुकीच्या कल्पनांमुळे चुकीचं वागत असतो. गैरसमज होत असतात. बाबा वारल्यावर घरात कधीच कोणी बाबांचा विषय काढत नव्हतं. बाबांच्या आवडीचा पदार्थ असला, तरी सर्वजण गुपचूप खात. मनात सगळेच उदास असत. पण एकमेकांसमोर कोणी बोलत नसे. एकदा मी आणि आई दोघीच घरात होतो. मी रात्री पडलेलं स्वप्न आईला सांगितलं. स्वप्नात बाबा जिवंत होते. कोणीतरी बाबांना पळवलं होतं आणि खूप वर्षांनंतर सुटका करून घेऊन बाबा घरी आले होते. ते आम्ही असलेलं घर जंगलात होतं. आजही ते घर मला कधी कधी

स्वप्नात दिसतं. पण त्यावेळी स्वप्नात बाबांच्या आगमनानं घरात सर्वत्र आनंदी आनंद झाला होता. वडील गेल्यानंतर बरेच महिने आईनं स्वयंपाकघरात पाऊल टाकलं नव्हतं. पण त्या स्वप्नात आई उत्साहानं जेवण तयार करत होती.

मी स्वप्न सांगताच आई म्हणाली, ''मला आश्चर्य वाटतं, की तुम्हाला तुमच्या बाबांची चुकूनही आठवण कशी होत नाही! एकाच्याही तोंडून कधी तुमच्या बाबांचा उच्चार, आठवण निघत नाही!'' मी आईला सांगितलं, ''आम्हाला सतत - प्रत्येक क्षणी बाबा आठवतात. पण आम्ही तुला वाईट वाटेल म्हणून तुझ्या माघारी बाबांविषयी बोलत असतो.'' माझ्या मनात बाबांच्या मृत्यूविषयी असलेली 'बाबांचा मृत्यू मला नैसर्गिक वाटत नसल्याची' शंका मी त्या दिवशी आईला सांगितली.

बाबांच्या नोकरीसंबंधी इथे थोडं सविस्तर सांगणं आवश्यक आहे. बाबा 'सेंट्रल एक्साईज ॲन्ड कस्टम'ला असल्यानं स्मगलिंगचा माल पकडणं, ही त्यांची ड्युटी होती. कोल्हापूरला आल्यावर बऱ्याच केसेस बाबांनी केल्या.

दिवाळीचे दिवस होते ते! सर्वत्र फटाके वाजत होते. आम्ही व्हरांड्यात गप्पा मारत बसलो होतो. संध्याकाळ संपून नुकतीच रात्र पडत होती. अचानक घरावर मोठमोठे दगड पडू लागले. उघडं दार आम्ही बंद करून घेतलं आणि आतल्या खोलीत गेलो, तर काही वेळानं त्या खोलीवरही दगड पडले. बाबा ऑफिसहून परतले नव्हते. थोड्या वेळानं बाबा आले. त्यांना झाला प्रकार सांगितला. हा प्रकार इतका नवीन होता, की भीतीनं आमची भूकही गेली. पण स्वयंपाक झालेला. त्यामुळे सर्वजण जेवायला बसलो, तर परत स्वयंपाकघरावरच्या कौलांवर दगडांचा मारा झाला. ताटावरून उठून बाबा बाहेर जाऊ लागले. पण आम्ही जाऊ दिलं नाही. रात्री झोपायच्या वेळी परत एकदा ही दगडफेक झाली. सर्व कुटुंब एका खोलीत गांगरून एकत्र जमलो होतो. परीक्षा जवळ आली होती. अभ्यास करायचा होता. पण मन धास्तावलेलं असल्यानं कोणीच अभ्यास करू शकलं नाही. रात्री उशिरा केव्हा तरी झोप लागली.

दुसऱ्या दिवसापासून ऑफिसचे शिपाई संध्याकाळपासून लपून पहारा देऊ लागले. आठ दिवस काही घडलं नाही. पहारा जरा ढिला पडला आणि परत घरावर वेगानं दगड येऊ लागले. म्हणजे कोणीतरी ते दुसऱ्या बिल्डिंगवरून किंवा झाडावरून गोफणीनं टाकत असावेत. खिडकीला छपरी होती. म्हणजे जवळ येऊन टाकल्याशिवाय खिडकीच्या दांड्यांमधून बारीक दगड आत येणं शक्य नव्हतं. परत पहारा कडक केला. एके रात्री बाबा उशिरा येऊन झोपले होते. पहाटे मी त्याच खोलीत बाबांच्या पलंगाकडे पाठ करून टेबलावर अभ्यास करत बसले होते. बाबांच्या पलंगाजवळ खिडकी होती. पलंगाला मच्छरदाणी होती. टेबलावर सावली पडल्यासारखं दिसल्यानं मी मागे वळले, तर एक माणूस खिडकीजवळ थांबलेला

दिसला. मी बाबांची झोप मोडेल म्हणून कोणाला हाक मारावी की नाही, या विचारात खुर्चीवरून हळूच उठत असताना खिडकीतून दगड आत आले. बाबाही उठले. मी मागच्या दारानं त्या माणसाला धरण्यासाठी पळाले. पण मी तिथे जाईपर्यंत तो मधलं मैदान आणि रस्ता ओलांडून दिसेनासा झाला होता. त्यावेळी माझ्या पाठीवरील दुखण्यावर रोज इंजेक्शन सुरू होतं. सिव्हिल हॉस्पिटलमध्ये जाऊन मी इंजेक्शनं घेत होते. बाबांच्या ऑफिसच्या शिपायाबरोबर मी जात असे. त्या दिवशीही जात असताना आमच्या शाळेच्या कपाउंडजवळ, बाबांच्या खिडकीजवळ बघितलेल्या माणसासारखाच, अगदी तसाच एक माणूस पाठमोरा जाताना दिसताच मी त्या शिपायाला सांगितलं, की हाच तो माणूस असावा. त्याच्या हातात लहान कुऱ्हाड होती. परत येताना पण त्याच जागी त्या माणसाला घोटाळताना पाहून मी त्या शिपायाला, 'लवकर घरी जाऊन बाबांना हे सांगू' म्हणताच तो शिपाई इतका विचित्र वागला! त्यानं सरळ त्या माणसाला माझ्या मनातली शंका सांगितली. त्यावर तो हसून काहीतरी म्हणाला आणि मी बाबांपर्यंत पोहोचण्याअगोदर झपाझप पावलं टाकत निघून गेला.

परत एकदा खिडकीतून रात्रीच्या वेळी असेच दगड आले, तेव्हा झुडपात लपलेले शिपाई आणि इतर सर्वजणांनी त्या माणसाला धरायचा प्रयत्न केला. पण तो पळून गेला. हाती गवसला नाही. याबद्दल आईनं आणि आम्ही बहिणींनी समाधान व्यक्त केलं. कारण त्याला सर्वांनी खूप मारलं असतं. बिचारा पैशासाठी कोणाच्या तरी सांगण्यावरून आपल्या पोराबाळांसाठी हे काम करत असणार, असा आमचा तर्क होता.

या अशा संकटांच्या प्रसंगांतून आपलं व्यक्तिमत्त्व घडत असावं. कारण संकटं आली तरी न डगमगता, शांत चित्तानं त्यातून मार्ग कसा काढायचा याचं ट्रेनिंग त्यातून आपल्याला मिळत असतं. आज संस्था चालवताना अनेक संकटं येतात. माझ्या आसपासचे काही लोक भीतीनं गर्भगळीत होतात. पण मला मात्र कशाचीच भीती वाटत नाही. उलट या संकटामुळे आयुष्यात एखादा धडा शिकायला मिळत आहे, संकट म्हणजे शिक्षक आणि संकटानंतर आपण प्रगती करणार आहोत हा ठाम विश्वास. यामुळे मनाची जराही चलबिचल होत नाही. याचवेळी सर्व घडवणारा देव, तो मार्ग दाखवेल आणि योग्य तेच शेवटी घडवून आणेल, ही श्रद्धाही असते.

बाबा गेल्यापासून ते नेहमी आम्हाला जे सांगत, ते आठवत असे, 'खुदी को कर बुलंद इतना की खुदा बंदे से पूछे, बोल तेरी रजा क्या है? (स्वत:ला इतकं सामर्थ्यवान बनव, की देवानं स्वत: भक्ताला विचारावं, सांग, तुला काय हवं आहे?)

इच्छा खूप होती स्वत:ला सामर्थ्यवान बनवण्याची. पण मार्ग सापडत नव्हता. कुमठ्याहून कोल्हापूरला परतल्यावर रात्री अकरा-अकरापर्यंत आकाशातले चंद्र-तारे पाहत पुढे काय, हा विचार करीत राहायची. त्यावेळी अरुणाचे 'बाबा' 'माझे बाबा' बनले. त्यांनी मला त्यांच्या गाडीतून फिरायला नेणं, बाहेर खाऊ घालणं सुरू केलं. मैत्रिणी, भाऊ, बहिणी सिनेमाला, बागेत नेऊ लागल्या. सूर्यप्रकाश, वारा, गर्दी यात किती सुख असतं, हे एक वर्ष रात्रंदिवस बिछान्याला खिळून छताचे वासे मोजल्यानंतरच समजू शकतं.

ते १९७० साल होतं. अरुणाच्या बाबांनी एके दिवशी माझी भेट बाबूकाका दिवाणांशी घडवली. त्यांनी अंध रमाकाकींच्या घरी मला नेलं. लाल परदेशी गाडीतून बाबूकाका आले. ड्रायव्हिंग सिटवर बसलेले. गाडी थांबली आणि लहानशी व्हीलचेअर काढली गेली. प्रसन्न हसत बाबूकाका त्या व्हीलचेअरवरून माझ्यापर्यंत आले. ते काय बोलले ते काही आठवत नाही, पण व्हीलचेअरवरचा माणूस इतका दिलखुलास हसू शकतो, मोठ्या कारखान्याच्या गोष्टी, विमानानं प्रवास, सर्व कल्पनेपलीकडचं होतं. 'खुदी को कर बुलंद इतना' मधील 'बुलंद माणूस' मला भेटला होता. मला शिक्षण कसं पूर्ण करावं, खेळांच्या स्पर्धेत भाग घ्यावा, स्वत: स्वावलंबी बनून कोल्हापूरमधील इतर अपंगांसाठी काही कार्य करणं किती गरजेचं आहे, हे ते सांगत होते. तो दिवस कोणता होता आठवत नाही, पण त्या दिवशी माझं अपंगत्व आटोक्यात आल्यासारखं वाटलं. काही काळ तर मी व्हीलचेअरमध्ये आहे, हेच विसरले होते. त्याचवर्षी मी शिक्षणाला सुरुवात केली. बाबूकाकांच्या आयुष्यावर लिहिलेली 'माणूस मोठा जिद्दीचा' ही कादंबरी वाचली. त्यावेळी मी प्रभावीत झाले होते, ती मा. पंतप्रधान पंडित जवाहरलाल नेहरू यांच्या सोबतचा बाबूकाकांचा फोटो पाहून आणि पंतप्रधानांकडून त्यांना मिळालेल्या त्यांच्या हस्ताक्षरातील शुभेच्छा पाहून.

रेहानानं कोणाचंही न ऐकता कॉलेज सोडून शॉर्टहँड टायपिंग केलं आणि नोकरीसाठी लेखी परीक्षा दिल्या. इन्कमटॅक्स आणि सेंट्रज एक्साईजचा कॉल एकाच वेळी आला. मुलीला नोकरीला लावून तिची कमाई खाणार नाही, हा आईचा हट्ट. पण परिस्थिती, मामा आणि पाटीलकाकांमुळे आईनं नमतं घेतलं. रेहानानं नोकरीबरोबर बी. ए. चा घरी अभ्यास करून परीक्षा दिली. ती चांगल्या गुणांनी पास झाली. मी काही न बोलताही तिनं मलाही शिकण्याची इच्छा आहे, हे ओळखलं आणि विद्यापीठाला माझ्यातर्फे पत्र पाठवलं. विद्यापीठातून उत्तर आलं, विवाहित, नोकरी करणारे अथवा महाराष्ट्राबाहेरील विद्यार्थ्यांनाच बहि:स्थ विद्यार्थी म्हणून परीक्षा देता येते. कॉलेजला जाऊन परीक्षा देणं अशक्य आणि बहि:स्थ म्हणून नकार. खूप वाईट वाटलं.

बाबूकाकांना ही शिक्षणातील अडचण सांगताच त्यांनी गोखले कॉलेजचे प्रिन्सिपॉल एम. आर. देसाई यांना भेटण्याचा सल्ला दिला. एम. आर. यांची मुलगी लीना माझी वर्गमैत्रीण. तिला अरुणानं निरोप देताच एम. आर. स्वत: आमच्या घरी आले. अजीजला सोबत घेऊन त्याच दिवशी बुक बँकेतून सर्व पुस्तकं पाठवली. दिवाळीत बाबूकाका भेटले. त्यानंतर १५-२० दिवसांत एम. आर. भेटले. परीक्षेला अडीच महिने होते. तीन वर्षांचा गॅप आणि एम. आर. म्हणत होते, जूनपासून तुझी प्रेझेंटी कॉलेजमध्ये मांडली आहे. जोरात अभ्यास कर. खात्री नव्हती, पण अभ्यासाला लागले. पुस्तक वाचणं, नोट्स काढणं आणि त्या वाचणं. रात्री अंधारात अंगणात बसणं कमी झालं. झोप लागू लागली.

परीक्षेला जाताना मनात प्रचंड धाकधूक. रात्री स्वप्न पडायचं, मी टॅक्सीनं गेले आणि व्हीलचेअर घरीच राहिली. परीक्षेला जाताना सोबत अजीज, मैत्रीण, बहीण सोबत येत. टॅक्सीत दोन-तीनदा तरी मी विचारायची, डिकीत व्हीलचेअर आहे ना? माझा नंबर काही पेपर्सना नवीन राजाराम कॉलेजला तळमजल्यावर होता, तर काही पेपर्सना वर होता.

पेपर सुरू झाल्यावर मी लिहिण्यात गुंग असताना परीक्षक व्हीलचेअर बघून माझ्या जवळ येत आणि मला वैयक्तिक प्रश्न विचारीत, 'कधी झालं?' 'कसं झालं?' प्रश्नांबद्दल माझी तक्रार नसे. पण चुकीच्या वेळी ते विचारत होते. शेवटी तिसऱ्या पेपरला वैतागून मी बोलले, "कृपया, पेपर संपल्यावर माझी सर्व हकीकत दिली तर चालेल का?"

एका परीक्षकानं तर मला स्टाफरूममध्ये बसून पेपर लिहायला लावला. पण तेव्हा मनावर प्रचंड दडपण आलं होतं, कॉलेजच्या स्टाफरूममध्ये पेपर लिहिताना. परीक्षा तर दिली, पण यशाची खात्री नव्हती. पण सुदैवानं इंग्लिशसहित सर्व विषयांत मी पास झाले. बाबूकाकांचं शाबासकीचं पत्र, सर्व नातेवाईक, मैत्रिणींनी केलेलं अभिनंदन, त्यामुळे उत्साह वाढला आणि दुसऱ्या वर्षीचा अभ्यास वर्षभरात निवांतपणे केला. त्यावर्षी गोखले कॉलेजला नंबर आला. कधीही न बघितलेलं ते माझं कॉलेज होतं. एम. आर. आणि इतर प्राध्यापकांनी येऊन चौकशी केली. मधल्या सुट्टीत चहा, खाणं सर्व लाड करून घेतले. बी. ए. ला ऑनर्स मिळाला आणि खूप आनंद झाला. इतर भावंडांप्रमाणे पदवीदानाचा गाऊन घालून फोटो काढून घेण्याची इच्छा होती. पण बोलून दाखवण्यास संकोच वाटला. पदवीदान समारंभाला पण काही कारणास्तव गेले नाही.

एकदा आई गावाला गेली होती. माझ्यापेक्षा दीड वर्षानं मोठी असलेली रेहाना नोकरी, स्वयंपाक, आणि माझी आंघोळ वगैरे सर्व कामं करीत होती. धाकटा भाऊ अजीज भांडी स्वच्छ करणं वगैरे कामात मदत करत होता. माझ्यापेक्षा आठ वर्षांनी

लहान असलेली सर्वात धाकटी बहीण कौसर झाडलोट, बिछाने घालणं वगैरे कामं करीत होती. मी एकटीच बसून राहत असे आणि माझं मलाच अपराधी वाटत असे. कारण सर्वात जास्त मोकळा वेळ माझ्याच जवळ होता. अजीजला मी 'मलाही काम करावंसं वाटतं, स्वयंपाक करावासा वाटतो,' हे बोलले. त्यानं लागलीच माझी व्हीलचेअर स्वयंपाकघरात आणली. रेहाना ऑफिसमधून यायच्या आधी त्यानं हाताशी दिलेल्या साहित्यानं कमी उंचीच्या स्टूलावर ठेवून दिलेल्या स्टोव्हच्या सहाय्यानं मी व्हीलचेअरवरून पहिले पोहे केले. सर्वांनी खूप छान म्हणून खाल्ले. दुसऱ्याच दिवशी अजीज, रेहाना, कौसरनं मिळून स्वयंपाकघराची पूर्ण रचनाच बदलली. प्रत्येक डबा, भिंतीवरील, रॅकवरील साहित्य माझ्या हाताला येईल अशा उंचीवर ठेवलं आणि मी चपाती, भाजी, भात, आमटी करू लागले. हे सर्व करता येऊ लागल्याचा, बहीण-भावंडांच्या कामाचा भार हलका करू लागल्याचा आनंद काही औरच होता. मी भांडीसुद्धा घासू लागले.

नुकतीच घरी बसून बी.ए.ची परीक्षा दिली होती आणि 'स्वराज्य'मध्ये 'सुट्टीतील उपक्रम लेखन' स्पर्धेविषयी वाचलं. माझा हा स्वयंपाकातील अनुभव, आनंद मी लिहून पाठवला आणि काय आश्चर्य, एके दिवशी माझा प्रसिद्ध झालेला लेख घेऊन रेहाना घरी आली आणि सर्वांनी तो आनंद असाच गरम गरम पदार्थ करून खाण्यानं साजरा केला.

धाकट्या कौसरकडे बाबांच्या निधनानंतर सर्वांचंच खूप दुर्लक्ष झालं. प्रत्येक जण आपल्या दुःखात चूर आणि सर्वांचा राग तिच्यावर एकटीवर निघे. त्यामुळे हसरी, बोलकी कौशी एकदम मूक, गंभीर झाली. तिच्या शाळेतल्या एका शिक्षिकेनं एकदा तिच्याविषयी येऊन सांगितल्यावर सर्वांचे डोळे उघडले. कौसरला स्कॉलरशिपचे पैसे मिळाले होते. त्यातून लाल फ्रॉक विकत घ्यायचा म्हणून ते तिनं तसेच ठेवले होते. पण आई गावाला गेली होती आणि घरी अचानक पाहुणे आले. कोणाकडेच पैसे नव्हते. शेवटी कौसरच्या स्कॉलरशिपच्या पैशानं पाहुण्यांचा पाहुणचार केला. कौसरनं हसत पैसे दिले. पण आई आल्यावर आईला तिच्या दप्तरात लाल फ्रॉकवर तिनं लिहिलेली कविता मिळाली. रेहानाचा पगार होताच रेहानानं प्रथम तिला लाल फ्रॉक आणून चकित केलं.

कुटुंबीयांच्या प्रेमळ सहकार्यामुळे घरच्या मशीनला हातानं फिरवता येणारं हँडल बसवण्यात आलं आणि दिवसातला बराच वेळ मी मशीनवर बसू लागले. भाऊ नोकरीसाठी परदेशात गेल्यावर याच मशीनला मोटर बसवली. या तीस वर्षांत सुखदुःखाचे अनेक प्रसंग आले. पण हिम्मत खचण्याऐवजी चिकाटी वाढतच गेली.

बाबूकाका दर दोन वर्षांनी कोल्हापूरला आपल्या जन्मगावी येत. सर्व ओळखीच्या अपंग व्यक्तींना एकत्रित करत. त्यांना अपंग सहय्यकाचं कार्य सुरू करण्यास

सांगत. त्यांच्यासोबत त्यांच्या हँड कंट्रोल गाडीतून फिरताना, त्यांचं भाषण ऐकताना मन रोमांचित होत असे. अतिशय आनंदात ते दिवस जात. तोपर्यंत इतर अपंगांच्या सुखदु:खाचा विचार मनात कधी आलाच नव्हता. बाबूकाकांचं भाषण ऐकताना लक्षात आलं, की आपल्या गावात, महाराष्ट्रात, भारतात असंख्य अपंग आपल्यापेक्षा वाईट परिस्थितीत जगत आहेत. त्यांच्यासाठी आपण बाबूकाकांप्रमाणे कार्य करायचं, असा मी निश्चय केला. १९७२ मध्ये ते असताना एक संस्था स्थापन केली. नावही बाबूकाकांच्या मतानं नक्की केलं. 'अपंग साहाय्यक संस्था.' या संस्थेचं कार्य सुरू करण्यापूर्वी बाबूकाकांनी बेंगलोरला त्यांची संस्था बघायला बोलावलं. जाण्यायेण्याचा खर्च श्री. दत्ता बाळ यांनी दिला.

बाबूकाका भेटण्यापूर्वी मी घराबाहेर पडताना अंगाखाली बेडशीटच्या घड्या ठेवत असे. नंतर त्यात सुधारणा करून चौकोनी उशीचा अभ्रा शिवून त्यात दोन बेडशीट आणि दोहोंच्या मध्ये प्लास्टिक ठेवू लागले. एक बाजू भिजल्यावर दुसऱ्या बाजूनं ठेवायचे. अशा अवस्थेत कोल्हापूर, बेंगलोर इतक्या लांबचा प्रवास कसा करायचा हा प्रश्न पडला. मग साधा कॅथेटर बसवून गेले. पण वाटेत रेल्वेतच कॅथेटर निघाला. सोबत मावशी राहीला आणि अजीज होते. त्यांनी धीर दिला. बेंगलोरला बाबूकाका मार्ग दाखवतील, या आशेनं धैर्य खचू दिलं नाही. पोट साफ होण्यासाठीही मला गोळ्या आणि त्याचाही परिणाम होत नाही म्हणून एनिमा घ्यावा लागत होता.

एनिमाची रिॲक्शन येऊन मोठमोठ्या गांधी सर्व शरीरभर उठायच्या. त्यासाठी दोन वेळा दवाखान्यात न्यावं लागलं होतं.

बेंगलोरला बाबूकाकांनी स्वत:च्या मुलीची काळजी घ्यावी, त्याप्रमाणे त्वरित दवाखान्यात नेलं आणि नवीन प्रकारचा 'फॉलीस कॅथेटर' बसवला. (१९७२) आणि जादूची कांडी फिरवल्याप्रमाणे माझं कपडे भिजणं थांबलं. मन आनंदानं इतकं मोहरलं की मी तिथल्या अपंग क्रीडा स्पर्धेत भाग घेतला आणि चॅम्पियन ठरले. शाळा- कॉलेजच्या वेळच्या क्रीडा व नाचामधील माझ्या अनुभवांसंबंधी १९६७ नंतर प्रथमच मी अनेक ठिकाणांहून आलेल्या माझ्या अपंग मैत्रिणींना सांगितलं. एरवी मी चालत असतानाच्या माझ्या नाचाचा, खेळाचा कोणी उल्लेख केला तरी माझे डोळे भरून यायचे.

१९७२-७३ मध्ये झालेल्या या क्रीडा स्पर्धेच्या मैदानावर एक गोष्ट जाणवली ती ही, की माझ्यासारखी स्पर्शज्ञान गमावलेली, लघवी-संडासचा त्रास असलेली कोणी स्त्री त्यात नव्हती. माझ्यासारख्या स्थितीत असलेले आर्मीचे अनेक जवान मात्र होते. पुढे १९९६ मध्ये मुंबईला, पॅराप्लेजिक स्त्रीनं कसं जगावं यावर माझं भाषण ठेवू, असं तिथल्या संचालकांनी सांगितल्यामुळे मी लागलीच होकार दिला.

पण ज्यांना शिकवायचं त्यांची संख्या मोजायला सांगितली, तर सर्वजणी पोलिओ झालेल्या होत्या. स्पर्शज्ञान गेलेल्या माझ्यासारख्या एकीनंही आपलं घर, गाव सोडून क्रीडा-स्पर्धेतील आनंद घेण्याचं धाडस केलं नव्हतं. याचं कारण एकच. अपुरं प्रशिक्षण आणि समाजात वावरायची भीती! हे लिहिण्याचं कारण असं, की २६ वर्षांपूर्वी पॅराप्लेजिक स्त्री जशी घराच्या चार भिंतीतच संपून जात होती, तशीच ती आजही आहे आणि हे बदलायला हवं आहे.

हे लिहिताना न शिकलेली, जखमांनी भरलेली आणि बिछाना खराब होतो म्हणून लाकडी दिवाणावर, पोत्यावर झोपून क्रोशाचे रुमाल विणणारी अशिक्षित अनिता राणे आणि पदवीधर असून खेड्यात जमिनीवर पोत्यावर झोपणारी सुशीला डोळ्यांसमोर येत आहेत. दोघींना इथे कोल्हापुरात आणून माझ्यासारखं स्वावलंबी बनवण्याचा प्रयत्न केला, पण दोघींच्याही पालकांनी साथ दिली नाही.

बेंगलोरला बाबूकाकांच्या सहवासात बारा दिवस-रात्री राहिले. त्यांचं खऱ्या अर्थानं जगणं जवळून पाहिलं आणि माझं आयुष्य बदलून गेलं. बाबूकाकांइतकं प्रेम, भक्ती, माया मी कोणावर करू शकले नाही. आजही मला बाबूकाका सर्वांत प्रिय आहेत. त्यांनी मला डाव्या हातात सर्जिकल हँडग्लोव्हज् घालून स्वत:चं पोट कसं साफ करायचं, हे सांगितलं. सुरुवातीला मला खूपच त्रास झाला. आपल्याला हे जमणारच नाही, असं वाटलं. पण हळूहळू जमू लागलं आणि ज्याच्यामुळे मरण हवंसं वाटत होतं, तो त्रास नाहीसा झाला. रोज सकाळी उठल्या उठल्या पोट साफ होऊ लागलं. दिवसभर कुठे जाताना, काम करताना कपडे खराब व्हायची भीती वाटायची, ती वाटेनाशी झाली. कामात, अभ्यासात मन एकाग्र होऊ लागलं. बेंगलोरहून परत येताना बाबूकाकांनी सुंदर साडी दिली. स्टेशनवर सोडायला ते आले, तेव्हा त्यांचे ओलावलेले डोळे बघितले आणि वाटलं, किती एकटे आहेत बाबूकाका! आपण त्यांची मुलगी होऊन त्यांच्याजवळ राहून त्यांना चांगलं खाऊपिऊ घालावं. इतरांसाठी ते पहाटेपासून रात्री उशिरापर्यंत काम करतात. बाहेरून आणलेला डबा खातात. आम्ही असताना आमच्या खोलीतच नाश्ता बनवत होतो. त्यांच्या खोलीशेजारीच, वर्कशॉपला लागून आम्हाला खोली दिली होती. बाबूकाकांचं ऑफिस, वर्कशॉप बघितलं आणि वाटलं, आपल्याला असं कार्य कोल्हापूर येथे करण्यास बाबूकाका सांगत आहेत. पण आपली इतकी योग्यता कुठे आहे?

बाबूकाकांनी सर्व अडचणींवर मात करून कसं जगावं हे जसं मला शिकवलं, तसं ज्या हॉस्पिटलमधून डिस्चार्ज घेऊन पेशंटस् बाहेर पडतात तिथे का शिकवलं जात नाही? आजही मी अनेक डॉक्टर्सना विनंती करते, की हे शिकवा, ट्रेनिंग द्या आणि मग पेशंटला घरी पाठवा किंवा सुदैवानं आता आमच्या संस्थेकडे सर्व सुविधा आहेत; तेव्हा आमच्या संस्थेकडे अशा ट्रेनिंगसाठी पाठवा.

बेंगलोरहून कोल्हापूरला परत येताना क्रीडा स्पर्धेच्या मैदानावरील अनेक गोष्टी आठवत होत्या. व्हीलचेअरवरून थाळी, गोळा आणि भाला कसा टाकायचा, टेबल टेनिस कसं खेळायचं याचं प्रात्यक्षिक व्हीलचेअरवरील एका रुबाबदार 'हिरो'नं दिलं. त्याला 'गुरू' म्हणून मी त्याचे आभारही मानले. रात्री बेळगाव, बडोद्याहून आलेल्या खेळाडूंशी बोलणी, गाणी सुरू असताना एका अपंग हिरोचा विषय निघाला, तेव्हा कळलं, की तो बेळगावच्या एका सुंदर तरुण मुलीला घेऊन गेला आहे आणि रात्रीचे दहा वाजले तरी परतलेला नाही. मी बेळगावकरांना विचारलं, तुम्ही परवानगी कशी दिलीत? तर म्हणे, तिला 'हिरो'च्या मावशीला दाखवायला नेलं आहे. पसंत पडली तर बेळगावला तो येणार, तिचं घर बघून, आईला भेटून जाणार. जर त्या अपंग मुलीचं लग्न होत असेल तर आपण कशाला अडवायचं, म्हणून त्यांनी 'हिरो'बरोबर एकटं जाण्याची तिला परवानगी दिली.

दुसऱ्या दिवशी बाबूकाका कामातून जरा मोकळे होताच मी त्यांना 'हिरो' आणि बेळगावच्या मुलीच्या लग्नाच्या शक्यतेविषयीची आनंदाची बातमी सांगितली, तर बाबूकाकांना ते खरंच वाटेना. कारण त्यांनी त्या 'हिरो'च्या पत्नीला आणि त्यांच्या मुलीला पाहिलेलं होतं. सर्व टीमस् परत गेल्या होत्या. त्यामुळे मी बेळगावला ही बातमी त्वरित कळवावी आणि होणारा अनर्थ थांबवावा, असं बाबूकाकांनी सांगताच मी पत्र लिहिलं. पण त्या आधीच दोन दिवस 'हिरो' बेळगावला तिच्या घरी पाहुणचार घेऊन निघून गेलेला होता आणि नंतर त्यानं पत्रही पाठवलं नव्हतं. त्यानंतर ती सभ्य, सोज्वळ, कुबड्या घेऊन चालणारी सुंदर, आनंदी तरुणी पूर्णपणे बदलून गेली. काही दिवस ती घराबाहेर पडली नाही, पण नंतर तिनं कोणाशीही मैत्री सुरू केली. शेवटी वयानं खूप मोठ्या असलेल्या, अपत्य असलेल्या एका पुरुषाशी तिचं लग्न झालं आणि उमलण्यापूर्वीच ती कोमेजून गेली.

बेंगलोरनंतर १९७३ मध्ये मी मुंबईला पॅराप्लेजिक संस्थेच्या स्पोर्टस्साठी गेले. तिथे तो 'हिरो' भेटला. स्विमिंग झाल्यावर त्याला ड्रेस घालताना भाईसाबनी-रेहानाचे पती एतबार खान यांनी -पाहिलं आणि मला म्हणाले, "सगळे पॅराप्लेजिक पायात हातानं पॅन्ट चढवत होते, पण हा 'हिरो' मात्र आमच्यासारखे पॅन्टमध्ये पाय सरकवत होता." त्यांच्या मते हिरो पॅराप्लेजिक नव्हताच. 'हिरो' एकटाच असताना त्याला बेळगावच्या मुलीविषयी विचारलं, तर म्हणे, "माझ्या मित्राबरोबर मी तिचं लग्न जुळवणार होतो, पण त्याला ती पसंत पडली नाही." मी म्हटलं, "तुझं लग्न झालं आहे, हे तू का सांगितलं नाहीस?" तर उत्तर, "मला काय माहीत त्यांना मी विवाहित आहे, हे माहीत नाही ते?"

'मुंबई क्रीडा स्पर्धे'साठी बाबूकाकाही आले होते. त्यांनी अनेकांच्या ओळखी

करून दिल्या. मुंबईचे ते खेळाडू शेकहॅन्ड करायला हात पुढे करीत, पण मला भारतीय नमस्कार करणंच योग्य वाटे. चेष्टेत सर्वजण मला 'लवंगी मिर्ची' म्हणत. मीही मग चेष्टेतच 'कोल्हापुरी चप्पल'ही प्रसिद्ध असल्याची माहिती दिली. नकळत 'हिरो'चा राग मी इतरांवर काढत होते.

त्या स्पर्धेत मला खूप पदकं मिळाली. अचूक भालाफेक, व्हीलचेअर रेस, गोळाफेक, थाळीफेक, टेबल-टेनिस. सर्वात प्रथम. चॅम्पियन शिल्ड, मेडल्स टाळ्यांच्या गजरात घेताना एक वेगळाच आनंद मिळत होता आणि माझ्या या आनंदात अजीज, बाबूकाका, रेहाना, भाईसाब सामील झाल्यानं माझा आनंद द्विगुणित झाला होता.

कोल्हापूरला परतले आणि माझी इंग्लंड येथे होणाऱ्या 'स्टॉक मेंडव्हिले गेम्स'साठी निवड झाल्याचं पत्र आलं. विश्वास बसत नव्हता स्वत:च्या या भाग्यावर. अनेक वेळा स्वप्नात मी स्वत:ला विमान चालवणाऱ्याजवळ बसलेलं पाहत होते. पण आता खरोखर विमानात एक-दोन तास नव्हे, तर सतरा तास बसायला- नव्हे उडायला मिळणार होतं. स्वप्नातलं उडणं खरं होणार होतं. बाबूकाकांना बातमी कळवली. त्या संस्थेच्या संचालकांचं पाठोपाठ पत्र आलं, की इंग्लंडला जाण्याचा खर्च जमवण्यासाठी ते कोल्हापूरला येणार आणि मला सोबत घेऊन पैसा जमवणार. मला अतिशय विचित्र वाटलं. त्यांनी निवडायचं आणि पैसा आपल्या गावातून गोळा करायचा! मी नुकतीच बी. ए. झाले होते. अपंग पुनर्वसन संस्था स्थापन करण्याच्या प्रयत्नात होते. व्यवसाय प्रशिक्षण केंद्र सुरू करण्याच्या योजना डोक्यात होत्या. त्यासाठी जागा, पैसा खूप लागणार होता. आता माझ्या वैयक्तिक क्रीडा स्पर्धेच्या खर्चासाठी लोकांकडे पैसे मागितले, तर नंतर परत कसे मागणार?....आणि मुळात स्वत:साठी लोकांकडून पैसे घेणं हेच मनाला न पटणारं होतं. बेंगलोर क्रीडा स्पर्धेच्या वेळी बाबूकाकांनी दत्ताबाळ यांच्याकडून पैसे घ्यायला लावलं होतं. आपल्याला स्वत:च्या पुनर्वसनासाठी, प्रगतीसाठी पैशाची गरज आहे, तर आज घ्यावे आणि उद्या व्याजासहित त्याची परतफेड करावी हे बाबूकाकांनी सांगितलं होतं. तरी कोल्हापूरमध्ये स्वत:साठी पैसा गोळा करणं, ही कल्पनाच विचित्र वाटत होती. मनातले विचार मी बाबूकाकांना कळवले व त्यांचं त्वरित उत्तरही आलं. 'तुझं म्हणणं बरोबर आहे. ज्यांनी निवडलं त्याची जबाबदारी आहे खर्चाची तरतूद करण्याची. त्या संस्थेला तसं कळव. 'नासीओ'च्या (राष्ट्रीय अपंग विकास संस्था, मुंबई, ज्याचे अध्यक्ष श्री. विजय मर्चंट होते.) मीटिंगचं आमंत्रण येईल. स्पोर्टस् संबंधातील ती मीटिंग आहे. तू अवश्य ये आणि तुला खर्चासंबंधीचं आलेलं पत्र त्या मीटिंगमध्ये दाखव. काहीतरी मार्ग निघेल.'

मी त्या मीटिंगला गेले. विजय मर्चंटना भेटायला मिळणार, हा आनंदच काही

और होता. मीटिंग हॉलमध्ये प्रवेश करताच बाबूकाकांनी ओळख करून दिली आणि विजय मर्चंट आपली खुर्ची सोडून दुसऱ्या टोकाला माझ्याजवळ आले. माझे हात आपल्या हातात घेतले. कपाळावर ओठ टेकले. मला आमच्या बाबांची तीव्रतेनं आठवण झाली. विजय मर्चंट इतके प्रेमळ असतील याची कल्पना नव्हती.

मीटिंगमध्ये मला इंग्लिशमध्ये बोलता आलं नाही. हिंदीतून मी माझे विचार मांडले. सर्वांनी चर्चा करून निर्णय घेतला. ज्या संस्थेनं निवडलं त्यांना सर्व स्पर्धकांसाठी 'नासीओ'नं पैसा पुरवायचा (दोन महिला व एक पुरुष स्पर्धक असं एकूण तिघांना निवडलं होतं.) आणि दोन्ही संस्थांच्या सौजन्यानं हा भारतीय संघ इंग्लडला पाठवायचा. तसा निरोप त्वरित फोननं त्या संस्थेच्या संचालकांना देण्यात आला. त्यावर त्यांचं उत्तर 'विचार करून कळवतो' असं आलं.

मीटिंगहून मुंबईतच खार येथील रेहानाच्या घरी परतण्याअगोदर बाबूकाकांनी बोलावताच त्यांच्या आणि 'नासीओ'च्या सेक्रेटरी कु. नमा भट यांच्यासोबत 'फेलोशिप ऑफ दि फिजिकली हॅन्डिकॅप्ड, मुंबई' या संस्थेच्या संस्थापिका श्रीमती फातिमा इस्माईल यांच्या घरी गेले. वाटेत व त्यांच्या घरी ज्या गप्पागोष्टी झाल्या, त्या रोमांचित करणाऱ्या होत्या. त्यातून मला खूप शिकायला मिळालं.

श्रीमती फातिमा इस्माईल यांची एक मुलगी अपंग आहे. लहानपणी पोलिओ झालेला आहे. उषा नाव तिचं. सध्या ती न्यूयॉर्कला असते. तिच्या लहानपणीच्या आठवणी त्या सांगत होत्या. अंगावर रोमांच आणणाऱ्या त्या सुखदुःखांच्या आठवणी होत्या. अपंग असली तरी तिनं शिकून मोठं व्हावं, या उद्देशानं त्या सतत तिच्या अभ्यासाच्या मागे लागायच्या. त्यासाठी रागवायच्याही. असंच एकदा त्या खूप चिडल्या. तिनं अभ्यास नीट केला नाही म्हणून. तर उषाची आया म्हणाली, ''का त्या बिचारीच्या मागे हात धुऊन लागलात? एवढं मोठं दुदैव घेऊन बिचारी कसंतरी जगतेय, तर त्यात तुमचं हे धाक-दपटशानं अभ्यासाला बसवणं.'' त्यांच्या डोळ्यात टचकन पाणी आलं. खरं होतं तिचं म्हणणं. उषाला फक्त प्रेम द्यायला हवं आपण. इतर जगापासून ती तोडली गेली. तिच्याबरोबरच्या मुली हसतात, खेळतात. ही आपली चार भिंतीत असते, मसाज, मालिश करवून घेत. आणि अशातही आपण सतत तिच्या, अभ्यास कर, अभ्यास कर म्हणून मागे लागतो. त्या तिथून डोळे पुसतच उठल्या आणि दुसऱ्या खोलीत जाऊ लागल्या. पण त्यांच्या कानावर जे शब्द पडले, त्यांनी त्यांना जागच्या जागी खिळवलं. एवढीशी लहान उषा आयाला रागावत होती, ''खूप वाईट आहेस तू, अम्माच्या डोळ्यात पाणी आलं बघ! तुझ्या नादानपणामुळे... तुला काहीच कळत नाही. अम्मा माझ्या फायद्यासाठी मला रागावते, अभ्यास कर म्हणते; ती का माझी शत्रू आहे? तू परत असं काही बोलू नकोस..'' अपंगत्व असलेली लहान मुलं अकालीच शहाणी होत

असावीत! कुठली आई हे बोल ऐकल्यावर तिथून जाईल? मागे येऊन परत आवेगानं त्यांनी उषाला कवटाळलं. तेव्हा त्यांच्या डोळ्यातलं पाणी पुसत उषा म्हणाली, ''अम्मा, तुला आता कधी मी रडायला लावणार नाही... मी आतापासूनच खूप अभ्यास करीन.'' आणि तिनं पुस्तक उघडलं. अशा कितीतरी गोष्टी फातिमा इस्माईलनी सांगितल्या.

नमाताईंनी आपला एक अनुभव सांगितला. रस्त्यावर भीक मागणाऱ्या एका सुंदर चेहऱ्याच्या मुलीला त्यांनी एका अनाथाश्रमात प्रवेश मिळवून दिला. अधून-मधून त्या तिची चौकशी करायला जात. अभ्यासात वगैरे ती मुलगी हुशार निघाली, पण अभ्यास करण्याचा तिला फार कंटाळा. स्वच्छही राहत नव्हती. कोणी रागावल्यावर तर ती सर्वांना खूपच त्रास देऊ लागली. आतापर्यंतच्या आयुष्यात तिला प्रेम मिळालेलं नव्हतं आणि कोणत्याही प्रकारचं बंधनही नव्हतं. काही मवाली पोरं तिची चेष्टा करीत असतात, हेही नमाताईंनी बघितलं होतं. तिच्याबद्दल त्यांना आत्मीयता वाटू लागली होती. म्हणून तर तिला संरक्षण मिळावं यासाठी त्या जपत होत्या. त्या दरवेळी तिला समजावून हे असं वाग, असं वागू नकोस हे सांगायच्या. त्या भेटून गेल्यावर काही काळ ती नीट वागायची, पण नंतर परत मूळ पदावर यायची. वाट्टेल तशी दुरुत्तरं करायची. एकदा अशाच तिच्या चुकीवरून तिला शिक्षा केली गेली, तर ''मला या आश्रमात राहायचंच नाही. असलं बंदिस्त जीवन कोणाला हवंय? बाहेर आपलं दोन गाणी म्हटली की पोट भरतं,'' असं म्हणून ती जाऊ लागली. सुपरिंटेंडंटनी नमाताईंना फोन करून बोलावून घेतलं. त्यांनाही तिची जबाबदारी घेणं अवघड वाटू लागलं होतं. शिस्तीला तडा जात होता. नमाताई तिची समजूत काढू लागल्या, तर ती फाडकन् त्यांना म्हणाली, ''तुम्ही कोण? आणि का माझ्या पाठीमागे हात धुऊन लागलाय?'' नमाताईंचा पारा एकदम चढला. आतापर्यंत या मुलीशी त्या न रागावता बोलत होत्या. तिच्या चुका असून, तिच्याबद्दल त्यांना जिव्हाळा वाटत होता म्हणून. पण आता मात्र त्या स्वतःला सावरू शकल्या नाहीत. फाडकन् जोरात तिच्या थोबाडीत ठेवून दिली त्यांनी आणि म्हणाल्या, ''जा, चालू लाग बाहेर... तुला कोणाचं प्रेम काय कळणार? तुला हव्या आहेत रस्त्यावरच्या मवाली मुलांच्या वखवखलेल्या नजरा. जा, माझ्या पुढून चालती हो. रस्त्यावरच्या भिकाऱ्याच्या आयुष्यातला आणि इथे राहून पुढचं आयुष्य सन्मानानं जगण्यातला फरक तुला कळू शकला नाही.'' नमाताईंचं बोलणं संपण्याअगोदर त्या मुलीनं नमाताईंच्या पायावर लोळण घेतली आणि ती हमसून-हमसून रडू लागली. ''क्षमा करा, खरंच आतापर्यंत मला प्रेम मिळालं नव्हतं हो! आता बघा, तुम्हाला मी जशी बनायला हवी आहे ना, तशी बनून दाखवते.'' आणि खरोखरच त्या दिवसापासून तिनं टापटिपीनं राहायला सुरुवात केली. अभ्यास करून पहिला नंबर मिळवत

राहिली. आज ती नोकरी करून सन्मानानं आयुष्य जगत आहे.

बाबूकाका तर आपल्या बेंगलोरच्या संस्थेतील अनेक अनुभव सांगत होते. भीक मागून पोट भरणारा महंमद त्यांच्या वर्कशॉपमध्ये अपंगत्व विसरून काम करतो. त्याला एकदा बाबूकाकांनी विचारलं, "भीक मागून दिवसाला जास्त पैसे तुला मिळत होते. मग इथे का काम करतोस?" तो म्हणाला, "त्या पैशानं पक्वान्न खाल्लं तरी गोड लागत नव्हतं. आता घामाची चटणी-भाकरी जास्त गोड वाटते."

अपंग पुनर्वसन क्षेत्रातील तीन थोर व्यक्तींचा सहवास लाभल्यानं मी स्वत:ला धन्य समजत घरी आले व लवकरच पॅराप्लेजिक संस्थेच्या संचालकांचा फोन आला, 'तुझ्या पैशाची सोय झाली आहे. उद्या पासपोर्टसाठी आवश्यक कागदपत्रांवर सही घेण्यासाठी येतो.' दुसऱ्या खेळाडूंच्या खर्चाचं काय म्हणून विचारलं, तर ते गुजरातमधील आहेत. तिथली संस्था त्यांची सोय करेल, असं कळलं.

पासपोर्टची सर्व पूर्तता करून मी तयारीसाठी कोल्हापूरला पोहोचले. माझ्या इंग्लंड स्पोर्टस्‌ची बातमी सर्वत्र पसरली होती. माझ्या मैत्रिणीच्या भावाचे मित्र असलेले शरद सामंत (आज ते आमच्या 'हेल्पर्स'चे ऑडिटर आहेत) - लियो क्लबचे अध्यक्ष - घरी आले आणि मी कोणकोणत्या खेळात भाग घेणार, याची आस्थेनं चौकशी केली. कोणती साधनं सरावासाठी आहेत, ते विचारलं. माझ्याकडे काहीच नव्हतं. त्यांनी त्वरित भाला, गोळा, थाळी मला आणून दिली. मी मग रोज सकाळ-सायंकाळ प्रॅक्टिस सुरू केली. मैत्रिणी, बहिणी प्रॅक्टिस करताना मदत करत. लायन्स क्लबचे अध्यक्ष डॉ. गजानन जाधव यांनी क्लबमध्ये बोलावून सत्कार केला. सर्व तयारीनिशी मी मुंबईला पोहोचले.

मुंबईत भाईसाबनी गरम कपडे बघितले. माझ्याकडे फक्त एक स्वेटर होता. लगेच त्यांनी बाजारात जाऊन गरम हाऊस कोट, पूलओव्हर, मफलर आणून दिला. माझे सर्व ड्रेस म्हणजे बहुतेक सर्व साड्याच होत्या. इंग्लंडला जाण्याचा दिवस उजाडला, तरी माझी मदतनीस म्हणून येणारी फिजिओथेरपिस्ट एकदाही रेहानाकडे आली नाही वा इतर खेळाडूंविषयीही काही कळलं नाही. माझं कोणतं काम करावं लागतं, कोणतं साहित्य कुठे ठेवलंय वगैरे मला तिला दाखवून ठेवायचं होतं. तिचा फोन नंबर मिळवून फोन केला तर ती म्हणाली, "असे पॅराप्लेजिक मी रोज पाहते. मला सर्व माहीत आहे. मी विमानतळावरच ओळख करून घेईन."

विमानतळावर इतर खेळाडू नव्हतेच. बहुतेक त्यांच्या पैशाची सोय झाली नसावी. विमानतळावर मला साडीत बघताच तिचे उद्‌गार, "हे काय! आपण

इंग्लंडला जात आहोत. जरा पॉश ड्रेस घालायचा नाही का?'' मी रागातच उत्तर दिलं, ''मला भारतीय साडी खूप आवडते आणि मी कपडे दाखवायला इंग्लंडला जात नसून खेळण्यासाठी जात आहे.'' रेहानानं मला 'गप्प' अशी खूण केली. मला उचलून प्लेनमध्ये नेणार म्हणून माझे सर्व पैसे भाईसाबनी त्या मदतनीसाकडे ठेवायला दिले. आत जाताना ही फॅशनेबल बया मला कितपत मदत करेल, ही धाकधूक वाटत होती. भाईसाब, अजीज, रेहानानं निरोप घेतला. भाईसाबनी विजय मर्चंटसारखंच कपाळाचं चुंबन घेतलं आणि मला परत बाबा प्रकर्षानं आठवले.

विमानात आत नेताना मी त्या मदतनीसाला 'मला खिडकीजवळ बसवण्यास सांग' असं म्हणताच 'पोरकटपणा नको' हे तिचं उत्तर ऐकून मी गप्प बसले. विमान उडालं. कमरेचे पट्टे बांधले-सोडले. पण बाहेरचं काहीच दिसत नसल्यानं मी तिच्या नावानं मनातल्या मनात खडे फोडले. पण एअर होस्टेसला 'मला खिडकीजवळ बसवा' असं सांगण्याचा धीर मला झाला नाही. त्या विचित्र मदतनीसामुळे माझा मूड, भूक पार धुळीला मिळाली होती. पायाची युरीन बॅग भरली आणि मी तिला 'ती रिकामी करायची आहे,' असं म्हणताच 'इंग्लंड आल्यावर' म्हणजे १४-१५ तासांनी करू, म्हणाली.

माझं भवितव्य मला कळून चुकलं. भूक मेली होतीच, पण आता पाणी, सरबत, चहा पिणंही बंद केलं. तिच्या संगतीत मी भारतात जिवंत परत येईन की नाही, हीच शंका मला वाटू लागली. एकदाची इंग्लंडला पोहोचले. इथे विमानाच्या शिड्यांवरून मला उचलून न्यावं लागलं नाही. विमानाचं दार प्लॅटफॉर्मला लागलं होतं. मला व्हीलचेअरवरून अलगद बाहेर आणलं आणि फिरत्या जिन्यानं टॅक्सीपर्यंत गेलो. स्पर्धा ज्यांनी आयोजित केल्या होत्या, ते लोक न्यायला आले होते. आम्हाला लंडनजवळील एल्सबरी या गावी जायचं होतं. धाडस करून मी त्यांना टॉयलेट कुठे आहे विचारलं आणि पायाची युरीन बॅग रिकामी करून त्या थंडीतही तोंड धुतलं आणि पाणी प्यायले. मग टॅक्सीत बसून प्रवास सुरू झाला.

विमानातून उतरल्यापासून तिथली भव्यता, स्वच्छता नजरेत भरत होती. मनात मात्र सारखा विचार येत होता, हेच ते लोक ज्यांनी भारताला दीडशे वर्षं गुलामगिरीत ठेवलं. इतिहास आठवून विचित्र दडपण मनावर येत होतं. पण तिथला प्रत्येकजण इतक्या नम्रतेनं आणि प्रेमानं बोलत होता, की थोड्याच वेळात दडपण, भीती दूर झाली. आयुष्यात नशिबानंच मिळालेल्या संधीतील आनंद वेचायचा ठरवून मी बाहेरील निसर्गसौदर्य डोळ्यात साठवू लागले. रस्त्यावर फक्त मोटारीच होत्या. दुचाकी, तीन चाकी एकही वाहन नव्हतं. रस्ते इतके सुरेख, की वाटत होतं टॅक्सीतून उतरून त्यावरून व्हीलचेअर पळवावी. अधूनमधून सुरेख हिरवळ, कडेला मोटारी थांबवून पिकनिक करत असलेले लोक. ऑगस्ट महिना होता तो! एल्सबरीला

पोहोचलो तर अंधार झालेला. टॉयलेटला जाण्याचा प्रयत्न केला. माझ्या मदतनीसाला मदतीला बोलावलं, तर म्हणाली, "माझे पेशंटस् स्वावलंबी असतात... तुझं तू शिकावंस." आणि ती चक्क जेवायला नि भटकायला निघून गेली; माझं आवरल्यावर मी जेवणघरात यावं, अशी ऑर्डर देऊन.

मी अश्रू आवरले आणि चक्क रोजा करायचं ठरवलं. विमानात बसून अंग दुखत होतं. त्यात कडाक्याची थंडी. पलंगावर झोपायचं म्हणून साहित्य ठेवलेल्या खोलीत गेले, तर पलंग जमिनीपासून खूपच वर. मला एकटीला चढता येणं केवळ अशक्य होतं. खोलीत जपानी व इतर अनेक देशाच्या मुली होत्या. त्यांच्याबरोबर त्यांच्या मदतनीसही होत्या. त्यांनाच विनंती केली आणि उपाशीच डोक्यावरून पांघरून घेऊन झोपले. थकव्यानं चक्क झोप लागली.

सकाळी जाग आली तर उजाडलं होतं आणि भूरभूर बर्फ पडत होता. दात घासले. रोजा करायचं ठरवलं होतं, तरी जेवणघरात काय काय आहे पाहायला गेले. तर सर्व गारेगार. चहा गरम, पण दूध गार. ते ओतताच कोल्ड्रिंक तयार. शेवटी त्या तशा थंडीतही थोडंसं आईस्क्रीम खाऊन बाहेर पडले.

बाहेर मी अनेक ओळखी करून घेतल्या. ४८ देशातील खेळाडू. तेवढ्याच भाषा. सर्वचजण इंग्लिश मोडकंतोडकं बोलत होते. माझाही इंग्लिश बोलण्यातील संकोच गेला आणि अर्धी भाषा, ती न कळल्यास अर्ध्या खाणाखुणा करून अनेक मैत्रिणी मिळाल्या. प्रत्येकीला माझ्या साडीचं आकर्षण. अनेकांनी माझ्याबरोबर फोटो काढले. माझ्याकडे आतासारखा कॅमेराही नव्हता. पण त्याबद्दल खंतही नव्हती. बाहेर ग्राऊंडवर आले. व्हीलचेअर रेसची तयारी चालली होती. ग्राऊंडवर ट्रॅकमध्ये इतरांच्या चकचकीत हलक्याफुलक्या व्हीलचेअर्समध्ये माझी अवजड व एका लहान चाकाचं टायर अधूनमधून निघणारी व्हीलचेअर, जी मी सतत सहा वर्षं वापरत होते. कसा भाग घ्यायचा म्हणून विचार करत असतानाच रेसची सुरुवात झाली. दुर्दैव, की ते समोरच्या लहान चाकाचं टायर निघालं. इतर व्हीलचेअर्स वेगानं पुढे गेल्या आणि मी मध्येच थांबले. खूप वाईट वाटलं, आपली योग्यता इतर देशांच्या तुलनेत पारखता न आल्याबद्दल!

मला थांबलेली बघून त्या गेम्सचं आयोजन केलेल्या संस्थेच्या सेक्रेटरी माझ्याजवळ आल्या. माझ्या गालावर आपले ओठ टेकले. वृद्ध, फ्रॉक घातलेल्या, संपूर्ण पांढऱ्या केसाच्या त्या बाई मला खूप आवडल्या. माझ्या व्हीलचेअरच्या तुटलेल्या चाकाकडे नजर टाकली. त्याबद्दल काहीही न बोलता त्यांनी मला कुठे जायचंय, हे विचारून मागच्या दोन चाकांवर माझी व्हीलचेअर चालवत मला हव्या असलेल्या ठिकाणी- व्हीलचेअरवरील बास्केटबॉलच्या ठिकाणी- आणून सोडलं आणि त्या निघून गेल्या.

मी सर्व विसरून विजेच्या चपळाईनं व्हीलचेअरवरून बास्केटबॉल खेळणाऱ्या त्या जवानांना बेभान होऊन पाहत होते. नजर एके ठिकाणी ठरत नव्हती. त्यांचे हात व्हीलचेअरवरून दूर होऊन कधी बॉल धरत व टप्प्याटप्प्यानं उडवत तो बास्केटपर्यंत नेत आणि आत टाकताच टाळ्यांचा गजर होई. व्हीलचेअर एकमेकांवर आदळत होत्या. खेळाडू व्हीलचेअरवरून खाली पडत होते. मदतनीस त्यांना परत व्हीलचेअरवर बसवत. पण खेळाडू हातातला बॉल सोडत नव्हते. माझ्या स्पर्धा अचूक भालाफेक, थाळीफेक, गोळाफेक बाहेर ग्राऊंडवर सुरू आहेत, पण मला त्या खेळता येत नाहीत, याची वाटणारी खंत या बास्केटबॉलनं थोडी कमी झाली. खेळाडूंच्या चेहऱ्यावरील प्रसन्नता, हास्य, जोश इतकं प्रभावी होतं, की आपल्या भारतातील अपंगांच्या चेहऱ्यावरील अपंगत्वाचा ठसा पुसून तिथे असं आत्मविश्वासाचं तेज आणावयास हवं, असं मला प्रकर्षानं वाटू लागलं.

मी खेळ पाहत बसले होते. तिथेच त्या मिस (नाव आता विसरले) एक सुंदर अशी व्हीलचेअर घेऊन आल्या आणि 'ही आमच्यातर्फे तुला गिफ्ट आहे' म्हणून मला त्यावर बसवायची व्यवस्थाही करून दिली. 'देणगी', 'मोफत वितरण' असे शब्द न वापरता 'गिफ्ट' हा गोड शब्द वापरून माझ्या मनात त्यांनी कोणतीच शंका ठेवली नाही. "तुझी जुनी व्हीलचेअर रूममध्ये ठेवते. आता खूश आहेस ना? आम्ही दरवर्षी अशा तीन-चार व्हीलचेअर्स गिफ्ट देतो," असं बोलून गोड हसत परत माझ्या गालाला स्पर्श करून त्या जाऊ लागल्या, तेव्हा त्यांचे दोन्ही हात हातात घेऊन मी कृतज्ञतेनं 'थँक यू' एवढंच बोलू शकले.

बास्केटबॉल संपलेला होता. नवीन व्हीलचेअर वाऱ्यासारखी त्या गुळगुळीत फरशीवरून पळत होती. व्हीलचेअर पळवत बाहेर आले, तर सर्व मैदानी खेळ संपवून खेळाडू जेवायला जात होते. अनेकांच्या आग्रहानं त्यांच्यासोबत गेले. तिथे उकडलेले सर्व पदार्थ बघून मला मळमळू लागलं. दोन-चार चमचे आईस्क्रीम खाऊन बाहेर आले. तशा थंडीत आईस्क्रीम खाताना माझं मलाच हसूही येत होते. रूमवर जाऊन थोडा आराम केला आणि परत माझं टेबल टेनिस होतं, तिथे गेले.

मी पहिला राऊंड जिंकले. खूप आनंद झाला. दुसऱ्या दिवशी परत खेळायचं होतं. एकूण तीन दिवसांच्या स्पर्धा होत्या. त्यानंतर थोडं फिरायचं, छोट्या कौसरसाठी काही खरेदी करायचं मनात होतं. आल्यापासून एकदा फक्त खारे शेंगदाणे खरेदी करून थोडे खाल्ले होते, तेही माझी ती मदतनीस सोबत असताना. माझे सर्व पैसे तिच्याकडेच होते. भाईसाबनी ऐन वेळी किती दिले होते, तेही मला माहीत नव्हतं.

संध्याकाळपासून हॉलमध्ये नाचगाण्याची तयारी चालली होती. संगीत आणि बरोबर टेबलावर ठिकठिकाणी मद्य बघितलं आणि तशीच गप्प रूमवर जाऊन

झोपले. दुसऱ्या दिवशी टेबल टेनिस खेळले, पण हरले. हरल्याचं वाईट वाटलं नाही. खेळायला मिळालं याचाच आनंद होत होता. अनेक देशांच्या स्त्री-पुरुष खेळाडूंनी माझ्या साडीमुळे माझ्याबरोबर आपले फोटो काढलेले बघून माझी मदतनीस, जिनं माझ्या साडीला नावं ठेवली होती, माझ्याकडे साडीब्लाऊज मागू लागली; कारण तिच्या आधुनिकतेमुळे कोणी तिच्याकडे बघत नव्हतं. ती साडी नेसून आली, तेव्हा खरंच खूप सुरेख दिसू लागली.

ती शेवटची रात्र होती. दुसऱ्या दिवशी खेळ संपून संध्याकाळी सर्वजण आपापल्या देशी परतणार होते. इंग्लंडची पार्टी, डान्स असा असतो, हे मी एका कोपऱ्यात बसून बघायचं ठरवलं. सर्वजण मद्य पीत होते, नाचत होते, व्हीलचेअरवरून कुबड्यांच्या सहाय्यानं. पार्टी रंगात आली होती. मी दुरून मजा बघत होते. एक इंग्लंडचा रहिवासी तरुण दोन ग्लास घेऊन माझ्याकडे आला आणि मी एकटीच का, मला कोणी मित्र नाही का, वगैरे विचारू लागला. ग्लास घे, थंडी कमी होईल, म्हणू लागला. मी थंडीमुळे डोक्यावर पदर घेऊन बसले होते. ''मला मद्य आवडत नाही आणि आम्ही भारतीय स्त्रिया याला स्पर्श करत नाही,'' असं मी म्हणताच तो म्हणाला, ''मी नेहमी मुंबईला येत असतो. दर वेळी नवीन मुलगी माझ्याबरोबर फक्त दारूच पीत नाही, तर आयुष्यातील सर्व आनंद उपभोगते. तुम्ही भारतीय स्त्रिया जे लपवून करता, ते इथल्या स्त्रिया उघड करतात, एवढाच फरक आहे.'' मला खूप रागही आला, पण त्याच्याशी वाद घालण्याची ताकद माझ्यात नव्हती. ''कृपया, मला एकटीला सोडता का? मला त्या दारूच्या वासानं मळमळत आहे,'' असं म्हणताच मात्र 'सॉरी' म्हणून तो निघून गेला.

तो गोरा गेला आणि एक काळा कुरळ्या केसांचा तरुण जवळ आला. डोक्यावरच्या पदरामुळे माझे सुंदर काळे केस कसे दिसत नाहीत, मी साडीत कशी छान दिसते, नाचायला चल... वगैरे वगैरे. मी सभ्यपणे नकार दिला, तरी माझा डोक्यावरील पदर स्वत:च्या हातानं दूर केल्यावर मात्र मला राग आवरणं कठीण गेलं. ''तुम्ही आता येथून गेला नाहीत, तर मात्र मला कोणाला तरी हाक मारावी लागेल. नाचासाठी उत्सुक अनेक मुली समोर आहेत, त्यांच्याकडं जा..'' असं जरा रागात बोलल्यावर तो सटकला. साडी घालून मिरवणारी माझी मदतनीस तेवढ्यात माझ्याजवळ आली. तिला म्हटलं, ''इथेच थोडं थांब. एवढा नाच संपल्यावर माझ्यासोबत रूमपर्यंत ये.'' कारण कार्यक्रमाच्या हॉलपासून रूमपर्यंत रात्रीच्या वेळी एकटी जाताना कोणी दारू प्यायलेला भेटला, तर पंचाईत झाली असती. माझी मदतनीस तिथल्या रहिवासी असलेल्या एका फिजिओथेरपिस्टला घेऊन आली होती. मला म्हणाली, ''थोडा वेळ इथेच थांब. मी याच्याबरोबर फिजिओथेरपी बघून येते.'' असं म्हणून ती वळून गेलीसुद्धा! इतक्या रात्री फिजिओरथेरपी सेंटर उघडं

कसं आणि ही खुशाल त्याच्याबरोबर एकटी जात होती. मी मनात म्हटलं, "ही काही लहान नाही अक्कल शिकवायला. पुढे पस्तावेल!"

थोड्या वेळानं ती धापा टाकत परत आली आणि त्यानं अतिप्रसंग केला म्हणून त्याला दोष देऊ लागली. "अशा अवेळी त्याच्याबरोबर एकटं जायला होकार म्हणजेच अशा प्रसंगाला होकार, असं तो समजला असेल!" असं मी म्हणताच म्हणाली, "तू मला अडवलं का नाहीस?"

दोघी गप्प मुकाट्यानं रूमवर येऊन झोपलो. याबाबतीत तरी ती खऱ्या भारतीय स्त्रीसारखी वागल्याचं बघून मला समाधान वाटलं.

दुसऱ्या दिवशी सकाळी लवकर उठून पॅकिंग केलं. मला व्हीलचेअर कशी मिळाली हे तिनं विचारलं होतं. मला मिळालेल्या व्हीलचेअरपेक्षा चांगली व्हीलचेअर माझ्यापुढे आणून म्हणाली, "तू ही व्हीलचेअर भारतात ने, माझ्या पेशंटसाठी मी खरेदी केली आहे. तुझी जुनी मोडकी मी माझ्या खर्चानं बोटीने भारतात तुला आणून देईन." तिच्या बोलण्याचा मला काहीच अर्थबोध होईना. मी विचारलं, "मी न्यायचं म्हणजे तू माझ्याबरोबर नाहीस?" तर ती आश्चर्यानं उलट मलाच म्हणू लागली, "तुला मुंबईच्या संचालकांनी सांगितलं नाही? आम्ही इथे आल्यावर तीन महिन्यांचा कोर्स करतो. मला न्यायला हे नातेवाईक आले आहेत. मी त्यांच्याबरोबर जाणार. कोर्स करून मग परतणार. तुला हे इथले लोक विमानात बसवून देतील."

मला तो धक्का इतका अनपेक्षित होता, की क्षणभर मला ती काय म्हणते आहे हेच समजलं नाही. मी एकटी भारतात परतणार होते. पाचसहा दिवस काही न खाल्लेली, ना आंघोळ ना शारीरिक गरजांची पूर्तता. मी म्हटलं, "मी एकटी येणार हे मुंबईला भाईसाबना माझ्यासमोर फोन करून कळव. मुंबईत विमानतळावर घ्यायला येण्यासाठी." तर म्हणाली, "फोनला खूप पैसे पडतात!" म्हटलं, "माझे तुझ्याकडे आहेत त्यातले घे आणि उरलेले मला परत दे." मीही फोन करायला येते म्हटलं, तर म्हणाली, "लांब आहे. मी एकटीच जाते."

मग एकटीच जाऊन आली आणि 'फोन लागला, तुला न्यायला येतील, काळजी करू नकोस.' वगैरे सांगू लागली. मला तिचा विश्वास वाटत नव्हता. त्यामुळे जरा चिडूनच बोलले. "जर विमानतळावर कोणी नसलं, तर विजय मर्चंटना फोन करून प्रेस कॉन्फरन्स घेईन आणि तुमचे हे सर्व धंदे उघडे करीन. आम्हा पॅराप्लेजिक लोकांच्या जिवावर फुकट इथे येऊन कसले कोर्स करता?" मला ती एल्सबरीहून गुडबाय करू लागल्यावर मी हट्ट धरला, की विमानतळावर येऊन मी विमानात बसेपर्यंत माझ्या डोळ्यांसमोर ती दिसली पाहिजे. का कोण

जाणे, कधी नव्हे ती मला विचित्र भीती वाटू लागली होती. माझे पैसे दोनदा मागूनही तिनं दिले नाहीत. उलट एक व्हीलचेअर आणि एक बॅग माझ्याजवळ देऊन तिच्या मुंबईच्या घरचा फोन नंबर तिनं मला दिला आणि भावाला बोलावून ते देण्यास सांगितलं.

माझी व्हीलचेअर आत नेण्यात आली. आत बसवताना मी उचलणाऱ्यालाच विनंती केली, की मला खिडकीजवळ बसव. त्यानं छान हसून लागलीच संमती दिली आणि मला खिडकीजवळ बसवलं. विमान उडताच मी सर्व काळजी विसरले. लवकरच आपण भारतात पोहोचणार म्हणून एअर होस्टेसनं आणलेलं गरम गरम भारतीय जेवण, गाजराच्या हलव्यासहित चवीनं जेवले आणि पाचसहा दिवसांचा उपवास सोडला. अंधारात खालील शहरांचे चमचमणारे दिवे, गावाच्या आखीव-रेखीवपणाची कल्पना देत होते. फ्रान्स-पॅरिसमध्ये विमान थांबलं, तेव्हा उतरताना व उडताना जे दृश्य दिसलं, ते स्वप्ननगरीतील स्वर्गासारखं भासलं. ढगातून विमान जाताना, दऱ्या-डोंगरावरून उडताना खूप मजा वाटली. मध्येच छान झोपही झाली. त्यानंतर चहा, नाश्ता. मुंबईत विमानातून उतरताना मात्र परत प्रचंड भीतीनं ग्रासलं. भाईसाब आले नाहीत, तर मी काय करणार होते! जवळ एक पै नाही. बूथवरून फोन करायची सवय नाही. नाणं नव्हतंच. असलं तरी ते कधी आत टाकायचं माहीत नाही. देवाचा धावा सुरूच होता. पण काचेच्या पलीकडे हात हलवताना भाईसाब दिसले. अत्यानंद झाला. इतर सर्वांचं सामान कस्टम ऑफिसर चेक करीत होते. पण माझ्या बॅगा, दोन्ही व्हीलचेअर्स सर्व न बघताच त्यांनी बाहेर जाऊ दिलं.

घरी येताच बाथरूम गाठलं. आंघोळ वगैरे आटपून घरचं गरम गरम वाफा निघणारं जेवण जेवून ताणून दिली. उठल्यावर अजीज, भाईसाब, ती दुसरी बॅग कोणाची उचलून आणली म्हणून विचारू लागले. विश्वास बसणार नाही, पण त्या बॅगेत तिथल्या खेळाडूचा छान कोट, तिथे बाथरूममध्ये असायचे ते अनेक साबण, परफ्यूमच्या बाटल्या, अशा अनेक खेळाडूंच्या गोळा केलेल्या वस्तू होत्या. त्या विकत घेतलेल्या असण्याची शक्यता नव्हती. कारण त्या वापरलेल्या दिसत होत्या आणि तशा कोणी भेट म्हणूनही देणं अवघडच होतं. म्हणजे ती 'हात की सफाई' होती की काय? मी हे केलं असण्याची कल्पनाही कोणाच्या डोक्यात येणं शक्य नव्हतं. म्हणून सर्वजण भांबावलेले होते. माझ्या मदतनीसाच्या घरी ती बॅग आणि ती दुसरी चांगली नवीन व्हीलचेअर पोहोचवायची आहे, ती बॅग तिची आहे, म्हणताच सर्वजण मला रागावू लागले, "त्यात चरस, अफू घालून दिली असती आणि तू पकडली गेली असतीस, तर या क्षणी तू तुरुंगात असतीस." मी बॅग उघडून बघायला हवी होती हे खरं, पण त्या वेळची माझी मन:स्थिती कशी होती हे कोणाला माहीत नव्हतं.

सविस्तर हकीकत सांगताच अजीज रागानं म्हणाला, ''ती बॅग आणि व्हीलचेअर द्यायची नाही, एखाद्या गरीब गरजवंताला ते देऊ.'' पण मी म्हटलं, ''त्यांचं कर्म त्यांच्याबरोबर!' मी आल्या आल्या तिच्या घरी फोनही केला होता. तिचा भाऊ आला तेव्हा त्यांचा माल त्यांना दिला.

'फेलोशिप ऑफ दि फिजिकली हॅण्डिकॅप्ड'ने -ज्याच्या चेअरमन श्रीमती फातिमा इस्माईल होत्या- माझ्याकडे इंग्लंड स्पोर्टस्‌बद्दल लेख लिहून मागताच 'भाग्यातील दुर्भाग्य' हा लेख लिहून मी त्यांच्याकडे पाठवला. मी कोल्हापूरला स्वत:ला कार्याला जुंपून घेण्यासाठी आले. नवीन व्हीलचेअरनं उत्साह वाढला होता.

कहर म्हणजे कोल्हापूरला परतले आणि त्या मदतनीसाचं पत्र आलं, तुझी जुनी व्हीलचेअर खूप जड होती, म्हणून तिथेच टाकून आले. आणायला खूप खर्च झाला असता. तुला मिळालेल्या व्हीलचेअरचे पैसे मी भरले आहेत. तेव्हा त्वरित पैसे पाठव किंवा व्हीलचेअर परत दे. पठ्ठीनं किंमतही कळवली होती. हे आता अती झालं होतं. अपंगांच्या अपंगत्वाचं भांडवल करून स्वत:चा स्वार्थ साधणारे हे मदतनीस आणि त्या संस्थेचे सर्व फिजिओथेरपिस्ट दरवर्षीच हा प्रकार करतात आणि अपंगांना गिफ्ट मिळालेल्या व्हीलचेअर्स श्रीमंत अपंगांना विकून ते पैसे रजिस्टर नसलेली ती संस्था घेते. हे कळताच मी सर्व अहवाल मा. श्री. विजय मर्चंटना कळवला आणि त्या मदतनीसाला लिहिलं, की पावती पाठव; मी लगेच पैसे पाठवीन. मला पॅराप्लेजिक संस्थेच्या संचालकांचं मानभावी पत्र आलं, 'संस्था रजिस्टर करत आहोत, तुम्ही सेक्रेटरी व्हा.' मी सरळ त्यांना नकार कळवला. मग श्री. विजय मर्चंटनी 'ऑल इंडिया पॅराप्लेजिक स्पोर्टस्' अशी संस्था रजिस्टर केली. त्याच्या मॅनेजमेंटमध्ये मलाही घेतलं आणि त्यांच्या माध्यमातून मग टीमस् जाऊ लागल्या.

मुंबईहून कोल्हापूरला परतताना पुणे स्टेशनवर अजीजनं मला एक आश्चर्य दाखवलं. 'हिरो' चक्क दोन पायांवर उभा. हातात फक्त देखाव्याला घेतल्यासारखी काठी घेऊन मजेत चालला होता. जवळ येताच मी विचारलं, ''हे काय? तू पॅराप्लेजिक आहेस ना?'' तर त्याचं उत्तर, ''इच्छाशक्तीच्या जोरावर चालू शकतो.'' म्हटलं, ''बाबा, याबाबतीत माझा गुरू हो. मीही माझी इच्छाशक्ती वाढवेन.'' तर, ''सर्वांना ते जमत नसतं..'' असं बोलून एरवी अघळपघळ गप्पा मारणारा तो घाईघाईनं निघून गेला आणि मी आश्चर्य करत राहिले, ते त्यानं परदेशात मिळवलेलं गोल्डमेडल आठवून! चक्क जगाला फसवून हा गोल्डमेडल आणतो आणि आपण त्याचा उदोउदो करतो!

इंग्लंडहून परतले आणि मला संस्थेच्या व डोक्यात घोळत असलेल्या अपंग

पुनर्वसनाच्या कल्पना स्वस्थ बसू देईनात. मग मी मनातील स्वप्नांना सत्य माहितीच्या आधारावर कथेचं रूप दिलं. नाव दिलं, 'कहो ना आस निरास भई' कथा स्पर्धेसंबंधी 'स्वराज्या'त माहिती आली होती. त्यासाठी ती कथा मी पाठवली आणि ती चक्क छापून आली. या 'स्वराज्य' साप्ताहिकाशी माझं काही नातं असावं. कारण त्यात वाचलेल्या एका कवितेनं मला हत्तीचं बळ दिलं होतं. अपंग साहाय्यक संस्थेचं ट्रेनिंग सेंटर चालवतानाही तीच कविता आम्ही प्रार्थना म्हणून म्हणत होतो आणि आज 'हेल्पर्स'मध्येही सकाळ-संध्याकाळ तीच प्रार्थना सर्वांना रोज नवं बळ देते. ती प्रार्थना अशी आहे,

सुखदु:खाचे घास दे
परी पचवायची शक्ती दे
पराभवाचे घाव झेलता
हसवायाची युक्ती दे
अश्रूंच्या मग बिंदू बिंदूतून
इंद्रधनु आम्ही नटवू
सुखदु:खाचे घेऊन धागे
जीवनपट आमचा पटवू
एकच दे मज देई श्रद्धा
अढळ ध्रुवापरी परमेशा
विघ्नांचा जरी अग्नी चेतला,
फुलेल पुनरपी मनि आशा.

याच सुमारास हेलन केलरचं चरित्र आणि 'गिव्ह अस द टूल्स' हे हेन्री व्हिस्कार्डीचं पुस्तक (आज 'हात ना पसरू कधी' या नावानं मराठीत बाजारात उपलब्ध आहे.) वाचलं. हेलन केलर अंध, मूक-बधिर. तरी तिनं घेतलेलं उच्च शिक्षण, इतर बांधवांसाठी केलेलं अलौकिक कार्य थक्क करणारं होतं.

हेन्री व्हिस्कार्डी यांनी दोन्ही पाय नसताना अमेरिकेत अपंगांचा कारखाना सुरू केला. झोपून काम करणारे कामगार कामावर. प्रत्येक कामगाराचं वर्णन, अपंगत्व, गुणवत्तेसहित येणाऱ्या प्रचंड अडचणी, त्यातून काढलेला मार्ग, हे सारं या पुस्तकात होतं. बाबूकाकांनंतर हे दोन गुरू मला लाभले. आजही कधी निराशा वाटली, तर या दोघांची पुस्तकं मी परत परत वाचते. पुढे हेन्री व्हिस्कार्डीला एका कॉन्फरन्सच्या वेळी पत्नीसहित भेटायचा योग आला. त्यांच्याशी बोलता आलं याचा केवढा आनंद झाला होता! पुस्तकातील मुख्य व्यक्तीशी प्रत्यक्ष बातचीत! यावेळी दोन गोष्टींची खंत वाटली होती. एक, मी इंग्लिश मीडियममध्ये न

शिकल्याची. कारण हेन्री व्हिस्कार्डींशी बोलताना भाषेच्या मर्यादा पडल्यामुळे मला मनमोकळं बोलता आलं नाही. दुसरी खंत होती, ती माझ्याकडे कॅमेरा नसल्याने त्यांच्यासोबत माझा फोटो काढता आला नाही. आपल्याकडे जेवढं आहे त्यात समाधान मानायचं, दुसऱ्यांकडे मागायचं नाही, या घरी शिकवलेल्या स्वाभिमानानं दुसऱ्यांना 'माझा फोटो काढ,' म्हणू दिलं नाही. आज अजीजनं दिलेला कॅमेरा माझ्याकडे आहे. मी आमच्या मुलांचे हवे तेव्हा फोटो आता काढू शकते.

एकदा रेहाना बाळंतपणाला कोल्हापूरला आली होती. दवाखान्यात तिच्याबरोबर राहिलेल्या आईला थोडा आराम मिळावा, म्हणून मी दवाखान्यात गेले आणि तिथे थांबून आईला घरी पाठवलं. दुसऱ्या दिवशी स्पोर्टस् मीटिंगसाठी मला मुंबईला जायचं होतं. आई घरी गेली आणि रेहानाचं पिण्याचं गरम पाणी संपलं म्हणून मी, ती नको म्हणत असतानाही आतल्या खोलीत (बेडरूम आणि किचन अशी स्पेशल रूम घेतली होती.) जाऊन पाणी तापत ठेवलं. स्टोव्ह पेटवून पाणी ठेवतानाच, कट्टा जरा वर आहे, हे लक्षात आलं. पाणी उकळल्यावर पातेलं उतरताना नेहमीचा चिमटा नव्हता. कपडा धरून उतरवताना कसं कोण जाणे, बहुधा सिटिंग बॅलन्स नसल्यानं आणि कट्ट्याची उंची जास्त असल्यानं, ते उकळलेलं पाणी अंगावर सांडलं. नेमके त्यावेळी बाहेरच्या खोलीत डॉक्टर राऊंडला आले. ते जाईपर्यंत मी त्या उकळत्या पाण्यात गुपचूप बसून राहिले. डॉक्टर गेल्यावर रेहानाच्या पलंगाजवळ आले आणि व्हीलचेअरवरून कपडे बदलू लागले. (एरवी मला पलंगावर झोपूनच स्वत:चे कपडे घालता काढता येतात.) जिथे हाताचा स्पर्श होत होता, तिथली कातडी सोलून निघत होती. रेहाना तर रडायलाच लागली. 'नशिबानं चेहऱ्यावर भाजलं नाही, याबद्दल देवाचे आभार मानू या' म्हणून मी तिची समजूत घातली. मला पोटाच्या वर थोडं भगभगत होतं. बाकी काही त्रास नव्हता. स्पर्शज्ञान नसल्याचा हा एक फायदा होतो. काही न सुचून भाजलेल्या अंगावर मी पावडरचा डबा रिकामा केला. पण ती खूप मोठी चूक ठरली. मला लाभलेले डॉक्टर, डॉ. गजानन जाधव मला माझ्या मनाप्रमाणे परवानगी देत असल्याने, इंजेक्शन घेऊन ड्रेसिंग करून ठरल्या वेळी सर्वांना काळजीत टाकून मी मुंबईला गेले. कोल्हापूरच्या अपंगांसाठी त्या मीटिंगमध्येच क्रीडा स्पर्धेची दारं उघडायची होती.

स्टेशनवर ट्रेनमध्ये बसवायला अजीज आला. मुंबईला सोबत त्याचा मित्र जॉन येणार होता. मुंबईत रेहाना नसल्याने मी अंबरनाथला मावशीकडे उतरणार होते आणि काकासोबत मीटिंगला जाणार होते. ट्रेन सुटायच्या वेळी टी. सी. गाडीत चढला. ट्रेन सुरू झाली. अजीज म्हणत होता, "तब्येतीची काळजी घे, जखमा सांभाळ, पत्र पाठव." क्षणभर वाटलं, सर्वांना काळजीत टाकून उगाच मुंबईला चाललो आहोत. मी परत येईपर्यंत आईला जेवण, झोप काही सुचणार नव्हतं. पण

कोल्हापूरमधील इतर अपंगांसाठी क्रीडास्पर्धेत प्रवेश मिळवायचा होता.

टी. सी. जॉनला सांगत होता, हा डबा अंबरनाथला थांबत नाही. मिरजेला डबा बदला. मिरजेला गाडी फक्त अर्धा तास थांबते. मला व्हीलचेअर आणि सामानासहित दुसऱ्या डब्यात बदलायचं, तेही एकट्या जॉननं. काळजीनं घेरलं मनाला. मिरजेला दुसऱ्या डब्यात बसल्याखेरीज (बसल्याऐवजी झोपल्याखेरीज म्हणणं योग्य होतं; कारण मी सर्व प्रवास झोपून करते. तेव्हा शरीरात ताकद होती. थ्री टियरनं प्रवास करत होते.) मनाची बेचैनी कमी होणार नव्हती.

मिरज येताच जॉननं आधी सामान, नंतर व्हीलचेअर व नंतर मला उचलून प्लॅटफॉर्मवर व्हीलचेअरवर ठेवलं. दुसऱ्या डब्यात चढवलं, तर मिरजेच्या टी. सी. नं 'या डब्यात बसता येणार नाही, पहिल्या डब्यातून उतरलातच का,' म्हणून आम्हाला खाली उतरवलं. कोल्हापूरचा टी. सी. निघून गेलेला होता. जॉननं कसंबसं मला परत त्या गर्दीतून पहिल्या डब्यात बसवलं व गाडी हलली. सुदैवानं मी पडले नाही. जॉनला होणारा त्रास पाहून माझ्या हट्टाबद्दल मला खंत वाटत होती. बसवलेल्या जागेवरून परत उचलायची पाळी आली नाही. ज्याचा तो बर्थ होता त्या सद्गृहस्थानं स्वतःच माझ्या बर्थवर जायची तयारी दर्शवली. नेहमीप्रमाणे टी. सी. व्हीलचेअरचं लगेज विचारू लागला. बाबूकाकांनी दिलेल्या रेल्वे बोर्डाच्या सर्क्युलरची व टी. सी. अपंग प्रवाशांना त्यांच्या अज्ञानाचा फायदा घेऊन कसा त्रास देतात, यासंबंधी बाबूकाकांनी रेल्वे बोर्डाला लिहिलेल्या पत्राची कॉपी टी. सी. ला दाखवल्यावर तो गप्प बसला.

आमचा डबा अंबरनाथला थांबेल की नाही, ही शंका होती. रात्रीचं जेवण नकोसं झालं होतं. पण आईनं दिलेला डबा आणि मुख्य म्हणजे जॉनसाठी जेवणं आवश्यक होतं. पण जॉनसुद्धा नीट जेवला नाही. खूप थंडी असूनही अंबरनाथ आलेलं कळावं, म्हणून खिडकी उघडी ठेवली. अंगात गरम कोट घातला. डोक्याभोवती पदर लपेटून घेतला. अंबरनाथ जवळ येताच जॉननं सर्व सामान दाराजवळ नेलं. पण हाय रे माझं दैव! ट्रेन धाड् धाड् करत पुढेच चालली. आता मात्र मी पुरती हादरले. ट्रेनच्या आवाजापेक्षा जोरात माझं हृदय धडधडत आहे असं वाटलं. आमचं तिकीट अंबरनाथपर्यंतच होतं आणि मुंबईत रेहानाच्या घरी रेहाना नव्हती. माझं कसं होणार? माझ्यापेक्षा खूप लहान असलेली माझी मावसबहीण आसिफा ही मला नेहमी म्हणे, 'तुला मदतनीस म्हणून गरज असेल तर मला बोलाव.' ती बॉम्बे सेंट्रलला तिच्या मोठ्या बहिणीकडे सहज आलेली होती, हे आठवलं आणि तिला बोलावून घ्यायचं ठरवलं.

दादरला उतरलो. दंड भरून स्टेशनबाहेर पडलो. लोकल टेलिफोन बूथवरून भाईसाबना फोन लावला. पण लागला नाही. शेवटी देवाचं नाव घेऊन टॅक्सीत

बसलो आणि खारला निघालो. रेहानाचं घर मला कसं सापडलं, हे आश्चर्यच होतं. कारण कोल्हापूरच्या शुक्रवार पेठेतलं रजनीचं घर मला अजून सापडत नाही. टॅक्सीवाला भलतेच पैसे मागू लागला. जॉनला वरून भाईसाबना बोलवायला सांगितलं. भाईसाबांचा मी अंबरनाथला न जाता इथे आले, यावर विश्वास बसत नव्हता. त्यांना बघताच टॅक्सीवाल्यानं पैसे कमी केले. भाईसाबनीच बिल दिलं आणि स्वत: मला दोन्ही हातांवर उचलून चार मजले चढले.

भाईसाब मला सोफ्यावर बसवून चेष्टेत म्हणाले, "काय झालं? बहीण इथे नव्हती म्हणून येणार नव्हतीस ना? कशी अद्दल घडली...!" मी चेष्टेच्या मूडमध्ये नव्हते. म्हटलं, "जॉनला विचारा आणि आधी मला पलंगावर झोपवा. मी खूप थकलेय." माझं अंग अंग दुखत होतं. बहुधा तापही होता. माझं काहीतरी बिनसलंय, हे ओळखून त्यांनी मला पलंगावर झोपवलं आणि आपले मावसभाऊ बादशहा भाईजानच्या पत्नी, भाभीकडून लागेल ती मदत घे, संकोच करू नकोस, असं सांगून बाहेर गेले. मी फक्त तोंड धुवायला पाणी व बेसिन घेतलं आणि भाभीनाही बाहेर पाठवलं. मला कपडे बदलायची घाई झाली होती. कारण भाजलेल्या ठिकाणी पाणी पाझरून कपडे चिकटल्याचं मला जाणवत होतं. प्रवासात एकदा झोपल्यावर काही हालचाल होणार नाही असं वाटलं होतं. पण त्यामानानं खूप हालचाल झाली होती. साडी सोडून गाऊन घातला. जखमा पाहिल्यावर डोळ्यांपुढे अंधारीच आली. घशात हुंदका दाटला. आतापर्यंत आणलेलं अवसान संपलं. काही ठिकाणी नवीन फोड उठले होते, तर काही ठिकाणी कातडी सोलून निघाली होती. पर्समधून ट्यूब काढून थरथरत्या हातानं आरशात बघून औषध लावलं व अश्रूंना वाट मोकळी करून दिली. देवाला म्हटलं, "कसली कसली परीक्षा घेतोस बाबा! आता संपव ही संकटं!" मनातली ही खळबळ कोणाला सांगताही येत नव्हती.

"आत येऊ का?" असा भाभींचा आवाज ऐकला व डोळे कोरडे केले. त्यांनी दिलेल्या पाण्यानं हात तोंड धुतलं. नाश्त्याचा आग्रह केल्यानं कसेबसे दोन घास खाल्ले व आसिफाला बोलावून घेण्याची विनंती भाईसाबना केली. कारण फक्त हाताच्या जोरावर शरीराची सर्व हालचाल असल्यानं बसण्याच्या जागेवरील जखमांची काळजी घेणं मला जमण्यासारखं नव्हतं. आसिफा माझ्याहून खूप लहान होती. पण तिच्याकडून आता सेवा करून घेण्यावाचून गत्यंतर नव्हतं.

अंबरनाथचे काका मी तिथे न पोहोचल्यानं खूप अस्वस्थ होते. कोल्हापूरला फोन करण्याआधी त्यांनी भाईसाबना, मी आले नाही हे कळवण्यासाठी फोन केला आणि मी तिथे आहे हे कळताच त्यांना हायसं वाटलं. दुपारी चार वाजता भाईसाब आसिफाला घेऊन येईपर्यंत मी अस्वस्थ होते. भाईसाबनी ऑफिसला जाताना फोन माझ्या हाताशी ठेवला. तर बादशहा भाईजाननी टेप माझ्या उशाशी ठेवला. भाभीनं

दुपारी गरम जेवण आग्रहानं जेवायला लावलं. सर्वांचं प्रेम मला नेहमीच असं भरभरून मिळतं आणि मग संकटांशी सामना करायला बळ येतं.

आसिफाला एकटीला खोलीत घेऊन मी सांगितलं, "तुझ्याकडून मला एक प्रॉमिस हवं आहे. तू होय म्हण!" तिनं 'हो' म्हटल्यावर दार बंद करायला लावून मी तिला जवळ बोलावलं, "हे बघ, मला भाजलं आहे. पण उद्याच्या मीटिंगहून परत येईपर्यंत कोणाला हे सांगायचं नाही. नाहीतर ज्या मीटिंगसाठी मी एवढ्या लांबून आले, त्या मीटिंगला मला जाऊ देणार नाहीत." जखमा पाहिल्यावर ती का कू करत मग तयार झाली. म्हणाली, "आधी तुला नीट मलम लावते." नंतर स्पंज बाथ देऊन तिनं मलम लावलं. पण नवीन आलेले फोड फोडताना तिचे हात पुढे होईनात. शेवटी मीच सुई हातात घेतली व ते फोड फ़ोडले. तिनं पाणी टिपून घेतलं व मलम लावलं. वेणीफणी करून पावडर लावल्यावर जरा मला फ्रेश वाटू लागलं. मी पलंगावरच उशीला टेकून थोडा वेळ गप्प बसले. भाईसाब, भाभी, आसिफा सर्वजण गप्पा मारत बसलो. भाईसाब म्हणू लागले, "आसिफा आल्यावर हिला आनंद झाला. नाहीतर जणू आम्ही काही केलंच नसतं." भाभींनीही प्रेमळ तक्रार केली, "बघा ना! सकाळपासून कितीदा विचारलं, तुमचं काही करायला हवं असेल तर मला सांगा. काय करावं लागतं याची कल्पना नाही म्हणून विचारलं, तर तोंडाला कुलूप लावून बसल्या." सर्वांचं माझ्यावरील प्रेम पाहून उगाच डोळे भरून आल्यासारखं वाटलं. भाईसाबना ते कळलं की काय कोण जाणे! विषय बदलत त्यांनी एक साडी माझ्या हातात दिली आणि विचारलं, "आवडली का? मी बाप झालो त्याबद्दलची!" साडी सुंदर होती. मग रेहानासाठी आणलेल्या साड्याही दाखवल्या. दुसऱ्या दिवशी ते बाळाला बघायला कोल्हापूरला जाणार होते.

दुसऱ्या दिवशी ठरल्या वेळी मीटिंग झाली. कोल्हापूरच्या खेळाडूंना परवानगी मिळाली. 'ऑल इंडिया फेडरेशन ऑफ स्पोर्टस् अँड रीहॅबिलिटेशन फॉर पॅराप्लेजिक'ची एक्झिक्युटिव्ह कमिटी मेंबर म्हणून माझी निवड झाली. श्री. विजय मर्चंट अध्यक्ष, श्री. मसालावाला व बाबूकाका हे सेक्रेटरी म्हणून निवडले गेले. सर्व परत एकदा भेटले याचा आनंद होता. श्री. विजय मर्चंट पहिल्या वेळेप्रमाणेच प्रेमानं जवळ येऊन भेटले.

थकून घरी आले आणि रेडिओ लावला, तर 'गम की अंधेरी रात मे, दिल को ना बेकरार कर, सुबह जरूर आयेगी सुबह का इंतजार कर...' हे सार्थ गाणं लागलं होतं. भाईसाबना फोन करून सांगितलं, भाजलं आहे आणि डॉक्टरांना दाखवायचंय. मी हे आतापर्यंत का लपवलं, म्हणून मला दटावून ऑफिसमधून येताना ते डॉक्टरांना घेऊन आले. डॉक्टरनं इंजेक्शन, औषधं दिली.

स्पोर्टस् लवकरच होते. कोल्हापूरला ये-जा करू नको, असा डॉक्टरांनी दिलेला सल्ला मानला. पत्र पाठवून तिघा खेळाडूंना बोलावून घेतलं आणि मेडल्ससहित कोल्हापूरला परतले. जखमा पूर्ण वाळायला दोन महिने लागले. पण मी आठ दिवसांपेक्षा जास्त बिछान्यात झोपून राहिले नाही. कामासारखं सर्व रोगांवरील रामबाण औषध दुसरं कोणतंच नसेल.

बाबूकाकांच्या प्रेरणेनं अनेक अपंगांच्या ओळखी झाल्या. नानासाहेब गद्रे, बापूसाहेब वालावलकर, वसंतराव शिरगावकर, डॉ. गजानन जाधव, बाळासाहेब जनवाडकर, मोतीभाई दोशी या समाजातील प्रतिष्ठित व्यक्तींना एकत्रित करून 'अपंग पुनर्वसन संस्थे'ची घटना तयार केली गेली. संस्थेच्या पहिल्याच खजानीसानं बाबूकाकांनी स्वकष्टाच्या कमाईतून दिलेली देणगी बँकेत खातं उघडून न ठेवता स्वतःच्या वैयक्तिक खर्चासाठी खर्च केली व ते देवाघरी निघून गेले.

यात १९७४-७५ अशी दोन वर्षं गेली. संस्थेच्या घटनेचं वाचन केळवकरांच्या बंगल्यात आमच्याच घरी करण्यात आलं. मोठमोठे लोक घरी आले. आईनं आनंदानं चहापाण्याची व्यवस्था केली. सर्वांत शेवटी समिती सदस्यांची नावं निवडताना मी वयानं आणि अनुभवानं लहान म्हणून मला वगळण्यात आलं. रजनी करकरे, रानडे, पाटणकर, भोसले हे अपंग आणि वर उल्लेख केलेले मान्यवर आणि पहिल्यांदाच आलेले श्री. गोखले यांची समिती नेमण्यात आली. सचिव या नात्याने सर्व कागदपत्रं श्री. गोखले यांच्याकडं सुपूर्द करण्यात आली. आता संस्था रजिस्टर होऊन मग त्याचं प्रशिक्षण केंद्र सुरू होणार होतं. मी स्वतः त्या केंद्राची जबाबदारी घेणार होते. 'रोटरी' आम्हाला त्यांच्या ब्लड बँकेजवळील हॉलमधील जागा वापरायला देणार होती. श्री. नानासाहेब गद्रे यांना अध्यक्ष, बापूसाहेब वालावलकर यांना उपाध्यक्ष व श्री. वसंतराव शिरगावकर यांना खजानीस करण्यात आलं.

बैठक संपून सर्वजण घरी गेल्यावर मी बाबूकाकांना सर्व वृत्तांत लिहिला. लवकरच प्रशिक्षण केंद्र सुरू करण्याच्या दृष्टीनं मी शासनाच्या लघुउद्योग केंद्राच्या कार्यालयात जाऊन माहिती काढणार असल्याचं लिहिलं. संस्थेच्या कार्यासाठी वैयक्तिक पैसाही आवश्यक आहे, हे लक्षात येताच मी ट्यूशन्स, क्रोशाचे रुमाल, शिलाई करून थोडंबहुत कमवू लागले. नोकरीसाठीही प्रयत्न सुरू केले आहेत, ही बातमीही बाबूकाकांच्या पत्रात लिहिली. इंग्लंड दौऱ्याची कथा तर पूर्वीच कळवली होती. कॅथेटरमुळे घराबाहेर कोणाला तरी सोबत घेऊन जाऊ लागले. पूर्वीची व्हीलचेअर मोठी असल्यानं टॅक्सीशिवाय पर्याय नव्हता, पण आता नवीन व्हीलचेअर रिक्षात राहत होती. वेळप्रसंगी एकटीही जाऊ लागले. रिक्षात स्वतः उठूबसू

लागल्यानं पायातील स्पॅझम् कमी झाले. अधूनमधून बेडसोअर्स त्रास देतच होते. पायाच्या हालचालींसाठी आईकडून व्यायाम करून घेणं बंद केलं. याचवेळी बाबूकाकांना ब्लॅडर कॅन्सर झाल्याचं कळलं आणि काही सुचेनासं झालं.

बाबूकाकांना माझं पत्र मिळताच कधी नव्हे ते उलट टपाली उत्तर आलं. एरवी माझी दोनचार पत्रं गेल्यावर त्यांचं एक पत्र येई. तेही रात्री बारा-दोन वाजता वगैरे लिहिलेलं. पत्रावरील वेळ बघितली, की त्यांना पत्र लिहून त्रास देऊ नये, असंही मनात येई; पण राहवत नसे. बाबूकाकांना वाटलं, की चुकून समिती सदस्यांच्या यादीत माझं नाव लिहायचं राहिलं आहे. त्यांचं पत्र मिळताच रात्री आठ वाजता आमच्या घराजवळ असलेल्या हॉटेल वूडलँडमधून मी त्यांना फोन करावा, अशी त्यांनी सूचना दिल्यानं मी रात्री फोन केला. बाबूकाकांचा आवाज ऐकताना खूप बरं वाटत होतं. मी समितीत नाही, यावर त्यांचा विश्वास बसत नव्हता. मी त्यांना म्हटलं, "मी प्रशिक्षण केंद्र चालवणार आहे." रजनीनं आपल्याऐवजी मला घ्या, 'नसीमसारखं मला काम जमणार नाही. तिचीच सर्व धडपड आहे,' हे बैठकीत बोलल्याचंही मी बाबूकाकांना सांगितलं. पण सर्वांचं एकच मत, की मी लहान आहे. समितीत असले नसले तरी मला काही फरक पडणार नव्हता. सर्वांशी संपर्क साधून बाबूकाका पुढच्या वेळी कोल्हापूरला येतील, तेव्हा 'व्यवसाय पुनर्वसन केंद्र' सुरू असेल, तिथेच ते येतील, असं आश्वासन मी त्यांना दिलं. ते पुण्याला केमोथेरपीसाठी जात आहेत. तेव्हा बाळ जनवाडकरच्या गाडीतुन मिरज रेल्वे स्टेशनला रजनी आणि मी यावं, या बाबूकाकांच्या आग्रहाला नकार देणं शक्यच नव्हतं. त्या वेळचं बाबूकाकांचं अस्पष्टपणे उच्चारलेलं वाक्य अजून मला आठवतं आणि आश्चर्य वाटतं. "तू ब्राह्मण नाहीस, म्हणून तर हे असं झालं नाही ना?" मी स्पष्टपणे नकार दिला. कारण तसं असतं तर समितीनं प्रशिक्षण केंद्राची जबाबदारी माझ्यावर टाकलीच नसती.

मिरजेला कृश बाबूकाकांना भेटून आले. पुढच्या वर्षी समितीत नसीमाला घेतलंच पाहिजे, ही जवळजवळ आज्ञाच त्यांनी जनवाडकरकाकांना आणि रजनीला दिली. कोल्हापुरात अपंगांसाठी प्रशिक्षण केंद्र व कोल्हापूर येथे अपंग क्रीडा स्पर्धा या बाबूकाकांच्या दोन इच्छा आपण त्यांच्या हयातीत पुऱ्या करायच्याच, हा निश्चय करून मी कामाला जुंपले. मी मागावं आणि श्री. वसंतमामांनी ते पुरवावं, असं घडल्यावर प्रशिक्षण केंद्र सुरू व्हायला वेळ लागला नाही. खडू बनवणं, कार्ड बोर्डचे बॉक्स बनवणं, प्लॅस्टर ऑफ पॅरिसच्या मूर्ती बनवणं अशी कामं लघुउद्योग केंद्रातून मी स्वत: शिकून आले आणि अपंगांकडून करवून घेऊ लागले. पाच अपंगांना घेऊन काम सुरू केलं. प्लॅस्टर ऑफ पॅरिस साच्यात ओतण्याच्या कामासाठी, साच्याला तेल लावून तो उघडण्या-बसवण्यासाठी, वाळवणं, पॅकिंग

व कार्डबोर्ड बॉक्स बनवण्यासाठी प्रत्येकी एक अशी कामं अपंगत्वानुसार वाटून दिली आणि आमचं प्रशिक्षण केंद्र सुरू झालं.

मात्र प्रशिक्षण केंद्रात मी समोर असले तर जादा निर्मिती होई. पाठ वळताच विड्या ओढणं, तंबाखू खाणं सुरू होई. सर्वांच्या मानसिक वृत्तीत बदल घडवून आणण्याचा माझा प्रयत्न होता, पण त्याचबरोबर लक्षात येत होतं, की या मोठ्या वयात संस्कार घडवणं अवघड आहे. शस्त्रक्रिया करून अपंगत्वाची तीव्रता कमी करणंही अशक्य असतं आणि कामाची सवय लावणंही कठीणच! फक्त बंडोपंत मोरे आणि लक्ष्मीताई जाधव मनापासून काम करीत होते. मी न मागताच मला दीडशे रुपये मानधन मिळू लागलं.

१९७५ मध्ये आठ फेब्रुवारीला प्रशिक्षण केंद्राची सुरुवात झाली. दीडशेपैकी पन्नास रुपये मला घरी ने-आण करणाऱ्या मदतनीसाला मी देत असे. माझी इच्छा होती, की मला नेण्या-आणण्याचं काम एका अंध व्यक्तीला द्यावं. दोनदा आम्ही प्रयोगही केला. यशस्वीपणे गेलो-आलो. तो व्हीलचेअर ढकलायचा आणि मी दिशा, दगड, खड्डे कुठे आहेत हे सांगून हातानं व्हीलचेअरची दिशा बदलायचे. माझ्या या प्रयोगाला आईनं ठाम नकार दिला. थोड्याच दिवसांत मी किरण बंगल्याजवळील आमच्या घरापासून शाहू ब्लड बँकेपर्यंत म्हणजे आमच्या प्रशिक्षण केंद्रापर्यंत उतार असल्यानं एकटीच जाऊ लागले. परत येताना एका वेळेसाठी बाई ठेवली.

एकदा एका बाजूला अर्धांगवायू झालेली जाधवबाई आपल्या सहा वर्षांच्या राजू नावाच्या मुलासोबत सेंटरमध्ये येऊन, काम द्या, म्हणाली. ती चाळीस वर्षांची पहिली महिला ट्रेनी होती. मनापासून काम करत होती. रात्री झाडाखाली चूल पेटवून स्वयंपाक करायची. सुकुमार नावाची एक अनाथ, मतिमंद तरुणी थोड्या दिवसात तिच्यासोबत तिला मदत करून राहू लागली. पावसाळ्यात त्यांचा स्वयंपाक बंद झाला. आईला मी विनंती केली, आपलं घर मोठं आहे. फक्त पावसाळ्यापुरतं त्या तिघांना घरी ठेवू. सुकुमार तुला धुण्याभांड्यांसाठी मदत करेल. राजू शाळेला जाऊ लागला होता. जाधवमावशी ट्रेनिंग सेंटरमध्ये कामाला. प्रश्न फक्त रात्री झोपण्याचाच होता. आईनं माझी समजून घातली. ते शक्य नाही. आपण दोन वेळचा जेवणाचा डबा देऊ, असं ती म्हणाली. जुनी एक चादर, राजूला कपडे सर्व आईनं दिलं. जवळ जवळ तीन चार महिने आई जाधवमावशीसाठी तीन लोकांचं जेवण देत होती.

त्यानंतर दिवाळीच्या सुट्टीत बाबूकाका कोल्हापूरला आले. फक्त एकदाच बाबूकाका प्रशिक्षण केंद्रात आले. ते आजारीच होते. त्यांना केंद्र दाखवताना खूप आनंद होत होता. दर महिन्याला त्या पाचसहा प्रशिक्षणार्थींना विद्यावेतन घेताना, स्वकष्टाची कमाई घेताना होणारा आनंद पाहून मला खूप समाधान मिळत होतं, पण फक्त खडू, मूर्ती यावर पोट भरता येणार नव्हतं; त्यासाठी ऑफिस फाइल्स

बनवून सर्व ऑफिसना त्या पुरवण्याची कल्पना मी बाबूकाकांना सांगताच ती त्यांना खूप आवडली. त्याच्या मशीनरीची व कच्च्या मालाची माहिती मिळण्याची ठिकाणं, नावं आणि पत्त्यांसहित मी मिळवली होती. कोल्हापूर येथे आता लवकरच अपंग क्रीडा स्पर्धा भरवून त्यावेळी स्मरणिका काढायची आणि जाहिराती मिळवून क्रीडा स्पर्धेतून जो पैसा उरेल, त्याच्यातून ऑफिस फाइल्सचं एक युनिट सुरू करायचं... माझ्या मनातील प्रत्येक विचार मी बाबूकाकांना ऐकवत होते आणि बाबूकाकांचे डोळे मला शाबासकी देत असल्याचं पाहून माझा उत्साह द्विगुणित होत होता.

बाबूकाका कोल्हापूरला होते, तो पूर्ण महिना मी रोज माझा दुपारचा जेवणाचा डबा घेऊन त्यांच्या घरी जात होते. त्यांना रोज ताप येत होता. त्यांच्यासोबत जेवून परत प्रशिक्षण केंद्र आणि संध्याकाळी साडेपाच वाजता परत त्यांचं घर, असा माझा दिनक्रम होता. त्यांच्या आईनं किंवा त्यांनी सात-आठ वाजता 'आता घरी जा. तुझी आई वाट बघत असेल' असं म्हटल्यावर नाईलाजानं मी घरी जात होते. सोबतीला ते आग्रहानं त्यांचा मदतनीस देत. केमोथेरपी घेऊन आलेले असल्यानं त्यांच्या शरीराची आग आग होत होती. खोलीत पंखा नव्हता. न राहवून मी तेथे टेबल फॅनची व्यवस्था केली. डॉक्टरांनी रोज नॉनव्हेज सूप घ्यायला सांगितलं होतं. त्यांच्या घरी ते शक्यच नव्हतं. मी घरी ही अडचण सांगताच आमची आई स्वतःच म्हणाली, "आपण देत जाऊ. कोणत्या वेळी पाहिजे, तेव्हा त्यांच्या मदतनीसाला यायला सांग. कारण सकाळी तू जाताना दिलं, तर ते त्यांना गार प्यावं लागेल." खरं म्हणजे दिवसातून दोन वेळा त्यांना शक्तिवर्धक सूपची गरज होती. परत माझा हट्ट आईकडे, "आई, प्लीज! काही दिवस आपण बाबूकाकांना आपल्या घरी आणू." हतबुद्ध आईनं मला समाजाचे रीतीरिवाज सांगितले. माझ्या मनात आलं, मी अपंग होऊन रात्रंदिवस बिछान्याला खिळले होते, तेव्हा हा समाज माझे प्रश्न सोडवायला आला होता का? मग या समाजाला आमच्या बाबतीत नियम बनवण्याचे काय अधिकार आहेत?... मनात राग, चीड, असहायता दाटून आली. पण इलाज नव्हता! बाबूकाकांचा सहवास न जाणे आणखी किती दिवस आहे, या विचारानं माझ्या रोज त्यांच्या घरून परतण्याच्या वेळेत वाढ होऊ लागली. रात्री नऊपर्यंतही आले, तरी आईनं मला समजून घेतलं.

बाबूकाका बेंगलोरला परतले आणि सर्व कोल्हापूर मला सुनं सुनं वाटू लागलं. प्रशिक्षण केंद्र सुरू झाल्यावर मैत्रिणींमध्ये मन रमेनासं झालं. अपंग साहाय्यक संस्थेच्या समितीपुढे मी माझी योजना ठेवली. अपंग क्रीडा स्पर्धा, स्मरणिका आणि फाईल्स बनवण्याचं युनिट हे सर्व आठ फेब्रुवारी १९७६ या दिवशी, ट्रेनिंग सेंटरच्या पहिल्या वाढदिवसाला करायचं. बाबूकाकांनी बेंगलोर येथे आयोजित केलेल्या क्रीडा स्पर्धा अगदी जवळून बघितल्या होत्या. त्यामुळे योजना व्यवस्थित

आखता आली. पण आश्चर्य! संस्थेनं निर्णय कळवला, 'अपंगांच्या कसल्या क्रीडा स्पर्धा? कोण येणार? काय खेळणार? आणि त्यासाठी पैसा कुठे आहे?' मला बैठकीत आमंत्रित करून बोलायची संधीही दिली गेली नाही. मी मानधन घेणारी सुपरवायझर म्हणजे संस्थेची फक्त नोकर होते. बाबूकाका मी समितीत नाही म्हणून एवढे अस्वस्थ का झाले, याचं कारण त्या दिवशी मला कळलं. रजनी करकरे मात्र मला प्रत्येक कामात पूर्ण सहकार्य करत होती. तिनं आणि मी विचार विनिमय केला व ओळखीच्या सर्व अपंगांना एकत्र करून बैठक घेतली. त्यांच्यापुढे सर्व योजना ठेवली. फक्त त्यात बदल एवढाच केला, की क्रीडा संस्था स्थापन करायची आणि क्रीडा स्पर्धेनंतर पैसा शिल्लक राहिला, तर त्यातून फाईल्स तयार करण्याची मशीनरी घेऊन ती अपंग साहाय्यक संस्थेच्या प्रशिक्षण केंद्राला द्यायची. सर्वांनाच पूर्ण योजना आवडली आणि उत्साहाने सर्वजण कामाला लागले. कामाची विभागणी केली गेली. वेगानं कागदावरील योजना प्रत्यक्षात उतरू लागली.

स्मरणिकेची संपूर्ण जबाबदारी रजनीनं घेतली. भराभर जाहिराती, लेख मिळवले. जेवण, नाश्ता अनेकांनी देऊ केला. यानिमित्त देणग्याही खूप मिळाल्या. 'सर पिराजीराव घाटगे फिजिकल एज्युकेशन चॅरिटेबल ट्रस्ट'चे ट्रस्टी जनरल थोरात व विक्रमसिंह घाटगे यांनी मी प्रशिक्षण केंद्रात काम करत असताना तिथे येऊन पाच हजारांचा चेक आणून दिला. आमचा उत्साह द्विगुणित झाला. या भरीव पाठबळामुळे क्रीडा संस्थेची तातडीची बैठक घेऊन आंतरराष्ट्रीय पातळीवरील अपंग खेळाडूंनाही आमंत्रित करण्याचं ठरलं. प्रायव्हेट हायस्कूलनं राहण्यासाठी त्यांची शाळा दिली. तिथे अपंगांना हवी ती प्रत्येक सोय करून घेण्यात आली. प्रायव्हेट हायस्कूलच्या विद्यार्थ्यांनी स्वयंसेवकांचं काम इतकं उत्कृष्ट केलं, की आलेला प्रत्येक खेळाडू त्यांच्या सेवेमुळं प्रभावित होत होता. बाबूकाकांच्या वहिनी सौ. इंदुमती बा. दिवाण यांनी जेवणाची, वाढण्याची जबाबदारी त्यांच्या 'वनिता महिला मंडळा'मार्फत घेतली. पूर्ण कोल्हापूर शहर अपंग क्रीडा स्पर्धेनं भारलं गेलं. पुणे, मुंबई, गुजरात, कर्नाटक अनेक ठिकाणांहून खेळाडू आले. लष्कराचे जवानही होते. त्यांचे मेजर, कर्नलही आले. जिल्हाधिकारी आले. एक ना दोन, अपंग क्रीडा स्पर्धेच्या निमित्तानं समाजाला दोनशे अपंग खेळाडू एकत्रित बघायला मिळाले. त्यांच्या समस्या, त्यांच्यातील सुप्त गुण बघून प्रत्येकाला आपल्या सामाजिक बांधिलकीची जाणीव होत होती.

खासबाग मैदानावर ८, ९ फेब्रुवारी १९७६ ला झालेल्या स्पर्धेचे फोटो, बातम्या प्रत्येक वर्तमानपत्रात पहिल्या पानावर न सांगता झळकले. प्रत्येकाच्या

तोंडी होतं, अशा व्यवस्थित आयोजिलेल्या स्पर्धा बेंगलोरनंतर पहिल्याच. बाबूकाकांपर्यंत सर्व बातम्या पोहोचत होत्या. त्यांच्या हयातीत आपण कोल्हापूर जिल्ह्यातील अपंगांना एक वेगळंच अपंगांचं विश्व दाखवू शकलो, याचं समाधान होतं. प्रायव्हेट हायस्कूलमध्ये शेवटच्या दिवशी करमणुकीचा कार्यक्रम चालला होता आणि मी कित्येक रात्री झोपू न शकल्यानं, अगदीच असह्य होऊन पलंगावर आत अंधारातच आडवी झाले होते. मला आदल्या दिवशीची रात्र आठवली... रात्री जेवणं आटोपत आली होती. सर्व ड्रायव्हर्सही जेवले का, याची चौकशी केली. खेळाडूंना बस स्टँड, रेल्वे स्टेशनवरून राहण्याच्या ठिकाणी आणण्यासाठी व खेळाच्या मैदानावर ने-आण करण्यासाठी, तसंच कोल्हापूर दर्शनसाठी तीन गाड्या लोकांनी विश्वासानं ड्रायव्हर्ससहित आमच्या ताब्यात तीन दिवसांसाठी दिल्या होत्या. वाहन देखरेखीची जबाबदारी खास नेमलेल्या व्यक्तीकडे होती. चौकशीअंती एक मेटॅडोर आणि ड्रायव्हर बेपत्ता असल्याचं कळलं. 'इनचार्ज'ही जागेवर नव्हता. सतत माझ्याबरोबर राहून माझा मदतनीस म्हणून काम करणाऱ्या सुरेंद्र माळीला मी त्या रात्री बरोबर घेतलं; रिक्षा केली आणि चक्क मध्यरात्रीपर्यंत कोल्हापूरच्या गल्ली-बोळात मी त्या मेटॅडोरला व ड्रायव्हरला शोधत होते. स्वयंसेवक सायकल व स्कूटरवरूनही शोधत होते. शेवटी एके ठिकाणी दारू पिऊन तर्र झालेला ड्रायव्हर आणि सुरक्षित गाडी बघितली, तेव्हा मी देवाचे आभार मानले. रात्री दोनला गरम पाण्याच्या आणि इतर व्यवस्थेसाठी उठावं लागलं होतं... विचार करता करता डोळा कधी लागला कळलं नाही.

जाग आली तेव्हा जवळच असलेल्या खिडकीबाहेर क्रीडा समितीतील दोन पुरुष बोलत होते, '....वर्तमानपत्रात त्या दोघींचेच फोटो आणि कौतुक. आमच्या कष्टाची कोणालाच जाणीव नाही.' वास्तविक स्पर्धेत इतरांच्या आग्रहानं मी आणि रजनीनं भाग घेतला होता आणि आम्ही जिंकलो होतो, म्हणून आमचे फोटो आले होते. केवढे मूर्ख होते ते! मी तर सर्वांना किती अभिमानानं सांगत होते, की आम्ही सर्व अपंगांनी मिळून हे केलं आहे. मला अंगात तापही होता. कॅथेटरमुळे युरीन इन्फेक्शन सतत असे. मी खूपच अशक्त झाले होते. त्या दोघा सदस्यांना आत बोलावून बोलण्याचं त्राणही माझ्यात नव्हतं.

दुसऱ्या दिवशी सर्व संघांना कोल्हापूर दर्शन घडवलं. सर्वजण परत गेले. नंतर गाद्या, खुर्च्या, भांडी, कमोड वगैरे सर्व परत करण्यात चारपाच दिवस गेले. माझी तब्येत बघून पुणे येथील आर्मी टेक्निकल स्कूलचे व्यवस्थापक कर्नल रॉड्रीक्स म्हणाले, ''मी स्पेशल केस, सोशल वर्कर म्हणून तुला आर्मी हॉस्पिटलमध्ये प्रवेश मिळवून देतो. तिथे ये. कॅथेटर सतत वापरणं योग्य नाही. इन्फेक्शननं माणूस दगावतोही आणि तुला तर खूप काम करायचं आहे.'' युरीन म्हणजे रक्तासारखीच

होत होती. किडनीचे एक्स-रे काढून घ्यायला हवे होते. घरच्यांवर खर्चाचा भार येऊ नये, म्हणून मी त्वरित होकार दिला आणि फेब्रुवारीअखेर पुण्यात दाखल झाले.

मत्सरानं पेटलेल्या क्रीडा समितीला समजावण्याची संधी मला या आजारपणामुळे मिळाली नाही. जेवणाचं कंत्राट ज्यांना दिलं होतं, त्यांचे पूर्ण पैसे समिती द्यायला तयार नव्हती. का, तर ऑर्डरपेक्षा जास्त बिल आहे. अचानक खेड्यापाड्यातून काही खेळाडू आल्यानं त्यांना प्रवेश दिला होता. त्यामुळे खर्च वाढणारच होता. मी त्या बैठकीला नव्हते. तापानं घरी झोपून होते. त्या बैठकीत मारामारीपर्यंत प्रकरण गेल्याचं कळलं. दुसऱ्या दिवशी खजानिसाकडून जितकी ऑर्डर समितीच्या मान्यतेनुसार दिली होती, तेवढा चेक हातात घेतला. बाकीचे पैसे आई-मामांकडून घेतले आणि ते जेवणाच्या कंत्राटदाराला देऊन आले. माझे पैसे तो घेत नव्हता. त्या चांडाळ चौकडीकडून वसूल करायचं ते मी करतो, म्हणाला. त्याला मी समजावलं, की बाबा त्या क्रीडा स्पर्धेची मी अध्यक्ष आहे. हे माझं अपंगांच्या भवितव्यासाठी कर्तव्य आहे. रजनीला हे कळताच मी दिलेल्या पैशापैकी निम्मे पैसे घेऊन ती आली आणि आग्रहानं तिनं मला ते घ्यायला लावले.

या क्रीडा स्पर्धेत नावलीच्या (पन्हाळा) दोन्ही हात व पाय नसलेल्या भगवान पाटीलने भाग घेतला होता. शिक्षण काहीच नव्हतं. तो एखाद्या माशासारखा पोहला आणि साधी दोन चाकी सायकल चालवली. त्याचे दोन्ही हात कोपराच्याही वरपासून नव्हते. दोन्ही पाय गुडघ्यापासून नव्हते. पुढे तो पॅरा ऑलिम्पिकसाठी परदेशातही जाऊन आला. दारू विकण्याचा धंदा तो त्याच्या गावी करत होता. इतरांचं कुटुंब उद्ध्वस्त करणारा धंदा का करतोस, म्हणून विचारल्यावर त्याचं उत्तर, ''मग पोट कसं भरू? दुसरा कोणताही धंदा त्या खेड्यात चालण्यासारखा नाही.'' परदेशात जाऊन आल्यावर त्याला जिल्हा परिषदेमध्ये शिपायाची नोकरी लागली आणि पाठोपाठ लग्नासाठी मुलगीही मिळाली. लग्न करून आता तो प्रतिष्ठेनं जगत आहे.

पुण्याला मी आणि अजीज पोहोचलो, तेव्हा पॅराप्लेजिक केंद्रामधील काही खेळाडू मला घ्यायला स्टेशनवर आलेले बघून आश्चर्य वाटलं. आनंदही झाला. इस्पितळात त्वरित दाखल करून घेतलं. अंगात ताप होताच. जे तिथे नोकरीवर होते, त्यांचं नाव माझे पालक म्हणून घातलं. त्यांच्याकडे मेसचे पैसे देऊन अजीज परत गेला. घर सोडून असं एकटं राहण्याचा आयुष्यातील पहिलाच प्रसंग. दुपारी परदेशातून विशेष ज्ञान संपादन करून आलेले पॅराप्लेजिक स्पेशालिस्ट, कर्नल डॉक्टर सिंग राऊंडला आले आणि माझी युरीन अजून तपासायला पाठवली नाही, म्हणून सर्व सहकारी कर्मचाऱ्यांना खूप रागावले. रुग्ण इतक्या लांब घरदार सोडून फक्त पलंगावर झोपण्यासाठी येतो का?... मग एकच धावपळ! सर्व तपासण्या

फटाफट झाल्या. पूर्ण वॉर्डचा राऊंड घेऊन स्वच्छता, शिस्त पाहून ते रुग्णांशी प्रेमळ बातचीत करत. कडक शिस्तीचे हे डॉक्टर मला खूप आवडले.

कोल्हापूरमध्ये आम्ही आयोजित केलेल्या क्रीडा स्पर्धेवर अनेक खेळाडू व संचालक खूश असल्यानं प्रत्येक जण माझ्याकडे येई. गप्पा, खाणं-पिणं होई. ताप कमी होताच मी हिंडू-फिरू लागले. रोज पहाटे व्हीलचेअर लांबपर्यंत चालवण्याची प्रॅक्टिस, टेबल टेनिस खेळणं, लायब्ररीतून पुस्तक आणून वाचणं, हा कार्यक्रम चालू झाला. कोणी आपला रेडिओ आणून दिला. सर्व पॅराप्लेजिक स्त्रियांशी ओळख करून घेतली. एक वेगळंच जग मला तिथे पाहायला मिळालं.

एकीचा पती स्वत:च लपून अवेळी भेटून गेला आणि ती गरोदर राहिल्यावर, लष्कराच्या नियमानुसार शिक्षा होईल म्हणून घाबरून, ते मूल आपलं नाहीच म्हणून अॅबॉर्शन करायला लावलं. ती पॅराप्लेजिक पत्नी भ्रमिष्ट झाली. आपण आपल्या पतीबरोबरच गेलो होतो, असं ठामपणे म्हणू लागली. दोन वर्षांत तीन वेळा तिचा गर्भपात केला. मग शॉक ट्रिटमेन्ट. बघवत नव्हतं तिच्याकडे.

दुसरी एक जरा प्रौढ पॅराप्लेजिक स्त्री होती. अम्मा म्हणत तिला. तिचा पती ती पॅराप्लेजिक झाल्यानं तरुण कोवळ्या मुलीशी लग्न करून तिला सवत आणत आहे, असा खोटाच आळ घेऊन ती भ्रमिष्टासारखी वागत होती. मी हिंडू-फिरू लागताच ती तरुणी मीच आहे, मीच तिच्या पतीला पळवलं आहे म्हणून तो तिची काळजी घेत नाही, असं म्हणून ती मला शिव्या देऊ लागली. ती माझ्या शेजारच्याच कॉटवर होती. मी तयार होऊन निघाले, की म्हणे, "बघा! नटून थटून माझ्या पतीला मोहवायला निघाली.... भलं होणार नाही तिचं. सुखी होणार नाही. माझ्या मुलाला ती मारून टाकेल..." मी तिच्याशी बोलून मी कुठे, कुणाबरोबर जात आहे ते सांगे. तिलाही बरोबर चल म्हणे. पण ती कॉट सोडून उठत नसे. फक्त व्यायामापुरतं बाहेर फिजिओथेरपी सेंटरला जाई. शेवटी मला त्रास होतो असं समजून, 'मी त्यांच्या मनातील शंका काढीन,' असं मी सांगत असतानाही त्यांनी तिला माझ्याजवळून हालवून लांब कोपऱ्यात टाकलं. तिथून पण ती माझ्या नावानं ओरडत राही.

अम्माचे नेहमी पाय दुखत व ती आयाकडून पायांना तेलाचं मालिश करून घेत असे. पुण्याच्या लष्करी इस्पितळात असताना एकदा सर्व स्टाफ कुठे गेला होता कोण जाणे! त्या दिवशी ती पाय दुखतात म्हणून बराच वेळ ओरडत होती. पण कोणीच आलं नाही. तिचं ते केविलवाणं ओरडणं मला ऐकवेना. म्हणून मी तिच्या पलंगाजवळ गेले. माझ्या अंगावर माझा आवडीचा पांढरा ड्रेस होता. अम्मानं चष्मा काढून ठेवलेला होता. मी जवळ जाताच तिनं तेलाची बाटली पुढे केली. मी गुपचूप तिच्या पायाला मालिश करू लागले. तिचं कण्हणं थांबलं. थोड्या वेळानं

तिला काय फरक जाणवला कोण जाणे! ती कुशीवर वळली आणि चष्मा लावून मला निरखून पाहू लागली. मग वाकून तिनं माझा हात हातात घेतला आणि काही न बोलता ती हमसून हमसून रडू लागली. थोड्या वेळानं रडणं कमी झाल्यावर म्हणाली, "मी तुला इतक्या शिव्या देते आणि तू माझी सेवा केलीस...! माझा पती वाईट आहे. माझ्याच नात्यातल्या एका कोवळ्या मुलीला त्यानं घरी आणलं आहे. माझा सात वर्षाचा मुलगा आहे. त्याला ती छळत असणार...!" तिचं रडणं बघून माझ्याही डोळ्यांत नकळत पाणी आलं होतं. मी तिला समजावलं, "पॅराप्लेजिक झाल्यानं आपण खूप निराश होतो आणि मनानं एकतर्फीच कृतीचा अर्थ लावत असतो... तुम्ही अगदी शांत राहा. डॉक्टरांना सांगा, की पती आणि मुलाला बोलवा; आणि मग मुलालाच ती घरी आणलेली तरुण मुलगी कशी वागते, हे विचारा. तुमचा पती फक्त एक दोनदाच आला होता. पण तुम्ही शिव्या देऊ लागल्यानं निघून गेला. त्याच्याबरोबर व्हीलचेअरमधून तुम्ही वाऱ्यावर बागेत जाऊन बसा. मी रात्री उशिरापर्यंत सिस्टरची परवागी घेऊन सर्व बायकांसोबत चांदण्यात बसते, तिथे या. काही मुलंमुली गाणीही ऐकवतात. बरं होईपर्यंत इथे एकमेकांशी आपण प्रेमानं, आनंदानं राहिल्यास इथून लवकर बाहेर पडता येईल."

मी स्वत: तिथे एकटी राहून कंटाळले होते. कोल्हापूरला परत जाते म्हणत होते. म्हणून परीक्षा संपताच आई पुण्याला आली होती. कर्नल रॉड्रीक्स यांनी आईसाठी खास एक क्वार्टर दिली होती. आई तिथे स्वयंपाक करायला लागली आणि मी, अम्मा आणि ज्यांना हॉस्पिटलचं जेवण जात नसे त्यांना चवदार जेवण मिळू लागलं. आठदहा दिवसांतच या प्रेमानं अम्मामध्ये खूपच बदल झाला. तिचा पती आला, तेव्हा ती व्यवस्थित त्याच्याशी बोलली. माझी, आईची ओळख करून दिली. त्यानं आणलेली फळं मला दिली. मुलाला आणायला सांगितलं. तो गृहस्थ या बदलानं चकितच झाला. त्यानंही त्वरित मुलाला आणलं. मुलाशी भेटल्या-बोलल्यावर तर ती इतकी झपाट्यानं शारीरिक दृष्ट्याही सुधारली, की वॉकरच्या सहाय्यानं चालूही लागली आणि लवकरच डिस्चार्ज घेऊन गेली. जाताना रडत तिनं माझी अनेकवार माफी मागितली.

एका पॅराप्लेजिक स्त्रीचा पती मात्र तिला तळहातावरील फोडाप्रमाणं जपत होता. पंजाबी होते ते. आपलं प्रशिक्षण संपवून ते निघून गेले.

मी मात्र साडेचार महिने पुणे हॉस्पिटलला राहिले. अनेक अनुभव घेतले. मी इंग्लंडला क्रीडा स्पर्धेसाठी जाऊन आले हे कळताच कर्नल सिंगनी मला पोहायला शिकवण्याची व्यवस्था केली. पण तिथे पुरुष होते आणि तोकडा स्वीमिंग

ड्रेस घालून पुरुषांसमवेत पोहणं, शिकणं दोनतीन दिवसांतच नको वाटलं. मग डॉ. सिंगनी लष्करातर्फे वार्षिक क्रीडा स्पर्धेच्या व्यवस्थापन समितीवर मला घेतलं. ते काम मात्र मी आनंदानं स्वीकारलं. शाबासकीही मिळवली. सध्या माझ्या स्वभावात असलेली कडक शिस्तीची बीजं बहुतेक माझ्यात पुण्याच्या वास्तव्यात रुजली गेली असावीत. सर्व काम मिनिट-तासाच्या काट्यानुसार करणं, शंभर टक्के परिपूर्ण काम करणं वगैरे सवयी तिथे लागल्या.

एकदा चंदीगडहून एक पॅराप्लेजिक आला. वेदनांनी तळमळत होता तो. युरीन इन्फेक्शन होतं. उपचार सुरू होण्यापूर्वीच त्यानं माझ्या डोळ्यादेखत प्राण सोडला. मला आठवलं - मी आले त्यादिवशी डॉ. सिंग आपल्या सहकाऱ्यांवर का रागावले होते. त्या दिवशीही ते असेच प्रत्येक सहकाऱ्याला फैलावर घेत होते. त्यावेळी जाणवलं, आपलं आयुष्य किती क्षणभंगुर आहे! त्या रात्री मला नीट झोप लागली नाही. पहाटे 'चहा पाजा' अशा हाका क्वार्डर प्लेजिक वॉर्डमधून येत होत्या. त्या पेशंटस्च्या हाताच्याही संवेदना गेलेल्या होत्या. त्यांना हात हलवताही येत नव्हते. डॉक्टर या जवानांना श्वास घेत का जगवत आहेत, असा प्रश्न पडत होता. त्यांच्या हाका वाढल्या तशी मी व्हीलचेअरवर बसून त्यांच्याजवळ गेले. त्यांना चहा पाजला. एका पॅराप्लेजिक स्त्रीनं त्यांना चहा पाजला याचा त्यांना खेद होत होता. मी त्यांची समजूत काढली. मी तुमच्या ठिकाणी असते, तर तुम्ही मला अशी मदत केली नसती का?

एकदा मेसमधून विचारणा झाली. माझे पैसे भरलेच नव्हते. अजीज, मामा भेटायला आले, तेव्हा त्यांना हे सांगताच त्यांनी परत स्वत: जाऊन पैसे भरले. माझ्या ब्लॅडरचा आकार सतत कॅथेटर वापरून लहान झाला होता. ब्लॅडर आकुंचन पावलं होतं. अनेक प्रयोग करून त्याचा आकार वाढवायचा प्रयत्न केला, पण त्यात यश आलं नाही. आई एक महिना राहून कोल्हापूरला परतली. जाताना पुण्यात राहत असलेल्या ओळखीच्या कुटुंबाकडे माझ्या जेवणाचा डबा पाठवायची सोय करून गेली. कारण मला दवाखान्याचं जेवण जातच नव्हतं. त्या दवाखान्यात असलेली एक आया 'सुशीला' अतिशय प्रेमानं मला आंघोळीच्या वेळी मदत करी. न्हायला घाली. मेरी नावाच्या आयाला सर्वजण नावं ठेवीत. पण तीही माझ्यावर खूप प्रेम करी. मला जेवण जात नाही म्हणून स्वत:च्या घरी केलेला पदार्थ आणून खायला लावत असे. जिथे जाते तिथे मला अशी प्रेमळ माणसं भेटतात.

माझ्यासारख्याच पॅराप्लेजिक असलेल्या केदार पाटीलच्या प्रेमानं मात्र मी पुरती चक्रावून गेले. तेही दु:खी म्हणून त्यांना खूप समजून घ्यायचा प्रयत्न केला. पण नंतर माझ्या संस्थेच्या कार्याला व इतरांबरोबरच्या वागण्याला नावं ठेवू लागल्यावर मात्र मी कठोर झाले. माझ्या सांगण्यावरून त्यांनी दारू सोडली होती. बेकार बसून

चकाट्या पिटण्याऐवजी सायकल स्टँड, स्कूटर स्टँड सुरू केला. नंतर तर ट्रकही घेतला. पण पैसा खर्च करण्यासाठी, आपल्या आणि इतरांच्या भल्यासाठी असतो, हे त्यांना कळलं नाही. त्या नसीमला पैशाची घमेंड आहे, पैसेवाल्यांशी ती मैत्री करते... वगैरे त्यांनी रजनीला ऐकवलं होतं. मी पूर्णपणे संबंध तोडल्यावर त्यांनी परत दारू सुरू केली. अकालीच हृदयविकाराच्या झटक्यानं ते गेले. ते कळलं तेव्हा मी आणि रजनी त्यांच्या अंत्यक्रियेला गेलो होतो. त्यांच्या मृत्यूला मी कारणीभूत आहे की त्यांची वागणूक, हे देवच जाणतो.

पुण्याच्या वास्तव्यानं मला आयुष्यात कसं वागावं याचे अनेक धडे शिकवले. मी तिथे असतानाच बाबूकाका वानवडी येथे परत केमोथेरपीसाठी आले. मी जमेल तेव्हा रविवारी पास घेऊन त्यांना भेटायला जात होते. त्यांना मी माझी प्रत्येक समस्या कसलाही आडपडदा न ठेवता सांगत असे. या बाबतीतही त्यांनी आपले काही अनुभव मला सांगितले. लिंग, जात, पात न बघता शुद्ध मैत्री कर; योग्य वाटलं तर लग्नही कर; पण कोणताही निर्णय भावनेच्या आहारी जाऊन घेऊ नकोस, हा सल्लाही त्यांनी दिला. मला लग्न करावंसं वाटणं अशक्य होतं. स्वत:चंच आयुष्य एक मोठं ओझं असताना, हे ओझं कोणावर लादण्याची माझी इच्छा नव्हती. या पुरुषांचा काय नेम? सुरुवातीला लग्न करतील आणि नंतर माझी असमर्थता बघून इतर स्त्रियांकडे वळतील.

बाबूकाकांचं केमोथेरपीनं जळलेलं शरीर बघून त्यांच्या आग आग होणाऱ्या पाठीवरून मी हात फिरवत राही. काही दिवसांनी हे बाबूकाका आपल्याला दिसणार नाहीत, या विचारानं डोळे भरून येत. माझी ही अवस्था बाबूकाकांच्या लक्षात येताच ते हसून म्हणाले, "अगं, हा 'इंटरनॅशनल पाहुणा' आला आहे. त्याला असं इथून 'गुडबाय' करता येणार नाही. पोहोचवायला शेवटपर्यंत जावं लागणार." कधी म्हणत, "रिझर्व्हेशन झालं आहे. तिकिटावर फक्त तारीख घालायची आहे..!" त्यांना वानवडीहून मुंबईला हलवलं. परदेशातील इंजेक्शनं त्यांना हवी होती. भाईजानला दुबईला भाईसाबनी कळवताच त्यानं विमानानं ती इंजेक्शनं त्वरित पाठवून दिली. रेहाना रोज बाबूकाकांसाठी नानावटीत सूप, जेवण नेऊ लागली. मी मात्र त्यावेळी खडकीतच होते. डॉ. सिंग सांगतील ते सर्व प्रयत्न मी करत होते.

पण एक दिवस डॉ. सिंगनी मला सांगितलं, "नसीमा, माफ कर. तुझ्या बाबतीत मी काही करू शकलो नाही. अपयशी ठरलो. कॅथेटरशिवाय तुला दुसरा पर्याय नाही. तू डिस्चार्ज घेऊन जाऊ शकतेस. युरीन कल्चर करून नियमित अ‍ॅन्टिबायोटिक घेत राहा. इथे उपचारासाठी यावंसं वाटलं, तर मला किंवा रॉड्रीक्स यांना कळव. आम्हाला तुझी सोय करण्यात आनंद वाटेल." युरीन प्रॉब्लेम सुटला नव्हता. पण तब्बेत गुटगुटीत झाली होती.

मी कोल्हापूरला परतले. सर्वजण माझी तब्येत बघून आनंदले. आल्या आल्या क्रीडा संस्थेविषयी कळलेली बातमी धक्कादायक होती. हिशेब मंजूर करण्यासाठी बैठक घेतली, तेव्हा जेवण ठेवलं होतं. रजनी गेली नव्हती. जेवणाबरोबर पिणंही होतं आणि शिल्लक रकमेतून मेटॅडोर विकत घेऊन सर्व समिती सदस्य उटीला जाण्याचं स्वप्न पाहत होते. मामांना सर्व कळताच त्यांनी अध्यक्षाचे अधिकार वापरण्याचा सल्ला मला दिला. खजानीस व माझ्या सहीशिवाय बँकेतील पैसा काढता येत नव्हता. रोकड हातात होती ती त्यांनी संपवली होती. खजानिसाच्या स्त्रीसंबंधीच्या एका प्रकरणाची तक्रार माझ्याकडे आलेली होती. त्याचा फायदा घेऊन त्यांच्याशी त्या बाबतीत आधी बोलले आणि मग शिल्लक रकमेचा, अपंग साहाय्यक संस्थेच्या नावाचा चेक त्यांच्यापुढे सहीला ठेवला. संस्था स्थापनेच्या वेळचा ठराव दाखवला. त्यांची सही घेऊन तो चेक अपंग साहाय्यक संस्थेचे खजानीस यांच्याकडे दिला आणि सुटकेचा श्वास सोडला.

पुण्याला जाण्यापूर्वी संस्थेतर्फे महानगरपालिकेकडे संस्थेच्या स्टॉलसाठी दुकानगाळ्याची मागणी केली होती. तो मंजूर झाला होता. तो मी परतण्यापूर्वीच समितीतील एका अपंगाला वापरायला दिला होता. भाडं संस्था भरत होती आणि लाभ दुसराच घेत होता. बँकेच्या कर्ज प्रकरणाचाही तोच प्रकार. लाभार्थी अपंगांचे अर्ज तसेच फाईलमध्ये आणि समितीतील अपंगांनी कर्ज घेऊन दुकान काढलं. कोणी धंद्याचा विस्तार केला. इतर सर्वजण गप्प! संस्था स्वत:च्या कल्याणासाठी, की इतर अपंगांच्या कल्याणासाठी? संस्था म्हणजे जणू पैसे कमवण्याचा एक प्रतिष्ठित धंदा! हे सर्व सहनशक्तीच्या पलीकडे होतं. पुण्यातील निवांत वेळेत अपंग पुनर्वसनाच्या अनेक योजना मी बनवल्या होत्या. अगदी लहान वयातच अपंग पुनर्वसनाची प्रक्रिया सुरू केल्यास खरं सर्वांगीण पुनर्वसन होईल, हा विश्वास होता. बालकांपासून त्याची सुरुवात. शस्त्रक्रिया, कृत्रिम साधनं, शिक्षण, कला-क्रीडा, व्यावसायिक प्रशिक्षण, पुनर्वसन आणि सर्वात शेवटी वैवाहिक पुनर्वसन असे टप्पे ठरवून अपंग गणनेसाठी एक प्रश्नावली बनवली होती.

माझ्या तीन मैत्रिणी शिवमाला, रत्नमाला आणि कांचनमाला. सख्ख्या बहिणी-बहिणी. शाळेत असल्यापासून एकत्र अभ्यास. त्यांच्या आई अगदी आमच्या आईसारख्या दिसायला, वागायला. त्यांनी क्रीडा स्पर्धा यशस्वी केल्याबद्दल मला काही पैसे 'हवं ते घे' म्हणून दिले होते. त्या पैशातून अपंग गणनेची मी स्वत: बनवलेली प्रश्नावली छापून घेतली. कारण त्याशिवाय योजना आखणं आणि राबवणं सोयीचं झालं नसतं. सर्व कॉलेजांमध्ये जाऊन, प्रत्यक्ष भेटून राष्ट्रीय सेवा योजनेच्या विद्यार्थ्यांचे अपंग गणनेसाठी गट बनवले. पत्रकार परिषद घेतली. प्रचंड प्रतिसाद मिळाला. अपंग गणना सुरू करण्याची तारीखही ठरली. संस्थेकडे या

कामासाठी स्वयंसेवकांचा प्रवासखर्च फक्त मागितला होता. प्रश्नावली भरून माझ्या ताब्यात आल्यावर मी त्याचा अभ्यास करणार होते. पुढे त्या आधारे मी प्रबंध लिहावा, ही बाबूकाकांची कल्पना. मी तन-मन-धन ओतून वेळ अवेळ न बघता काम करत होते आणि अपंग साहाय्यक संस्थेनं निर्णय कळवला, 'भरलेले फॉर्मस् अमुकांकडे जातील, कारण ते जास्त शिकलेले आहेत; त्यांची योग्यता मोठी आहे.' मी म्हटलं, 'मग त्या योग्यता असलेल्यांनी प्रश्नावली तयार करावी. मी आणि मीना भूमकरनं बनवलेली प्रश्नावली मी देणार नाही.'

बाबूकाकांच्या शेवटच्या दिवसात त्यांना त्रास द्यायची इच्छा नव्हती. कारण बेंगलोरच्या त्यांच्या वर्कशॉपमध्ये युनियन बनून संप वगैरे अतिशय मनाला क्लेश देणारे प्रसंग त्यांच्यावर आधीच आले होते. पण मला त्यांच्याशिवाय या बाबतीत मार्ग दाखवणारं कोणीच नव्हतं. अध्यक्ष या नात्यानं लक्ष घालतील, या विचारानं सर्वांचा उघड दिसणारा स्वार्थ त्या वेळच्या अध्यक्षांना ऐकवला. पण त्यांनीही मनावर घेतलं नाही. सात डोकी एका बाजूला आणि मी एकटी एकीकडे. रजनी मात्र 'मला त्यातलं काही कळत नाही, पण मी नसीम म्हणेल तसं वागणार' म्हणत होती. शेवटी सविस्तर हकीकतीचं पत्र लिहिलं. बाबूकाकांना परत वानवडीला कमांड हॉस्पिटलमध्ये आणलं होतं. त्या पत्त्यावर ते रजिस्टर पोस्टानं पाठवलं. पुण्याला जायची इच्छा होती, पण शक्य नव्हतं. त्यांच्या उत्तराची चातकाप्रमाणे वाट पाहत होते. कारण राष्ट्रीय सेवायोजनेच्या विद्यार्थ्यांना अंतिम उत्तर देणं स्थगित ठेवलं होतं. एकदाचं बाबूकाकांचं पत्र आलं. उघडलं, वाचलं, पण विश्वास बसेना. बाबूकाकांनी चक्क माझा अपंग साहाय्यक संस्था समिती सदस्याचा व प्रशिक्षण केंद्राच्या पर्यवेक्षकपदाचा राजीनामा लिहून पाठवला होता. मी फक्त सही करून तो नेऊन द्यायचा होता. सर्व जीव ओतला होता मी त्या संस्थेत. मग काही गिधाडांना घाबरून मी संस्था सोडायची का? त्यांना हाकलणं आवश्यक होतं. पण बाबूकाका लिहित होते, 'त्या चोरांसोबत तू राहिलीस तर तुझं नाव खराब होईल आणि तुलाच जास्त त्रास होईल. माझी त्या लोकांची पारख चुकली. तू निराश न होता स्वतंत्र दुसरी संस्था काढ. एकदा अपयश आलं म्हणून परत येईलच असं नाही. कोळ्यासारखं आपण जाळं विणतच राहायचं.' मी कधी नाव व्हावं ही काळजी केली नाही, तर बदनामीला मी का घाबरावं, हे मला कळत नव्हतं.

जिल्हाधिकारी जोसेफ यांनी मला आपल्या कार्यालयात बोलावून संस्थेला देणगी मिळवून दिली होती आणि जागेच्या प्रस्तावाबाबत 'शेंडापार्कमधील दोन एकर जागा देतो, समितीचा ठराव आण,' असं सांगितलं होतं; आणि आता बाबूकाका सांगत होते, ते सर्व विसर. सोडून दे. बैठकीत शेंडापार्कच्या जागेचा प्रस्ताव मांडला, तर तिथे कुष्ठरोगी राहतात, ती जागा आपल्याला नको, असं

एकमतानं ठरवलं गेलं होतं. कुष्ठरोग तर त्यांच्या मनाला झालेला स्पष्ट दिसत होता. मनाची लाही लाही होत होती. का बाबूकाकांनी असं केलं? मी राजीनामा सही करून दिला की नाही, हे विचारण्यासाठी जनवाडकरकाकांकडे त्यांनी फोनही केला. जनवाडकरकाका आधीच संस्थेतून बाहेर पडले होते. हताश होऊन त्या राजीनाम्यावर सही करून दिली.

प्रशिक्षण केंद्राची वेळ होताच मी भयानक अस्वस्थ होत होते. अशातच बँक ऑफ इंडियाच्या परीक्षेचा कॉल आला. त्या परीक्षेच्या तयारीला लागले. परीक्षा उत्तम झाली. मुलाखतीचा कॉल आला. म्हणजे शंभर टक्के नोकरी पक्की, असं काहीजण म्हणू लागले. आशेनं गेले. त्यांनी सर्व वैयक्तिक प्रश्न विचारले. शेवटी, 'लेजर कसं उचलणार, ऑफिसला कसं येणार,' विचारलं. 'लेजर शिपाई उचलतील, मदतनीस नेमून त्याच्यासोबत ऑफिसला येणार,' हे माझं उत्तर. आनंदानं घरी आले. कारण सामान्य ज्ञान-जे माझं कच्चं होतं-त्यासंबंधी एकही प्रश्न विचारला नव्हता आणि जे विचारलं त्यात नापास होण्यासारखं काही नव्हतं. खूप वाट पाहिली आणि शेवटी कळलं की कॉल निघाले. जागा भरल्या गेल्या. मला संधी दिली गेली नाही. विजय मर्चंटना मी सविस्तर पत्र लिहिलं. त्यांनी चौकशी केली, तर त्यांना बँकेनं उत्तर दिलं, मी मुलाखतीत नापास झाले. त्यांना आलेल्या पत्राची कॉपी बघितली आणि मी चरफडले. विजय मर्चंटनी मी कपड्याचा व्यापार करायला तयार असेन, तर त्यांच्या मिलचं कापड ते मला होलसेल दराने पुरवतील, असं कळवलं होतं. पण आधी एकदम माल खरीदणं आवश्यक होतं. तेवढा पैसा माझ्याकडे नव्हता आणि विक्री-व्यवस्था मी कशी करणार, म्हणून त्या प्रस्तावाला मी नकार दिला. बाबूकाकांच्या सांगण्यावरून जनरल इन्शुरन्स कंपनीची एजंट झाले होते. त्यावर लक्ष केंद्रित केलं. पण ते फिरण्याचं काम होतं. मैत्रीण शकू रूपे मला मदत करत होती. पण शेवटी मर्यादा खूप पडत होत्या.

घरी मी आणि कौसरच होतो. आणि जनवाडकरकाकांचा फोन आला, बाबूकाका सीरिअस आहेत. माझी मैत्रीण रजनी करकरे बेळगावला कार्यक्रमाला गेली होती. फोनवर तिला निरोप दिला, 'परस्पर पुण्याला जाऊन बाबूकाकांना भेट. घरी कोणी नाही म्हणून प्रचंड इच्छा असून मला येता येत नाही. आई परत येताच मी येईन.' पण रजनी रात्री दहा वाजता कोल्हापूरला मला सोबत घेऊन जायला आली. माझ्या मैत्रिणीच्या आजीला कौसरजवळ ठेवायचं ठरलं. माझा कॅथेटर निघालेला होता. एस. टी.नं पुण्याला जायचं म्हणजे कॅथेटरशिवाय पर्याय नव्हता. आता रात्रीच्या वेळी कोण डॉक्टर भेटणार? कौसरला मदतीला घेतलं आणि आरशाच्या सहाय्यानं

स्वत:चा स्वत: कॅथेटर बसवून रात्री १२ वाजता आम्ही स्टँडवर गेलो. पण बस पहाटेच मिळाली. पुण्यात वानवडीला दवाखान्यात गेलो, तर मला ओकाऱ्या सुरू होऊन ताप चढू लागला. बाबूकाका अर्धवट शुद्धीत, अर्धवट बेशुद्धीत माझीच काळजी करत होते. अर्धवट शुद्धीत त्यांनी रजनीला 'केळीचे सुकले बाग' हे गाणं म्हणायला लावलं. त्यावेळी पुण्यात राहण्यासारखं ओळखीचं कोणीच नव्हतं. हॉटेल वगैरे परवडण्यासारखं नव्हतं. त्यामुळे हॉस्पिटलमधील भेटीची वेळ संपताच जड अंत:करणानं डोळे पुसत, मनाला आवर घालत, मूकपणानं बाहेर पडलो. कोल्हापूरला मध्यरात्री पोहोचलो. कोल्हापूर सोडल्यापासून काहीच खाल्लं नव्हतं. कौसरच्या मदतीनं स्वयंपाक करून रात्री सर्वजण जेवलो व झोपलो. थकवा आणि ताप इतका होता, की डोळा केव्हा लागला समजलंच नाही. सकाळी उठताच बातमी आली, 'बाबूकाका गेले.' मी रडले नाही. तापाच्या ग्लानीत पडून राहिले.

आई गावाहून कधी आली, मी परत कामाला कधी लागले, काही आठवत नाही. त्यानंतर कॅथेटर बसवायला मी डॉक्टरांकडे गेले नाही. स्वत:च बसवू लागले.

बाबूकाकांचा मृत्यू म्हणजे माझ्यासाठी बाबांचा दुसऱ्यांदा वियोग होता. दोनतीन महिने सुन्न अवस्थेत गेले. अपंग साहाय्यक संस्था सुटलेली. एकूण संस्थेविषयीच मनात घृणा निर्माण झाली होती. आयुष्यात परत अशा फंदात पडायचं नाही, हा निश्चय मनोमन केला. क्रीडा स्पर्धेच्या वेळी काढलेल्या स्मरणिकेच्या मुखपृष्ठाची कल्पना माझी होती. पंख पसरून भरारी घेणारे गरुड उंचावरील ध्येयाच्या मंदिराकडे झेप घेत होते. त्या गरुडाचे पंखच स्वार्थी लोकांनी निर्दयपणे छाटले होते. स्वार्थच साधायचा होता तर 'अपंग कल्याण', 'अपंग पुनर्वसन' या क्षेत्रात का? पैसे कमवण्याचे असंख्य धंदे होते... आणि हे सारं कोणी केलं, तर अपंगांनीच. अपंगच अपंगांना खाईत लोटत होते आणि त्यावर आपलं घर बांधत होते. आणि अनेक बुद्धिमान, विचारवंत, प्रतिष्ठित लोक मान-अपमानाच्या कल्पनेला कवटाळून लांबून फक्त बघ्याची भूमिका घेत होते.

अशातच एके दिवशी समाज कल्याण विभागाकडून पत्र आलं. केंद्रीय अबकारी व सीमा शुल्क खात्यात लोअर डिव्हिजन क्लार्क भरायचे आहेत. पुण्यात लेखी परीक्षा आहे. माझी मैत्रीण उषा लग्न होऊन पुण्यात राहत होती. तिच्या घरी उतरले. अजीज नुकताच पदवीधर होऊन परदेशात नोकरीसाठी गेला होता. वडिलांच्या व रेहनाच्या वेळचे ऑफिसमधील परब सोबत आले. परीक्षा उत्तम पार पडली. पास झाले. मुलाखतीचा कॉल आला. पुण्यातच मुलाखत होती. बँक ऑफ इंडियाने केलेली निराशा आठवली. माझी सखी सोबतीण असलेली व्हीलचेअर परीक्षकांच्या

नजरेत खटकून माझी वैरीण होईल की काय, अशी भीती वाटली. नकारच मिळणार. मग पुण्याला दोनदोनदा जाण्यायेण्याचा खर्च कशासाठी?.. पाटीलकाकांचा सल्ला घेतला. पुण्यात केंद्रीय अबकारी विभागाचे कलेक्टर आमच्या बाबांचे एकेकाळचे मित्र होते. वशिला लावणं आवडत नव्हतं. पण माझ्या अपंगत्वाला न्याय मिळायला हवा होता. कामाची कुवत असताना, फक्त चालता येत नाही, पायात ताकद नाही म्हणून नकार का? ऑफिसचं टेबलवर्क हात, डोळे आणि बुद्धीचा वापर करून करायचं होतं. धीर करून इंटरव्ह्यूच्या आधी न कळवता परबला सोबत घेऊन कलेक्टरांच्या बंगल्यावर गेले. त्यांना माझी ओळख दिली. बँक ऑफ इंडियातील प्रकार सांगितला आणि विनंती केली, की ''कामाची संधी द्या. जमलं नाही, झेपलं नाही, तर स्वत: राजीनामा देईन. यावर विश्वास ठेवा.'' त्यावर अतिशय गंभीर चेहऱ्यानं कलेक्टर म्हणाले, ''तुझ्यासारखी धाडशी मुलगी डिपार्टमेंटमध्ये असणं मला आवडेल. तू एवढा त्रास का घेतलास? फोनवर बोलली असतीस तरी चाललं असतं.'' परबकडे वळून म्हणाले, ''हिला का त्रास दिलास? तू येऊन सांगू शकत नव्हतास का?'' चांगली माणसंही जगात आहेत, याचा अनुभव घेऊन मी आनंदानं कोल्हापूरला परतले. लवकरच नेमणूक पत्रही हातात आलं. त्यात लिहिलं होतं - शारीरिक तंदुरुस्तीचे प्रमाणपत्र घेऊन हजर व्हावे.

प्रशिक्षण केंद्र चालवत असतानाही मी पार्टिशन करून एक कॉट ठेवली होती. दुपारच्या वेळी एक-दीड तास मी आराम करत होते. त्यामुळे पायाची सूज उतरत असे. आता सलग आठ तास ड्यूटी करावी लागणार होती. युरीन-मोशनची अडचण. हे सिव्हील सर्जन आता मला आठ तास नोकरीसाठी 'अयोग्य' असा शेरा मारतील की काय, अशी भीती वाटली. पण माझ्या सुदैवानं त्यांनी वर्तमानपत्रातून संस्था, क्रीडा स्पर्धा याविषयी वाचलेलं होतं. त्यांनी स्वत:हूनच सांगितलं, ''कुठे तुम्हाला वर-खाली करण्याचा त्रास द्यायचा? सर्टिफिकेट देतो. नोकरी मिळाल्याबद्दल अभिनंदन.'' कानावर विश्वास ठेवणं कठीण जात होतं. न तपासताच योग्यतेचं सर्टिफिकेट! धन्यवाद देऊन सरळ ऑफिस गाठलं.

ऑफिसच्या दारात आले तर पोर्चला पाच पायऱ्या. पण बाबांच्या वेळचे शिपाई होते. तत्परतेनं पुढे येऊन त्यांनी माझी व्हीलचेअर पायऱ्यांवरून वर चढवली. शपथ वगैरे घेऊन त्या दुपारीच मी नोकरीवर हजर झाले. रेहाना याच ऑफिसमध्ये तीन वर्ष स्टेनो होती. त्यावेळची तिची मैत्रीण कु. शकुंतला खटावकर हिची असिस्टंट म्हणून मला पे युनिटमध्ये काम देण्यात आलं. खटावकरला बघताच नोकरीसंबंधीची उरलीसुरली धास्तीही मिटली. आता प्रश्न होता, तो फक्त मला किती तास बसवेल याचा. पाठीचं दुखणं, डोकेदुखी परत सुरू झाली तर काय करायचं? पहिले दोन-

चार महिने पाठीला मलम, गोळ्या खाणे, बेडसोअर्स आदी त्रास झाला. ऑफिसमधून घरी गेल्या गेल्या पलंगावर झोपायचे. जेवण पालथं झोपूनच करायचे. अनेक वेळा अवेळीच गाढ झोप लागायची. पण हळूहळू शरीराला सवय झाली. माझ्या पाठोपाठ, माझ्याबरोबर लेखी परीक्षेला बसलेल्या दोघी, एक रेखा फाटक आणि दुसरी निलिमा गुत्तीकर याही नोकरीला लागल्या. रेखा फाटक अपंग होती. पाठीला मोठं कुबड, उंची कमी आणि खूपच अशक्त. निलिमा गुत्तीकर सुदृढ, सुंदर आणि मदत करायला नेहमी तत्पर अशी होती. आमचा ग्रुप छान जमला.

खटावकरबरोबर काम शिकताना मजा आली. पहिला पगार घेताना इतक्या कमी कामाला इतका जास्त पगार बघून मजा वाटली. माझं काम इतक्या कमी वेळात संपे, की मी दुसऱ्यांना कामात मदत करी. त्यामुळे त्यांचंही काम शिकायला मिळे आणि माझा वेळही मजेत जाई. मी अपंग पुनर्वसन संस्था सोडली, तरी अनेक अपंग माझ्याकडे मदतीसाठी येत. आईने पहिला पगार घेतला नाही. 'तुला कसा खर्च करायचा तो कर,' म्हणताच मी मदतीसाठी येणाऱ्यांच्या त्यातून गरजा भागवू लागले. कोणाला पुस्तकं-वह्या दे, तर कोणाला ट्रायसिकलला टायर-ट्यूब वगैरे. कधी कधी गरजू ऑफिसमध्येही येत. मी त्यांना परत पाठवू लागले, तर सहकारीच म्हणत, "एवढ्या लांबून आले आहेत, त्यांना काय हवं बघा."

घरी अंगणात, गुलाब, मोगरा, कोरांटी, अबोलीची खूप फुलं लागायची. आई रोज मला केसात घालायला देई. मी ऑफिसमधील इतर मैत्रिणींनाही फुलं आणून द्यायची. ऑफिसमध्ये एक माळी होता. रोज माझी व्हीलचेअर पायऱ्यांवरून वर घेणे, उतरवणे हे काम हळूहळू त्यानं आपल्याकडे घेतलं. मला पोचवायला तो घरी येई. आई मग त्याला चहा खाणं देई. दिवाळीत त्याला मी शर्टपँटचं कापड घेऊन दिलं. मला काय माहीत त्याचा अनर्थ होईल? आमच्या घरी फुलं असताना रोज ऑफिसच्या बागेतलं गुलाबाचं सुवासिक फूल माझ्या टेबलावर न विसरता ठेवलेलं असे. मी सर्वात लवकर येई. कारण घर अगदी जवळ होतं. इतर स्टाफ बस वगैरेनी येत असल्यामुळे पाचदहा मिनिटं उशिरा येत असे. ते टेबलावर ठेवलेलं फूल मी एकही दिवस माझ्या केसाला लावलं नाही. मैत्रिणींना देऊन टाके. पण एक तरी फूल रोज असेच. त्या माळ्याची मदत मला नकोशी वाटू लागली. मैत्रिणी घरापर्यंत यायला तयार होत्या. घर इतकं जवळ होतं, की मी एकटीही जाऊ शकत होते. एकदा मात्र फुलाबरोबर एक पत्र मिळालं. कोणाला कसं सांगावं प्रश्नच पडला. विचारात दोन-चार दिवस गेले तर दुसरं पत्र. मग मात्र गप्प बसण्यात अर्थ वाटेना. माझ्या मौनाचा गैरअर्थ काढून व्हीलचेअर ढकलताना त्याचा हात खांद्याला लागू लागला. नको म्हणून सांगितलं तरी नेणं-आणणं बंद करेना. उलट त्याच्याबरोबर औषधोपचारासाठी मी गावाला येणार का, म्हणून विचारलं.

माने भाऊसाहेब शरीरानं धिप्पाड व कडक स्वभावाचे होते. माझ्या कामामुळे माझ्याशी खूप चांगले वागत. त्यांना ते पत्र व माळ्याच्या वर्तणुकीविषयी सांगितलं. हा प्रकार घरी सांगितला तर आई 'नोकरी सोड' म्हणेल व मलासुद्धा त्याच्या एकंदर चाळ्यांमुळे इतका वैताग आला होता, की नोकरी सोडावी अथवा रजेवर तरी जावं, असं वाटत होतं. पण माने भाऊसाहेबांनी धीर दिला. माझ्यासाठी ते लवकर येऊ लागले. व्हीलचेअर चढवण्या-उतरण्याचं काम ते करत. ते नसले तर श्री. वडार यांना त्यांनी हे काम करायला सांगितलं. त्या दोघांनी त्या माळ्याला दम दिला. परत माझ्या व्हीलचेअरला हात लावला अथवा माझ्या जाण्यायेण्याच्या वाटेवर दिसला, तरीही त्याला मार तर बसेलच, पण नोकरीलाही मुकावं लागेल. केवळ श्री. मानेभाऊ व श्री. वडार यांच्यामुळे माझी नोकरी टिकून राहिली.

सुटीच्या दिवशी केळवकरांच्या बंगल्यात एकदा कागलच्या राणी सरकार श्रीमती विजयादेवी घाटगे (नंतर मी त्यांना आईसाहेब म्हणू लागले.) आल्या व माझ्या कामाची चौकशी करू लागल्या. मी सगळी खरी हकिकत सांगितली. तर त्यांनी मला परत मी कार्य सुरू करावं, त्या सहकार्य करतील, क्रीडा संघासाठीही त्या आर्थिक मदत करतील म्हणून सांगितलं. मी म्हटलं, संस्थेच्या माध्यमातून कार्य करायची माझी इच्छा नाही. पण वैयक्तिक मदत करत असतील, तर मुंबईला राष्ट्रीय क्रीडा स्पर्धा आहेत, त्यात त्यांच्या ट्रस्टमार्फत अपंग संघ पाठवण्याची जबाबदारी मी घेईन. त्यांनी लागलीच होकार दिला व संघ पाठवण्यात आला.

क्रीडा स्पर्धेत परत अनेक बक्षिसं मिळाली. आईसाहेबांना खूप आनंद झाला. माझ्या ऑफिसमध्ये त्यांचा अधूनमधून फोन येई. कार्य सुरू कर, तुझ्यात योग्यता आहे. त्या वेळेपर्यंत बाबूकाकांच्या मृत्यूपत्राविषयी कळलं होतं. त्यांनी माझ्या वैयक्तिक नावाने दोन हजार रुपये ठेवले होते. मी परत दुसरी संस्था काढावी, कार्य सुरू ठेवावं ही त्यांची इच्छा. कॉमर्स कॉलेजमध्ये शिष्यवृत्ती देण्यासाठी ठेवीमध्ये ठेवण्यासाठी पंधरा हजार ठेवून त्यातील व्याजातून शिष्यवृत्ती द्यावी व त्याचे ट्रस्टी त्यांचे एक भाऊ, मी व जनवाडकरकाका असावेत. सर्व समजत होतं. पण परत दुधानं तोंड पोळून घ्यायची इच्छा नव्हती. वैयक्तिक स्वत:च्या पगारातून करता येईल तेवढीच मदत करायची, हा निश्चय कायम होता. मला बाबूकाकांनी दिलेले दोन हजार रुपये मिळताच अपंग पुनर्वसन संस्थेबरोबरच बाबूकाकांनीच सुरू केलेल्या बेळगाव येथील 'इन्स्टिट्यूट ऑफ फिजिकली हॅन्डीकॅप्ड, बेळगाव' या संस्थेस ते देणगी म्हणून पाठवून दिले. आमची मैत्रीण शकुंतला परांजपेने बाबूकाकांच्या कमाईतील पैसा आनंदाने स्वीकारला. भविष्यात तुमची दुसरी संस्था होईल, तेव्हा

परत करेन म्हणाली. माझ्याजवळ असलेला व सतत माझ्याबरोबर राहून मला प्रेरणा देणारा बाबूकाकांचा लहान फोटो या शकुंतलानं नेला होता. बाबूकाकांनी दिलेले कार्य ती करत आहे, आपण सोडून दिलं. यामुळे त्या फोटोवर माझ्यापेक्षा तिचा हक्क अधिक म्हणून खूप वाईट वाटलं, तरी मी गप्प राहिले. मी आजारी पडले आणि दवाखान्यात ॲडमिट झाले, की ही शकुंतला घाबरून मला बघायला येई. एखादा दिवस दवाखान्यातच माझ्याबरोबर राही. तीही अपंग होती. एका हातानं व एका पायानं. कर्नाटक वीज मंडळात नोकरी करून ती अपंग प्रशिक्षण केंद्र चालवत होती. मेणबत्त्या करणं, बुकबाइंडिंग, शिलाई वगैरेचं हे युनिट होतं.

आई एकदा कोणीतरी आजारी होतं म्हणून माहेरी गेली होती. माझ्या सोबतीला बद्रुन्निसामावशी होत्या. सुटीचा दिवस होता. पुण्याचे डॉ. संचेती कोल्हापूर येथे आले होते. तपासणी शिबीर होतं. या शिबिरासाठी माझ्या ओळखीचं एक अपंग मूल मी नेलं होतं. एक पाचसहा वर्षांचा मुलगा आपल्या आईसोबत कर्नाटकामधून आला होता. हुबळीच्या मावशीच्या नात्यातले म्हणून ते आमच्याच घरी उतरले. सकाळी सातला त्या शिबिराला गेले, ते संध्याकाळी सातलाच परतले. कौसरची कॉलेजची परीक्षा दुसऱ्या दिवसापासून होती. सकाळी मी बाहेर जाताना तिचा उतरलेला चेहरा बघून विचारलं, तर पोटात दुखतंय म्हणाली. मावशी घरी असल्याने जादा काळजी न करता 'औषध घे' असं सांगून मी बाहेर पडले. संध्याकाळी मी रिक्षातून परतले तर मावशी दारातच वाट बघत होत्या. चेहरा काळजीनं काळवंडलेला. "नसीम, कौसरला सतत उलट्या होत आहेत. खूप अस्वस्थ आहे. आताची उलटी हिरवी झाली. डॉक्टरना लवकर आण." तो रविवार होता. दवाखाने बंद. कौसरला रिक्षात बसवा, सोबत नेते म्हटलं, तर ती रिक्षात बसता येणार नाही म्हणाली. तशीच रिक्षा डॉक्टर सातवेकरांच्या बंगल्यावर नेली. त्यांना सर्व सांगितलं. तर त्यांनी, 'त्वरित ॲडमिट करा, अपेन्डिक्स असेल, मी तिथे येऊन उपयोग होणार नाही,' असं म्हणताच मी रिक्षा घेऊन स्टँडवर गेले. सोबत टॅक्सी घेऊन आले. मावशी व शेजाऱ्यांच्या मदतीनं कौसरला टॅक्सीत घातलं आणि कावळा नाक्यावरील मेरी वॉनलेस हॉस्पिटलमध्ये ॲडमिट केलं. तीच रिक्षा अजीजच्या दस्तगीर पठाण या मित्राच्या घरी नेली आणि त्याला घेऊन परत दवाखान्यात आले. पायाची युरीन बॅग रिकामी करण्याचंही भान नव्हतं. घर त्या नवीन कर्नाटकहून आलेल्या बाईच्या स्वाधीन केलं होतं.

डॉक्टरांनी कौसरला आत ऑपरेशन टेबलवर घेतलं होतं. मी तिला बघितलंही नव्हतं. ऑपरेशन फॉर्मवर माझी सही हवी, म्हणून सर्वजण वाट पाहात होते.

थरथरत्या हातानं सही केली. देवाजवळ प्रार्थना केली, 'माझं आयुष्य कौसरला दे.' दस्तगीरला मुंबईला रेहाना, भाईसाब यांना फोन करायला पाठवलं. देवाचा जप करत बसण्याची ताकत नव्हती, म्हणून स्पेशल रूम घेतली व दुसऱ्या कॉटवर अंधारात कौसरला ऑपरेशन थिएटरमधून बाहेर आणेपर्यंत पडून राहिले. एक एक मिनिट जात नव्हता. शेवटी मावशी आल्या आणि म्हणाल्या, कौसरला बाहेर आणलं. अतिदक्षता विभागात गेले. कौसरला क्लोरोफॉर्मच्या उलट्या होत होत्या. आई जवळ नाही. मावशी आणि मी तिचे कपडे स्वच्छ करत होतो. कौसरची तगमग बघवत नव्हती. शुद्धीवर येताना ती "नसीमआपा, तू आराम कर... थकली असशील... मावशींना सकाळपासून खूप त्रास झालाय. माझी परीक्षा..." हेच वारंवार बडबडत होती. ऑपरेशन यशस्वी झालं होतं. देवाचे मी आभार मानले. थोडाही वेळ झाला असता तर अ‍ॅपेंडिक्स फुटलं असतं. बेशुद्ध कौसरजवळ बसून रात्र घालवताना एकच विचार मनात थैमान घालत होता, की जगाचं भलं करताना पूर्ण दिवसात मला कौसरची एकदाही आठवण कशी झाली नाही? तिची परीक्षा होती. आई जवळ नव्हती. मी असं का आणि कशी वागले? डॉ. संचेतींमुळे चार मुलं चालायला लागली असती, पण बहीण हातची गेली असती! आपण स्वत:ला माफ करू शकलो असतो का? अजीजला, 'तू परदेशी जा; आम्ही एकटे राहू शकतो.' असं कोणत्या तोंडानं मी सांगितलं होतं?- मीच माझा धिक्कार करत होते. डॉक्टर सातवेकर मला देतदूताप्रमाणे वाटले. माझ्याकडे पैसे आहेत नाहीत, काही न विचारता त्यांनी यशस्वीरीत्या शस्त्रक्रिया केली होती. सर्व औषधंही मला बाहेरून आणायला न लावता दवाखान्यातून पुरवली होती.

पहाटे डॉक्टर राऊंडला आले आणि कौसरचा हट्ट, 'माझी अकरा वाजता परीक्षा आहे. मी परीक्षेला बसणार.' डॉक्टरांनी क्षणभर विचार केला व होकार दिला. मी आश्चर्यचकित! घरी मोठं कोणी नाही. शस्त्रक्रिया होऊन बारा तास झाले नाहीत आणि ही परीक्षेला जाणार! डॉक्टरांनी मला समजावलं, "इथे दवाखान्यात परीक्षक येऊ शकतात. मी प्रमाणपत्र देतो. ते घेऊन विद्यापीठात जाऊन तू परीक्षक घेऊन ये." मावशीला कौसरकडे लक्ष ठेवायला सांगितलं. दस्तगीर माझ्या व त्याच्या रजेचा अर्ज द्यायला गेला आणि मी माझं आवरून प्रमाणपत्र तयार होईपर्यंत हॉस्पिटलच्या बाहेर येऊन एक रिक्षा ठरवली. अगदी एकटी होते मी. त्या ड्रायव्हरला मी रिक्षात बसल्या उतरल्यावर व्हीलचेअर फोल्ड करून ठेवणार का, हे आधीच विचारलं. सुदैवाने तो खूप चांगला होता. मी कोणत्या कामासाठी चालले आहे हे मी त्याला सांगितलं. मी वारंवार घड्याळाकडे बघू लागले, तेव्हा तो स्वत: होऊन 'मी लवकर प्रमाणपत्र घेऊन येतो,' म्हणून आत गेला. क्लार्क उशीर करतो म्हणून भांडून, ते प्रमाणपत्र घेऊन तो डॉक्टरांच्या बंगल्यावर गेला आणि डॉक्टरांची

सही घेऊन आम्ही शिवाजी विद्यापीठात पोहाचलो. तेव्हा साडेनऊ वाजले होते.

कुलगुरूंच्या कक्षात बैठक चालू होती. बाहेरील शिपायाला निकड सांगताच त्यानं आत सोडलं. सर्व परिस्थिती सांगून लिहिलेला अर्ज वैद्यकीय प्रमाणपत्रासहित प्रमुखांच्या हाती दिला. तर ते एवढ्या जोरात ओरडले, ''तुम्हाला काय वाटतं, की कोल्हापूरमध्ये विद्यापीठ झालं, याचा अर्थ विद्यापीठ तुमच्या खिशात आहे आणि आम्ही तुमचे नोकर आहोत? ऐनवेळी यायचं आणि काहीही मागायचं? ही काय रीत झाली?'' मी सौम्य शब्दात सांगितलं, ''सर, अत्यंत गडबडीत ही शस्त्रक्रिया झाली आहे. प्रमाणपत्रावर वेळ आहे.'' यावर शिक्षणक्षेत्रातील त्या सर्वोच्च पदाच्या खुर्चीवर बसलेली व्यक्ती बोलली, ''मग! त्याला पैसे भरावे लागतात.'' माझ्याकडे वळून, ''आहेत का? आणलेत का?''

काल रात्रीपासून मनावर प्रचंड ताण पडला होता. लहानपणापासून आम्हाला कोणी 'गरीब' म्हटलेलं मला सहन होत नसे आणि 'गरीब' म्हणून हे माझा जो अपमान करत होते, तो सहनशक्तीच्या पलीकडे होता. माझ्या मनाचा बांध फुटला. भल्या मोठ्या हॉलमध्ये ओळखीचं, नात्याचं कोणी जवळ नव्हतं. पैसे आहेत का, या प्रश्नाला मानेनं होकारार्थी उत्तर देऊन, दोन्ही हातात तोंड लपवून मी रडत होते. कळत नव्हतं, मी तोंड लपवण्यासारखं काय चुकीचं वागले? या व्यक्तीला या खुर्चीवर कोणी बसवलं? शिक्षण ही काय पैसेवाल्यांची मक्तेदारी आहे? माझ्याकडे पैसा नसता, तर माझी ही अतिशय बुद्धिमान बहीण परीक्षा देऊ शकली नसती! घरकाम, ड्रॉईंग, शिवणकाम, स्वयंपाक, अभ्यास, सगळ्यात आमच्या सर्व भावंडांत एक पाऊल पुढे असलेली कौशी! तिनं पहिला नंबर कधीच सोडला नव्हता. सोबत आलेला रिक्षा ड्रायव्हरही संतापानं पुढे जाऊ लागताच मी त्याला रोखलं. डोळे पुसले. रडण्यात वेळ घालवण्याची ती वेळ नव्हती. तिथे असलेल्या एका प्राध्यापकानी कुलगुरूंना माहिती दिली, की राखीव परीक्षक आपल्याकडे आहेत; आपण त्यांना दवाखान्यात पाठवू शकू. मी त्या प्राध्यापकांचे आभार मानले. पैसे कुठे भरायचे, परीक्षकाला सोबत कुठून घ्यायचं, ते विचारलं आणि त्या कक्षातून बाहेर पडले.

आपल्या विद्यापीठात अशा परिस्थितीतही परीक्षा देण्याची इच्छा असणारे विद्यार्थी आहेत, याचा खरं तर त्या कुलगुरूंना अभिमान वाटायला हवा होता. एरवी अभ्यास झाला नाही म्हणून परीक्षेला न बसणाऱ्यांची संख्या खूप मोठी असते. परीक्षकाला घेऊन दवाखान्यात आले, तर पावणे अकरा झाले होते. कौसरला सलाईन चालूच होतं. अर्धवट झोपेत होती ती. तिला थंड पाण्यानं तोंड धुवायला लावलं आणि पाठीला उश्या घेऊन अर्धवट उठून तिनं पेपर लिहायला सुरुवात केली. मी परीक्षकांच्या परवानगीनं शेजारच्या कॉटवर झोपले. मला गाढ झोप लागली. जाग आली तेव्हा बघितलं, मावशी कौसरला उठवत होत्या. तिलाही

लिहिता लिहिता झोप लागल्यानं सिस्टरला विचारून परीक्षकानीच तिला उठवायला सांगितलं होतं. सिस्टर इंजेक्शन देऊन गेली आणि कौसरनं परत लिहायला सुरुवात केली. परीक्षक खरा 'माणूस' होता. त्याला कौसरचं कौतुक वाटत होतं. रात्री बाराला ऑपरेशन झालेली मुलगी बारा तास उलटण्याअगोदर पेपर लिहीत होती. दस्तगीर रूमच्या बाहेर थांबला होता. परीक्षकानी त्याला काहीतरी सांगितलं. कोपऱ्यात ठेवलेलं कौसरचं पुस्तक घेऊन दस्तगीर ते लिहिता लिहिता थांबलेल्या कौसरला देऊ लागला. "परीक्षकांची याला परवानगी आहे. यात बघून लिही," म्हणताच कौसरनं इतक्या रागानं त्याच्याकडे पाहिलं, की गुपचूप ते पुस्तक होतं तिथे ठेवून तो परत बाहेर गेला. कौसरला तो अगदी लहानपणापासून पाहात होता. तिचा मानी स्वभाव सर्वांनाच परिचयाचा होता. मला आठवत होती, बाबा असताना शाळेच्या मैत्रिणींना दुपारच्या सुटीत घरी आणून त्यांना तूपसाखर खाऊ घालणारी, स्वत:ला उरलं नाही तरी देण्यात आनंद मानणारी, सर्व मला एकटे उचलतात, म्हणून सातवीत असतानाच मला उचलणारी कौसर. खूप अभिमान वाटायचा आम्हा सर्वांना तिचा. विद्यापीठातला प्रकार मी कोणालाच सांगितला नाही. कारण कौसरला कळलं असतं, तर आपल्यामुळे आपल्या आपाचा अपमान झाला, तिला त्रास झाला, तेव्हा अशी परीक्षाच नको, म्हणून ती विचित्रही वागली असती कदाचित.

संध्याकाळी पाचच्या सुमारात रेहाना, भाईसाब आले. दुसऱ्या दिवशी आई आली आणि मला हलकं हलकं वाटलं. एक दिवस घरी आराम करून मग मी ऑफिसला कामावर जाऊ लागले. नंतर तो रिक्षावाला 'तुमच्या बहिणीला भेटू शकतो का,' म्हणून भेटून शुभेच्छा देऊन गेला. त्यानं रिक्षाचे पैसे घेतले नाहीत. "माझ्या बहिणीसाठी केलं असतं तर पैसे घेतले असते का मी?" हे त्याचं उत्तर. काही ऋणं तशीच ठेवण्यात समाधान असतं. पैसे देऊन, त्यानं केलेल्या सहकार्याचं मूल्य पैशात मोजावंसं मला वाटलं नाही. नंतर बऱ्याच वेळा त्याच्या रिक्षात बसायचा योग आला. माझ्या स्वभावानुसार मी त्याचा चेहरा विसरले, पण तो आठवण देतो. घटना मात्र अविस्मरणीय असते माझ्यासाठी. 'हेल्पर्स'चं कार्य सुरू झाल्यावर त्यानं अनेक गरजवंतांना आणलं. त्यांना कृत्रिम साधनं द्यायला लावली. त्याच्या ऋणाचं स्मरण करण्याची ती संधी, असं मी मानते. शेंडापार्क येथील कृष्ठरोग्यांनाही कृत्रिम साधनं मिळावीत म्हणून त्यानं केलेले प्रयत्न मला मनापासून आवडले.

कौसर त्या परीक्षेत सर्व विषयांत उत्तम गुण मिळून उत्तीर्ण झाली. त्यानंतरही कौसरला आयुष्यात अनेक संकटं आली. दरवेळी ती खंबीरपणे संकटांना तोंड देते. पण मीच मनातून खूप खचते. वर मात्र काही दाखवत नाही. कौसरचा विषयच निघाला आहे, तेव्हा तिनं आयुष्यात दिलेल्या एकापेक्षा एक कठीण परीक्षांसंबंधी

सांगावंसं वाटतं.

कौसरचं लग्न अयाजशी 'चट मंगनी पट ब्याह' असं झालं. लग्नानंतर लवकरच एकदा तिचा फोन आला. ती स्टूलावर चढून सीलिंग फॅन पुसत होती आणि तोल जाऊन पडली. त्यावेळी थोडं दुखलं, पण नंतर माझ्यासारख्या तिच्या कमरेखालच्या शरीरात मुंग्या येऊ लागल्या आणि सर्व शरीरात वेदना सुरू झाल्या. रेहाना आणि आई आमच्या आजोळी कोकणात गेलेल्या होत्या. तिथे फोन नव्हता. मी त्वरित तार पाठवली. 'कौसर आजारी आहे. त्वरित निघा.' त्या दिवशी ऑफिसमध्ये काम करण्याऐवजी पूर्ण दिवस मी रडत होते. मैत्रीण नीलम अडसरे मला खूप समजावत होती. मी आयुष्यभर जे भोगत आहे, ते माझ्या धाकट्या बहिणीला भोगावं लागेल की काय, या विचारानं मी वेडीपिशी झाले होते. त्या रात्री मी झोपेच्या चार गोळ्या खाल्ल्या. कौसरच्या सासरच्या लोकांनी समजून घेतलं तर ठीक. हा आजार आनुवंशिक समजून अयाजनं कौसरला घटस्फोट दिला, तर तिचं जिणं माझ्यापेक्षा भयानक होईल... असे नको नको ते विचार मनात येत होते. केदार पाटीलनं दिलेला मानसिक धक्का, आईला प्रत्येक गोष्ट मी सांगत असे; त्यामुळे आईचं माझ्याशी थोडं बदललेलं वागणं, ऑफिसमधील माळ्याची वागणूक, यासारखेच अनेक कटू प्रसंग, बाबूकाकांचं या जगात नसणं, माझ्यापासून दुरावलेली अपंग साहाय्यक संस्था... मन, डोकं इतकं भ्रमिष्ट झालं, की आयुष्यात काही अर्थ नाही, असं वाटू लागलं. त्यातच कार्यालयातील सहकाऱ्यांनी दिलेला 'टिकट्वेन्टी' चा सल्ला. रडून रडून डोकं खूप दुखत होतं. घरात ज्या ज्या बाटल्यांवर विष म्हणून लिहिलं होतं, त्यातल्या गोळ्या आणि पातळ औषधं त्या रात्री घेतली. घरात मावशी सोबतीला होत्या. हे विष घेण्याआधी खेळातली सर्व सर्टिफिकेटस्, माझं लिखाण आणि सगळी कागदपत्रं फाडून जाळली. ऑफिसला जाण्याचा प्रश्नच नव्हता. पण माझं दुर्दैव की सुदैव माहीत नाही, पण ते विषही मला पचलं. दोन दिवस फक्त झोपेत होते. कोणाला कळलंही नाही, की मी आत्महत्येचा प्रयत्न केला. पॅराप्लेजिक झाल्यापासून कधी पोट दुखलं नव्हतं. जी पोटदुखी झाली, ती गुपचूप सहन केली. घरी किंवा जिवलग मैत्रिणींनाही माझा हा असफल आत्महत्येचा प्रयत्न हा लेख वाचल्यावरच कळणार आहे.

माझ्यासारखंच कौसरच्या पाठीच्या कण्याचं ऑपरेशन झालं. आई, रेहाना, अयाज, भाईसाब व तिच्या सासरचे लोक सर्वांच्या प्रयत्नानं व डॉक्टरांच्या कौशल्यानं कौसर चालू लागली. नंतर तिला मुलगा झाला. त्यानंतर एक गोजिरवाणी मुलगी झाली. अयाजबरोबर सौदीला असतानाच मुलगी झाली. आयुष्य सुखासमाधानात चाललं आहे, याबद्दल भारतात परतण्यापूर्वी मक्का मदिनेला जाऊन 'शुक्रिया अदा' करण्यासाठी तिचं छोटं कुटुंब निघालं होतं. अयाज गाडी चालवत होते. एका

ट्रॉलीनं धडक दिली. कौसर मांडीवरील मुलीसहित बाहेर फेकली गेली. अयाज आणि मुलगा नादीर बेल्ट बांधलेले असल्याने गाडीतच राहिले. सुदैवाने मागून येणारी एक गाडी थांबली आणि कौसरला उचलू लागली. 'गाडीत माझा नवरा आणि मुलगा आहे, त्यांना काढा..' एवढं बोलून कौसर बेशुद्ध झाली, ती तिला दवाखान्यातच जाग आली. तेव्हा अयाज अतिदक्षता विभागात होते. नादीर भीतीनं तोंडून शब्द काढत नव्हता आणि छोटी मुलगी कुठेच दिसत नव्हती. अयाजच्या मित्रांनीच मुलीचं दफन केलं होतं. जागच्या जागीच ती देवाघरी गेली होती. कौसरला मात्र सांगण्यात आलं, की सीरिअस असल्यानं तिलाही अतिदक्षता विभागात ठेवलेलं आहे. अयाजच्या संपूर्ण शरीराची मोडतोड झालेली. मस्कतहून अजीज, दुबईहून भाईजान दवाखान्यात पोहोचले. आमच्यापर्यंत बातमी यायला तीन दिवस लागले होते. घराबाहेर न पडणाऱ्या आईचा पासपोर्ट बनवून भाईसाब आईला कौसरकडे सोडून आले होते. नंतर व्हीलचेअर, वॉकर, कुबड्या घेत ते दोन वर्षात पूर्णपणे पायावर उभे राहिले. कौसर दगडासारखी झाली होती. आईजवळही तिनं आपलं दुःख उघड केलं नाही. भारतात परतल्यावर त्या वाचा न फुटलेल्या दुःखानं वेगळंच वळण घेतलं. आज अयाज न बोलता शारीरिक त्रासावर मात करून हसत खेळत, 'हेल्पर्स'ला अनेक परीनं मदत करत आहेत. अपघातापूर्वीपासून सौदीहून देणग्या जमवून पाठवत होते. आता मुंबईत असून संस्थेच्या कार्याला जमेल तेवढा हातभार लावत आहेत. कौसरही सर्व विसरून आनंदानं जगण्याचा आटोकाट प्रयत्न करत आहे. कोल्हापूरला आली, की हेल्पर्सच्या वैद्यकीय शिबिराच्या कामात ती तन्मयतेनं सहभागी होते.

आईसाहेब अधूनमधून मला वूडलँडमध्ये बोलावत. त्यावेळी त्यांच्या बंगल्याचं बांधकाम सुरू असल्यानं त्या वूडलँडमध्ये राहत होत्या. बाबूकाकांबरोबर मी त्यांच्या वाड्यावर गेले होते, तेव्हा माझी त्यांची पहिली भेट झाली होती. तो भव्य वाडा नंतर त्यांनी जिल्हा परिषदेला दिला. त्यांच्यासोबत कॉफी-नाश्ता घेत मी त्यांना आलेले समाजसेवेतील अनुभव ऐकत होते. तेव्हा माझे दोन्ही भाऊ परदेशात नोकरीला होते. दोघांनी मिळून बंगला विकत घेण्याइतपत बचत केली होती. रजनीचे मामा श्री. धोपेश्वरकर राहात असलेला बंगला विकायचा आहे, पण किंमत जास्त व फक्त बंगला देणार, पाठीमागील जागा द्यायची नाही त्यांना, वगैरे माहिती रजनी करकरेकडून मिळाली होती. त्या बंगल्यात एकदा रजनीच्या मामींकडे मी हळदी-कुंकवाला गेले होते. कैरीचं पन्हं व कैरी घालून केलेली हरभरा डाळ मला खूप आवडे. त्यासाठीच मला रजनीनं नेलं होतं. तोच बंगला विकायचा आहे, हे कळताच मी, आई व माहेरी

एक स्वप्न साकारलं!... उचगाव येथील वसतिगृह. अपंगांसाठी सर्व खास सोयींनी युक्त असं हे वसतिगृह सर्व प्रकारच्या अपंगांचं हक्काचं घर आहे.

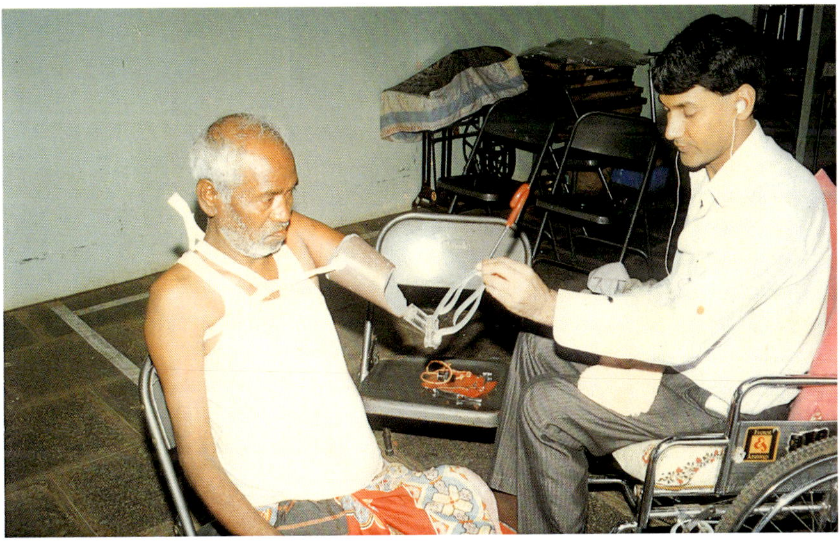

छत्री दुरुस्त करणाऱ्याने एक हात गमावल्यावर त्याला पुन्हा ते काम करता येईल, असा कृत्रिम हात श्री. शैलेंद्र यांनी बनवला. त्याची चाचणी घेताना.

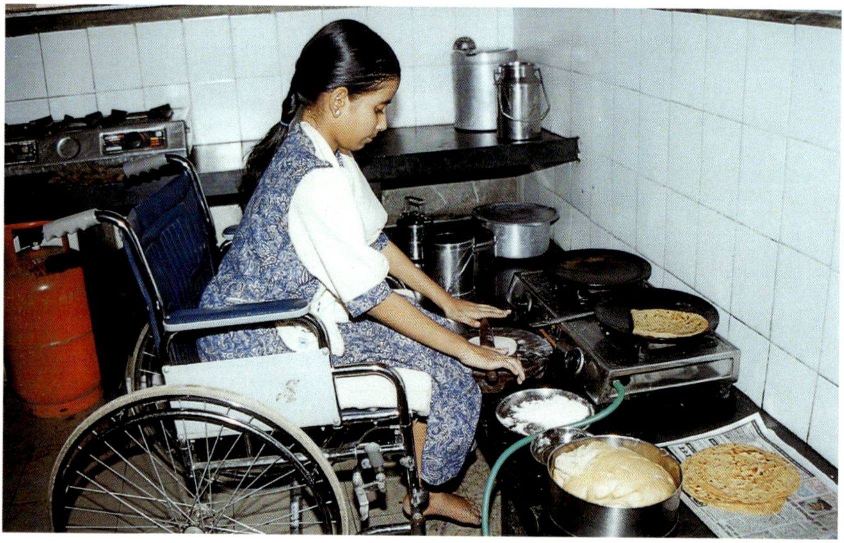

कुणाच्याही मदतीशिवाय अपंगांना प्रत्येक काम करता यावं, अशा सर्व सोयी वसतिगृहात केलेल्या आहेत. पोळ्या करण्याचं प्रात्यक्षिक दाखवणारी ही व्हीलचेअरवरची मुलगी.

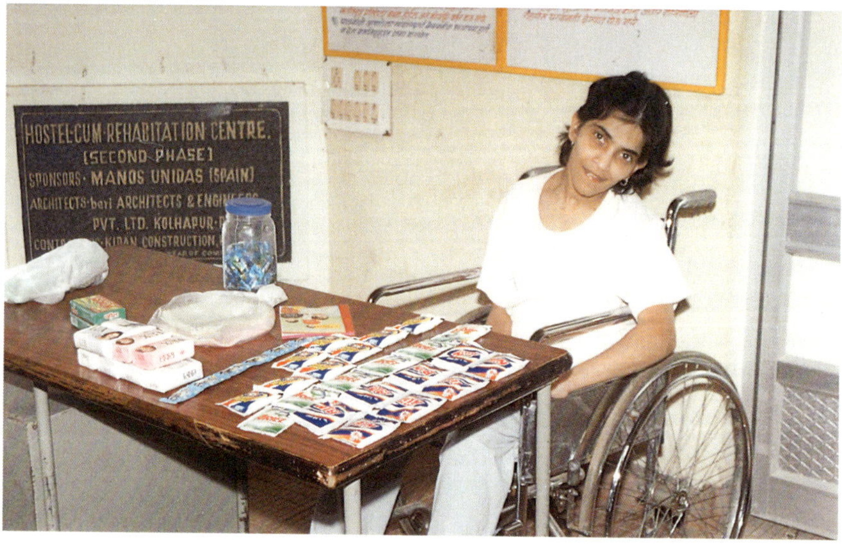

या पराकोटीच्या अपंग तरुणीला लाभलंय हक्काचं घर आणि मिळालाय विरंगुळा- आत्मविश्वास फुलविण्यासाठी.. वसतिगृहाच्या प्रवेशद्वाराशी विक्रीचा छोटासा उद्योग.

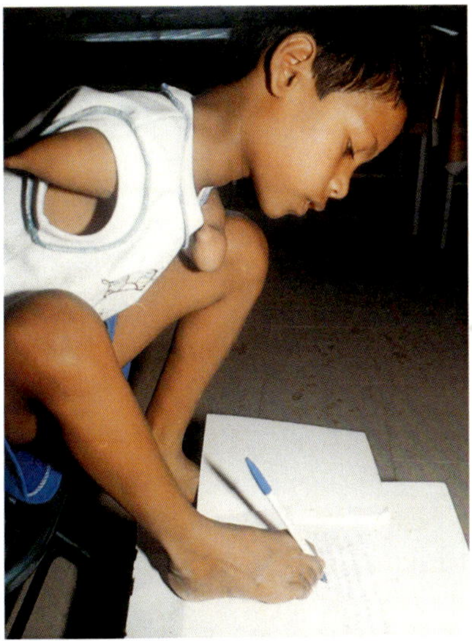

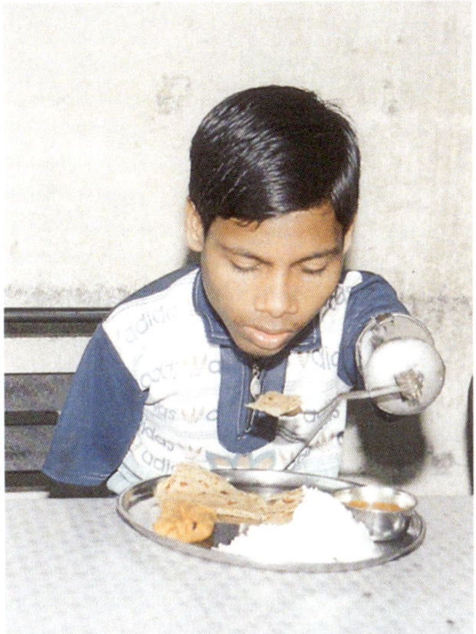

‘आम्ही फक्त इतरांपेक्षा वेगळे आहोत, इतकंच!’ - कुणी पायानं लिहितात, तर खांद्यांना हाताचे खुंट असणारी मुलं कृत्रिम हातांनी समाधानानं जेवतात.

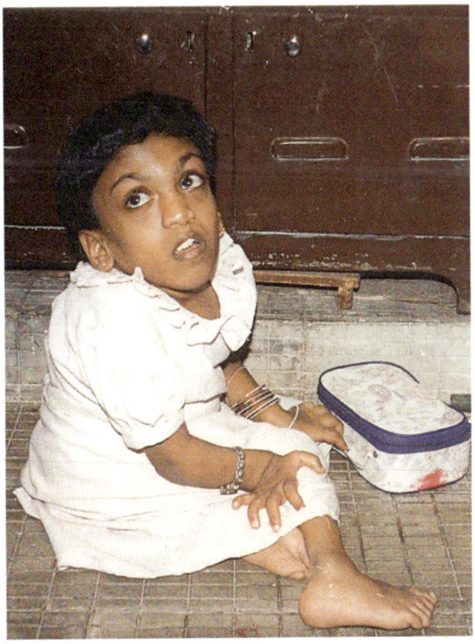

नियतीनं दुर्लक्षिलेल्या या मुलांनाही संस्थेनं उज्ज्वल भविष्याचं स्वप्न दाखवलंय.

वसतिगृहातील फिजिओथेरपी केंद्र. येथे तज्ज्ञांच्या मार्गदर्शनाखाली मुलांना आवश्यक व्यायाम-उपचार दिले जातात.

'अनंत अमुची ध्येयासक्ती, अनंत अन् आशा...'

कदमवाडी येथील वर्कशॉपमध्ये अपंग मुलं फर्निचर बनविताना. उत्कृष्ट दर्जाच्या या फर्निचरला बाहेरूनही खूप मागणी असते.

अपंगांना लागणारी सर्व कृत्रिम साधनं अपंग मुलंच अपंग प्रशिक्षकांच्या देखरेखीखाली वर्कशॉपमध्ये बनवतात.

संस्थेनं गॅस एजन्सी सुरू करताना केलेली खुली नोंदणी. लोकांच्या प्रचंड गर्दीला तोंड देण्यासाठी अखेर कार्यकर्त्यांना शोरूमबाहेर रस्त्यावर येऊन बसणं भाग पडलं..!

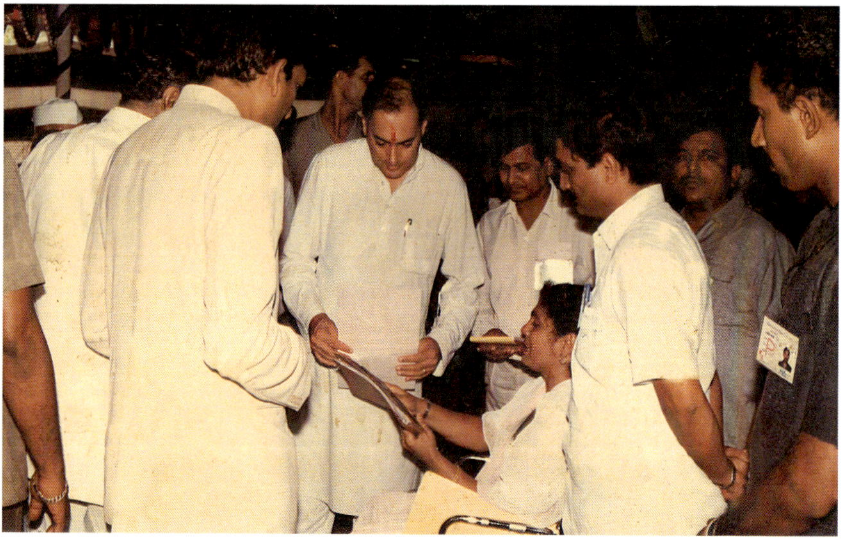

तत्कालीन पंतप्रधान श्री. राजीव गांधी यांना अपंग पुनर्वसनासंबंधीचे निवेदन सादर करताना नसीमा हुरजूक.

विरंगुळ्याचे... आनंदाचे क्षण! डॉ. अनिल अवचट वसतिगृहातील मुलांना ओरोगामी शिकवताना.

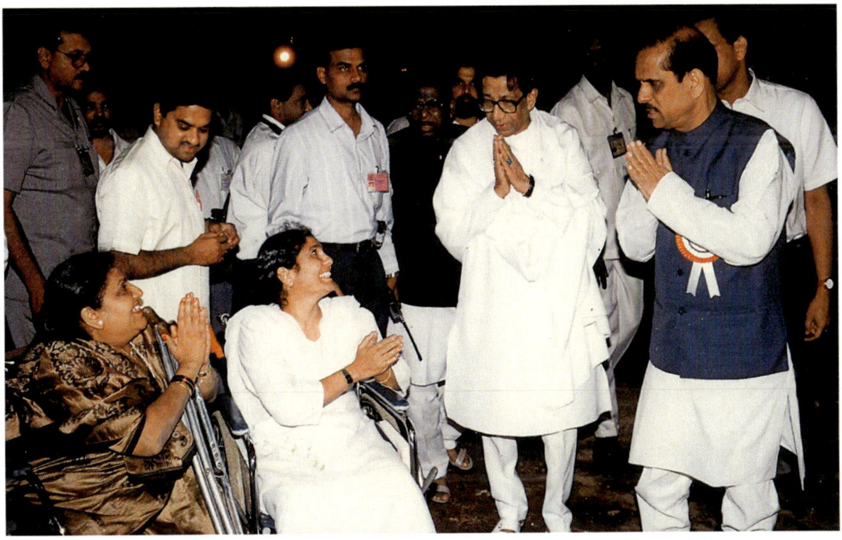

शिवसेनाप्रमुख श्री. बाळासाहेब ठाकरे व माजी मुख्यमंत्री श्री. मनोहर जोशी यांच्याशी चर्चा करण्यासाठी गेल्या असता नसीमा हुरजूक.

महाराष्ट्राचे माजी मुख्यमंत्री मा. श्री. मनोहर जोशी यांच्या हस्ते 'फाय फाउंडेशन' पुरस्कार स्वीकारताना नसीमा हुरजूक. सोबत भारताचे अर्थमंत्री मा. श्री. प्रणव मुखर्जी.

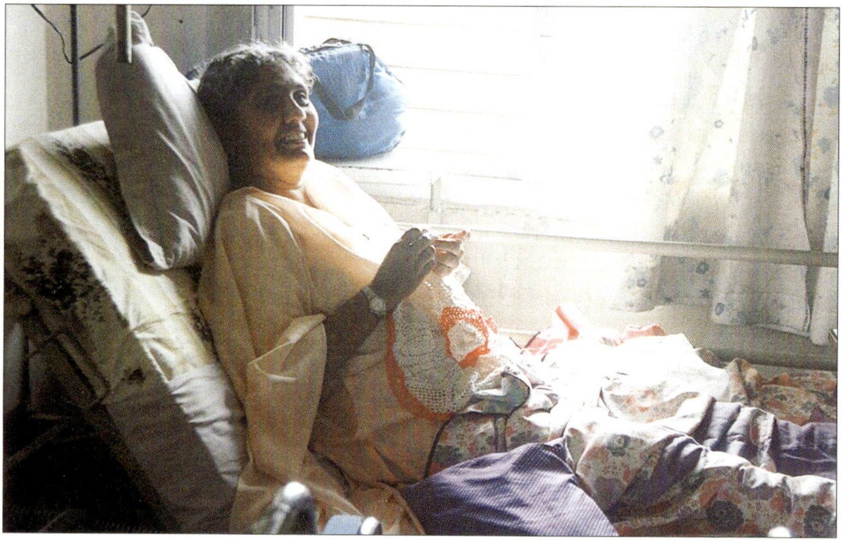

'आकांक्षांपुढती जिथे गगन ठेंगणे...' अपंगांना नवे जीवन प्रदान करण्यासाठी समर्पित जीवन जगणाऱ्या नसीमादीदी... एक प्रसन्न भावमुद्रा.

आलेली रेहाना फिरत फिरत तिथे गेलो. त्या घराचं नाव होतं 'आशीर्वाद.' बंगल्याच्या मालकीण श्रीमती कात्रे तिथे होत्या. आमची आई कधीच घराबाहेर पडत नसे. आपल्याला बंगला घ्यायचा आहे तो बघायला, पसंत करायला तू पाहिजेच, म्हणून आम्ही बळजबरीनं आईला घराबाहेर काढलं होतं. आईची उपस्थिती इतकी प्रभावी असू शकते, याची कल्पना नव्हती. डोक्यावरून पदर, पांढरी साडी अशा पेहरावातील आमच्या आईला बघताच श्रीमती कात्रेंनी आदरानं आम्हाला आत घेतलं. तो बंगला सेंट्रल एक्साईज ऑफिसच्या अगदी जवळ होता. तीनच पायऱ्या होत्या. सर्व बंगला त्यांनी फिरवून दाखवला. रेहानानं सांगितलं, "आमचे दोन्ही भाऊ परदेशात असतात. त्यामुळे जी किंमत असेल ती पेपरवर पाहिजे." त्यांनाही तशाच खरेदी-विक्रीचा व्यवहार हवा होता. १००० स्क्वेअर फूट बांधकामाचा बंगला, ११,००० स्क्वेअर फूट एकूण जागा. तीन-साडेतीन लाख आम्ही देऊ शकू, एवढं सांगताच त्या म्हणाल्या, "मान्य. बंगला दिला तुम्हाला. फक्त माझा मुलगा मुंबईत पोलिस खात्यात आहे. तेव्हा सेल डिड आणि पुढल्या सगळ्या गोष्टी मुंबईत माझ्या मुलाबरोबर करायच्या." आम्हाला ते बरंच झालं. कारण आमचे दोन्ही भाऊ बाहेर. त्यामुळे भाईसाबच सर्व व्यवहार बघत. त्यांनी इराकच्या दूतावासातील नोकरी सोडून स्वत:चा व्यवसाय सुरू केला होता.

अजीजला परदेशी पाठवताना बरीच चर्चा झाली होती. अनेकांचं म्हणणं, मी अशी अपंग. त्यामुळे घरी कोणी एक पुरुष असणं गरजेचं आहे. माझा हट्ट, अजीजचं भवितव्य माझ्यामुळे का बिघडवायचं? बाबा अकाली गेल्यानं तो फक्त साधा ग्रॅज्युएट होता. इथे चांगली नव्हे, नोकरीच मिळणं कठीण होतं. कोणाच्या पायातील बेडी होणं मला पसंत नव्हतं आणि संस्थेच्या कार्यातील अनुभवामुळे अजीजसारखे भाऊ मला मदत करतील हा विश्वास होता. अजीजची स्थिती विचित्र होती. मीच त्याला गळ घातली, की तू परदेशी गेलास तर आम्हाला अनेक परदेशी वस्तू मिळतील. मोठ्या भाईजानचं लग्न होऊन तो भाभीसमवेत दुबईलाच होता. दोन वर्षांतून तो एकदा येई. अजीजला मिळत असलेल्या नोकरीत पगार खूप होता आणि दर सहा महिन्यांनी कंपनीच्या खर्चानं त्याला येता येणार होतं. भाईसाबच्या मुंबईतील कार्यालयात अजीजनं नोकरी धरल्यापासून माझ्यासाठी घरी पंखा आणि बसायला सोफा आला होता. माझी मोठी जिवावरची दुखणी! भाईसाब पैशाची मदत करीत. अजीजला चांगली नोकरी लागली, तर हे खर्च तो करू शकणार होता. आज केवळ अजीज परदेशी गेल्यामुळे दोघे भाऊ मिळून बंगला खरेदी करू शकणार होते.

श्रीमती कात्रेंचे शब्द होते, 'माझ्या पतींनी रिटायरमेंटनंतर मोठ्या हौसेनं हा बंगला बांधला. पण लवकरच ते स्वर्गवासी झाले. तुमच्या आईंना पाहून विश्वास

वाटला, की त्या या घराची नीट निगा राखतील.' सर्वांना त्या गोष्टीचं आश्चर्य वाटलं. कारण फक्त बंगल्याची किंमत आम्हाला पूर्ण जागेसहित सांगितलेल्या किंमतीपेक्षा जास्त त्यांनी इतरांना सांगितली होती. अतिशय समाधानाने सर्व व्यवहार मुंबईत पूर्ण झाले. सर्व दारांतून माझी व्हीलचेअर जाणं आवश्यक होतं. बाथरूम, टॉयलेटस् माझ्या सोयीच्या हव्या होत्या. भावांची सर्व शिल्लक बंगला खरेदी करण्यात गेली होती. चार दारांची रुंदी वाढवणं, माझ्या खोलीतील भिंत पाडून मोठी करणं आणि बंगल्याला पायऱ्यांच्या तिथे स्लोप, रेलिंग हे सर्व करायला एक वर्ष लागलं आणि १९८० मध्ये आम्ही अनेकांच्या आशीर्वादानं 'नशेमन' मध्ये राहायला आलो. बाबांची खूप आठवण आली. 'एक बंगला बने न्यारा' हे त्यांचं आवडतं गाणं, त्यांना प्रत्यक्षात बघता आलं असतं, अनुभवता आलं असतं...!

काही दिवसांनी श्रीमती कात्रे भेटायला आल्या. फुललेली बाग, गुलाब, मोगरा, जाई, जुई, पपई, चिकू, आंबा, पेरूची झाडं, सर्व बघून त्या खूप आनंदल्या आणि समाधानानं परत गेल्या. ''ही पवित्र वास्तू तुमच्या हाती पवित्र राखली जाईल हा विश्वास वाटल्यानेच त्यावेळी मी पैशाकडे न पाहता निर्णय घेतला आणि त्याचं मला पूर्ण समाधान झालं आहे,'' असं म्हणून अगदी तृप्त मनानं चहा घेऊन त्या परतल्या.

'नशेमन'मध्ये राहायला आलो आणि पोस्टमनसहित अनेकांना वाटलं, की माझं नाव बंगल्याला दिलं आहे. 'भाऊ असावेत तर असे! बहिणीवर इतकं प्रेम करणारे!' असे त्यांचे उद्‌गार असत. 'नसीम' म्हणजे 'पहाटेचा वारा', तर 'नशेमन' म्हणजे 'घरटं-घरकुल'. पण बहिणीवरील निस्सीम प्रेम मात्र सर्वांनी बरोबर ओळखलं होतं. नसीम नशीबवान आहे असं सर्वजण म्हणत. माझा वाढदिवस दोन सप्टेंबरला, म्हणजे पगाराचा तो दुसरा दिवस असे. त्यामुळे बाबा असतानासुद्धा वाढदिवस साजरा करण्याची पद्धत आमच्यात नसूनही त्या दिवशी गोडधोड काहीतरी विशेष असेच.

एकदा आईसाहेब 'नशेमन'मध्ये सुनबाई सौ. सुहासिनीदेवी विक्रमसिंह घाटगे यांना घेऊन आल्या. माझी ओळख करून दिली. म्हणाल्या, ''यांनाही समाजकार्याची आवड आहे. मलाही आहे. आपण तिघी आणि रजनी मिळून संस्था काढू.'' म्हटलं, ''विचार करू.'' कारण माझ्याकडे येणाऱ्या अपंगांची संख्या मोठी होती. अपंग साहाय्यक संस्थेत मी काम करताना 'नासीओ'कडून (मुंबई) मिळवलेली तीन चाकी सायकल एखाद्या गरीब गरजू अपंगाला न देता समितीतील अपंगच फुकटात वापरत होते. खऱ्या गरजू अपंगांना त्या संस्थेतून मदत मिळत नव्हती. सर्वांना मी माझ्या वैयक्तिक पगारातून मदत करताना मर्यादा पडत होत्या. बाबूकाकांची इच्छाही आठवत होतीच!

एके दिवशी आम्ही चौघी एकत्र जमलो आणि चर्चा केली. बालकांपासून कार्याची सुरुवात करायची असं ठरलं. सर्वात आधी शाळेत जाणाऱ्या अपंग बालकांची माहिती एकत्रित करण्यासाठी कोल्हापूर येथील प्रत्येक शाळेला पत्र पाठवलं. यादी एकत्रित करून सर्व विद्यार्थ्यांना पालकांसहित एके ठिकाणी बोलावलं. त्यांची संपूर्ण माहिती, गरजेसहित लिहून घेतली व त्या गरजेच्या पूर्ततेसाठी खर्चाचं अंदाजपत्रक तयार केलं. मी कार्य सुरू करतानाच अट घातली होती, की दोन वर्षं कार्य करायचं. मनाप्रमाणे करता येतं असा विश्वास वाटला, तर संस्थेची नोंदणी करायची. अपंग साहाय्यक संस्थेसारखी संस्था स्थापन करून अपंगांना आशेला लावून निराश नाही करायचं. आईसाहेबांसह सर्वांनी ते मान्य केलं.

चालता न येणाऱ्या अपंग मुलाला कडेवरून शाळेत नेणाऱ्या आयांना सोयीचं व्हावं म्हणून दोन व्हीलचेअर्स, तीन ट्रायसिकल्स देणं गरजेचं होतं. पैशाचा प्रश्न होता. पैशाची सोय करून मुंबईहून व्हीलचेअर ऑर्डर देऊन मागवली आणि ती द्यायला रविवारी एका मुलाच्या घरी गेले, तो मुलगा आठ दिवस आधीच देवाघरी गेलेला! त्या आईचं दुःख पाहून परतले. निश्चय केला, की यापुढे आधी सोय करायची. मग शिबीर घ्यायचं. शिबिरानंतर त्वरित शंभर टक्के गरजेची पूर्तता करणं शक्य असेल, तरच शिबीर घ्यायचं.

कृत्रिम साधनं, शालेय साहित्य, कोणाला फी वगैरे मदत पहिल्या वर्षी केली. योगायोगानं वाहतूक पोलिस निरीक्षक श्री. कदम यांची ओळख झाली. त्यांना कार्यात रस वाटला. त्यांनी पैसा उभा करण्याचा एक मार्ग सुचवला. सर्व वाहनांच्या हेडलाईटस्ना अर्ध्या भागाला काळा रंग लावायचा. मुख्य चौकात वाहनं थांबवायची व हा रंग लावण्याचा खर्च पेटीत टाकायला सांगायचा. आमचे पोलिस मदत करतील. शाळेच्या मे महिन्याच्या सुटीत मी ऑफिसमधून रजा घेतली. ऑफिसमधील आणखी दोन-चार सहकारीही स्वतःहून सामील झाले. पहिल्या शिबिरातीलच अपंग विद्यार्थ्यांना घेऊन भर उन्हात आम्ही काळ्या रंगाचे डबे, ब्रश घेऊन हेडलाईटस् रंगवत होतो. मुलांमध्ये उत्साह संचारला होता. जमा होणाऱ्या पैशातून तीन चाकी सायकली खरेदी करून शाळेत जाणाऱ्या विद्यार्थ्यांना देण्यात येणार होत्या. स्वतः अपंग असून एवढ्या लहान वयात इतर अपंगांना आपण मदत करू शकणार, याचा आनंद त्या छोट्या बालकांना होत होता. तीन तीनचाकी सायकली घेण्याइतकी रक्कम जमा झाली. आईसाहेबांच्या हस्ते त्या ट्रायसिकल्स देण्यात आल्या. सर्वांनी कदमसाहेबांचे मनःपूर्वक आभार मानले.

मला अधूनमधून इन्फेक्शनचा त्रास सुरूच होता. अचानक थंडी वाजून ताप भरे. ताप किती तर चार, पाच, कधी सहापर्यंतही. मग डॉ. सातवेकर ॲडमिट करून घेत. एकदा आयव्हीपी करायचं होतं. अजीज सुटीवर आला होता. डॉक्टर सुशील

यांचेकडे तो गेला होता. त्यांनी पोट साफ व्हायचं औषध दिलं. अजीज त्यांना माझी केस वेगळी आहे हे सांगायचा प्रयत्न करीत होता. पण ते ऐकण्याअगोदरच, "तुम्ही सुशिक्षित दिसता. तुमच्यासारख्यांना हे सविस्तर सांगायची पाळी यावी म्हणजे आश्चर्य आहे," म्हणताच अजीज भडकला, "माझी बहीण पॅराप्लेजिक आहे. पोट साफ झालं नाही, तर एक्स-रेसाठी तुमच्याकडे आणायचं की नाही? का तिला तेवढ्यासाठी पुण्याच्या लष्कराच्या इस्पितळात मला न्यावं लागेल?" हे ऐकताच डॉक्टर एकदम मऊ झाले. "सॉरी! तिला घेऊन या... मी सर्व व्यवस्था करतो," असं म्हणून दुसऱ्या दिवशी त्यांनी इतक्या प्रेमानं, मला कसलाही संकोच वाटणार नाही, अशी वागणूक दिली. इतकंच नव्हे, तर अजीजनं बिल भरलं तर ती पूर्ण रक्कम एका पाकिटात घातली व माझ्या हातात देऊन म्हणाले, "तुझं कार्य मला माहीत आहे. भावाला बहिणीविषयीच्या कर्तव्याची जाणीव राहावी म्हणून तुझ्या भावाकडून पैसे घेतले. हे पैसे तुझ्या कार्यासाठीच वापर." मी नोकरी करत असूनही माझा भाऊच नेहमी माझ्या औषधांचा खर्च करतो, हे मी त्यांना सांगितलं व अपंग साहाय्यक संस्था मी सोडली आहे, हे पैसे तिथे मी देऊ शकत नाही, तेव्हा त्यांनी ते पाकीट परत घ्यावं, म्हणून मी ते परत करू लागले; तर "तू याचा कशासाठीही वापर कर, पण भावाला परत करू नकोस," असं हसून चेष्टेनं म्हणाले. मी ते पाकीट न उघडता तसंच ठेवलं.

पुढे मुंबईला स्पर्धेसाठी विद्यार्थ्यांचा संघ पाठवला, त्यावेळी त्या पैशातून मुलांना पांढरे युनिफॉर्म घेतले. संघाला सोडायला आणि शुभेच्छा द्यायला स्टेशनवर बोलावताच डॉक्टर सुशील पत्नीसह स्टेशनवर आले. मला रजा मिळणं अवघड होतं, म्हणून एका मोठ्या वयाच्या अपंग मुलाला संघ व्यवस्थापक बनवून सोबत पाठवलं. येण्या-जाण्याच्या खर्चाचा हिशोब करून त्याच्याकडे आधीच पैसे दिलेले असताना रेल्वे सुटायच्या ऐन वेळी त्यानं डॉक्टरांसमोर आणखी पैसे मागितले. थोड्याच वेळापूर्वी मी माझ्याकडचे सगळे पैसे पहिल्यांदाच मुंबईला जाणाऱ्या आणि ज्यांच्याकडे हातखर्चासाठी काहीच पैसे नव्हते, त्यांना देऊन टाकल्यानं, त्या क्षणी स्टेशनवरून रिक्षानं परत जाण्याइतके पैसेही माझ्या पर्समध्ये नव्हते. ऑफिसमधील मैत्रीण रेखा फाटक सोबत होती. तिनंही मुलांना पैसे दिले होते. तिच्याकडूनच मी घरी परत जाण्यासाठी पैसे घेणार होते. पण डॉक्टरांनी आमचं बोलणं ऐकलं आणि 'मी पैसे देऊ का,' विचारलं. दुसरा इलाजच नव्हता. पगार झाल्यावर परत करेन, असं सांगून मी हात पुढे केला. खूप संकोच वाटला, की त्यांच्या पत्नीला काय वाटेल! यासाठीच आपण त्यांना स्टेशनवर बोलावलं? डॉक्टरांनी पाकीट काढलं आणि त्यातले सर्व पैसे न मोजता माझ्या हातात दिले. त्यांचं ते दातृत्व बघून मी स्तंभित झाले. त्या संघ व्यवस्थापकाला पाहिजे तेवढे पैसे दिले. बाकीचे पर्समध्ये टाकले. घरी गेल्या गेल्या मोजून डायरीत लिहिले.

त्यावेळी मी पगारापेक्षा खर्च जास्त करत होते. जी. पी. फंड पण फक्त शंभर रुपयेच टाकत होते. आईकडून उधार पैसे घ्यावे लागत. संकोच वाटे, पण समोर येणारी गरजवंताची गरज तीव्र असे. रजनी मला नेहमी टोकत असे, "नोकरी करून घरी एक पैसा देत नाहीस. उलट घरखर्चातले आईकडून घेतेस, हे योग्य नाही." डॉक्टरांचे पैसे परत करायला मला बरेच महिने लागले. मी स्वतः द्यायला गेले. त्यांनी मुकाट्यानं घेतले. नेहमीसारखे दिलखुलास हसले नाहीत आणि विशेष बोललेही नाहीत. मनात म्हटलं, स्टेशनवर पैसे मागणं आणि इतक्या उशिरा ते परत करणं यामुळे त्यांच्या मनातली माझी प्रतिमा डागाळली. नंतर अनेक वर्षं मी त्यांच्याकडे जाण्याचं धाडस करू शकले नाही. संस्थेच्या कार्यक्रमाच्या पत्रिका पाठवत असे, पण एकदाही ते आले नाहीत. मी त्यांचा विश्वास गमावला, ही खंत अधूनमधून मला अस्वस्थ करी. पैसे उशिरा पाठवले त्याबद्दल दिलगिरीचं एक पत्रही पोस्टानं पाठवलं. पण त्याचंही उत्तर नाही. पुढे अनेक वर्षांनी एका लाभार्थीच्या कामासाठी त्यांच्याकडे गेले. मनात तेव्हाही खंत होतीच. मी स्पष्टपणे त्यांना विचारलं, "माझ्याविषयी त्या पैशांमुळे तुम्ही गैरसमज करून घेतलेला दिसतो. तुमच्या मनात काय आहे ते मला कळू तरी द्या." त्यावर ते म्हणाले, "मी तुम्हाला पैसे परत देण्यासाठी दिले नव्हते. तुम्ही ते परत दिले, तेव्हा मला खूप वाईट वाटलं. पण घरी जाऊन मी पत्नीला म्हणालो, खूप स्वाभिमानी बाई आहे ती! इतरांची मदत तिला नको असते!" म्हटलं, "यापूर्वीच तुम्ही हे का बोलला नाही? अहो, लोकांच्या मदतीवरच तर या 'हेल्पर्स'चं कार्य सुरू आहे." त्यानंतर ते संस्थेत आले. कार्यक्रमाला आले. माझ्या मनावरचा ताण निघून गेला. आता ते देणगीही देतात.

नोकरीचा माझा काळ अतिशय आनंदात गेला. कार्यालयातील माझं काम संपताच मी इतरांचं काम करत असल्याने मला प्रत्येक विभागाचं काम येऊ लागलं. ज्ञानात भर पडली. आज त्या ज्ञानाचा उपयोग संस्थेच्या कार्यालयातही होतो. पण त्यावेळी मात्र कोणीही रजेवर गेलं, तर माझ्याकडेच त्याच्या कामाची जबाबदारी देऊ लागले. कारण मी दोन्ही टेबलांचं अगदी पूर्ण काम करीत असे. आधीचे अधीक्षक श्री. खानोलकर व श्री. गावकर यांना अशा कामाचं कौतुक होतं. त्यामुळे कामाचा उत्साह होता. पण नंतर नवीन प्रशासनिक अधिकारी आले. इतर सहकारी कर्मचाऱ्यांना कार्यालयीन कामाव्यतिरिक्तचं काम लावून त्यांचं काम ते मला करायला लावायचे. इथपर्यंत ठीक होतं. एकदा मी आजारी पडून दवाखान्यात होते.

परत हजर झाल्यावर, ज्यानं अनेक महिने स्वत:चं काम असून ते साचवून ठेवलं होतं, त्याला स्पष्टीकरण न विचारता माझ्याकडे त्याचं लेखी स्पष्टीकरण विचारलं गेलं, तेव्हा मला हा अन्याय सहन करणं कठीण गेलं. मी सरळ तो कागद घेऊन असिस्टंट कलेक्टरांकडे जाऊन त्यांना पुराव्यासहित सर्व प्रकार दाखवला. साहेबांनी त्यांना बोलावून समज दिली. असिस्टंट कलेक्टरसाहेब ऑफिसच्या वरच राहत होते. मी दवाखान्यातून आल्यावर माझं राहिलेलं काम संपवायला रविवारी ऑफिसमध्ये यायचे, तेव्हा "तू एकटीच का येतेस? तुमच्या प्रशासनिक अधिकाऱ्यानंही यायला हवं," असं ते सांगत.

श्री. गावकरसाहेब प्रशासनिक अधिकारी असताना माझं नोकरीचं दुसरं किंवा तिसरं वर्ष होतं. दरवर्षी अकाऊंट सेक्शनच्या वार्षिक बजेटचा इतका बाऊ केला जाई, की तुम्हाला ते जमणार नाही, तुम्ही नवीन आहात, समजणार नाही असं म्हणून मला बाजूला ठेवत. गावकरसाहेबांनी मात्र मला बोलावून फाईल हातात दिली. "संपूर्ण वाच, अभ्यास कर. काही अडलं तर विचार आणि या वर्षीचं बजेट करून दे," म्हणून सांगताच मला अतिशय आनंद झाला. मी कामाला जुंपले. न येण्यासारखं काही नव्हतंच. एक दोन शंका आल्या, तेव्हा त्यांचा सल्ला घेतला आणि बजेट दरवर्षीपेक्षा लवकर तयार झालं. नंतर अनेक वर्षं बजेट मीच करत होते. गावकरसाहेबांनी त्वरित मला प्रशस्तिपत्र दिलं. त्यानंतर एकदा असेच श्री. जितेंद्र नावाचे तरुण असिस्टंट कलेक्टर आले होते. 'स्टॉक टेकिंग'चा माझा रिपोर्ट वाचून, त्यांनी फाईलवर 'व्हेरी गुड, कीप इट अप' हा शेरा लिहिला. तो बघून खूप समाधान वाटलं होतं. हल्ली असं कौतुक नजरेस पडत नाही.

पुरुषांच्या विचित्र वागण्याचा मला बराच त्रास झाला आहे. शरीराची दुर्गंधी लपवण्यासाठी भाऊ वगैरे मला परदेशातून स्प्रे परफ्यूम आणून देत. माझ्या दोन्ही भावांना रेहानाच्या पतीनं परदेशात चांगली नोकरी मिळवून दिली होती. परदेशी साड्या पण खूप होत्या. ऑफिसमध्ये, बाहेर त्या साड्या आणि सेंटच्या सुवासानं पुरुष जवळ येत आहेत, हे लक्षात येताच मी माझ्या सर्व सुंदर परदेशी साड्या मैत्रिणींना देऊन टाकल्या. सेंट वापरणं बंद केलं. फक्त पांढरे कपडे वापरू लागले. काही मैत्रिणींनी आईकडे तक्रार केली, "हिनं हे काय साध्वीसारखं सुरू केलं आहे?" मी फक्त कॉटनच वापरते म्हटल्याबरोबर वेगवेगळ्या रंगाच्या कॉटनच्या साड्या भेटीदाखल नातेवाईकांनी, मैत्रिणींनी दिल्या. या प्रेमाला कसं दुखवणार मी! रंगीत कॉटनच्या साड्यांचीही पुरुष स्तुती करू लागले. एका लग्न झालेल्या सुदृढ 'हिरो'नं तर पांढऱ्या साडीतील माझं वर्णन करून मला प्रेमपत्र लिहिलं आणि दुसरं लग्न करण्यास तो उत्सुक असल्याचं सांगितलं. एका बंगाली अपंगानं मात्र अतिशय सौजन्यानं इच्छा व्यक्त केली. नकार दिल्यावरही हसून 'मैत्री राहील ना?

पत्र लिहिलं तर चालेल ना?' असं विचारून छान पत्रमैत्री ठेवली. एका गुजरातच्या मुस्लिम पोलिओने अपंग झालेल्या तरुणानं प्रपोज केलं. मी योग्य शब्दात नकार देऊन त्याला दुसरी मुलगी सुचवली. स्वतःच्या पगारातून पैसे देऊन डॉक्टरांचा सल्ला घेऊन तिला गुजरातला पाठवलं आणि तिथे त्यांचं लग्न झालं. माझ्यामुळे त्यांना वैवाहिक आयुष्य जगता आलं, याबद्दल त्यांनी आपल्या पहिल्या मुलीचं नाव माझ्या नावातील अक्षरं येतील, अशा पद्धतीनं ठेवलं.

एका महाराष्ट्रीयन तरुणाला नकार दिल्यावर मात्र मी खूप रडले होते. मनात होकार होता. पण त्याच्या आयुष्याशी खेळून त्याच्यावर आपलं ओझं लादणं योग्य वाटलं नाही. माझ्या या निर्णयाचा पश्चात्ताप मात्र मला कधीच झाला नाही. कारण मला सर्वात प्रिय आहे, ते माझे बाबूकाका आणि त्यांनी दिलेलं कार्य. या कार्यात लग्नामुळे, पोराबाळांमुळे अडथळा आला असता, वादळ उठलं असतं. कारण शेवटी पुरुष संकुचित, संशयी वृत्तीचा असतो, हे अनेक मैत्रिणींना आलेल्या अनुभवावरून मला उमजलं होतं.

नोकरीला लागताच लोअर डिव्हिजन क्लार्कपासून अप्पर डिव्हिजन क्लार्कच्या थेट परीक्षेला मी, रेखा आणि नीलिमा बसलो. आम्ही तिघी त्यात पास झालो. त्या दोघी परगावी पोस्टिंग मिळालं तर जायला तयार होत्या. मी मात्र नकार दिला. आम्हा तिघींना इतक्या लवकर सहा महिन्यात प्रमोशन मिळणार व त्यामुळे या डिव्हिजनच्या काही जणांना परगावी जावं लागणार, म्हणून युनियनची बैठक घेण्यात आली. त्यात 'एका दाराने या एल. डी. सी. म्हणून येणार आणि दुसऱ्या दाराने प्रशासनिक अधिकारी म्हणून बाहेर पडणार,' असे उद्‌गार काढण्यात आले. पुढे काय झालं कळलं नाही, पण आम्हाला तिघींनाही ऑर्डर आली नाही.

या बैठकीनंतर आठ-दहा दिवसांतलाच एक प्रसंग आठवतो. आयुष्यात तो विसरणं अवघड आहे.

इन्फेक्शनमुळे माझं डोकं खूप दुखत होतं. गोळी घेऊनही थांबलं नव्हतं. खटावकर कुठेतरी गेली होती. मी नुकतंच डोकं टेबलावर टेकलं होतं. इतक्यात, मला प्रमोशन मिळालं असतं तर ज्यांची बदली झाली असती, असे सहकारी तिथे आले, आणि त्यांनी 'काय झालं' म्हणून विचारलं. तेव्हा मी सरळ उत्तर दिलं, "डोकं खूप दुखतंय.." त्यावर त्यानी सुचवलेल्या उपायानं मी थक्क! - "टिकट्वेंटी घ्या. सर्व यातनांतून सुटका होईल." म्हणजे या लोकांना मी इतकी नको झाली होते! चेष्टा असेल तरी असली कसली जीवघेणी चेष्टा? मी शांतपणे म्हटलं, "मला दुकानदार देणार नाहीत. तुम्ही आणून दिलंत तर मनापासून तुमचे आभार मानीन. त्या दिवशी रजा मंजुरीचा चहा द्यायला मी नकार दिला होता, पण हे काम केलंत तर मागाल ते बक्षीस देईन." याच गृहस्थानं माझी रजा मंजूर करताना, माझी

पगारवाढ करताना, पेपरवर वजन ठेवावं लागतं असं म्हटलं होतं. मी अगदी नवीन असल्यानं मला याचा काहीच अर्थ माहीत नव्हता आणि माझ्या टेबलावरचं पेपरपेट मी शिपायाकडून त्यांच्याकडे पाठवले होते. तेव्हा मला सर्वजण हसले होते आणि 'वजना'चा अर्थ सांगितला होता. पण आपल्या कामासाठी आपल्याला पगार मिळतो, त्याबद्दल इतरांकडून काही घेणं किंवा इतरांना देणं म्हणजे मिंधेपणा, असं मला वाटत होतं. माझं उत्तर ऐकताच ते तिथून सटकले आणि मी खुळ्यासारखी ऑफिसमध्ये रडू लागले. खटावकरनं येऊन विचारताच मी झाला प्रकार सांगितला. तिनं माझी समजून घातली आणि साहेबांना सांगून मला घरी नेऊन सोडलं.

ताप चढलाच होता. परत दवाखाना, काही दिवस ॲडमिट. ॲन्टिबायोटिक्स, दिवस-रात्र इंजेक्शन्सचा मारा. दरवर्षी दोनतीन वेळा तरी मला दवाखान्यात ठेवून औषधांचा कोर्स द्यावाच लागे. पोटात दुखे, जेवण जात नसे, नाकातून आत पोटात नळी घालत. घशात जखमा होत. एकदा रागानं त्या नळीसहित मी सिस्टरला दूर फेकलं. "मरेन, पण ती नळी यापुढे आयुष्यात नाकात घालून घेणार नाही," म्हणून बजावलं. माझ्या सुदैवानं डॉक्टर सातवेकर माझी स्थिती समजून माझ्याशी प्रेमानं वागत. कधीच ते माझ्यावर रागावले नाहीत. चादरी भिजल्या, की सिस्टर्स आरडाओरडा करीत. आईला ऐकून घ्यावंच लागे. मग डॉक्टरांना सांगून घरूनही चादरी आणू लागले. हळूहळू त्या दवाखान्यातील स्टाफ माझ्यापुरता तरी सुधारला. कारण एकदा मी त्यांना सुनावलं - "पेशंटची सेवा करायचा इतका कंटाळा आहे, तर इथे का आला? दुसरी नोकरी करायची होती. काम करू नका, घरचे लोक सगळं करतातच. कमीत कमी गोड बोला." मालेकर सिस्टर मात्र आपुलकीनं बोलत.

मी दवाखान्यात झोपून असले, तरी झोपल्या झोपल्या पाठीवर झोपूनच क्रोशाच्या लेसचे असंख्य हातरुमाल करी. एकदा सर्व सिस्टर्सना त्या हातरुमालाची भेट दिली. नंतर मनात विचार आला, असे रुमाल करून विकावेत, म्हणजे त्या पैशातून अपंगांना कुबड्या, फी वगैरे देता येईल. मग काय, रात्रीची झोप आली नाही तरी झोपेची गोळी न घेता माझा रुमालाचा कारखाना चालू राही. आई दटावे- 'झोप' म्हणून. पण झोपेसाठी दोनचार गोळ्या घेणं, मग जीभ जड होणं, मी मुकी होते की काय ही भीती वाटणं, या सर्व अनुभवातून आई गेलेली असल्यानं, तीही जास्त काही बोलत नसे. माझे रुमाल बनून होताच त्यांची विक्री होई.

अजीजचं लग्न होऊन १९-२० वर्षांची इर्शाद घरी आली. तिच्या आई-बाबांनी माझ्यासमोरच तिला सांगितलं होतं -"या नणंदेची सेवा केलीस, हिला आनंदी ठेवलंस, तर तू हे घर जिंकू शकशील." खरं म्हणजे मी आधीपासून आई-अजीजला सांगत होते, की अजीजचं लग्न होताच तो वेगळा राहू दे. दुसऱ्या घरची

मुलगी आणून तुम्ही तिला माझी कामं करायला लावणार. तिनं कंटाळा केला तर नाराज होणार. यावर अजीजचं उत्तर असे - "मग लग्नच नको."

मला मनापासून मी वेगळं राहावं, असं वाटत होतं. नोकरी लागण्यापूर्वी आनंदवनात बाबा आमटेंकडे जाण्याचं बोलले, तेव्हा आई दुःखानं म्हणाली, "कमीत कमी मी जिवंत असेतो तू हे घर सोडून कुठे जायची भाषा परत करू नकोस..." इर्शादचा लग्नानंतरचा पहिला वाढदिवस मेरी वॉनलेस हॉस्पिटल, कावळा नाका येथे मी ॲडमिट असलेल्या खोलीतच साजरा झाला. त्या दवाखान्याची एकही खोली अथवा वॉर्ड असा नाही, जिथे मी राहिले नाही. तिथले अनेक ब्रदर्स, डॉक्टर्स, सिस्टर्स माझ्यावर खूप प्रेम करीत.

जेव्हा जेव्हा दवाखान्यात ॲडमिट व्हावं लागतं, तेव्हा आठवतात सौ. मालप सिस्टर. त्या सी. पी. आर. ला नोकरी करत. लहान बाळ होतं त्यांना. तरी ड्यूटी करून घरी जाऊन स्वयंपाक करून रात्री मला इंजेक्शन द्यायला केळवकरांच्या घरी येत. शांत, सोज्वळ बोलणं. कधीही एक पैसा घेतला नाही. डॉ. आर. बी. सातवेकरांनीही मला नोकरी लागेपर्यंत कधीही माझ्याकडून पैसे घेतले नाहीत. नंतर माझ्या आग्रहाखातर घेऊ लागले.

ऑफिसमध्ये काम करताना मला खूप चांगले अनुभव येत होते. कर्मचाऱ्यांतील शिपायांपासून ते अधीक्षकांपर्यंतच्या लोकांशी आमच्या बाबांनी खूप चांगले संबंध ठेवले होते. बाबांच्या मनाच्या मोठेपणाच्या अनेक हकिकती ऐकायला मिळत होत्या. एकाला तर बाबांनी स्वतःच्या जी. पी. फंडामधून कर्ज काढून मदत केली होती. मला लागणारं सहकार्य - जेवणाचा डबा धुणं, पाणी, चहा आणून देणं वगैरे - प्रत्येक जण हसतमुखानं करी. आम्ही दहा-बाराजण दुपारचं जेवण एकत्र घेत असू. हसत-खेळत अनेक पदार्थांचा आस्वाद घेत जेवण होई. आमचं घर जवळ. त्यामुळे गरमगरम मसाले भात, फोडणीचा भात, भज्याची कढी हे प्रकार सर्वांना आवडत. बिर्याणी, मटण, मासेही काहींना प्रिय होते. अशा वेळी घरून मोठा डबा येई.

पगाराच्या दिवशी अनेक जणांच्या चेहऱ्यावर आनंदाऐवजी काळजी असे. मी पगार हातात घेतला, की गावकरसाहेब मला व माझ्या मैत्रिणींना अक्षरशः ऑफिसबाहेर काढत आणि म्हणत, "जा, पिक्चर बघा, शॉपिंग करा... आज मौजमजा करा, काम उद्या करा." असे साहेब प्रत्येक ऑफिसात असायला हवेत, काम संपवून काहीही करण्याची परवानगी देणारे. तर, पगाराच्या दिवशीच्या स्टाफच्या चेहऱ्यावरील खिन्नतेचं कारण काय म्हणून मी चौकशी केली, तेव्हा कळलं की अचानक आलेलं आजारपण, लग्न वगैरेंच्या वेळी काढलेलं कर्ज. दरमहा शंभराला दहा रुपये व्याज.

अनेक वर्षं हे लोक दर महिन्याला नुसतं व्याजच देतात, मूळ कर्ज तसंच आहे. परत पगार पुरत नाही, परत कर्ज. माझ्या स्वत:च्या पगाराचा काही भाग मी सहकाऱ्यांना उसने पैसे देण्यासाठी ठेवत होते. कार्यालयात दिवाळी फंड सुरू होता. दर महिन्याला वर्गणी द्यायची व दिवाळीच्या वेळी वर्षाचे एकूण पैसे आणि व्याज मिळे. कोणाला गरज असेल त्यांना शंभरला दोन रुपये दरमहा व्याजानं कर्ज देत व ते आलेलं व्याज वाटलं जाई.

या कर्जबाजारी कर्मचाऱ्यांना कर्जाच्या विळख्यातून सोडवण्यासाठी मी एक योजना सर्वांपुढे मांडली. दिवाळी फंडाव्यतिरिक्त 'स्टाफ वेल्फेअर फंड' या नावानं एक फंड सुरू करायचा. त्यात सर्वांनी स्वत:ला झेपेल इतकी वर्गणी द्यायची. जमलेल्या पैशातून शंभराला महिन्याला एक रुपया दरानं कर्ज द्यायचं. जमलेलं व्याज वर्षअखेरीस वाटायचं. बदली किंवा निवृत्तीच्या वेळी ज्याचे त्याचे जमलेले पैसे मिळतील. आता ज्यांना कर्ज आहे, त्यांनी यातून कर्ज घेऊन ते जास्त व्याजाचं कर्ज फेडावं आणि त्यानंतर स्वत:चाच पैसा त्यांना वापरता येणार होता. सर्वांनी आनंदाने होकार दिला. बाराचौदा वर्षं हा 'स्टाफ वेल्फेअर फंड' मी व्यवस्थित चालवला. लोकांच्या, आपलं कर्ज फेडून दूरदर्शनसंच, वॉशिंग मशीन, फर्निचर, आजारपण, लग्न, अशा कितीतरी गरजा कमी व्याजदराने पुऱ्या होत होत्या. मी आजारी असे, तेव्हा व संस्थेचं काम वाढल्यावर सहकाऱ्यांची मदत घेतली. सर्वांनी उत्तम सहकार्य दिलं. पण माझं निवृत्ती घ्यायचं ठरल्यावर सर्वांची खाती बंद करून प्रत्येकाचे पैसे दिले. मी दुसऱ्या कोणीतरी हा फंड चालवावा, सर्वांची चांगली सोय होतेय, म्हणून विनंती केली. पण कोणीही जबाबदारी घ्यायला तयार नव्हतं. आज हा 'स्टाफ वेल्फेअर फंड' बंद झाला याचं वाईट वाटतं. हा फंड सुरू असताना मला फसवून कर्ज घेऊन, बाहेर जादा दराने तेच पैसे कर्जाऊ दिल्याचं उदाहरणही घडलं. अशांची खाती त्याच क्षणी बंद केली गेली. अशा चुकांना क्षमा करणं मला जमत नाही.

हा 'स्टाफ वेल्फेअर फंड' मी चालवत असल्यानं 'सेंट्रल एक्साईज रिक्रिएशन क्लब'चं ट्रेझररपद अनेक वर्षं माझ्याकडे होतं. संस्थेचं काम खूपच वाढलं, तेव्हा हळूहळू मी ऑफिसमधील या कामातून अलिप्त राहू लागले. सेन्ड ऑफ पार्टीज्, मेनूपासून बैठक व्यवस्था सर्वांच्या सहकार्यानं करताना मजा यायची.

कार्यालयातील सर्व सहकाऱ्यांशी मी समरस झाले होते. पण नोकरीला लागल्या लागल्या घडलेला बढतीचा प्रकार आणि 'टिकट्वेन्टी'चं प्रकरण विसरता येत नव्हतं. खात्यातील पदोन्नतीच्या परीक्षेला मी एकदाही गेले नाही. आयुष्यभर एल. डी. सी. राहण्याचं ठरवलं होतं. पद कोणतंही असू दे. सर्व कामं मला येत होती. अगदी प्रशासनिक अधिकाऱ्यांचं कामही वेळप्रसंगी - सही सोडून - मी करत

होते. माझ्यानंतर लागलेल्यांना पदोन्नती मिळत आहे आणि मी आहे तिथेच आहे, हे एक दिवस गावकरसाहेबांच्या लक्षात आलं. मला बोलावून त्यांनी कारण विचारलं. 'परीक्षेला पुण्याला जाण्यात काही अडचण असेल तर सांग, मी मदत करेन' म्हणाले. मी खरं ते कारण सांगितलं, की पदोन्नतीनंतरही मला इथे ठेवलं, तर ज्यांच्या बदल्या होतात, त्यांना परत माझी अडचण होईल. त्यांनी मला आधी समजावलं. नंतर ते चक्क रागावले आणि मला बळजबरीनं पुण्याला जाऊन परीक्षा देण्यास भाग पाडलं. त्यासाठी मार्गदर्शनही केलं. खात्याची पुस्तकं वाचून काम करायची सवय असल्याने ती पुस्तकासहितची परीक्षा काहीच अवघड गेली नाही. सर्व विषयात मी त्यावेळी प्रथम होते. तो निकाल गावकरसाहेबांना दाखवताना मला अत्यानंद झाला होता. त्याचं श्रेय त्यांनाच होतं. केवळ त्या परीक्षेमुळे मला नंतरच्या सर्व बढत्या मिळाल्या. बढतीची मेजवानी कार्यालयाच्या क्लब रूममध्येच दिली. जेवण तयार करण्यापासून वाढण्यापर्यंत संस्थेच्या कार्यकर्त्यांनी सहकारी कर्मचाऱ्यांबरोबर हिरिरीने भाग घेतला. गंमत अशी, की मी दवाखान्यात असताना प्रत्येक बढतीचा आदेश निघाला. सहकारीही 'ऑर्डर' मला तत्परतेनं दवाखान्यात आणून देत. माझा पगारही दवाखान्यात दिला जाई. अनेक सहकारी (सर्वांची नावं घेणं अशक्य आहे.) तर माझ्या आवडीचं खाणं, घरी केलेले पदार्थ आणत. एकदा तर कार्यालयातून ऑफिसच्या गाडीतूनच मला आधी दवाखान्यात दाखल केलं आणि नंतर आईला दवाखान्यात आणलं.

त्या काळी मी नियमित रक्तदान करीत होते. रक्तपेढीकडे त्यांचे पुरेसे कर्मचारी असतील तर कार्यालयात येऊन ते रक्त घेत. कधी त्यांचे कर्मचारी नसले तर मी आमच्या सहकाऱ्यांबरोबर रक्तपेढीत जाऊन रक्तदान करी. त्यावेळी रक्तदाते कमी होते. असाच एकदा रक्तपेढीतून फोन आला म्हणून मी रक्त द्यायला तिथे गेले, तर कळलं, आमच्या असिस्टंट कलेक्टरांच्या आईंना रक्त हवं होतं. मला तिथे बघून आमचे पैसाहेब खूप चकित झालेले दिसले. रक्तपेढीच्या डॉ. सुळगावकर आणि डॉ. दिवेकर यांनी त्यांना काय काय सांगितलं माहिती नाही, पण पैसाहेबांना माझं खूपच कौतुक वाटू लागलं. आजअखेर ते निवृत्त होऊन अनेक वर्षं झाली, तरी न चुकता त्यांच्या प्रत्येक वाढदिवसाला आणि इतर वेळीही ते संस्थेला मोठी देणगी देतात. एकदा वर्तमानपत्रात रक्ताची तातडीने गरज आहे, ही सी. पी. आर. ची बातमी वाचून मी सी. पी. आर. मध्ये गेले, तर मीच पहिली रक्तदान करणारी होते. एका अनोळखी रुग्णाच्या उपयोगी पडले, याचं समाधान घेऊन तिथून परतले.

एकदा तर माझ्यापुढे एक यक्षप्रश्न होता. आई-मैत्रिणींना सांगणंही अशक्य होतं. मनाचा धीर करून वडिलांसमान असलेल्या पैसाहेबांचा सल्ला घेतला.

एक तरुण मुलगी होती. वडिलांचा आधार नाही, आई आजारी. शिक्षण नाही.

नोकरी नाही. भाजी विकून पोट भरत नव्हतं. मग कोणीतरी बोलावलं म्हणून देहविक्रय करू लागली. पण फक्त गरज असेल तेव्हाच. काही लोक तिच्याकडे जात व पैसेही देत नसत. ती उघड धंदा करीत नव्हती. संस्थेच्या कार्यासंबंधी थोडंबहुत वर्तमानपत्रात येत असल्याने त्या मुलीला माझ्याबद्दल माहीत होतं. तिला त्रास देणारे माझ्या ओळखीचे असल्याने ती माझ्याकडे आली. सर्व सत्य मला सांगितलं. प्रथम मला ती खरे बोलत आहे, यावर विश्वासच बसला नाही. काम मिळालं तर करशील का, म्हणून विचारताच ती आनंदली. तिचं पूर्वायुष्य कोणाला न सांगता माझी मदतनीस म्हणून तिला नोकरी दिली. माझ्यासोबत तिला पाहिल्यावर आपोआप लोकांना वचक बसेल, हा माझा अंदाज खरा ठरला. नंतर अनेक टूर्स, ट्रिपला पण ती माझ्यासोबत आली. पुढे एका अपत्य असलेल्या विधुराशी माझ्या सल्ल्यानं तिनं लग्नही केलं. आज ती कुठे आहे, कशी आहे, काहीच माहीत नाही. पण ती सुखी असावी, अशी इच्छा आहे.

रेखा फाटकने नोकरीच्या पहिल्या चारपाच वर्षांत इतका लळा लावला आणि मनाला चटका लावून ती निघून गेली. ''मी जास्त जगणार नाही, पण मरण्याअगोदर मला ताजमहाल बघायचा आहे. घरून मला एकटीला पाठवणार नाहीत. तू धाडशी आहेस. कितीही त्रास झाला तरी आपण जाऊन येऊ.'' दर दोन-चार दिवसांनी तिची ही टेप सुरू असे. रविवारी तिला करमेनासं झालं, तर ती माझ्याकडे येई. मग आम्ही दोघीच रिक्षातून भटकत असू. काही खरेदी, काही खाणं, रिक्षावाल्यालाही सामील करत असू. ती असेपर्यंत माझी बरीच खरेदी मी तिच्याबरोबर करत असे. मी रिक्षात बसून आणि ती खाली चढ-उतर करी. ती 'ज़गणार नाही' म्हणताच मी चेष्टा करे, 'तुला एकटीला कोण जाऊ देणार? आपण दोघी मिळून जाऊ.' ती मरणाच्या गोष्टी चेष्टेतच करते, असं मला दर वेळी वाटे. कारण हे ती सदा हसतच बोले. पण एकदा हे बोलता बोलता तिच्या डोळ्यात पाणी तरळलं. जरा रागातच ती म्हणाली, ''तुला खोटं वाटतंय. पण जेव्हा हे घडेल तेव्हा तू पस्तावशील. आग्र्याला गेलीस तरी माझ्या आठवणीनं तुला चैन पडणार नाही. तिचं आयुष्य अत्यल्प असल्याचं माहीत असल्याने तिनं तिच्या एका बालपणापासून मित्र असलेल्याला नकार दिला होता. त्याचं लग्न झाल्यावर ती आजारी पडली वगैरे. तिचं सगळं मन तिनं उघड करताच मात्र मी घरी सांगितलं, की मी, रेखा वगैरे दिल्लीच्या ट्रिपला जात आहोत. रजनी, शांताला, डेव्हीड (बेळगाव संस्थेचे अध्यक्ष) यांनाही कळवलं. सर्वजण एका पायावर, नव्हे पाय नसतानाही तयार झालो. पुण्याच्या पॅराप्लेजिक केंद्रामधून केदार पाटीलही येतो म्हणाले.

दिल्लीत कोणाचीच ओळख नाही. रेखाकडे फक्त एका संस्थेचा पत्ता होता. 'इन्स्टिट्यूट फॉर वेल्फेअर ऑफ दि हॅन्डीकॅप्ड.' त्वरित त्यांना विनंतीपत्र लिहिलं,

'तीन व्हीलचेअर्स आणि एकूण पाच अपंग (त्यातले दोन पोलिओचे) व तीन मदतनीस अशा आठ जणांची राहण्याची व्यवस्था करावी.' त्यांचा होकार येताच जातानाचं पश्चिम एक्स्प्रेसचं रिझर्वेशन केलं. परत येताना बडोद्यात मैत्रिणीकडे थांबणार होतो. १९८० मार्चमधली तारीख ठरली. जय्यत तयारीला लागलो. कारण दिल्ली, आग्रा, चंदीगड, जयपूर, मथुरा, भाक्रानानगल धरण, बडोदा असं सगळंच एकदा बाहेर पडल्यावर पाहण्याचं ठरलं.

निघण्याआधीच दिल्लीत बाबूकाकांप्रमाणे पंतप्रधानांना -श्री. मोरारजी देसाई यांना- भेटायचं ठरवलं. डेव्हीड यांना संस्थेला जागा मिळवण्यासाठी केलेल्या सर्व पत्रव्यवहाराची फाईस सोबत घ्यायला लावली. अपंग साहाय्यक संस्थेशी संबंध राहिला नव्हता; तरी त्यांच्या सेक्रेटरीनाही सांगितलं, संस्थेला जागा हवी असेल, तर फाईल माझ्याकडे पाठवा; दिल्लीत पंतप्रधानांना भेटणार आहोत. पण देतो म्हणूनही निघेपर्यंत फाईल माझ्या हाती मिळाली नाही. भाईसाब, अजीजनं दिलेला टाईपरायटरही मी सोबत घेतला होता. प्रथमोपचाराच्या सर्व साहित्याबरोबर मला आवश्यक ते सर्व साहित्य सोबत घेतलं. पाना, स्क्रू-ड्रायव्हर, कात्री, चाकू, कपडे वाळवण्यासाठी व पार्टिशनचा पडदा बांधण्यासाठी पडदा-दोरी वगैरे सर्व तयारी जय्यत केली. सर्वांच्या अनेक शुभेच्छा सोबत घेऊन रेल्वेनं आम्ही कोल्हापूर सोडलं.

खाण्याचे अनेक प्रकार सोबत घेतले होते. रात्रीचं जेवण रेल्वेतच केलं. रेल्वे कल्याणला आली आणि आमचं दुर्दैव! त्या रेल्वेत काहीतरी बिघाड झाल्यामुळे ती पुढे जाऊ शकणार नाही, अशी घोषणा स्टेशनवरून करण्यात आली. आमचं धाबं दणाणलं. इतर प्रवाशांचं ठीक होतं. दुसऱ्या ट्रेनमध्ये चढणं-उतरणं काही प्रश्न नव्हता. आम्हा तीन व्हीलचेअर्सवाल्यांना दादर स्टेशनला उतरवण्यासाठी अनेक नातेवाईक येणार होते. लाऊडस्पीकरमधून खास आमच्यासाठी परत घोषणा झाली, की मामा हारून खान यांनी निरोप दिला आहे, आम्ही सिंहगड एक्स्प्रेसमध्ये चढावं; वेळ खूप थोडा आहे. दादरहून बॉम्बे सेंट्रलला जाऊन दिल्लीला जाणाऱ्या पश्चिम एक्स्प्रेसमध्ये चढायचं होतं. टी. सी. आणि गार्ड खूप चांगले होते. त्यांनी आम्हाला सर्वांना चढवेपर्यंत सिंहगड एक्स्प्रेस थांबवून ठेवली. दादर आल्यावर कोण कसं विजेच्या गतीनं उतरलं, टॅक्सीत कसं ठेवलं आणि आम्ही बॉम्बे सेंट्रलला कसे आलो कळलं नाही. दादरला तीनचार टॅक्सीज् तयार ठेवण्यात आल्या होत्या. पश्चिम एक्स्प्रेस सुटायला दहापंधरा मिनिटं उरली होती आणि आमच्या राखीव सीटवर-बर्थवर भलतेच बसलेले. त्यांनी त्यांचं तिकीट दाखवलं. इतक्यात कोणीतरी माहिती दिली, शेवटी एक डबा जोडला आहे. लागलीच त्यात चढायचा निर्णय घेतला. मामा नको म्हणत होते, पण एकदा उचललेलं पाऊल, एकदा दिलेला शब्द मागे घ्यायचा नाही, ही माझी वृत्ती. डेव्हीड यांच्या बरोबर मदतनीस म्हणून आलेल्या

प्रकाशला मला वर चढवायला सांगितलं. रेखा पाठोपाठ चढली. मग रजनी आणि सर्वच चढले आणि रेल्वेची शिट्टी झाली. मामा हतबुद्ध होऊन प्लॅटफॉर्मवरून म्हणत होते. "तुझ्या आई-बहिणीला जाऊन काय सांगू?" त्या प्रश्नाचं उत्तर न देता त्यांच्याकडे सर्वांची तिकिटं होती, ती मागितली. "तिकिटं आधी द्या. नाही तर घोटाळा होईल," म्हणताच चालत्या गाडीत खिडकीतून त्यांनी तिकिटं माझ्या हातात दिली.

रेल्वेने वेग घेतला आणि आरडाओरडा ऐकू आला - हा महिलांसाठीचा डबा आहे. यात पुरुष कसे?... टी. सी. आला. 'केस करतो' म्हणू लागला. म्हटलं, केस आम्ही तुमच्यावर करायला हवी आहे. महिना दीड महिना आधी रिझर्व्हेशन करून तुम्ही आम्हाला जो त्रास दिला आहे त्याबद्दल! एका नंबरला दोन दोन आरक्षणं कशी देता तुम्ही? शेवटी तो शांत झाला. पण डब्यातील स्त्रियांनी मात्र आमच्या मदतनीसांना सीटवरून उठवलं. सामान नीट ठेवता आलं नव्हतं. रजनी बसली होती त्या सीटच्या वर एक बॅग ठेवली होती, ती नेमकी रजनीच्या नाकावर पडली आणि रक्त येऊ लागलं. सकाळपासून नाश्ता नाही. रेहाना-मामांनी दिलेला डबा उघडणंही अशक्य एवढी गर्दी. मुंबईत वॉटर बॅग, कुलर भरून घेता आला नाही. स्टेशनवर रेल्वे थांबतच नव्हती. खिडकीतून विकतचं पाणी घेऊन फक्त तहान भागवत आम्ही दिल्ली गाठली. दिल्ली जवळ आली, तशी प्रचंड थंडी जाणवू लागली. पण शाली, ब्लँकेटं काढणं अशक्य होतं. मध्यरात्री मदतनीस उभे राहून खूप दमले. म्हणून रजनी वगैरे सर्वजण सीटवर पुढे सरकून बसले आणि त्यांना चादर देऊन मागे झोपवलं. पोलिसानं विचारलं, तेव्हा 'स्त्री झोपली आहे' असं रजनीनं सांगितलं. गाडी हलत असल्यानं आणि थंडी वाढल्यानं त्या मदतनीसानं चादर तोंडावर ओढली व त्याचे पुरुषी पाय त्या पोलिसाला दिसले. त्यानं खाड्कन त्याला उठवलं आणि तो रजनीला रागानं बोलू लागला. रजनी म्हणाली, "या परिस्थितीत आम्ही खोटं बोलणार नाही तर काय करणार? आम्हाला आमच्यापेक्षा आमच्या मदतनीसांची काळजी घ्यावी लागते. त्यांच्या भरवशावर तर आम्ही एवढं लांब जाण्याचं धाडस करीत आहोत." पण तो पठ्ठ्या पोलिस काही ऐकून न घेता त्या दोन्ही मदतनीसांना खाली उतरवू लागला. डब्यातल्या इतर स्त्रिया जोर करू लागल्या. इतका वेळ चाललेला प्रकार बघून मला मनातल्या मनात हसू येत होतं, पण मी गप्प होते. त्या पोलिसाला मी शांत स्वरात म्हटलं, "भाईजान! त्यांना खाली उतरवा, पण आम्हाला बाथरूमला जावं लागलं तर कोण मदत करणार, हे तुम्ही आणि या भगिनींनी मिळून ठरवा." माझं इतकं स्पष्ट बोलणं ऐकून सर्वांची

वाचाच बंद झाली. तिथली गर्दी कमी झाली. आमच्या तीन व्हीलचेअर्स मिटून ठेवल्या होत्या. त्या इतर स्त्रियांनी उलगडून एकावर दोघी दोघी बसल्या होत्या. आम्ही इतक्या अडचणीत, शरीराचे हाल करून बसलो होतो, की ही व्हीलचेअरवर बसायची अक्कल आम्हाला आधी का सुचली नाही, म्हणून आम्ही स्वत:लाच दोष दिला.

दिल्लीला स्टेशनवर उतरेपर्यंत आम्ही जिवंत पोहोचतो की नाही, असं मला वाटत होतं. शरीराचा अणूरेणू दुखत होता.

स्टेशनवर रेखाची एक पत्रमैत्रीण आली होती. राहण्याच्या ठिकाणी गेलो आणि त्या संस्थेचं ऑफिस बघून चकित झालो. तिथे फक्त एक कापडी पट्ट्यांची झोळीसारखी कॉट होती. बाकी टेबल-खुर्च्या, ब्लँकेटं मात्र कपाटभरून होती. गाद्या आणून ठेवलेल्या होत्या. 'आलिया भोगासी असावे सादर' म्हणून डोक्यावर छत आहे हेच समाधान मानलं. दिवसा पोहोचलो होतो. आंघोळ, जेवण करून ताजेतवाने झालो. संस्थेचे अध्यक्ष गौतम कौर आणि सचिव संदीप सूद यांचं बोलणं, वागणं अतिशय मधाळ होतं. कौर व्हीलचेअरवर होते. मलिक कुबड्या घेऊन चालत होते. दोघेही विवाहित. दोघांच्या घरी जेवणाचा आस्वाद घेतला. पंतप्रधान मोरारजी देसाई यांना भेटायचं आहे म्हणताच, त्यांनी त्वरित भेटीची वेळ ठरवून दिली.

रात्री जागून मी आणि डेव्हीड यांनी बेळगाव संस्थेचा जागेसंबंधीचा अर्ज तयार केला. शांतालाही सोबत होती. सकाळी लवकर पंतप्रधानांना भेटायचं होतं. त्यानंतरच फिरण्याचा कार्यक्रम ठरवला. पंतप्रधानांनी आपुलकीनं आमच्या अडचणी, कार्य ऐकून घेतलं व अर्ज वाचून आपल्या सचिवांकडे दिला. हे काम त्वरित करा, असा आदेश दिला. आनंदाश्चर्याची गोष्ट म्हणजे आम्ही ट्रिपहून परतलो, तेव्हा आमच्या आधी, मागितलेल्या जागेच्या मंजुरीचं पत्र बेळगावला पोहोचलं होतं.

प्रवासात जास्त पैसा रोख नको, म्हणून जनवाडकरकाकांनी ट्रॅव्हलर्स चेक घेण्याचा सल्ला दिला होता. प्रत्येक चेकवर सही लागते व दरवेळी बँकेत जावं लागेल म्हणून ते काम मी रजनीवर सोपवलं. तर "माझी सही सारखी बदलते, ती जुळली नाही, तर पंचाईत होईल नसीम! तूच ते काम कर." असं रजनीनं सांगितलं. तरी "मला दुसरी खूप कामं आहेत, ते तूच करायला हवंस," म्हणून ते काम तिच्याकडून करवून घेतलं. दिल्लीत फिरायला जाण्याअगोदर ते चेक कॅश करायला गेलो, तिथे इतका वेळ मोडला आणि थंडी घालवण्यासाठी घेतलेली कॉफी इतकी महाग होती, की आयुष्यात आमच्यासारख्यांनी ट्रॅव्हलर्स चेक घेऊ नयेत, असा फुकटचा सल्ला मी नेहमी सर्वांना देते. दुसरा सल्ला असतो, कोल्हापूरहून मिरज-दिल्ली, पुणा-दिल्ली किंवा मुंबई-दिल्लीचं रिझर्व्हेशन करू नका. कोणाला तरी

तिथे पाठवा आणि जिथून गाडी सुटते तिथूनच रिझर्व्हेशन करा.

दोन टॅक्सीज् ठरवल्या. संपूर्ण दिल्ली फिरण्याचा कार्यक्रम आखून एका वेळी टॅक्सीज् सोडल्या. पण टॅक्सीवाले इतके महान होते, की आमच्या दोन टॅक्सींची भेट संध्याकाळी संस्थेत राहण्याच्या ठिकाणीच झाली. एकत्र तंदुरी खाण्याचं राहूनच गेलं. इंडिया गेट, कुतुबमिनार, लाल किल्ला प्रत्येक ठिकाणी चौकशी करायचो. तर अर्धा तासापूर्वी, एका तासापूर्वी तुमच्यासारखे व्हीलचेअर असलेले येथून गेले, असं उत्तर मिळत असे.

रात्री चांदण्यात संस्थेत अनेक मेंबर्स जमले होते. जागतिक अपंग दिनानिमित्त क्रीडा स्पर्धा आहेत, त्या दिवशी आम्ही त्यात भाग घ्यावा असं त्यांनी सांगताच आम्ही आनंदलो. अनेक बक्षिसं आम्ही मिळवली. रजनीच्या गोड गीतांनी सर्वांची मनं जिंकली. एक हात नसताना डाव्या हातानं अप्रतिम बनवलेलं परदेशी साहेबांचं पेंटिंग बघायला मिळालं. प्रमिला नावाची मैत्रीण मिळाली.

दुसऱ्या दिवशी आम्ही आग्र्याला गेलो. यावेळी दोन्ही टॅक्सीज् सोबत होत्या. चांदण्यात ताजमहाल बघण्याचं स्वप्न साकार झालं होतं. आमचे मदतनीस, तीन व्हीलचेअर्स घेऊन त्या अगणित पायऱ्यांवरून चढताना थकले, तेव्हा ड्रायव्हरनं स्वत:हून मदत केली. मला उचलण्याचं कामही आनंदानं केलं. रेखाप्रमाणे आम्हा सर्वांचीच आयुष्यात एकदा तरी ताजमहाल बघायची इच्छा होती, ती सफल झाली होती. त्यानंतर 'हेल्पर्स'च्या मुलामुलींसोबत मी तीनचार वेळा ताजमहाल बघितला. पण चांदण्यातील त्या शुभ्र नक्षीकाम असलेल्या संगमरवराचं सौंदर्य काही औरच! त्याचं वर्णन शब्दात करता येणार नाही. स्वप्नपूर्तीच्या समाधानानं थोडा वेळ आम्ही स्तब्ध झालो होतो. रेखाही सुखावली होती. तिच्या आग्रहानं हे भाग्य आम्हाला मिळालं होतं. परतीच्या मार्गावर मथुरेत श्रीकृष्णाचं मंदिर बघितलं. पुजाऱ्यानं सर्वांच्या गळ्यात हार घातले.

डॉ. कर्नल सिंगकडून चंदीगडच्या पॅराप्लेजिक होममध्ये राहण्यासाठी पत्र घेतले होतं. पहाटे लवकर सर्व बांधाबांध करून चंदीगड भाक्रानानगलसाठी निघायची तयारी केली. मात्र रेखाला ताप भरला. ती थंडीनं कुडकुडत होती. भाडं भरलेल्या टॅक्सीज् दारात होत्या. त्या प्रवासात पहिल्यांदा मला कळलं, की रेखाचं अपंगत्व आम्हा सर्वांपेक्षा भयानक आहे. तिला पाठीच्या कुबडामुळे रात्री बिछान्यावर झोपताच येत नव्हतं. तिचं हृदय उजव्या बाजूला होतं आणि त्याचा आकारही अनैसर्गिक होता. सरळ झोपल्यावर तिला श्वास घेता येत नसे. रात्र रात्र ती उशीला टेकून बसून राही. शांत झोप लागतच नसे. रेखाची जबाबदारी मी माझी समजत होते. कारण बाकीच्या ग्रुपशी तिची त्या ट्रिपमध्येच ओळख झाली होती. मी रेखाबरोबर दिल्लीतच राहाते, इतरांनी भाक्रानानगलला जाऊन यावं; वेळ घालवू

नये, कारण परतीचं रिझर्व्हेशन पक्कं होतं, असं सांगितलं. पण मला सोडून कोणी जायला तयार होईना. रेखाला घेऊन जाणं धोक्याचं होतं. तिला श्वास घेतानाही त्रास होत होता. ताप खूपच होता. शेवटी तिच्याशी गट्टी जमलेल्या केदार पाटील यांनी 'मी राहतो, तुम्ही काळजी न करता जाऊन या,' असं म्हटलं आणि आम्ही त्या दोघांना सोडून गेलो.

गुलाबाच्या ताटव्याची बाग, चंदीगडचं भव्य पॅराप्लेजिक होम, भाक्रानानगलचं ते जगातील दुसऱ्या क्रमांकाचं भव्य धरण बघताना डोळ्यांचं पारणं फिटत होतं. पण रेखा व केदार पाटील यांना दिल्लीतच सोडल्यानं प्रत्येक क्षणी त्यांची आठवण येत होती. भाक्रानानगलला आमच्या व्हीलचेअर्सच्या आधी फक्त बाबूकाकांची व्हीलचेअर पोहोचली होती. बाबूकाकांचं दिलखुलास हसणं अजूनही तिथल्या स्टाफला आठवत होतं. सर्व ठिकाणी माणुसकीचा अतिशच चांगला अनुभव आम्हाला येत होता. माझी मदतनीस म्हणून अपंग साहाय्यक संस्थेच्या ट्रेनिंग सेंटरमधल्या लक्ष्मीबाई जाधव यांच्याबरोबर राहणारी अनाथ स्त्री सुकुमार सोबत आली होती. थंडी खूप होती. ती चहा-कॉफी पीत नसल्यामुळे मी तिला गरम दूध घ्यायला लावत होते. कारण माझी सर्व कामं तिनं वेळेवर, व्यवस्थित केल्यानंच माझा प्रवास सुखकर होणार होता. तिचा प्रवासाचा पूर्ण खर्च आणि रोजची मजुरी मी देत होते. सर्वांचे कपडे तिनं धुवावे, हेही ठरलं होतं. डोक्यानं मतिमंद असलेली सुकुमार जरा हळू, पण काम करत होती. मी तिची जास्तच काळजी घेते, असा आरोप माझ्यावर होत असल्याचं मला थोडं जाणवलं. संपूर्ण सहलीचं नेतृत्व मला दिलं गेलं होतं. सर्वांना सकाळी लवकर उठवणं, लवकर तयार व्हायला लावणं वगैरे मी करत आहे, हेही आवडत नसल्याचं मला जाणवू लागलं. पण सर्व कार्यक्रम ठरलेल्या वेळी व्हावेत, हा माझा प्रयत्न होता.

भाक्रानानगलहून परत येताना दिल्लीला लवकर पोहोचावं, म्हणून टॅक्सी न थांबवता प्रवास चालू ठेवला. रात्री बारा वाजता एका धाब्यावर जेवणासाठी थांबलो. मक्याची गरम गरम रोटी किंवा नान, दालफ्राय, दही भात हेच प्रामुख्यानं आम्ही आवडीनं खात होतो. जास्त वेळ जायला नको म्हणून मी, डेव्हीड टॅक्सीतून उतरलो नाही. जेवण टॅक्सीत बसूनच घेतलं. बाकीचे सर्वजण आकाशाखाली खाटेवर बसून जेवले. तिथे बसलेल्या इतर लोकांनी आम्ही अपंग बघून चौकशी केली. आमच्या धाडसाचं त्यांना कौतुक वाटलं. 'आज तुम्ही आमच्या गावचे पाहुणे' असं म्हणून त्यांनी जेवणाचे पैसे घेतले नाहीत. आमच्याशी ओळख करून घ्यायला टॅक्सीजवळ आले आणि नोटांचं बंडल काढून देऊ लागले. 'भगवान रजनीशचे आम्ही भक्त आहोत. तुमच्या प्रवासासाठी ही भेट' म्हणाले. आम्ही आभार मानून ते पैसे परत केले. 'आम्ही सर्व मिळवते आहोत. स्वखर्चानं प्रवास

करण्यात आनंद आहे. वाईट वाटून घेऊ नका. तुमचा पाहुणचार आम्हाला कायम स्मरणात राहील,' असं म्हणालो. त्यांनी सर्वांसाठी पानपट्टी (विडा) दिला होता. त्या भक्तांच्या दाढी मिशांमुळे मी मनातून धास्तावले होते. लवकर टॅक्सी सुरू करायला लावली आणि सर्वांचे विडे घेऊन ते बाहेर फेकून दिले. कोणालाही ते खाऊ दिले नाहीत. सर्वांनी माझं म्हणणं कसं ऐकलं, याचं नंतर आश्चर्यही वाटलं.

दिल्लीत पोहोचलो, तर रेखाची तब्येत अगदी व्यवस्थित होती. केदार पाटील, कौरसाहेब व संदीप सूद यांनी तिची पूर्ण काळजी घेतली होती. परतीच्या प्रवासात बडोद्याला गेलो. माझी मैत्रीण हिरा पटेल हिनं आमच्या सर्वांची राहण्या-जेवणाची सोय अपंगांसाठी बांधलेल्या नवीन वसतिगृहात केली होती. ते वसतिगृह अजून सुरू व्हायचं होतं. बडोद्याला पोहोचले आणि मलाही इन्फेक्शनच्या तापानं घेरलं. अहमदाबाद व बडोद्याचा कार्यक्रम सर्वांनी ठरल्याप्रमाणे पार पाडावा, मी सुकुमारबरोबर वसतिगृहात राहून औषध घेऊन आराम करते, असं सर्वांना परोपरीनं सांगितलं. पण मला घेतल्याशिवाय ठरलेली मेटॅडोर दारातून हालत नाही, हे बघून शेवटी डॉक्टर बोलावून इंजेक्शन घेतलं. गोळ्या सोबत घेतल्या आणि तशा तापात गाडीत बसले. दिल्लीत रेखाला सोडून आम्ही गेलोच होतो ना? मग वेळप्रसंगी हे सर्वजण असा समजूतदारपणा का दाखवत नाहीत? तापात प्रवास करून मला त्रास होईल हेही त्यांना कसं समजत नाही, याची खंत करीत डोळे मिटून मी सर्व प्रवासात झोपून राहिले. अहमदाबादला रजनी कोणा नातेवाईकाकडे का ओळखीच्या मंडळींकडे जाते म्हणत होती. पण ग्रुप सोडून एकट्यानं कोणी जायचं नाही, हा नियम सर्वांनी आधी मान्य केलेला होता. म्हणूनच मी परवानगी दिली नाही. याचा रजनीला खूप राग आला. माझ्याविषयीचे सर्व राग सर्वांच्या मनात साठत होते. बहुतेक मी मात्र बेखबर होते. माझ्या शिस्तीच्या कडक वागणुकीमुळे मला केदार पाटीलनं चेष्टेत 'सौदामिनी' नाव ठेवलं. रजनीनं दुजोरा दिला आणि अर्थही सांगितला. 'तू विजेसारखी चपळ आणि कडाडणारी आहेस ना, म्हणून हे नाव.' ही वीज प्रकाशही देते आणि जाळून खाकही करते, हा मनातला विचार मी मनातच ठेवला.

बडोद्याहून मुंबईच्या रेल्वेत बसलो व सर्वांनी माझ्यावर कडाडून हल्ला केला. फक्त रेखा गप्प होती. तिनं माझ्याबद्दल एकही तक्रार केली नाही. शांता, डेव्हीड, केदार पाटील, रजनी सर्वजण माझ्यावर एकत्रित हल्ला चढवत होते. तापानं अशक्त झालेलं शरीर व या भडीमारानं शिणलेलं मन. थोडा प्रतिकार केला मी. पण सुन्न होऊन निश्चय केला, की आपलं नेतृत्व आवडलेलं नाही, म्हणून यापुढे या लोकांच्या फंदात पडायचं नाही. सहलीचा कार्यक्रम आखण्यापासून जिवापाड केलेल्या सर्व श्रमांचं हे फळ! असंतुष्ट मनं, (एक दोन नव्हे, अनेक) मदतनीस सुकुमारची काळजी घेणं, वेळच्या वेळी कार्यक्रम पार पाडणं, नियम न

मोडणं, हे माझं कर्तव्य होतं. इतरांची काळजी घेण्यासाठी ज्याची त्याची माणसं सोबत होती. मी सर्वांची सोय करूनच मग माझी सोय बघितली होती. फक्त कॉटशिवाय मला झोपता येत नव्हतं, म्हणून ती एकच स्पेशल सोय मी माझ्यासाठी केली होती आणि त्याबद्दल कोणाचाच आक्षेप नव्हता. आज इतक्या वर्षांनी हेही नीट आठवत नाही, की त्या परतीच्या प्रवासात आनंदाचे क्षण न आठवता सर्वजण माझ्याशी इतक्या जोरानं का भांडले होते? मुळात मला भांडण रुचत नव्हतं. मनोमन निश्चय केला, की बेळगावच्या संस्थेला आपली समजून आपण जे गुंतत चाललो आहोत, ते गुंतायचं नाही. बेळगावला दरवर्षी शिबीर व्हायचं. तिथे जाऊन मी घरचंच कार्य असल्याप्रमाणे सहभागी होत होते. डेव्हीड कधी कधी म्हणत, 'तुमच्यासारखं धाडस या शांताला शिकवा.'

दिल्लीच्या सहलीनंतर मनाला एकच प्रचंड समाधान होतं, ते म्हणजे रेखाला ताजमहाल बघता आला. रेखा सारखी म्हणत होती, "नसीम! तुझी गाठ पडली नसती, तर मला या आयुष्यात ताजमहाल बघता आला नसता. मार्च महिन्यात आम्ही जाऊन आलो आणि नोव्हेंबर २३ ला ती देवाघरी गेली. शेवटचे तीनचार महिने तिचे आणि माझे खूप अस्वस्थतेत गेले. ऑफिसमध्ये बसवत नसे. तरी मला भेटता यावं, म्हणून ती ऑफिसला येत होती. तिचं ऑफिसला येणं बंद झाल्यावर मी ऑफिस सुटताच तिच्या घरी जाऊ लागले. (मी दवाखान्यात ॲडमिट असे, तेव्हा ती ऑफिसला येण्याअगोदर तासभर, कधी कधी मधल्या सुटीत व संध्याकाळी ऑफिस सुटल्यावर बराच वेळ गप्पा मारायला येई.) मी खूप दमले असले व एखाद दिवशी तिच्या घरी गेले नाही, तर दुसऱ्या दिवशी, आपण किती आतुरतेनं वाट पाहिली हे सांगताना तिच्या डोळ्यात पाणी तरळे. एकदा ऑफिसमध्ये खूप काम होतं म्हणून मी गेले नाही, तर तिचा ऑफिसमध्ये दुसऱ्या दिवशी फोन आला. तिला जागचं हालण्याची शक्ती नसताना ती फोनजवळ कशी आली, हे विचारताच 'खूप घाबरल्यासारखं वाटत होतं. तुझा आवाज ऐकल्यावर बरं वाटेल म्हणून पायऱ्यांवरून घसटत वर आले,' हे तिनं रडत सांगताच माझा बांध फुटला. 'मी त्वरित येते,' एवढं बोलून मी फोन ठेवला. गावकरसाहेबच होते. पहिल्यांदाच ऑफिसचं काम अर्धवट टाकून मी रेखाकडे जाण्याची परवानगी मागितली. रेखा बरी होईपर्यंत मी रजा काढू का, असं विचारलं तर, 'तुला पाहिजे तेव्हा तिच्याकडे जा. मीही येतो,' म्हणाले.

रेखा बरी होण्याऐवजी दोनचार दिवसांतच गेली. पौर्णिमा होती. दुपारपासून तिचा हात हातात धरून बसले होते. रात्र पडल्यावर 'बाहेर वाऱ्यात घ्या, जीव गुदमरतोय' म्हणाली. बाहेर अंगणात तिला घेतलं. तिच्या बालमित्राला बोलावू का, असं मी अनेकवार विचारूनही 'नको' हेच उत्तर ती देत राहिली. रात्री दहाला

चांदण्यातून तिला आत नेलं आणि मी परत पायऱ्या न चढता घरी परतले. डॉक्टरांनी ती कदाचित शेवटची रात्र असेल असं सांगितलं होतं. पण मला, मी सतत तिथे असूनही कोणीही हे सांगितलं नाही. घरी येऊन आडवी झाले. त्या रात्री मी पलंगावरून खाली जमिनीवर पडले. अजीजनं परत मला पलंगावर ठेवलं. पहाटे बेल वाजली. निरोप आला, 'रेखा गेली.' रिक्षात बसले. माने भाऊसाहेबांच्या घरी जाऊन ऑफिसमधील सर्व सहकाऱ्यांना निरोप देण्यास सांगून उजाडायच्या पूर्वीच मी रेखाच्या घरी गेले, तर तिला नेण्याची संपूर्ण तयारी झालेली. तिच्या कपाळाला, गालाला हात लावला तर ते बाबांच्या कपाळासारखं गार वाटलं नाही. त्यांना विनंती केली, की 'ऑफिसचे सहकारी येत आहेत. थोडं थांबा.' परंतु 'नदीवर पाठवा सर्वांना' म्हणून रेखाला नेलं. मी बाहेरूनच घरी परतले. तिला विसरणं म्हणजे स्वत:ला विसरणं होतं. ''नसीम! अपंगासाठी कार्य सुरू कर. मला तुझ्यासोबत काम करायचंय.'' म्हणणारी रेखा माझ्याआधी बाबूकाकांना भेटायला गेली.

'हेल्पर्स ऑफ दि हॅन्डिकॅप्ड, कोल्हापूर' या संस्थेची नोंदणी करण्यापूर्वी मी स्वत:च्या ताकदीचं, कार्य सामर्थ्याचं मूल्यमापन करताना, अगदी लहान वयाच्या राजीव वणकुद्रे (वय १६ वर्षं), अभिजित गारे (वय १२ वर्षं), अशोक शेलार (वय १२ वर्षं) या मुलांना सोबत घेत होते. तिघांनाही पोलिओ होता. अपंगांच्या सुखदु:खाशी ते समरस होऊ शकत होते. सामान्य व्यक्तीतील शक्तीचा पद्धतशीर उपयोग करून घेतला, तर कार्याला यश मिळत जातं याचा अनुभव येऊ लागला. या तिघांपैकी कोणालाही कधीही बोलावलं तर ते येत. माझी व्हीलचेअर ढकलण्यापासून ते घडी घालून रिक्षात चढवणं-उतरणं आनंदानं करीत. कोणा लाभार्थीच्या घरी जायचं असो, एखाद्या ऑफिसात जायचं असो, किंवा क्रीडा स्पर्धेचा संघ नेण्याचं काम असो, मला हवं तसं ते काम करीत आणि कंटाळला का, हे काम आवडतं का, विचारल्यावर गोड हसून या कामात त्यांना आनंद, समाधान मिळतं हे सांगत. हळूहळू ही बालसेना वाढली. रमेश रांजणे, रमेश माने, प्रवीण सावंत असे अनेकजण कामाला येऊ लागले. याच सुमारास मनोहर देशभ्रतार नागपूरहून कोल्हापूरला आमच्याच ऑफिसमध्ये नोकरीला लागले. ते स्वत:हून संस्थेची पत्रं लिहून देऊ लागले. त्यांचं अक्षर आणि ड्रॉइंग खूपच छान होतं. भाषाही अतिशय गोड. सर्वांशी हसत खेळत बोलत. एकटेच खोली घेऊन राहत होते. स्वयंपाक, धुणी-भांडी सर्व तेच करत, याचं मला कौतुक वाटत होतं.

दिल्लीच्या क्रीडा स्पर्धेचं आमंत्रण आलं. केदार पाटील उत्तम खेळाडू होते. ते

माझ्यासारखे पॅराप्लेजिक असूनही दर वर्षी खेळण्यासाठी परदेशात जात आणि मेडल्स आणत. ते दिल्लीला जाणार हे कळलं. मी देशभ्रतारांना म्हणाले, "तुम्ही दिल्लीला आमच्या बरोबर येत असाल, तर लहान मुलांना क्रीडा स्पर्धेत भाग घ्यायला नेऊ." त्यांना वाटलं मी चेष्टाच करत आहे. इतर सहकारी शिर्के, मोहिते, चव्हाण मुंबईला स्पर्धांना आले होते. त्यांना सोडून मी देशभ्रतारांनाच का विचारते, याचं त्यांना आश्चर्य वाटलं. ते एकटेच होते आणि त्यांच्यावर इथे कोणाची जबाबदारी नव्हती. ते संस्थेच्या कार्यासाठी वैयक्तिक रजा काढू शकतील, या विचारानं मी त्यांना विचारलं होतं. त्यांनी होकार दिला आणि त्यांच्याकडून मला खूप काही शिकायला मिळालं. कागदावर संपूर्ण टूरचा कार्यक्रम आखणं, बजेट, सामानाचं पॅकिंग! अभिजित गारे आणि अशोक शेलार यांना घेऊन दिल्लीच्या क्रीडा स्पर्धेत अनेक बक्षिसं मिळवून आलो. अशा प्रवासात आम्ही मौजमजा करावी म्हणून अजीज नेहमीच मोठी आर्थिक मदत करे. पिराजीराव घाटगे ट्रस्टनं जाण्यायेण्याचा खर्च दिला. आग्रा, दिल्ली दर्शनचा खर्च अजीजच्या पैशातून केला. सर्व प्रवासात मला देशभ्रतारांमध्ये रेखा दिसत होती. भेटत होती.

आम्ही दिल्लीहून परतलो. ऑफिसमध्ये एकदा मॉन्टेरियो, इन्स्पेक्टर आणि इतर सहकाऱ्यांसमोर मी देशभ्रतारांचं कौतुक करत होते. किती विनम्र, कसलंही व्यसन नाही, घरी स्वत:ची सर्व कामं स्वत: करतात, ऑफिसचं कामही मनापासून करतात, सर्वांशी मैत्रीचे संबंध वगैरे. संपूर्ण ऑफिसशी त्यांची मैत्री होती. मॉन्टेरियो सिगारेट ओढायचे. कोणत्या तरी पार्टीवरून विषय चालला होता. मॉन्टेरियोंनी देशभ्रतारांचे इतर सर्व गुण कबूल केले, पण 'निर्व्यसनी' म्हणून मानायला तयार नाही झाले. "मॅडम, तुमच्यापुढे सिगरेट ओढत नाही. चेनस्मोकर आहे तो. दिवसाला किती सिगरेटस् ओढतो हे त्यालाच विचारा." देशभ्रतार समोरच बसलेले होते. मी त्वरित बोलले, "अहो, आम्ही एका ग्रुपमधून दिल्ली स्पोर्टस्‌ला जाऊन आलो. आठ-दहा दिवस एकत्र होतो. मला कळलं नसतं का? देशभ्रतार उत्तर द्या." असं म्हणताच गालातल्या गालात हसून देशभ्रतार कामाचं निमित्त करून बाहेर निघून गेले.

संध्याकाळी संस्थेचं काम करत बसलो असता मी परत विषय काढल्यावर देशभ्रतार म्हणाले, "मी दूर जाऊन सिगरेट ओढत होतो. त्यामुळे तुम्हाला कळलं नाही...." म्हटलं, "सिगारेटचे फायदे काहीच नाहीत. विनाकारण खर्च आणि नंतर तब्येतीवरही परिणाम होतो. आमच्या बाबांनी सिगारेट सोडली होती, पण मामा मात्र सतत ओढतात आणि खोकतात." पण हे सांगूनही देशभ्रतार सिगारेट ओढतच राहिले. तेव्हा मला कोणीतरी सुंदर परदेशी लायटर (अगरबत्ती लावायला लागायचा) दिला होता. तो त्यांना भेट म्हणून दिला व माझ्या मागे सिगारेट न ओढता समोर

ओढण्याची परवानगी दिली. त्यांनी त्या लायटरनं मी न सांगताच शेवटची सिगारेट पेटवली आणि सिगारेटचं पाकीट फेकून दिलं.

अधूनमधून ते दारूही पितात हे कळलं होतं. एकदा माझी ऑफिसमधील मैत्रीण खाडिलकर हिला संस्थेचं काहीतरी अर्जंट काम होतं, म्हणून मी त्यांच्या रूमवर पाठवलं, तर त्याच्या रूमवर दारूची पार्टी चालली होती. देशभ्रतार बाहेर आलेच नाहीत. नंतर दोन दिवस तोंड लपवत राहिले. त्यांच्या वैयक्तिक आयुष्यात अधिक ढवळाढवळ करण्याचा मला अधिकार नव्हता. मीही त्यासंबंधी उच्चार केला नाही, पण देशभ्रतार आल्यापासून संस्था रजिस्टर करायचा विचार करत होते.

अपंग क्रीडा स्पर्धेच्या वेळी काढलेल्या 'झेप' स्मरणिकेत मी माझं मनोगत लिहिलं होतं, की - 'माझे पाय बनून सतत माझ्यासोबत काम करणाऱ्या सहकाऱ्यांची मला गरज आहे. असे सावलीसारखे सहकारी भेटल्यास, जे निर्व्यसनी, निःस्वार्थी असतील, माझ्या कार्याला जोर येईल. ध्येयपूर्तीकडे वाटचाल करणं सोपं जाईल.' कारण एकटीनं कार्य करताना किंवा मैत्रिणींच्या सोबत कार्य करताना येणाऱ्या मर्यादा मला पदोपदी जाणवत होत्या. देशभ्रतार आल्यापासून माझ्या मनासारखा समाजकार्यासाठी सहकारी मिळाला, या विश्वासाला तडा गेला होता. दर सोमवारी देशभ्रतार आजाऱ्यासारखे का दिसतात, या प्रश्नाचं उत्तर मॉन्टेरियोंकडून मिळालं होतं. आणि मी खुळ्यासारखी त्यांना डॉक्टरकडे चलण्याचा, औषध घेण्याचा आग्रह करत होते. संस्थेचे काही कार्यक्रम घेतले, रात्र झाली तर सर्व मुलींना घरापर्यंत सोडायला माझ्याबरोबर येणार का, म्हणजे असे कार्यक्रम आपण घेऊ शकू, असं देशभ्रतारांना विचारल्यावर त्यांनी आनंदानं होकार दिला होता. पण सिगारेट आणि दारूचं व्यसन असणाऱ्याबरोबर कुठे जाणं-येणं मला रुचणारं नव्हतं आणि आमच्या घरी आईलाही हे चाललं नसतं. इतर अपंग मुलामुलींचं भवितव्य मी देशभ्रतारांच्या सहकार्यानं घडवण्याचं स्वप्न पाहत होते, परंतु स्वप्न भंगलं होतं.

पण एक दिवस मॉन्टेरियोसाहेबांनीच मला बातमी दिली. "मॅडम, तुम्ही देशभ्रतारांची कानउघाडणी केली का? हल्ली ते पार्टीला येत नाहीत आणि आग्रहाखातर आलेच तरी दारूला स्पर्श नाही. एवढा मनोनिग्रह, तेही स्वतःच्या खर्चानं पिणाऱ्याच्या बाबतीत! आश्चर्य आहे!" त्या दिवशी मला खूप आनंद झाला. चांगलं कार्य लहान बालकांनाच नव्हे, तर तरुणांनाही घडवू शकतं, याचं ते उदाहरण होतं. मी देशभ्रतारांचं अभिनंदन केलं. त्यांनी मनमोकळेपणे दारू, सिगारेट बंद केल्यामुळे होणारा त्रास, अशक्तपणा, हातापायांना कंप, छातीत धडधडणं, दुखणं, सर्व त्रासांबद्दल सांगितलं. मग आम्ही डॉ. सातवेकर, डॉ. भागवत यांच्याकडे गेलो. औषध घेतलं व देशभ्रतार परत ताजेतवाने दिसू लागले. आमच्या

कार्याला गती आली.

पहिल्या संस्थेत आलेल्या अनुभवावरून नवीन घटनेत काही बदल केले. चार सदस्य कायमस्वरूपी व पाच निवडून घ्यायची सोय केली. देशभ्रतारांना समितीत घेऊ, म्हणून मी प्रस्ताव ठेवला. तर, 'इतर सर्व स्त्रिया आहेत, ते एकच पुरुष नको,' म्हणून फक्त स्त्रियांचीच पहिली समिती केली गेली. श्री. प्रेमानंद मालेकर यांनी ओळखीनं त्वरित संस्था रजिस्टर करवून दिली. कु. रजनी करकरे, श्रीमती विजयादेवी जे. घाटगे व सौ. सुहासिनीदेवी विक्रमसिंह घाटगे व मी कायमस्वरूपी सदस्य होतो. श्रीमती रमाबाई शिरगावकर (ज्यांनी माझी ओळख बाबूकाकांशी करून दिली होती.), सौ. स्मिता प्रफुल्ल शिरगावकर (उगार) व सौ. सुमित्रा एकनाथ मुजुमदार (कागल) यांना घेऊन संस्थेची नोंदणी केली. देशभ्रतार संस्थेच्या समितीत नाहीत, हे मनाला खटकलं होतं. पण सुदैवानं नावासाठी कार्य करणाऱ्यांपैकी ते नसल्यानं कार्यात काही अडचण आली नाही.

या सुमारास मी वापरत असलेल्या फॉलीस कॅथेटरचा ३० सी. सी.चा बल्बही बाहेर येऊ लागला. या अडचणीसाठी कोल्हापूरचे युरॉलॉजिस्ट डॉ. प्रकाश गुणे यांच्याकडे गेले. त्यांनी कृत्रिम ब्लॅडरचा सल्ला दिला. म्हणजे पोटाला छिद्र करून त्यातून नळी काढून बॅगला जोडायची. आईनं मिरजेच्या व पुण्याच्या दवाखान्यात अशा रुग्णांना बघितलं होतं. त्या नळीतून इतर घाणही येते. युरीन दोन्हीकडून निघताना आईनं बघितलं होतं. आता वैद्यकीय शास्त्र पूर्वीपेक्षा जास्त प्रगत झालं आहे. तसं काही होणार नाही, असं डॉक्टरांनी सांगितलं. तरी आईनं या ऑपरेशनसाठी होकार दिला नाही. मी मात्र काही मार्ग सापडण्यासाठी माझ्या शरीराला प्रयोगादाखल वापरू देण्यासही तयार होते. दोन डोळ्यांऐवजी एका डोळ्यानं आपण जगू शकतो. एखाद्या अंधाच्या आयुष्यात आपल्या डोळ्यामुळे प्रकाश येणार असेल, तर त्यातला आनंद आपण घ्यावा, म्हणून मुंबई नेत्रपेढीला पत्र पाठवलं होतं. त्यावेळी कोल्हापूरला नेत्रपेढी नव्हती. त्यांचं उत्तर आलं, आपल्या जिवंतपणी असा डोळा देता येत नाही. त्यांनी मरणोत्तर नेत्रदानाचा फॉर्म पाठवला व मी तो भरून पाठवला. माझ्या जवळपास राहणाऱ्यांनी हे लक्षात ठेवायला हवं. पण आता इतक्या वर्षांत पूर्णपणे अंधत्व आलेल्याला दुसऱ्याचा डोळा बसवून दिसू लागल्याचं प्रत्यक्ष एकही उदाहरण मला बघायला मिळालेलं नाही.

माझ्या कॅथेटरचा प्रश्न सुटला नव्हता. मुंबईच्या 'ऑल इंडिया इन्स्टिट्यूट फॉर मेडिसीन अँड रिहॅबिलिटेशन सेंटर फॉर हॅन्डिकॅप्ड' (हाजी अली) येथे काही मार्ग सापडतो का बघण्यासाठी गेले. तिथे पूर्ण तपासणी केली गेली व युरॉलॉजिस्ट डॉ. कुलाबावाला यांना दाखवण्यासाठी त्यांना पत्र दिलं. त्यांना खासगीत दाखवलं तर त्यांनी जसलोकमध्ये ॲडमिट होण्याचा सल्ला दिला. तिथे संपूर्ण तपासणी करून मग ते

निर्णय कळवणार होते. जसलोकमध्ये पाच दिवस राहिले. विचित्र अनुभव होता तो. माझा कॅथेटर प्रॉब्लेम विचित्र होता खरा, पण तेथील सिस्टर्स व शिकाऊ डॉक्टरांना बराच वेळ प्रयत्न करूनही कॅथेटर बसवणं जमलं नाही. तेव्हा मी 'मी बसवते' म्हणून विनंती केली. आधी त्यांनी खूप आरडाओरडा केला. मी पेशंट आहे की डॉक्टर, असा प्रश्नही विचारला. कॅथेटर रक्तानं माखल्यावर मग त्यांनी मला संधी देण्याचं मान्य करून हँडग्लोव्हज् दिले व मी दोनतीन मिनिटांत कॅथेटर बसवून दाखवल्यावर ते आश्चर्यचकित झाले. सर्वांचं माझ्याशी वागणंच बदललं. भलतंच गोड बोलणं आणि मान मिळू लागला. पण शेवटी डॉ. कुलाबावालांनीही कृत्रिम ब्लॅडरशिवाय दुसरा मार्ग नाही, हेच उत्तर दिलं. घोर निराशा झाली माझी. त्या काळात देशभ्रतारांची पत्रं येत होती. कोल्हापूर येथील संस्थेचं काम ते करत होते. शेवटी त्या कामातच माझ्या समस्या विसरून जमेल तेवढं जगायचं ठरवलं आणि कोल्हापूरला परतले. तेव्हा संस्थेची नोंदणी झाली होती. श्री. मालेकरांनी मी नसतानाही हे काम केल्याबद्दल व त्यांना देशभ्रतारांनी मदत केल्याबद्दल मी दोघांचे मनापासून आभार मानले.

कौसरचं लग्न झाल्यापासून शाहीन या भाचीनं तिची जागा घेतली होती. बाबा गेले, तेव्हाही सहा महिन्यांची शाहीन सतत आईजवळ राहायची. आईही तिचं सर्व करण्यात रमत होती. आपाजान व मामांचं ते शेंडेफळ. दोन भावांवर झालेलं कन्यारत्न. पण आमच्या आईला सोडून ती राहत नसे. म्हणून ती आमची सर्वात लहान बहीण बनली. आपल्या आईच्या घरी लग्न होईपर्यंत ही फक्त सुटीत जायची. शाळा, कॉलेज सर्व इथेच झालं. शाहीनप्रमाणे मोठ्या बहिणीचा मोठा मुलगा आल्ताफ, अजीज परदेशात जाण्याआधीच शिक्षणासाठी आमच्याकडे राहिला होता. त्यामुळे घर सतत भरलेलंच राहिलं. देशभ्रतारांना अजीजची मुलं व शाहीन-आल्ताफ देशअंकल म्हणू लागली.

कधी कधी सुटीच्या दिवशी संस्थेत येणाऱ्या (संस्था म्हणजे रविवारी घरी 'नशेमन'मध्येच लाभार्थी येत.) बालकांना घेऊन मी आणि देशभ्रतार सिनेमाला जात असू किंवा रंकाळ्यावरही जात असू. शाहीन, आल्ताफ सोबत येत. मुलामुलींना उचलणं-बसवणं, लागेल ती मदत देशअंकलच्या सोबतीनं ते करीत. देशभ्रतार स्वत: स्वयंपाक करून खातात हे कळल्यावर सुटीच्या दिवशी आई आग्रहानं त्यांना जेवण्यासाठी थांबवू लागली. देशभ्रतारांच्या तोंडी कधी कधी त्यांच्या बहिणीचा - विश्रांतीचा -उल्लेख असे. लग्न होऊन दोन-चार महिन्यांतच परत माहेरी कायमची आलेली होती ती. साधीभोळी. बुद्धीनं तल्लख नसलेली. ती भावांकडे राहत असे.

पण भाच्यांशी, वहिनींशी पटत नसे. म्हटलं, ''त्या बहिणीला कोल्हापूरला आणा, ती तुमचं घर सांभाळेल आणि इथे कोणाशी पटण्या न पटण्याचा प्रश्नच येणार नाही.'' देशभ्रतारांना ही कल्पना आवडली.

त्या वर्षी खेड्यातील मुलांना घेऊन दिल्ली स्पोर्टसूला गेलो. कागलचे मुजुमदारसर सोबत होते. येताना मी, देशभ्रतार आणि माझी मदतनीस नागपूरला गेलो. देशभ्रतारांच्या वहिनी, भाऊ, भाच्यांना भेटलो. तिथे कळलं, देशभ्रतार लग्न करण्यास तयार नाहीत. रात्री सर्वांसोबत त्यांची भाची पुष्पानं विषय काढला. वहिनी व घरचे सर्वच देशभ्रतार संस्थेच्या कार्यात गुंतले, व्यसन सोडलं म्हणून आनंदात होते. त्यांनी एक मुलगी बघून ठेवली होती. ती बघायला सर्वजण जाऊ, मीही यावं असा सर्वांनी आग्रह केला. अनेक आढेवेढे घेऊन देशभ्रतार यायला तयार झाले. मला खरं म्हणजे असा मुली बघण्याचा कार्यक्रम बिलकुल आवडत नाही. अजीज, भाईजानला मुलगी बघतानाही मी गेले नव्हते. कौसरचं लग्न ठरवताना मात्र अयाजच्या घरी सर्वांच्या आग्रहावरून गेले होते. देशभ्रतारांसाठी बघितलेली मुलगी कोणालाच आवडली नाही. त्यांची बहीण विश्रांती हिला घेऊन आम्ही कोल्हापूरला आलो.

संस्था रजिस्टर होताच, ज्या बालकांचं अपंगत्व शस्त्रक्रियेनं कमी होऊ शकतं, पण केवळ पालकांकडे पैसा नाही म्हणून जी आयुष्यभर जमिनीवर खुरडत चालतात, त्यांच्यावर शस्त्रक्रिया करून त्यांना उभं करण्याचा प्रस्ताव मी बैठकीत ठेवला. नोकरीवरून आल्यावर मी खूप थकत असे. आमच्या घरी 'नशेमन' मध्येच बैठक होई. मी पलंगावर झोपून व बाकी सर्व खुर्च्यांवर. आईसाहेब, वहिनीसाहेबांनी वा इतर कोणीही या गोष्टीला आक्षेप घेतला नाही. अशा विचित्र अवस्थेत बैठक होणारी कदाचित ही पहिली संस्था असेल. मी व्यवस्थापक तथा खजानीस होते. कारण पैशाच्या उपलब्धतेनुसार योजना आखून त्या पूर्णत्वास नेणं सोयीचं होतं. अन्यथा योजना एकानं आखायची, पैसा दुसऱ्यानं पुरवायचा व त्याचा मेळ बसला नाही तर सर्व कार्य अर्धवट राहायचं. असं व्हायला नको होतं. जास्त पैसा शिल्लक ठेवायचा नाही. गरजेइतकाच पैसा उभा करायचा, हे धोरण ठेवलं होतं. कारण पैसा शिल्लक राहिला तर काय होतं, याचा आलेला अनुभव अजून विसरले नव्हते.

अपंगांच्या मानसिक पुनर्वसनाची निकड सतत जाणवत असे. त्यांनी मनानं कणखर व्हावं, आपल्या अपंगत्वाचा कमीपणा वाटून घेऊ नये, शक्य तितकं स्वावलंबन स्वीकारावं यासाठी तर सतत प्रयत्न होतेच, परंतु त्यांनी आनंदी असावं, सुदृढ माणसं जशी आनंद उपभोगतात, तसा त्यांनीही आनंद उपभोगावा, मुक्तपणे हसावं, खेळावं असं खूप वाटत होतं. उन्हाळ्याच्या सुट्टीत पन्हाळ्याच्या बालग्रामचे संचालक बाबासाहेब जाधव यांनी 'हेल्पर्स'च्या बालकांसाठी पन्हाळ्याच्या बालग्राममध्ये

हॉलिडे कॅम्पचं आयोजन केलं, तेव्हा ही त्या दृष्टीनं चांगली संधी आहे असं वाटलं. मुलांची राहण्या-जेवणाची व्यवस्था तेच करणार होते. बारा वर्षांखालील पंचवीस मुलं-मुली व बारा वर्षांवरील पंचवीस मुलं-मुली असे दोन गट पाडले. प्रत्येक गट चार चार दिवस राहणार होता. पालकांना सोबत घेणार नव्हतो. त्यामुळे स्वावलंबन शिकण्याबरोबरच मुलांना सहलीचा मुक्त आनंद लाभणार होता. सर्व पन्नास मुलामुलींना पत्रं पाठवली. आनंदानं होकाराची उलट टपाली उत्तरं आली.

मात्र हा कॅम्प सुरू व्हायला एक दिवसाचा अवधी होता आणि श्री. जाधव यांचा निरोप आला, पन्हाळ्यावर पाणी नाही. आपण हा कॅम्प दिवाळीच्या सुट्टीत घेऊ. लांबून आलेल्या विद्यार्थ्यांना उलट पावली परत जा, असं सांगणं शक्य नव्हतं. मुलांच्या आनंदाचा विरसही झाला असता.

बेळगावच्या अपंग संस्थेची इमारत पूर्ण झालेली होती. सचिव कु. शांता पाठक व अध्यक्ष डेव्हीड यांना फोन केला. 'मुलांना घेऊन येऊ का? स्वयंपाक आम्ही करू. धान्य, साहित्य आम्ही आणतो. फक्त जागा आठ दिवस मोफत वापरण्यासाठी द्या.' त्यांनी आनंदानं होकार दिला व ठरलेली गाडी पन्हाळ्याऐवजी बेळगावकडे वळवली. अन्नधान्य, सर्व आवश्यक साहित्य बाबासाहेबांनी तत्परतेनं दिलं.

माझी मदतनीस म्हणून व स्वयंपाकासाठी सोबत एक बाई नेली होती. मुलं खुल्या वातावरणात आनंदानं बागडत होती व जेवणघरात वारंवार जात होती. त्या बाईला मुलांची ती जवळीक आवडली नाही. ती मुलांना मोठ्या आवाजात तुच्छतेनं रागावू लागली. तेव्हा मी तिला मुलांशी प्रेमानं वागण्यास बजावलं. तिला त्याचा राग आला आणि तब्येत ठीक नाही, म्हणून अंथरूण पसरून खुशाल झोपून राहिली. मला आवश्यक ती वैयक्तिक मदत करायलाही ती आली नाही. अगदी आंघोळीच्या वेळीही. स्वतःच्या सेवेसाठी मी कोणाची मनधरणी करणं शक्यच नव्हतं. शांता पाठक, छाया देसाई यांनी मात्र माझी हरतऱ्हेची सेवा केली. मला स्वयंपाकाची लहानपणापासून आवड होती आणि सर्व स्वयंपाक येत होता. प्रश्न होता तो तीस-पस्तीस लोकांचं जेवण करणं जमेल का याचा. पण देवाचं नाव घेऊन मी स्वयंपाकघरात शिरताच सर्व लहानमोठे मदतीला आले आणि पाहता पाहता स्वयंपाक झाला. तोही अगदी रुचकर. पुलाव, कांद्याची भजी, श्रीखंड. श्रीखंडाचे मोठं पातेलं चाटून-पुसून घेतानाचा प्रसंग आठवला, तर आजही हसू येतं. पहिल्या दिवशीचा स्वयंपाक शांता आणि डेव्हीड यांना इतका आवडला, की दुसऱ्या दिवशी त्यांनी समितीच्या सदस्यांना जेवायला बोलावलं. पुलाव संपल्यानं दोनदा करावा लागला. अभिजित गारेला तो पुलाव आजही खूप आवडतो. त्या बाईला, पहिल्या गटाला कोल्हापूरला परत पाठवताना "कोल्हापूरला जा आणि

औषध घेऊन आराम कर'' म्हटलं, तर रडायला लागली, ''माझं चुकलं, मी सर्व काम करते, पण परत पाठवू नका.'' ती जायला तयार न झाल्यानं ठेवून घेतलं. पण स्वयंपाकघराचा ताबा आम्ही शिबिरार्थींनी सोडला नाही.

एके दिवशी रात्रीचं जेवण लवकर तयार करून मिलिटरी महादेव बगीच्यात गेलो. लहान मुलांना तिथले प्राणी बघण्याची हौस होती. प्राण्यांजवळ जाण्याची वाट मंदिराच्या पुढून गेली होती. बागेत मी सावलीत एके ठिकाणी भेटायला आलेल्या मंडळींशी बोलत बसले आणि सर्व स्वयंसेवकांना मुलांना बाग फिरवून व प्राणी दाखवून आणण्याची विनंती केली. थोड्याच वेळात मी बसलेल्या ठिकाणी सर्वजण आले. वॉचमन मंदिरापुढून जाऊ देत नाही, पुढच्या बाजूनं वळसा घालून या, असं म्हणतो अशी तक्रार करू लागले. लहान लहान चालता न येणाऱ्या या मुलांना असं म्हणण्याचं धाडस केलेल्या त्या वॉचमनला समजावण्यासाठी मी स्वतःच गेले. समजून न घेता तो जोरजोरात बोलू लागला, ''तुमच्या पायात बूट आहेत, (कॅलिपरचे बूट) वाहनं आत नेण्यास सक्त मनाई आहे, ही पाटी दिसत असताना तुम्ही वाहनं (आमच्या व्हीलचेअर्स) कशी नेता? माझी नोकरी जाईल..'' वगैरे वगैरे. त्याच्या बोलण्याचा स्वर इतका अपमानास्पद होता, की त्याच्यापेक्षा मोठ्या आवाजात मी म्हणाले, ''तुझ्या अधिकाऱ्यांना जर तू या मुलांना अडवलंस हे कळलं, तर तुला नोकरीची काळजी करावी लागेल. उलट तू प्रेमानं यांना सहकार्य केलंस तर तुला बढती मिळेल. या चाकांच्या खुर्च्या वाहन नसून आमचे पाय आहेत. त्याशिवाय आम्ही आत जाऊ शकणार नाही.'' तर त्याचं उत्तर, ''इथूनच लांबून देवाचं दर्शन घ्या.'' माझं उत्तर होतं, ''देवाला बघण्यासाठी देवळात जाण्याची गरज आम्हाला नाही. या मुलामुलीत मला देव दिसतो. प्रयत्न केलास तर तुलाही दिसेल. आमची मुलं आली आहेत ती हरण, ससा, मोर वगैरे प्राणी बघायला. तुझे साहेब कोण आहेत? मी त्यांच्याशी बोलते. तू मुलांना जाऊ दे.'' तरी पण तो ऐकायला तयार झाला नाही. मग मी स्वयंसेवकांना सर्वप्रथम माझी व्हीलचेअर पुढे घ्यायला लावली. पाठोपाठ इतरांना यायला सांगितलं. तर त्यानं चक्क माझ्या व्हीलचेअरच्या हॅन्डरेस्टवर हात ठेवला. तो मला पुढे जाऊ देईना. आमचं उंच आवाजातलं बोलणं ऐकून आतापर्यंत बागेत आलेले सर्व लोक आमच्या भोवती जमले होते. आमच्या मुलांचे चेहरे पडले होते. ''दीदी! परत जाऊ या. तुम्ही त्रास करून घेऊ नका,'' असं ती सर्व मुलं म्हणू लागली. शांताला आणि डेव्हीड यांचे चेहरेही सांगत होते, ''आमच्या गावात हा भांडण-तंटा नको...'' परंतु अपंगांना दिल्या जाणाऱ्या हीन वागणुकीनं माझ्या मनाला यातना होत होत्या. अपंगांना खरं तर आपलं अपंगत्व काही काळ विसरण्यासाठी असं बागेत किंवा सिनेमाला वगैरे जाणं किती गरजेचं असतं, हे या लोकांना कसं कळत नाही? यांचा

मुलगा अपंग असता तर त्यांना हे असंच वाटलं असतं का? डोक्यात रागानं मुंग्या चावे घेत आहेत असं वाटत होतं. रागानं मी त्या वॉचमनला बजावलं, "मुकाट्यानं माझ्या व्हीलचेअरवरचे हात काढ. मी तुझ्या हाताला धरून जर तो दूर केला, तर सर्व दुष्परिणामांची जबाबदारी तुझी असेल." जमलेल्या माणसांना उद्देशून म्हणाले, "या मुलांना प्राणी बघू देत नाही हा वॉचमन. तुम्ही ही घटना मूकपणे फक्त पाहणारच का?" माझं वाक्य संपायच्या आत अनेक जण पुढे आले आणि त्या वॉचमनला बाजूला घेऊन गेले. मुलांची इच्छा पूर्ण झाली. पण त्यातील आनंद नासला होता. प्रत्येक जण अस्वस्थ होता. न बोलता सर्वजण फिरले. आत गेलो तर तिथे एक सायकलस्वार आत जात होता.

रात्र शांततेतच गेली. दुसऱ्या दिवशी तो गट कोल्हापूरला परतला. पण मी त्यांना विचारलं, "कालच्या घटनेनं तुम्हाला काय वाटलं?" कारण मुलांना समाजात त्यांचं स्थान मिळवून देण्याचा, निर्भीडपणे जगात आपल्या अपंगत्वाची लाज न बाळगता वागण्यास शिकवणं, त्यांचं मनोधैर्य वाढवणं हा या शिबिराचा हेतू होता. पण भलतंच घडलं होतं. त्या बालमनांवर या घटनेचा कायमचा ठसा राहिला तर? त्यांचं मनोधैर्य खचलं असेल या विचारानं मी अस्वस्थ होते. पण मला मिळालेलं उत्तर अनपेक्षित होतं. "दीदी! आपल्याला हवं असलेलं, गोड बोलून, वागून न मिळाल्यास वेळीप्रसंगी भांडून, झगडून ते मिळवायला हवं, हा धडा आम्हाला काल मिळाला. तुमच्यासारखं धैर्य आमच्यात नाही. पण आम्ही यापुढे प्रयत्न करू." या उत्तरानं मला मिळालेलं समाधान शब्दात व्यक्त करणं अशक्य आहे. दुःखानं डोळ्यात येऊ पाहणारे अश्रू आता समाधानानं वाहू लागले. हळूच डोळे टिपून मनापासून आनंदानं दुसऱ्या ग्रुपच्या कार्यक्रमाच्या तयारीला आम्ही सर्वजण लागलो.

मुलांसाठी आम्ही ज्या सहली काढत असू, त्यातील समुद्रभेटीची एक सहल विशेष वाटते. त्यावेळी आम्ही लहानमोठे सर्वजण चिपळूण, गुहागर येथे गेलो. चिपळूणला पोहोचलो, तेव्हा धो धो पाऊस होता. तिथून डेरवणकडे. तिथे वालावलकर विश्वस्त संस्थेनं साकारलेली शिवसृष्टी पाहिली. पुढे एन्रॉन प्रकल्प पाहायला गेलो. सहलीच्या सुरुवातीपासून मुलांना आकर्षण होतं ते समुद्राचं. हो-नाही करता करता बोटिंगचा कार्यक्रम ठरला. सीमाशुल्क विभागानं बोट दिली. सर्वजण अमाप उत्साहानं बोटीत उतरले आणि समुद्राच्या लाटांवर स्वार होण्याचा आनंद लुटला. त्याच दिवशी संध्याकाळी गुहागर बीचवर आम्ही सर्वजण व्हीलचेअर्स, कुबड्या वगैरे सोडून पाण्यात उतरलो. दीड-दोन तास सर्वांनी समुद्र अंगावर खेळवला. लाटांशी खेळताना सर्वांच्या चेहऱ्यावर जो आनंद ओसंडत होता, तो अवर्णनीय होता. त्यातल्या दोन्ही पायांनी अधू असलेल्या एका बालकाचे शब्द मला आठवतात, "दीदी, किती मजा

येते या पाण्यात. आम्हाला घरी साध्या पावसाच्या पाण्यात, चिखलात आईनं आजपर्यंत एकदाही खेळू दिलं नाही.'' एवढं बोलून तो वाळूचं छान घर बनवण्यात रमून गेला.

बेळगाव हॉलिडे कॅम्पचा उपयोग असा झाला, की स्वयंपाक करण्यातला आमच्या आत्मविश्वास वाढला आणि संस्थेच्या कार्यालयात (माझा भाड्याचा फ्लॅट) आम्ही अल्पोपाहारापासून जेवणापर्यंतच्या ऑर्डरी घेऊ लागलो. शुद्ध, ताजे, चविष्ट पदार्थ ऑफिसच्या कार्यक्रमात मिळू लागले. त्यामुळे ऑफिस स्टाफ आनंदित झाला आणि संस्थेला अपंग पुनर्वसनासाठी स्वकष्टाचा पैसा मिळू लागल्यानं संस्थेचे पदाधिकारी, स्वयंसेवक सर्व अतिशय उत्साहानं अशा ऑर्डर्स पूर्ण करताना सहभागी होऊ लागले.

कोल्हापूर येथे झालेल्या साहित्य संमेलनात पाच दिवस लावलेला आमचा स्टॉल लाजवाब होता. सेकंडहॅन्ड देणगीदाखल मिळालेला फ्रिज आम्ही तिथे नेला होता. दूध फ्रिजमध्ये ठेवता येत असल्यानं फक्त आमचाच स्टॉल रात्रभर सुरू होता. कांदा भजी, भेळ हे प्रमुख पदार्थ होते. रात्री बारा वाजताही लोक कांदा भजी आणि भेळ खात होते. पाच दिवसांत ११,००० रुपयांची विक्रमी विक्री आम्ही केली. कोल्हापूर येथील प्रसिद्ध भेळवाले राजाभाऊ स्वत:, आमच्या लाजवाब भेळेची कीर्ती त्यांच्यापर्यंत गेल्यानं आमच्या स्टॉलवर आले होते. रात्री स्टॉलबाहेरच कॉटवर मी थोडा आराम करीत होते. जवळच ओळखीच्या एकानं पाच दिवसांसाठी मोफत खोली वापरायला दिली होती. तिथे जाऊन पाळीपाळीनं आराम करून दिवस-रात्र पाच दिवस आम्ही स्टॉल सुरू ठेवला होता.

पैसे मिळवण्याच्या अनेक वाटा आम्ही धुंडाळत होतो. कारण संस्थेकडे येणारे लाभार्थी खूप होते. प्रतीक्षा यादी वाढत होती. गणपती उत्सवात मोक्याच्या जागी मंडप टाकून प्रत्येक गणपतीरायाला नारळ अर्पण करत होतो व त्या बदली त्या त्या मंडळाचे अधिकारी देणगी पेटीत रक्कम टाकत होते. संस्थेच्या सचिव व अध्यक्षांना मुलांसमवेत मी या असल्या कार्यक्रमात सामील होते ते आवडत नव्हतं. आमच्या घरी झालेल्या एका सभेत मला ऐकून घ्यावं लागलं. संस्थेची मुलं-मुली नाचतात व तुम्ही त्यात सामील होता, हे बरे दिसत नाही... वगैरे. आई बहुतेक आतल्या खोलीतून ऐकत होती. मला कळत नव्हतं, कोणतंही गैरकृत्य न करता अपंग पुनर्वसनासाठी पैसा मिळवण्याकरता, स्वत:ची सोय-गैरसोय न पाहता तहान भूक विसरून मुलं काम करतात आणि त्याचा उत्साह वाढवण्यासाठी मी त्यांच्यात आमच्या घरच्या लोकांच्या परवानगीनं सामील होते, तर यात वाईट दिसण्यासारखं

काय आहे? मुलांना वेळेवर खाऊ-पिऊ घालण्याचं काम मला करायलाच हवं! त्यासाठी माझी अशा स्टॉलवर उपस्थिती आवश्यक वाटायची मला.

संस्थेकडे येणाऱ्या अपंगांच्या गरजेनुसार कार्याची दिशा ठरत होती. आलेले कटू अनुभव प्रगतीच्या पुढील टप्प्यावर आम्हाला नेत होते. जागतिक अपंग दिनानिमित्त विविध कार्यक्रम संस्थेतर्फे आयोजित करण्यात आले. वैद्यकीय तपासणी करून शस्त्रक्रिया करणं, कृत्रिम साधनं देणं, क्रीडा स्पर्धा, सांस्कृतिक कार्यक्रम इत्यादी. वैद्यकीय तपासणीसाठी कोल्हापूरमधील अनेक अस्थिरोगतज्ज्ञ- डॉ. पी. जी. कुलकर्णी, डॉ. आर. बी. सातवेकर, डॉ. सुरेश देशपांडे, डॉ. गजानन जाधव, डॉ. नल्लूरवार, डॉ. एन. डी. भोसले, डॉ. एस. एन. राणे, डॉ. एस. डी. खोत, डॉ. एच. एल. वाघाडिया (पटेल), साहाय्यक डॉ. दीपक तांबट, डॉ. प्रमोद पोतनीस, पी. एन. इंगोले, कु. हातेकर अशा अनेकांनी मोलाचं सहकार्य केलं.

शिबीर संपल्यावर उशिरा आलेल्या अपंगांना डॉक्टरांच्या घरी पाठवून तपासण्याची विनंती केली, तर तीही त्यांनी आनंदानं मान्य केली. अतिशय सुखद अनुभव होता तो! अशा शिबिराचं शंभर टक्के कार्य पूर्ण केल्याशिवाय दुसरं कार्य हाती घ्यायचं नाही, ही आमच्या कामाची पद्धती. त्यानुसार शस्त्रक्रिया आधी करवून घेतल्या. कृत्रिम साधनांसाठी ३०-४० लोकांना मुंबईला मदतनीसांसहित पाठवण्यापेक्षा मुंबईच्या तंत्रज्ञांनाच कोल्हापूरला बोलवावं, त्यांना येण्याजाण्याचा खर्च द्यावा आणि त्यांच्या राहण्याजेवणाची सोय क्वार्टरवरच करावी असं ठरलं. त्यानुसार 'नासीओ'ला श्रीमती नमा भट यांना पत्र पाठवून होकार मिळवला. गरम पाणी, कॉट, चहा, नाश्ता, जेवण याची अगदी जय्यत तयारी आम्ही केली. ते तंत्रज्ञ आमचे पाहुणे होते आणि पाहुण्यांचं आदरातिथ्य करण्याचे धडे आम्ही गिरवलेले होते. त्यानुसार सर्व तयारी करूनही हे पाहुणे जेवायला तयार नव्हते. "दीदी, तुम्ही जा, आमचं आम्ही जेवून घेतो," म्हणून त्यांनी आग्रह धरल्यानं मला वाटलं, कदाचित माझ्यासमोर त्यांना संकोच वाटत असेल; म्हणून श्री. देशभ्रतार यांच्यावर त्यांच्या जेवणाची जबाबदारी सोपवून मी घरी गेले.

दुसऱ्या दिवशी देशभ्रतारांनी रिपोर्ट दिला. मी गेल्यावर जेवणाआधी त्यांनी दारूची बाटली काढली, तेव्हा देशभ्रतारांनी, "इथे या क्वार्टरवर, संस्थेच्या ऑफिसमध्ये हे चालणार नाही. दीदीना सांगणार," म्हणून अडवलं.

मी मुंबईला क्रीडा स्पर्धेच्या संघाबरोबर गेले, तेव्हा श्रीमती नमा भट यांनी "त्या तंत्रज्ञांची सोय 'हेल्पर्स'ने व्यवस्थित केली नाही. (त्यावेळी 'नासीओ'ने आम्हाला दीड लाखाची कृत्रिम साधनं पुरवली होती.) आमच्या स्टाफची व्यवस्था

नीट केली तरच ते पुढच्या वेळी येतील,'' असं सांगताच मला आश्चर्य वाटलं. खरं म्हणजे त्यांच्या स्टाफच्या गैर वर्तणुकीची तक्रार मी करायला हवी होती. पण म्हटलं, जाऊ दे! कुठे या मुंबईकरांना आपण सुधारू शकणार आहोत, असा विचार करून मी गप्प होते. नमाताईंना मी सर्व खरा प्रकार सांगितला आणि म्हटलं, ''जर खरोखर त्यांना दारू प्यायचीच असेल, तर आम्ही एखाद्या हॉटेलमध्ये त्यांची व्यवस्था करू. स्वखर्चानं त्यांनी तिथे काहीही करावं. आम्ही ठरावीक रक्कम त्या तंत्रज्ञांचा प्रवास भत्ता म्हणून 'नासीओ'ला चेकनं पाठवून देऊ.'' नमाताई खूपच चांगल्या होत्या. ''तू काळजी करू नकोस, मी त्यांना समजावते. ते क्वार्टरवरच राहतील,'' असं सांगून त्यांनी मला दिलासा दिला आणि त्यानंतर पुढच्या दोन्ही शिबिरांना तो तंत्रज्ञांचा संघ अतिशय चांगला वागला.

परत पुढच्या वर्षीही 'नासीओ'नं आम्हाला दीड लाख रुपये किंमतीची कृत्रिम साधनं पुरवली. यावेळी आमचं कार्य वाढलं होतं. थोडाबहुत पैसाही होता. त्यामुळे त्यावेळी आम्ही त्या तंत्रज्ञांची सोय हॉटेलमध्ये केली.

बाबूकाकांमुळे जशी रजनी करकरेची आणि शांता पाठकची ओळख झाली, तशीच तालुक्याच्या ठिकाणी राहणाऱ्या नीनाशी झाली. संस्था व अपंग पुनर्वसनासंबंधीची तिची-माझी स्वप्नं एक होती. केळवकरांच्या घरी असताना ती अनेक वेळा आमच्याकडे राहत असे. आपल्या कल्पना सांगत असे. आम्हा दोघींच्या चर्चेतून एकच मुद्दा स्पष्ट होई : 'अपंग पुनर्वसनाचं कार्य करण्याआधी आपण स्वतः आर्थिक दृष्ट्या स्वावलंबी होणं अत्यंत गरजेचं आहे.' नीनाच्या दोन्ही पायांना पोलिओ. अगदी काडीसारखे पाय, कंबरही अगदी बारीक. उभं राहता येत नसे तिला. बसून घसटत चालायची. पण पदवीधर झाली होती. आपल्या गावामध्ये तीन चाकी सायकल वापरत असे.

मला सेंट्रल एक्साईजची नोकरी लागली, पण नीना बेरोजगार होती. बँक ऑफ महाराष्ट्रमध्ये लेखी परीक्षा पास होऊन आणि मुलाखत होऊनही ऑर्डर तिच्या हातात नव्हती. तिनं मला पत्रानं कळवलं. त्यावेळी, 'विजय मर्चंट उगार येथे शिरगावकरांकडे येणार आहेत; काही काम असेल तर ये,' असा उगारहून शिरगावकर कुटुंबियांकडून मला निरोप आला. मी नीनाला कोल्हापूरला बोलावून घेतलं. रजा टाकली आणि एस. टी.नं आम्ही उगारला गेलो. विजय मर्चंट नेहमीप्रमाणे प्रसन्नतेनं भेटले. नीनाची कागदपत्रं बघितली आणि आपल्या सचिवाला, मुंबईला पोहोचताच हे काम करायचं आहे, याचं टिपण घ्यायला लावलं. भेट, जेवण वगैरे झाल्यावर माझ्या कार्याचं त्यांनी तोंड भरून कौतुक केलं आणि आता कोल्हापूरला परत कशी

जाणार, असं विचारलं. एस. टी. च्या प्रवासानं मला त्रास झाला होता. डोकं दुखत होतं. उलटी आल्यासारखं वाटत होतं. ताप चढण्याची लक्षणं होती. एस. टी.नं परतीचा प्रवास करण्याची हिंमत नव्हती. हसून उत्तर दिलं, "इथे माझे इतके काका-मामा उपस्थित आहेत. माझ्या परतीची काळजी मला नाही." यावर, "अतिशय बुद्धिमान आणि चलाख आहे ही..." असे कौतुकाचे उद्‌गार श्री. मर्चंट यांनी काढले. त्यानंतर शिरगावकरांनी त्वरित माझ्या सोयीची ॲम्बॅसडर गाडी मला परतीच्या प्रवासासाठी दिली. अशी खूप मोठ्या मनाची ही सर्व शिरगावकर मंडळी आहेत.

रात्री कोल्हापूरला पोहाचलो आणि मला उलट्या सुरू झाल्या. आईला आर्थरायटीसचा त्रास होता. एका हॉलमध्ये माझा आणि आईचा पलंग समोरासमोर होता. रात्री नीना दोन्ही पलंगांच्या मध्ये झोपली होती. "हिच्या ओकाऱ्यांमुळे तुला त्रास होत असेल, तर तू माझ्या पलंगावर झोप. मी खाली झोपेन." असं आईनं म्हणताच ती पटकन पलंगावर गेली, याचं त्यावेळी मला खूप वाईट वाटलं होतं. माझी अपेक्षा होती, की ती म्हणेल, "छे! नसीमानं माझ्यासाठी रजा काढून एवढा त्रास घेतलाय. तिलाच माझ्यामुळे केवढा त्रास झालाय.. मला त्रास वगैरे काही होणार नाही... आई, तुम्ही पलंगावर झोपा. नसीमाला काय हवं नको ते मी बघते."

सकाळी ती गेली आणि मला मात्र तापानं पाच-सहा दिवस बिछान्यात झोपून राहावं लागलं. आठ दिवसांत तिची ऑर्डर निघाल्याचं तिचं आणि विजय मर्चंट यांचं पत्र आलं. तिच्या पत्रात होतं : 'आपण विनाकारण विजय मर्चंटना त्रास दिला. ऑर्डर आधीच निघालेली होती.' तिला हे सांगण्यात अर्थ नव्हता, की केवळ विजय मर्चंट यांच्यामुळेच ऑर्डर सही होऊन पोस्टात पडली होती. मी विजय मर्चंटना आभाराचं पत्र पाठवलं.

'हेल्पर्स'नं अपंग पुनर्वसनाच्या कार्याची सुरुवात बालकांपासून केली होती. सर्व शालेय विद्यार्थ्यांची वैद्यकीय तपासणी केली. शस्त्रक्रिया डॉ. सातवेकर मोफत करणार होते. पण औषधं, सलाईन, रक्त यासाठी पैसा लागणार होता. मी मुंबईहून जसलोकमधून निराश होऊन परतले होते. अनेक रात्री झोप लागत नव्हती. जगणं नको वाटत होतं. कधी कधी अख्खी रात्र रडण्यात जात होती. सकाळी डोळे-चेहरा सुजलेला असे. कोणाचं माझ्या चेहऱ्याकडे लक्ष जाऊ नये, म्हणून अशी रडण्यात रात्र गेलेल्या दुसऱ्या दिवशी मी उत्तमातील उत्तम साडी नेसत असे. आई दागिने घाल म्हणून नेहमी आग्रह करी आणि माझा नकार असे. पण त्या दिवशी स्वत:हून मी दागिने घेऊन घालायची आणि माझा हेतू सफलही व्हायचा. जग नाटकाला फसत असे. माझ्या रडून सुजलेल्या डोळ्याकडे कोणाचं लक्ष न जाता सर्वजण कपड्यांची आणि दागिन्यांचीच स्तुती करत. एकदा एका मैत्रिणीला आपली निराशा

लपवण्यासाठी मी हा उपाय सांगितला. तिला तो पटला आणि मग तीसुद्धा कधी कधी हा उपाय अमलात आणू लागली.

दिवसभर ऑफिसच्या कामात मी माझी शारीरिक स्थिती विसरत होते. पण घरी येऊन बिछान्यावर पडताच नको नको ते विचार डोक्यात येत. पोटदुखी, डोकेदुखी जाणवू लागे. अनेक रात्रींच्या जागरणामुळे झोप येण्यासाठी झोपेच्या गोळ्या मी एक-दोनवरून तीन-चारपर्यंत वाढवल्या होत्या. पण त्यामुळे दुसऱ्या दिवशी हातांना कंप, घशाला कोरड व अशक्तपणा जाणवे. एकदा ऑफिस सुटल्यावर संस्थेचं काम करायचं होतं. पण या झोपेच्या गोळ्यांच्या परिणामामुळे बसणं अशक्य झालं. घरी आले आणि रागानं झोपेच्या सर्व गोळ्या खिडकीबाहेर फेकून दिल्या. मनात विचार केला, हेही एक व्यसनच आहे. काही तासांच्या झोपेसाठी! आपले प्रश्न, समस्यांवर हा कायमस्वरूपी उपाय नाही. उलट यात तोटेच अधिक आहेत. त्या दिवसापासून झोप आली नाही, की संस्थेची पत्रं पलंगावर पालथी झोपून लिहू लागले. यामुळे दोन फायदे झाले. दुसऱ्या दिवशी झोपेच्या गोळ्यांमुळे येणारी शिथिलता दूर झाली आणि दुसरं म्हणजे मी त्वरित उत्तर पाठवते आणि सविस्तर लिहिते, म्हणून लाभार्थी, हितचिंतक, मित्र-मैत्रिणी यांना आनंद झाला. पत्रव्यवहार वाढला. ऑफिसच्या शिपायाकडेच दुसऱ्या दिवशी पत्र पोस्ट करायला देत होते. अनेक अपंगांची सुखदुःखं माझ्यापर्यंत पोहोचू लागली. मात्र झोप कमी झाल्यानं किंवा कशामुळे माहीत नाही, पण मला कावीळ झाली आणि दवाखान्यात ॲडमिट करावं लागलं. उकडलेल्या भाज्या आणि उसळी; तेल नाही, तिखट नाही. काकवी, उसाचा रस, मला न आवडणारे सगळे गोड पदार्थ मी खाऊ लागले.

दवाखान्यात चोवीस दिवस-रात्र मला पाच मिनिटंही झोप लागली नाही. झोपेशिवाय माणूस जगू शकतो हे तेव्हा कळलं. देशभ्रतार, ऑफिसमधील इतर सहकारी, मैत्रिणी, रजनी वगैरे सर्वजण चिंतीत होऊन वारंवार मला भेटायला येत. मला उलट्या आणि प्रचंड डोकेदुखी असे. पण व्हिजिटर्स आले की मी हसून बोले. ते गेल्यावर माझं कण्हणं सुरू होई. आई माझ्यावर चिडत होती. "कोणाला तुझं दुखणं खरं वाटणार नाही. एवढं हसण्याची, एवढं बोलण्याची काय आवश्यकता आहे?" पण मी 'आदतसे मजबूर' होते. आलेल्यांनी "अरेरे! काय भोग, किती त्रास!" असे उद्गार काढून माझ्यावर दया दाखवावी, हे मला पटण्यासारखं नव्हतं. सततच्या सलाईननं दोन्ही हात काळे-निळे झाले होते. शेवटी मी डॉक्टरना पायाला सलाईन लावायची विनंती केली आणि ती त्यांनी मान्य केल्यानं माझे दोन्ही हात काम करायला मुक्त झाले. माझं पत्र लिखाण, विणणं वगैरे सुरू झालं. डोळ्यांचं दिसणं मात्र खूपच कमी झालं होतं. त्यामुळे वाचन करणं कठीण होत होतं.

रोज मी डॉक्टरांच्याकडे झोपेचं औषध मागत होते. पण या अवस्थेत ते देता

येत नाही, कोमामध्ये जाण्याचा संभव असतो, म्हणून त्यांनी माझी ही विनंती मान्य केली नाही. रोज रक्त तपासलं जात होतं. एके दिवशी मला खूपच उकडत होतं. सारखी तहान लागत होती. रोजच फ्रिजमधलं पुडिंग, फ्रूट सॅलेड, खीर वगैरे मी खात होते. त्या दिवशी त्यानंही घशाची कोरड थांबली नाही. म्हणून द्राक्षं मागवली आणि मी एकटीनं एक किलो किंवा किती संपवली कोण जाणे! पण माझ्यावर रुसलेली झोप डोळ्यात उतरू लागली. तेवढ्यात ब्लड रिपोर्ट आला. "शुगर खूप वाढलेली आहे; हिला झोपू देऊ नका. पत्ते खेळा, रेडिओ लावा, गाणी लावा..." डॉक्टरांनी सूचना दिल्या. अजीजचे मित्र मला विनोद ऐकवत होते. मी झोपू नये, म्हणून रात्री सर्वजण माझ्यासोबत जागत होते. अगदी असह्य झाल्यानं मी पत्तेही बाजूला सारले. रेडिओ सुरूच होता. पण मला झोप लागली. किती वेळ झोपले समजलं नाही. नंतर कळलं, चार-पाच तास झोपले होते. पण पांढऱ्या ड्रेसमधल्या पंख असलेल्या पऱ्या माझ्या पलंगाभोवती होत्या. गोड हसून माझ्याशी बोलत होत्या. खोलीतले बोलण्याचे आवाज अधूनमधून मला ऐकू येत होते, "चोवीस दिवस झोप लागलेली नाही, थोडं झोपू देऊ या..." "नको! डॉक्टरांनी झोपू देऊ नका म्हणून बजावलं आहे." वगैरे. मला हलवून वा कसं कोणी जागं केलं माहीत नाही, पण समोरचे चेहरे अगदी अंधूक होते. क्षणभर वाटलं, मला अंधत्व आलं आहे. नंतर अगदी जवळ आलेला चेहरा ओळखण्याचा प्रयत्न केला. पण मी कुठे आहे, कोणाजवळ आहे, काहीच कळेना! आपल्याला काहीच कळत नाही, काहीच आठवत नाही, या विचारानं मला रडू आलं आणि मी अतिशय विचित्र प्रकारे रडू लागले. मी वेडी झाले, असंच मला वाटत होतं. माझे डोळे आणि चेहेऱ्याचे हावभाव पूर्ण बदलले होते, असं नंतर कळलं. त्या मध्यरात्री आईनं कॉफी, बिस्किटं आपाजानकडून मला भरवायला लावलं. आई स्वतः माझ्यासमोर आलीच नाही. कॉफी-बिस्किटं खाल्ल्यावर मला जरा बरं वाटलं. हातापायात अगदीच ताकद नाही असं जे वाटत होतं, ते थोडा जीव आल्यासारखं वाटलं. मी परत जोरात रडायला लागले. मला भूक लागली तरी ते मला कळलं नाही, दुसऱ्या कोणी ओळखून मला खायला दिलं तरच मी खाऊ शकणार, माझा मेंदू पूर्णपणे कामातून गेला, असं मला वाटायला लागलं. आत आई रडत होती. माझं मोठ्यानं रडणं ऐकून ती बाहेर आली. आता या अपंगत्वाबरोबर या वेड्या मुलीचा सांभाळ आपण कसा करणार, या चिंतेनं ती पूर्णपणे खचली होती. तरी तिनं व आपाजाननं मला समजवायचा प्रयत्न केला, की खूप दिवसानंतर झोप लागल्यानं असं वाटत आहे. डॉक्टर येत आहेत. तुला काहीही झालेलं नाही. थोड्या वेळात डॉक्टर आले. त्यांनी औषध दिलं आणि मला शांत झोप लागली. नंतर बरेच दिवस मला सतत इन्सुलिन देत होते. अल्प काळाकरता मला डायबेटीस झाला होता. माझ्या आजारपणामुळे अजीज रजा

काढून आला होता. रजा संपल्यानं तो मुंबईला गेलेला होता. पण माझ्या आजारपणानं हे परत नवीन वळण घेतल्यानं मुंबईहून रजा वाढवून तो परत आला. याच सुमारास, या अवस्थेत आपण फार काळ जगणार नाही आणि सुंदर परदेशी साड्या नेसल्यावरच नको ते प्रसंग येतात, असं वाटून मी घरून सर्व चांगल्या नवीन नवीन सात-आठ साड्या मागवून घेतल्या आणि माझी आठवण म्हणून मैत्रिणींना दिल्या. त्या घेत नव्हत्या. पण 'माझं मन मोडू नका,' असं म्हणून मी त्या त्यांना घ्यायला लावल्या.

त्यावेळी मी दोन अडीच महिने दवाखान्यात होते. हळूहळू माझी तब्येत सुधारू लागली. रजनी भेटायला येताना बरेच वेळा तिच्या भावाचे मित्र पी. डी. देशपांडे यांना सोबत आणत होती. मग संस्थेच्या कामानिमित्त आम्ही खूप बोलत असू. मात्र बोलताना मला धाप लागायची. मला आजारपणात एवढं बोलायला लावतात, म्हणून आई मनातून चिडत होती. पण रजनी, पी. डी. यांच्यासमोर काहीही न बोलता ते गेल्यावर मला दटावत होती.

या आजारपणात आणखी एक व्यक्ती रोज मला भेटायला यायची. तेही रात्री जेवणाच्या वेळी. नोकरी करीत होते ते गृहस्थ. त्यांची अगदी भयानक दिसेल अशी दहा-बारा वर्षांची मुलगी होती. गंगा शेंडे. डोकं खूप मोठं, तोंडातून सतत लाळ गळत असे. तिला घराबाहेर नेता यावं, यासाठी 'नासीओ'तर्फे तिला व्हीलचेअर मिळवून दिली होती. त्या व्हीलचेअरवरून ऑफिसहून आल्यावर कौतुकानं तो पिता तिला मला दाखवायला आणत होता. अगदी नटवून आणत होता. पायात चांदीचे पैजण, हात-पाय हालवता येत नाहीत, पूर्णपणे मतिमंद अशा त्या बालजीवाला एक-दीड तास तो माझ्या खोलीत ठेवत होता. माझी त्या वेळची मन:स्थिती अत्यंत नाजूक होत असे. मला स्वत:लाच 'मर्सी किलिंग' वा 'इच्छा मरण' हवं होतं. विजय मर्चंटना मी त्यासंबंधी पत्रही लिहिलं होतं आणि त्यांचं उत्तरही आलं होतं. ते माझ्या मताशी सहमत होते. पण कायद्यानं परवानगी नसल्यानं आपण काहीही करू शकत नाही; डॉक्टरांचं मन वळवू शकतो का, याचा प्रयत्न करावा, असा सल्ला त्यांनी प्रत्यक्ष भेटीत दिला होता. अशा वेळी त्या मुलीचं अस्तित्व मला अतिशय अस्वस्थ करीत होतं. आई म्हणत होती, "त्यांना सांगते, असं रोज रात्री जेवायच्या वेळी येऊ नका." पण मी आईला तसं करू दिलं नाही. मात्र ती येऊन गेल्यानं जेवायला वेळ होई आणि मला बिलकूल जेवण जात नसे. मध्यरात्रीच्या माझ्या त्या वेडेपणाच्या प्रकारानंतर दोन-चार दिवस डॉक्टरांनी सर्वांनाच मला भेटण्यास बंदी केली. अगदी मोजकेच लोक भेटत होते. काही वर्षांनंतर कळलं, त्या पुरुषानं त्या मुलीला आणि तिच्या आईला सोडलं आणि दुसरं लग्न करून तो वेगळा राहत आहे. त्या मुलीविषयीचं त्याचं प्रेम कुठे लुप्त झालं असेल...?

आठवड्यानंतर परत रजनी आणि पी. डी. आले आणि पी. डीं. नी, "सुरेश भटांचा कार्यक्रम करून पैसा उभा करायचा का? मी प्रयत्न करतो," असं विचारलं. मी म्हटलं, "हो, करू या. शस्त्रक्रियांच्या केसेससाठी आपल्याला पैसा हवाच आहे." मग पलंगावरच बॅकरेस्ट लावून मी बसले व आम्ही प्लॅनिंग करू लागलो. आई रागावत होती. पण मला माहीत होतं, की काम हेच माझ्या आजारपणावर सर्वात गुणकारी औषध आहे. एके दिवशी तर डॉ. सातवेकरांची परवानगी घेऊन मी सुरेश भट यांना भेटायला दवाखान्याबाहेर गेले. आई माझ्यावर आणि पी. डीं. वर खूप चिडली होती. "तुला बघायला लोक येतात. त्यांना मी एकटी या दवाखान्यात राहून काय सांगू?" आईचा राग मला कळत होता. तो वाजवी होता. पण सुरेश भट गावाला जाणार होते. कार्यक्रमाचा खर्च, मानधन सर्व ठरायला हवं होतं; आणि मी व्यवस्थापक तथा खजानीस होते. तासा-दीड तासानं मी परत आले. चिडलेल्या आईला शांत करणं महाकठीण होतं. सुरेश भटांच्या भेटीचा सर्व वृत्तांत मी तिला ऐकवला. ते स्वत:ही अपंग आहेत.. वगैरे वगैरे. शेवटी म्हणाले, "आज खरी शांत झोप लागेल मला. गेले दोन महिने बिछान्यात झोपून झोपून खूप कंटाळले होते." आई हळूहळू शांत झाली.

आणखी तीन-चार महिने मला काविळीचं पथ्य करायचं होतं. डिस्चार्ज मिळाल्यावर रेहानाकडे हवापालट म्हणून जाऊन राहायचं ठरवलं. परत आल्यावर सुरेश भट यांच्या मराठी गझलांचा कार्यक्रम केशवराव भोसले नाट्यगृहात करण्याचं ठरलं होतं.

माझी ब्लड शुगर नॉर्मल झाली होती. कॅथेटरचा पाच सीसी पासून सुरू केलेला बल्ब आता ३५ सीसी पर्यंत गेला होता. ही शेवटची मर्यादा होती. पण तो बल्बही त्वरित बाहेर येत होता. मी डॉ. सातवेकरांना यावर उपाय काय असं विचारलं. तर, "युरेथ्राप्लास्टी करून बघता येईल, परंतु गॅरंटी देता येत नाही..." असं ते म्हणाले. मी म्हटलं, "प्रयोग करून बघा आणि तेही या दवाखान्यातील वास्तव्यातच हे ऑपरेशन करा." कारण ऑफिसला गेल्यानंतर वारंवार रजा घेणं बरं वाटत नव्हतं. माझ्या हट्टाखातर डॉ. सातवेकर यांनी व घरच्या सर्वांनीही होकार दिला. कारण दुसरा मार्गच नव्हता. १९६७ मध्ये मी ज्या स्थितीत होते, तशाच सारख्या स्थितीत मी परत आले होते. अशा अवस्थेत संस्थेचं काम करणंही अवघड होतं आणि ऑफिसला आठ तास काम करणंही कठीण होतं. परत बेडसोअर्सचा त्रासही सुरू झाला असता.

तिसऱ्यांदा मला ऑपरेशन थिएटरमध्ये नेण्यात आलं. पहिलं ऑपरेशन

पाठीच्या कण्याचं झालं होतं, तर दुसरं मध्यंतरी अॅपेन्डिक्सचं झालं होतं. ऑपरेशन करून बाहेर आणलं. या वेळी मी नाकावर क्लोरोफॉर्म मास्क बसवून द्यायला विरोध केला होता. त्यामुळे लोकल अॅनेस्थेशिया दिला गेला होता. पहिला दिवस व्यवस्थित गेला. दुसऱ्या दिवशी अचानक रक्तात साखर वाढली आणि प्रचंड रक्तस्राव सुरू झाला. बिछान्यावरील चादरी रक्तानं थबथबल्या. चादरी सारखे बदलत होते. मला बेशुद्धी येऊ लागली होती. रक्ताच्या बाटल्या द्याव्या लागणार, अशी बोलणी चालली होती. पण सुदैवानं ती वेळ आली नाही. रक्तस्राव थांबला, पण ऑपरेशन अयशस्वी झालं होतं. त्यानंतर परत एकदा मला ऑपरेशन थिएटरमध्ये जावं लागलं. या आयुष्यात परत पाचव्यांदा ऑपरेशन थिएटरमध्ये स्वत:साठी जाण्याची वेळ येऊ नये, ही इच्छा आहे.

बेंगलोरला जाण्यापूर्वीची स्थिती आली होती. नोकरी आणि संस्थेचं कार्य सोडावं लागतं की काय, असं वाटू लागलं. ऑफिसतर्फे फ्लॅटस् भाड्यानं देण्याचं काम सुरू होतं. देशभ्रतारांच्या फ्लॅटमधील एक खोली त्यांनी संस्थेच्या कार्यालयासाठी देऊ केली. आमच्याच ऑफिसमध्ये अधीक्षक असलेले श्री. जे. जी. पाटील, आमचे पाटीलकाका संस्थेच्या कार्यात रस घेत होते. देणग्या मिळवून देत होते. त्यांना देशभ्रतारांच्या फ्लॅटमधील एका खोलीत संस्थेचं ऑफिस थाटलं तर चालेल का, असं विचारलं, तर त्यांनी माझ्या नावावर स्वतंत्र फ्लॅट घेण्याचा सल्ला दिला. माझी शारीरिक स्थिती ते जाणत होते. मला मधल्या जेवणाच्या सुट्टीत या फ्लॅटमधील एका खोलीचा वापर करता येईल व इतर भागात 'हेल्पर्स'चं ऑफिस थाटता येईल, शिवाय देशभ्रतारांचं लग्न झाल्यावर त्यांच्या घरातील ऑफिसचा त्यांना व त्यांच्या पत्नीला त्रास होईल, असं पाटीलकाकांचं म्हणणं आम्हाला पूर्णपणे पटलं. आम्ही दोघांनीही वेगवेगळे फ्लॅटस् घेतले. मागणी अर्ज मला प्रशासनिक अधिकारी श्री. गावकरसाहेबांनी लिहून दिला. त्यात माझी शारीरिक अडचण, संस्थेचं कार्य व भावाच्या घरात होणारी अडचण याचा उल्लेख केला होता. आई, भाऊ, वहिनी, इर्शाद काही बोलत नव्हते, पण माझ्या संस्थेच्या कामामुळे घरच संस्था झाल्यानं घरात खासगीपणा असा राहिलाच नव्हता. मलाही हे जाणवत होतं. संस्थेच्या कार्यालयासाठी स्वतंत्र जागा अत्यावश्यक होती.

तीन रूमस् व किचनचा प्रशस्त फ्लॅट मला तळमजल्यावर आणि माझ्यावरतीच देशभ्रतारांना फ्लॅट मिळाला. माझ्या फ्लॅटमध्ये मी संस्थेचं ऑफिस थाटलं. एक टेबल विकत घेतलं. दोन खुर्च्या आणि एक पलंग हे सामान घरून आणलं. संस्थेच्या ऑफिसमध्ये राजीव वणकुद्रे याला पार्टटाईम नोकरी दिली. कॉलेज करून तो नोकरीवर येई. अपंगांची नोंदणी, शस्त्रक्रिया, कृत्रिम साधनं मिळवून देणं इत्यादी सर्व कार्य व्यवस्थित सुरू असताना परत ही शारीरिक असमर्थता!

श्री. सुरेश भट यांच्या ५ मार्च १९८५ च्या 'एल्गार' या कार्यक्रमाच्या देणगी तिकीट विक्रीला चांगला प्रतिसाद मिळाला. कार्यक्रमाच्या आदल्या दिवशी मला कळलं, की त्यांच्या सर्व गझला तेच गाणार आहेत. रजनी करकरे फक्त एकच गझल म्हणेल. माझी कल्पना होती, आपल्या सुरेल आवाजात सर्व गझला रजनी म्हणणार व एखादी गझल श्री. सुरेश भट म्हणून दाखवतील. पी. डी. देशपांडे यांना मी आग्रह धरला, की अनेक जण कार्यक्रमाला येणार आहेत, ते रजनीचा सुरेल आवाज ऐकण्यासाठी. माझ्या आग्रहाखातर पी. डी. मला घेऊन परत श्री. सुरेश भट यांच्याकडे गेले. मी त्यांना माझे विचार सांगितले. पण त्यांनी माझी सूचना अमान्य केली. निम्मा वेळ रजनी व निम्मा वेळ ते गातील म्हटलं, तर त्यालाही त्यांनी नकार दिला. कार्यक्रम सुरू झाला. सुरेश भट यांच्या गझला. त्यातील अर्थ भारावून टाकणारा होता. पण त्यांच्या आवाजात त्या गझला ऐकण्याची कोणाची इच्छा नव्हती. जास्त तिकीट विक्री मी आणि रजनीनंच केलेली होती. केवळ आमच्यासाठी श्रोते शांत राहिले. पण नंतर हळूहळू एक एक जण उठून जाऊ लागला. मध्यंतरापर्यंत मोजकेच लोक बसून राहिले. त्यावर श्री. भट म्हणाले, ''खरे रसिकच शेवटपर्यंत असतात. या, पुढे बसा..!'' मध्यंतरानंतर एक गझल रजनी म्हणणार होती. तिची गझल संपताच मोजक्या श्रोत्यातीलही बरेचसे लोक उठून गेले आणि मग आम्ही कार्यकर्ते, स्वयंसेवक आणि आम्हाला वाईट वाटू नये असं वाटणारे संस्थेचे काही हितचिंतक एवढीच माणसं उरली. सगळे शेवटपर्यंत नाईलाजानं बसून राहिले. श्री. भट यांनी माझी विनंती ऐकली असती, तर त्यांच्या गझलांचा खरा आस्वाद करवीरवासियांना घेता आला असता.

मात्र या कार्यक्रमातून एक चांगला फायदा झाला. 'एल्गार' कार्यक्रमाच्या वेळी संस्थेला सुशील नाशिककर हे एक निःस्वार्थी कार्यकर्ते लाभले. श्री. पी. डी. देशपांडे यांचे हे मित्र आजही संस्थेच्या कार्यात हिरिरीनं भाग घेतात.

कार्यक्रमाहून परत येताना ठरवलं, यापुढे चॅरिटी शो करताना आधी तो कार्यक्रम आपण बघायचा, ऐकायचा आणि मगच निर्णय घ्यायचा. यातून जो निधी, रुपये दहा हजार जमला, तो अपंग पुनर्वसनाच्या कार्यासाठी वापरला. या कार्यक्रमाच्या वेळी श्री. पी. डी. देशपांडे यांचे अनेक गुण जवळून बघायला मिळाले व अशा कार्यकर्त्यांची 'हेल्पर्स'ला अतिशय गरज असल्याचं प्रकर्षानं जाणवलं. ऑफिसमध्ये एकत्र जेवणाऱ्या ग्रुपच्या गप्पांतून श्री. श्रीकांत केकडे संस्थेच्या कार्यात पी. डीं. च्या बरोबरीनं कधी सामील झाले, हे समजलंच नाही. रविवारी इंग्लिश पत्रव्यवहार व योजना कागदावर उतरवणं ही कामं हे दोघे अतिशय उत्कृष्टपणे करीत. मी फक्त काय हवं, काय नको ते सांगत असे. योजना सादर करण्याचे अधिकारही मला

देण्यात आले होते. संस्थेचा संपूर्ण पत्रव्यवहार मीच व्यवस्थापक या नात्यानं करीत होते. पी. डी. आणि केकडेंनी तयार केलेल्या व देशभ्रतार यांनी अतिशय नीटनेटकेपणे टाईप केलेल्या अथवा लिहिलेल्या कागदपत्रांवर मी सही करत असे. त्यांचं हे काम चाले, तेव्हा माझ्या फ्लॅटमध्ये थाटलेल्या संन्याशाच्या संसारातील स्वयंपाकघरात मी गरम गरम कांदा भजी, तुपातला शिरा, पोहे, गाजर हलवा, नारळ बर्फी, चहा वगैरे करून खायला देत असे. एका खोलीत कॅरम, बुद्धिबळाचा खेळ सुरू असे.

संस्थेत नोंदणीकृत अपंगांच्या गरजांची रविवारी सर्व कार्यकर्ते एकत्रित येऊन वर्गवारी करत असू. कमीत कमी खर्चात त्या गरजांची पूर्तता कशी होईल, याबाबत चर्चा करून निर्णय घेण्यात येई. कोल्हापूर वा आसपास कुठेही अपंगांसाठी वैद्यकीय किंवा कसलंही शिबीर असलं, तर त्यासाठी आम्ही स्वत: लाभार्थींना सोबत घेऊन जात असू. पोस्ट कार्ड टाकून सर्वांना एकत्रित केलं जाई व जेवणाचे डबे घेऊन, संस्थेच्या खर्चानं या शिबिरात आम्ही सहभागी होत असू. मी, देशभ्रतार आणि आमचे छोटे स्वयंसेवक अभिजित, राजीव, रमेश सोबत असत. आमच्या लाभार्थींचं काम झाल्यावर आम्हालाच संचालक समजून शिबिरासाठी आलेले इतर अपंगही आमच्याकडून फॉर्म भरणं, तपासणी वगैरे आपली कामं करून घेत.

मे १९८५ मध्ये बेळगाव येथे अपंग युवा प्रशिक्षण शिबीर भरवण्यात आलं होतं. संस्थेच्या पाच विद्यार्थ्यांना त्या शिबिरासाठी संस्थेच्या खर्चानं पाठवलं. बरंच काही शिकून आली ती मुलं. त्यानंतर इचलकरंजी येथील अशाच एका मूक-बधिर शिबिरात मोफत श्रवणयंत्रांचं वितरण होतं. डॉ. दिलीप देशमुख व श्री. सुधाकर चांदेकर यांचं लक्ष आमच्या ग्रुपकडे गेलं. गप्पा, विनोद, वेळ मिळताच गाणी आणि मुख्य म्हणजे व्यवस्थित काम या गोष्टी त्यांनी पटकन हेरल्या. आमचं थोडं जास्तच कौतुक केलं आणि नोव्हेंबर ८६ मध्ये इचलकरंजी येथे ते घेणार असलेल्या अपंग युवा प्रशिक्षण शिबिरात आम्ही सक्रिय सहभाग घ्यावा, ही विनंती केली. अर्थातच आम्ही ती अतिशय आनंदानं मान्य केली. शिबिरार्थींची राहण्याची व्यवस्था, चांगलं जेवण, निरनिराळे अष्टपैलू कार्यक्रम सर्व प्रकारच्या अपंगांसाठी त्यांनी आयोजित केले. मी आणि आमच्या ग्रुपला खरं म्हणजे काही काम करू देण्यापेक्षा आमच्या सूचना, सल्लाच त्यांनी पूर्णपणे अमलात आणला. आमच्या संस्थेच्या मुलामुलींनीही त्यात भाग घेतला होता. सर्वजण खूपच आनंदात होती.

शिबिराच्या शेवटच्या दिवशी सर्व मुलांनी अपंग क्रिकेटचा आग्रह धरला. आमची मुलं अनेक दिवसांपासून माझ्या मागे लागली होतीच, की अपंग क्रिकेट टीम करून 'नासीओ'तर्फे मुंबईत क्रिकेट मॅच घ्यावी. पण तज्ज्ञ डॉक्टरांच्या सल्ल्याशिवाय अशी क्रिकेट मॅच घेण्याचं धाडस मला होत नव्हतं. मात्र डॉ. दिलीप देशमुख आणि चांदेकर साहेबांनी मुलांचा हट्ट तात्काळ पुरवला. तो क्रिकेट सामना बघताना मी स्वत:

भारावून गेले. एक हात नसताना एका हातानं गोलंदाजी, फलंदाजी करणारा, झेल घेणारा मारुती, एक पाय नसताना एका कुबडीच्या सहाय्यानं फलंदाजी करणारा कोणी, असे एक ना अनेक...! कोण जिंकलं, कोण हरलं यापेक्षाही भान हरपून, अपंगत्व विसरून खेळण्याला महत्त्व होतं. खेळणाऱ्यांना आणि बघणाऱ्यांनाही उन्हाचं भान नव्हतं. 'आनंदी आनंद गडे, जिकडे तिकडे चोहीकडे' असं ते वातावरण होतं.

या मॅचनंतर त्वरित मी, देशभ्रतार व नव्यानंच संस्थेत आलेला आनंद पटेल -ज्याचा जन्मापासून एक पाय खूपच आखूड होता - असे तिघेजण भेटीची वेळ ठरवून श्री. विजय मर्चंटना भेटलो आणि 'नासीओ'च्या बैठकीत अपंगांसाठी क्रिकेट स्पर्धा घेण्याची विनंती केली. 'नासीओ' सदस्यांनी क्रीडा स्पर्धेच्या वेळी सामने घेणं शक्य नसल्याचं सांगितलं. त्यामुळे श्री. विजय मर्चट यांनी त्वरित स्वत: वैयक्तिकपणे हा सामना घेण्याचं आनंदानं मान्य केलं. तारीख ठरवली आणि लवकरच अपंग क्रिकेटचे नियम, सीमारेषा थोडी लहान, क्षेत्ररक्षण करणाऱ्यांची संख्या जास्त, किती टक्केवारी असलेले किती अस्थिव्यंग संघात घ्यायचे, याची नियमावली तयार करून पाठवली. सामने ब्रेबॉर्न स्टेडियमवर घेण्याचं ठरलं आणि याची पूर्ण जबाबदारी कु. अरुंधती घोष या महिला क्रिकेटियरवर सोपवली.

ठरलेल्या वेळी क्रिकेट सामने झाले. त्यावेळी पाकिस्तानचे क्रिकेटपटू इम्रान खान ब्रेबॉर्नवर उपस्थित होते. आमच्या संघाबरोबर त्यांचा फोटो घ्यायचा आहे, हे भीतभीतच त्यांना विचारल्यावर त्यांनी होकार दिला. आमचा फोटोग्राफर आनंदानं इतका खुळा झाला, की कॅमेराची कॅप न काढताच त्यानं फोटो काढला. नशीब, संघानं त्याला मारलं नाही. फक्त सर्वांना तो फोटो न आल्याबद्दल खूप हळहळ वाटली. त्यानंतर मात्र अनेकवार सुनील गावसकर, अजित वाडेकर यांच्याबरोबर स्वत:चे फोटो काढून आमच्या 'हेल्पर्स'च्या संघानं त्यावेळी हुकलेला आनंद मिळवला.

संध्याकाळी मॅचचा बक्षीस समारंभ विजय मर्चंट यांच्या हस्ते होणार होता. पण दुपारीच त्यांना हार्ट ॲटॅक आला. त्यांना दवाखान्यात ॲडमिट केलं व तो बक्षीस समारंभ माझ्या हस्ते करण्यात आला. अर्थात, श्री. मर्चंट आम्हाला खूप खूप वर्षं हवे होते. त्यामुळे अगदी खिन्नतेच्या वातावरणात तो बक्षीस समारंभ, केवळ हातातील कार्य कोणत्याही परिस्थितीत अर्धवट सोडायचं नाही, म्हणून केला गेला होता. त्यानंतर श्री. मर्चंट पूर्णपणे बरे झाले, याचं समाधान वाटलं.

त्यानंतर अनेक क्रिकेट सामने झाले. जिल्हापातळीवर, राज्यपातळीवर, राष्ट्रीय पातळीवर. आमचं स्वप्न होतं, अपंगांचे क्रिकेट सामने आंतरराष्ट्रीय पातळीवर नेण्याचं. पण हळूहळू या क्रिकेटला इतकं विचित्र आणि वेगळं वळण लागलं, की बस्स! दरवर्षी 'हेल्पर्स'च्या चार-पाच खेळाडूंची महाराष्ट्र राज्य संघात निवड होत

असे. कर्णधारही बऱ्याच वेळा 'हेल्पर्स'चा असे. अपंगांच्या क्रिकेटऐवजी आता जिंकण्यासाठी योग्य टीम निवडण्याला महत्त्व दिलं जाऊ लागलं. मैदानात खेळणाऱ्या खेळाडूत काय अपंगत्व आहे, असं हा सामना बघणाऱ्यांना विचारायची वेळ आली. खोटी वैद्यकीय प्रमाणपत्रं सादर होऊ लागली. मला नोकरी आणि संस्थेचं वाढतं काम यातून क्रीडा आणि क्रिकेटकडे लक्ष द्यायला पुरेसा वेळ मिळत नव्हता. त्यामुळे खेळाडूंनाच, 'तुम्ही पुढाकार घ्या. मीटिंगना जा. चुकीच्या गोष्टींना विरोध करा,' असं सांगितलं. अपंग क्रिकेटचा खर्च मागायला 'हेल्पर्स'कडे येणं व संस्थेनं आग्रह धरल्यावर दहा-पंधरा दिवस प्रॅक्टिस करणं, एवढंच आपलं कर्तव्य आहे असं या खेळाडूंना वाटत असावं. संस्थेच्या एखाद्या कार्यात स्वेच्छेनं सहभागी होणं, हे आपलं कर्तव्य आहे, हेही त्यांना कळत नव्हतं. क्रिकेट खेळाडूंपैकी फक्त एक संदीप अंकले यानं मात्र क्रिकेटपेक्षा संस्थेच्या कार्याला अधिक महत्त्व दिलं.

आता मी सरकारी नोकरीतून निवृत्त झाले आहे. आता खऱ्या अपंग बालकांचा क्रिकेट संघ बनवून क्रिकेट सामन्यात सहभागी होणार आहे आणि क्रिकेट संचालकांना थोडं जागं करण्याचा प्रयत्न करणार आहे.

काही वर्षांपूर्वी महाराष्ट्र क्रिकेट असोसिएशनच्या आग्रहानं कोल्हापूर येथे राज्य पातळीवर क्रिकेट स्पर्धा 'हेल्पर्स'नं आयोजित केल्या होत्या. चंदवाणी हॉलमध्ये राहण्या-जेवणाची व्यवस्था केली होती. खासबाग मैदानावरील ते सामने गाजले होते. करवीरकरांनी आम्हाला मदत करण्यात कसलीही कमतरता ठेवली नाही. नाश्ता, जेवण, बक्षिसं, ग्राउन्डवरील व्यवस्था, ट्रान्सपोर्ट, कॉमेन्ट्री. 'कोल्हापूर जिल्हा क्रिकेट असोसिएशन'चे अध्यक्ष बाळासाहेब पाटणकर यांच्या हस्ते उद्घाटन झालं. सचिव मोहन भुईंबरही उपस्थित होते.

या क्रिकेट सामन्यापूर्वी एकदा कोल्हापूरला शाहूपुरी जिमखान्यावर एक दिवसाचे जिल्हास्तरीय क्रिकेट सामने घेण्यात आले होते आणि कोल्हापूरचा संघ जिंकल्यावर गुलाल, ढोल, ताशासहित पोरांनी मिरवणूक काढून ती आमच्या घरापर्यंत आणली होती. अपंग क्रिकेट बघायला प्रचंड गर्दी झाली होती. खरोखर हे क्रिकेट सामने पाहण्यासारखे असतात. आज दोन्ही हात नसलेला आमचा महंमद काखेत बॅट धरून कसा चौकार मारतो आणि इतर मुलं कुबड्यांसहित कशी अप्रतिम खेळतात, हे मी सांगण्यापेक्षा एखाद्या रविवारी प्रत्यक्ष येऊन बघावं, म्हणजे मला जे शब्दात मांडणं अशक्य आहे, ते प्रत्यक्ष अनुभवानं पटू शकेल. महंमदला मी 'आमचा महंमद' यासाठी म्हटलं आहे, की शासकीय अपंग बालगृहानं त्याला प्रवेश नाकारला होता. का, तर त्याला दोन्ही हात नाहीत, तो खूप परावलंबी आहे, त्याच्यासाठी एक वेगळा माणूस ठेवावा लागेल... वगैरे. आजही अनेक शाळांमध्ये आमच्या मुलांना प्रवेश नाकारला जातो, तेव्हा खूप वाईट वाटतं.

'हेल्पर्स'नं वैद्यकीय पुनर्वसनावर जोर दिला होता. लहान-लहान ग्रुप्सची वैद्यकीय तपासणी करायची. तज्ज्ञांच्या मताप्रमाणे त्यांच्यावर शस्त्रक्रिया करायच्या किंवा कृत्रिम साधनं पुरवायची आणि त्यांच्या अपंगत्वाची टक्केवारी कमी करून, अपंगत्व काहीसं सुसह्य करून त्यांना शिक्षणासाठी प्रवृत्त करायचं. हे करताना अट असायची, की शस्त्रक्रियेनंतर स्पोर्टस् किंवा ट्रिपला यायचं. यावेळी पालक सोबत घेत नव्हतो आणि अशा काळात त्यांना स्वावलंबनाचं महत्त्व, त्यातील आनंद कृतीतून दाखवून देत होतो.

१९८६ च्या मे महिन्यात परीक्षा आटोपल्यावर कावळा नाका येथील मेरी वॉनलेस हॉस्पिटलमध्ये डॉ. सातवेकर यांच्याकडून मुलांची वैद्यकीय तपासणी करवून घेतली. शस्त्रक्रियेची गरज असलेली अनेक मुलं त्यात होती. डॉ. सातवेकर शस्त्रक्रिया मोफत करत होते. राहणं, फी, नर्सिंग, औषधं, रक्त यांच्या खर्चासाठी पैसा हवा होता. शिवाय जे पालक शस्त्रक्रियेनंतर दूधही मुलांना देऊ शकत नव्हते, त्यांना तेही पुरवणं जरुरीचं होतं. बऱ्याच वेळा आमच्या घरून दूध-अंडी पुरवली जात. काही परगावच्या लाभार्थींना तर सकाळ-संध्याकाळी जेवणाचा डबाही दिला जाई. अनेक लाभार्थी प्रतीक्षा यादीवर असल्यानं आधी आलेल्यांवर आधी शस्त्रक्रिया करायच्या, असा निर्णय घेऊन ग्रुप्स केले आणि त्याप्रमाणे पालकांना तारखा कळवल्या. नंतर पैशाची व्यवस्था करण्याचं काम हाती घेतलं.

उज्ज्वला नावाची एक अतिशय सुरेख, गोड मुलगी होती. पायाला पोलिओ. शस्त्रक्रियेनंतर ती चालू शकणार होती. तिचा नंबर दुसऱ्या, तिसऱ्या ग्रुपमध्ये ठेवला होता. पण तिच्या वडिलांनी अतिशय नम्रपणे विनंती केली, की उज्ज्वलाची आई आणि ते स्वत: आताच दवाखान्यात मुलीसोबत राहू शकणार होते. नंतर त्यांना शेताची कामं होती. त्यांची अडचण लक्षात घेऊन पहिल्या ग्रुपमध्ये उज्ज्वलावर शस्त्रक्रिया करण्याचं ठरवून शस्त्रक्रिया केली गेली. त्या काळी शस्त्रक्रियेच्या वेळी मी आणि देशभ्रतार ऑपरेशन थिएटरच्या बाहेर थांबत होतो आणि पेशन्ट शुद्धीवर आल्यावर घरी परत येत होतो. उज्ज्वलाची शस्त्रक्रिया व्यवस्थित झाली. शुद्धीवर आल्यावर ती वेदनांनी तळमळत होती. तेव्हा तिचं लक्ष दुसरीकडे वेधावं, यासाठी आम्ही तिला 'तुला खेळायला आवडतं का? मुंबईला क्रीडा स्पर्धेसाठी माझ्यासोबत येणार का?' म्हणून विचारलं, तर लगेच 'हो! येईन!' म्हणाली. मग आम्ही कसे खेळतो, समुद्रात जातो वगैरे तिला सांगितलं. एवढ्या गोजिरवाण्या बालकांना हे काय भोगावं लागतं, असा प्रश्न देवाला मनोमन विचारत मी आणि देशभ्रतार भर उन्हात घरी आलो.

दुसऱ्या दिवशी ऑफिस सुटल्यावर परत एकदा शस्त्रक्रिया झालेल्या सर्व बच्चे कंपनीला भेटलो. त्यांना बाहेर जायची परवानगी देतील, तेव्हा दवाखान्याच्या बागेतच नेहमीसारखं एकत्र जेवायचं, गाणी म्हणायची ठरवलं. त्यानंतर समाधानानं चांदण्यात गार वाऱ्यात फिरत मला घरी सोडून देशभ्रतार क्वार्टरवर गेले. मी जेवून शांत झोपले. पहाटे फोन खणखणला. उज्ज्वलाचे वडील म्हणत होते, ''उज्ज्वलाला फिट आली आहे. ती कसंसंच करतेय.'' त्यांचा स्वर खूपच घाबरलेला होता. आम्ही प्रत्येक पालकांना माझा फोन नंबर देऊन ठेवत होतो. कोणत्याही वेळी त्यांना वाटलं तर ते मला फोन करू शकत होते. माझ्या आजारपणात डॉक्टरला तातडीनं बोलवावं लागतं. यासाठी अजीजनं जादा पैसे भरून माझ्या नावावर फोन घेतला होता. मी त्वरित ऑफिसमध्ये नाईट ड्यूटीच्या शिपायाला फोन करून क्वार्टरवर देशभ्रतारांना निरोप दिला. 'त्वरित माझ्या घरी या. दवाखान्यात उज्ज्वलाकडे जायचं आहे.' तयार होऊन अर्ध्या तासाच्या आत मी आणि देशभ्रतार दवाखान्यात पोहोचलो. आमच्या समोर उज्ज्वलानं दोन झटके दिले आणि मान आडवी टाकली. डॉक्टर आले. म्हणाले, ''सॉरी! उज्ज्वला गेली.''

काल संध्याकाळी हसऱ्या चेहऱ्यानं मुंबईला जाण्याचं स्वप्न पाहणारी, स्वत:च्या पायावर उभी राहून होत असलेल्या वेदना चालू लागण्याच्या कल्पनेनं विसरणारी उज्ज्वला माझ्यासमोर पलंगावर निपचित पडली होती. तिला हात लावून बघण्याचा धीर मला झाला नाही. कानात संस्थेच्या अध्यक्ष आणि सचिवांचे शब्द घुमत होते : 'नसीमा! बाकी सर्व आपण करू. पण शस्त्रक्रियेत धोका आहे. एखादा मुलगा-मुलगी दुर्दैवानं गेलीच, तर अनेक संकटांना आपल्याला तोंड द्यावं लागेल.' माझं म्हणणं होतं, असा एखादा मृत्यू होईलही, पण एका मृत्यूच्या भीतीनं शेकडो अपंग बालकांना जमिनीवर घसपटत आयुष्य जगण्याची शिक्षा का म्हणून?... शेवटी माझ्या हट्टामुळे शस्त्रक्रिया करण्याचा निर्णय समितीनं घेतला होता. पण आता समिती या शस्त्रक्रिया थांबवणार का?... मग माझ्यासारखंच शेकडो-हजारोंना व्हीलचेअरला जखडलेलं आयुष्य जगावं लागेल. मला उत्तम परदेशी बनावटीची व्हीलचेअर मिळालेली आहे. पण त्या बालकांना तीही मिळवता येणार नाही... या आणि अशा अनंत विचारांनी दवाखान्यात त्या 'एमर्जन्सी वॉर्ड'मध्ये सर्वांच्या देखत मी ओक्साबोक्शी कधी रडू लागले, माझं मलाच कळलं नाही. माझ्या दोन्ही खांद्यावर सांत्वनाच्या दोन हातांच्या स्पर्शानं मी सावरले आणि कानावर उज्ज्वलाच्या वडिलांचे शब्द पडले : ''दीदी! माझी एक उज्ज्वला गेली, याचं तुम्हीही इतकं दु:ख करू नका... हेल्पर्सची सर्व मुलं यापुढे मला उज्ज्वलाच्या ठिकाणी आहेत. माझे या संस्थेशी संबंध संपणार नाहीत. मी अशा शिबिरांना आणि इतर वेळीही येईन.'' उज्ज्वलाची आई, ती माऊली मूकपणे रडत होती. मनाला आवरलं.

ॲम्ब्युलन्स घेतली. मी आणि देशभ्रतार सोबत गेलो, आणि उज्ज्वलाचं कलेवर तिच्या गावी पोहोचवून आलो.

परतीच्या प्रवासात, पुढच्या शस्त्रक्रियांसंबंधी काय, हा प्रश्न सतावत होता. समितीनं मान्यता दिली नाही, तरी आपण पालक तयार असतील आणि देशभ्रतार साथ देतील, तर सर्व शस्त्रक्रिया करायच्याच, हा ठाम निश्चय मनाशी केल्यावर मनाला थोडी स्वस्थता लाभली.

डोळ्यातील अश्रू वाळण्यापूर्वीच दिल्लीच्या 'हॅन्डिकॅप्ड वेल्फेअर फेडरेशन'चे पदाधिकारी श्री. परदेशी आपल्या कुटुंबासह कोल्हापूरला आले. त्यांना एक हात नसून ते अप्रतिम पेंटिंग्ज करत होते. मला चित्रकलेतील ज्ञान नाही, पण त्यांच्या चित्रातील सौंदर्य व जिवंतपणा आवडला होता. त्यांचं मनही तेवढंच जिवंत होतं, याचा प्रत्यय त्यांच्या कोल्हापूर भेटीत आला. त्यांना घरी जेवायला बोलावलं. माझ्या क्वार्टरवर आम्ही बोलत बसलो होतो. तेव्हा त्यांनी प्रश्न केला, "दीदी! इतक्या खिन्न का आहात?" म्हटलं, "वेळ असेल तर आमच्यासोबत येता का?" त्यांनी त्वरित होकार दिला. मग मी आणि देशभ्रतार त्यांना घेऊन मेरी वॉनलेसमध्ये गेलो. शस्त्रक्रिया झालेल्या इतर सर्व मुलामुलींना भेटलो आणि उज्ज्वलाच्या निधनाची गोष्ट त्यांना सांगितली. पुढील विचारही सांगितले. एक संस्था स्वखर्चानं जबाबदारी घेऊन अशी शस्त्रक्रिया करवते, यानं ते खूप प्रभावित झाले. आमच्या कार्याला अनेक शुभेच्छा देऊन ते दिल्लीला परतले.

मे ८६ ला ते येऊन गेले आणि जुलै ८६ ला मला 'डिव्होटेड सोशल वर्कर'चा पुरस्कार 'हॅन्डिकॅप्ड वेल्फेअर फेडरेशन'तर्फे दिल्लीचे नायब राज्यपाल एच. एल. कपूर यांच्या हस्ते १५ ऑगस्ट ८६ ला देण्यात येणार असल्याचं पत्र आलं. येण्याजाण्याचा खर्च, पुरस्काराचं मानपत्र व रोख एक हजार रुपये असं पुरस्काराचं स्वरूप होतं.

उज्ज्वलाच्या निधनानंतर दहा-पंधरा दिवसांनी मला तिच्या वडिलांचा फोन आला, की डॉक्टरांच्या हलगर्जीपणामुळे उज्ज्वलाचा मृत्यू झालेला आहे. ते केस करणार आहेत. मी वाईट वाटून घेऊ नये. ते एका राजकीय पक्षाच्या ऑफिसमधून बोलत असल्याचं त्यांनी सांगितलं. माझ्या कानांवर माझा विश्वास बसेना. दुसरंच कोणीतरी बोलत असावं, असं वाटलं. मी त्यांना भेटायला बोलावलं. डॉ. सातवेकरांना हा प्रकार सांगितला. आता यापुढे परत ते मोफत शस्त्रक्रिया करतील की नाही, ही शंकाही मी बोलून दाखवली.

आमच्या असंख्य बालकांना चालतं करणाऱ्या त्या देवमाणसानं सांगितलं, "घाबरू नका. आपण आपलं कार्य करत राहायचं. शस्त्रक्रिया थांबवायच्या नाहीत. उज्ज्वलाचे वडील आले, तर त्यांना माझ्याकडे आणा. मी त्यांना सर्व रेकॉर्ड

दाखवतो. केस केली तरी मला काही होणार नाही.'' मी त्वरित उज्ज्वलाच्या वडिलांना पत्र पाठवलं. त्या पत्राचं उत्तर आलं नाही. तेही आले नाहीत आणि त्यांनी केसही केली नाही.

मागच्या वर्षी १९९८ मध्ये त्यांच्या गावी मला भाषण देण्यासाठी एका संस्थेनं बोलावलं होतं. सहकारी बँकेनं संस्थेला देणगीही दिली होती. त्यावेळी भाषणात मी उज्ज्वलाची आठवण काढली. कार्यक्रम संपल्यावर उज्ज्वलाचे वडील जवळ येऊन भेटले. व म्हणाले, ''दीदी! केवळ तुमच्यासाठी मी केस केली नाही. नाहीतर त्या डॉक्टरांना धडा शिकवायची इच्छा होती.'' मी विषय वाढवला नाही.

या प्रकरणानंतर 'हेल्पर्स'च्या समितीत निर्णय घेतला गेला, की आपण पालकांकडून, स्वजबाबदारीवर शस्त्रकिया करवून घेत असल्याबद्दल लिहून घ्यायचं. सुदैवानं उज्ज्वलानंतर शस्त्रक्रिया केलेल्यांपैकी कोणीही आतापर्यंत दगावलं नाही. उलटपक्षी आजअखेर संस्थेनं २७४ बालकांवर १२ लाख ६६ हजार रुपये खर्च करून शस्त्रक्रिया करवून घेतल्या असून त्यांचं आयुष्य सुसह्य होण्यास हातभार लावलेला आहे.

उज्ज्वलाचा मृत्यू, मनाची उलथापालथ करणारे अनेक प्रसंग, मी संस्थेच्या कामासाठी खूपच वेळ घराबाहेर राहते म्हणून घरच्यांची नाराजी, कधी कधी तर ऑफिस सुटल्यावर चहा पिण्यातही वेळ न घालवता काम संपवून ताबडतोब घरी यावं, अशी अपेक्षा. 'थकली आहेस. आधी चहा पी, सरबत पी..' या शब्दांची खरी मला अपेक्षा असताना आरोपीला विचारावं, तसं 'कुठे होतीस? इतका वेळ का?' असे प्रश्न आल्यावर असत. 'संस्थेचं काम करत होते,' असं मोघम वाक्य बोलून मी तोंडाला कुलूप घालत असे. एरवी घराबाहेर ऑफिसमधल्या किंवा संस्थेतल्याही लहान-मोठ्या घटना खुलासेवार घरी सांगण्याची मला सवय होती. पण अशा वाकड्या प्रश्नांमुळे कपडे बदलून, पाणी पिऊन, तोंडावर पांघरूण घेऊन मी झोपू लागले. त्यावेळी मी खूप थकलेली असे आणि रात्रीचं जेवण पालथं झोपूनच करत असे. लिखाणही तसंच करी. अजीज बऱ्याच वेळा सर्वांचंच जेवण माझ्या खोलीत घेऊन येत असे व सर्वजण एकत्र जेवत असू. त्यावेळी कधी कधी पूर्ण रात्र झोप लागत नसे. लिखाण, वाचन, विणकाम यात रात्र घालवत असे.

एकदा रेहाना आणि भाईसाब कोल्हापूरला आले. माझं संस्थेचं काम कसं चाललंय, हे विचारलं. मी आईची माझ्याबद्दलची नाराजी त्यांना सांगितली. त्यांनी आईला कसं समजावलं कळलं नाही, पण आईनं माझ्या बाबतीत सर्व नियम, बंधनं शिथिल केली आणि बऱ्याच वेळा उल्लेखही केला, की आपल्या कडकपणामुळे हिला बराच त्रास झाला असेल! आज वेळ-अवेळ न बघता मी कार्य करत असताना आईच माझी सर्व तयारी करून देते. मला माझ्या वैयक्तिक गोष्टींकडे- कपडे, खाणं,

प्रवासाला जाताना पॅकिंग वगैरे- लक्ष द्यावं लागत नाही. न बोलता आई सर्व तयार ठेवते. आई गावाला गेलेली असली, तर तेवढ्याच प्रेमानं वहिनी इर्शाद हे सर्व करते. मला आता खंत असते ती एवढीच, की आई, इर्शाद वा कोणी घरी आजारी पडलं तर मी त्यांची सेवा करू शकत नाही. थोडीबहुत करू शकते ती सेवा घ्यायला त्यांना संकोच वाटतो. उलट त्यांना बरं नसतानाही माझी कामं मात्र करावीच लागतात. अशा वेळी मात्र स्वत:च्या अपंगत्वाची खंत मनात खूपच दाटून येते. कधी कधी संस्थेचं हाती घेतलेलं कार्य असं असतं, की ते सोडून घरी राहणं आवश्यक असलं तरी राहता येत नाही. त्या वेळी मन घरी आणि शरीर कामात असतं.

दिल्लीला जाऊन पुरस्कार स्वीकारण्याची तारीख जवळ आली. मला त्यावेळी खूपच बरं वाटत नव्हतं, पण देशभ्रतारांच्या प्रोत्साहनानं, विश्रांतीला सोबत घेऊन आम्ही तिघे दिल्लीला गेलो. दिल्लीत पोहोचेपर्यंत पोटात पाणीही ठरेनासं झालं होतं. सतत उलटी व ताप. इन्फेक्शननं डोकं वर काढलं होतं. कॅथेटर सतत निघे. परत बसवताना त्रास होई.

दिल्लीत आम्ही प्रमिला कपूरच्या घरी उतरलो. प्रमिला कपूर दोन्ही पायांना पोलिओ. बाहेर कॅलिपर लावून मोटराईज्ड ट्रायसिकल व घरी व्हीलचेअर वापरायची. रेल्वे बोर्डात नोकरी. अतिशय स्पष्टवक्तेपणा व जशास तसं, ठोशास ठोसा लावणारी. महींदर कपूर नावाचा मुलगा लग्नासाठी मागे लागल्यावर अनेक शंका-कुशंका मनात असल्यानं तिनं माझा सल्ला मागितला. म्हटलं, "मुंबईतील क्रीडा स्पर्धेला संघासोबत ये. मदतनीस म्हणून त्याला सोबत घे. त्या प्रवासात आणि एकत्र राहताना त्याचे गुण-दोष पारख आणि मग तुझा तू निर्णय घे." तो सल्ला तिनं मानला.

महींदरला मीही सुरुवातीपासून ओळखत होते. ओळखणं व ओळख पटणं यात खूप फरक असतो. एकदा रात्री चांदण्यात 'दिल्ली दाखवतो' म्हणाल्यावर, त्याच्या सुधीर नावाच्या एका मित्रासोबत आम्ही चार-पाच जण चांदण्यात फिरायला बाहेर पडलो. सुधीर आणि महींदर दोघे गाणी, गझल, शेर खूप चांगले ऐकवत. मला हे सर्व ऐकायला खूप आवडे. त्या चांदण्यात मस्त फिरत गेल्यावर या महींदरनं, एका हॉटेलच्या मोठ्या टेरेसवरून दिल्ली फार सुरेख दिसते, म्हणून आम्हाला पंचतारांकित हॉटेलमध्ये नेलं. माझ्या परदेशी साड्यांमुळे मी खूप श्रीमंत आहे असं कदाचित त्याला त्यावेळी वाटलं असेल. टेरेसवरून खरोखर दिल्लीचं दर्शन अतिशय सुरेख होत होतं. ते हॉटेल आतूनही एखाद्या राजाच्या महालाप्रमाणे होतं. तिथे कॉफी पिऊ म्हटल्यावर मी 'हो' म्हटलं. बिल आल्यावर पाचशे

रुपयांची ती कॉफी आयुष्यभर लक्षात ठेवून, परत असल्या हॉटेलमध्ये जायचं नाही, हे ठरवून टाकलं. अशा या महींदरच्या घरी पुरस्काराच्या वेळी पाहुणचार घेतला.

मी खूप म्हणजे खूपच आजारी पडले. पुरस्कार स्वीकारण्यापुरती बसायची ताकद नव्हती. प्रमिला आणि उप्पी (उपेंद्र) या दोघी मैत्रिणी मनापासून सेवा करत होत्या. डोकं, हात चेपत होत्या. डॉक्टर सतत येऊन इंजेक्शन देत होते. कसाबसा पुरस्कार स्वीकारला. माझ्याविषयी श्री. परदेशी, गौतम कौर आणि संदीप सूद बरंच बोलले. तिथे उपस्थित असलेल्या प्रत्येकाच्या तोंडी होतं, यावर्षी पुरस्कार एका अपंगांचं कार्य करणाऱ्या अपंग व्यक्तीलाच देत असल्याचं समाधान आहे. परंतु त्याविषयी काही बोलण्याची, विचार करण्याची ताकदच माझ्यात नव्हती. प्रमिला तर खूपच घाबरली आणि तिनं चार वेळा रेहाना-भाईसाबना फोन लावला. त्यांनी 'तिला विमानानं मुंबईला पाठवा. आम्ही विमानतळावर येतो,' म्हणून सांगितलं. देशभ्रतार आणि विश्रांती म्हणे रेल्वेनं येतील. परतीचं रिझर्व्हेशन एअर कंडिशन्ड डब्याचं होतं. देशभ्रतारांना विचारलं, " तुम्हाला अशा स्थितीत मला नेताना भीती वाटत नाही ना?" त्यांनी 'नाही' म्हणताच आम्ही निघायची तयारी केली. प्रमिला खूप घाबरत होती. तिला म्हटलं, "मी मुंबईला पोहोचेपर्यंत फक्त झोपत राहीन असं औषध डॉक्टरांना द्यायला सांग." त्याप्रमाणे मी पूर्ण प्रवास रेल्वेनं झोपत केला. मुंबईत रेहाना "थांब, इथेच ट्रिटमेंट घे," म्हणत होती. पण मला 'मेरी वॉनलेस'मध्येच आवडत होतं. कशीबशी कोल्हापूरला पोहोचले आणि दवाखान्यात ॲडमिट झाले.

पुरस्काराचा आनंद न होता आपली जबाबदारी वाढली, याचीच आता जाणीव झाली. कार्याची नुकतीच सुरुवात असताना, विशेष योग्यता नसताना हा पुरस्कार मला मिळाला होता, असं मला वाटत होतं. मी निश्चय केला, की या पुरस्काराला योग्य होण्यासाठी कमीत कमी कोल्हापूर जिल्ह्यातील एकही अपंग कृत्रिम साधनांवाचून राहणार नाही, इतकं कार्य करायचंच. अपंगाला आवश्यक ती कृत्रिम साधनं न मिळणं हे किती भयानक असतं, याचा अनुभव व्हीलचेअरवाचून राहिलेल्या एका वर्षात मी पुरेपूर घेतलेला होता.

पुरस्काराचा चेक वटल्यावर त्या पैशातून मी आईसाठी कानातल्या कुड्या घेतल्या. ज्या आईनं मला आणि सर्व कुटुंबाला अपंगत्व स्वीकारायला शिकवलं आणि घरात कितीही अडचण असली तरी माझ्या गरजेला प्राधान्य दिलं, त्या आईला, नोकरी लागून नऊ वर्षं झाली तरी मी काही घेतलं नव्हतं. या पुरस्काराची मानकरी आई आहे, असं मला वाटत होतं. एरवी काहीही न घेणाऱ्या आईनं मला नकार न देता त्या कुड्या ठेवून घेतल्या.

मी दिल्लीहून पुरस्कार घेऊन परतले व देशभ्रतारांनी बातमी दिली, त्यांनी नागपूरमधल्या एका मुलीला पसंत केलं आहे. नीता तिचं नाव. मनात खूप उत्कंठा दाटून आली, त्यांची पत्नी कशी असेल? माझ्याशी तिचं पटेल का? संस्थेचं काम पतीनं केलेलं तिला आवडेल का? लग्नाला इतक्या लांब जाणं शक्य नव्हतं. मी इथूनच त्यांना शुभेच्छा पाठवल्या. देशभ्रतारांनी माझ्या मनातील शंका ओळखून स्वत:हूनच सांगितलं, ''नीतानं सोशल वर्कचा कोर्स केलेला आहे. संस्थेचं काम करण्याची तिला आवड आहे.'' मी आतुरतेनं तिच्या आगमनाची वाट पाहत राहिले. संस्थेला आणखी एक कार्यकर्ती लाभणार होती. त्यांच्या लग्नानिमित्त जेवण ठेवलं. देशभ्रतार नको म्हणत होते, पण मीच आग्रह धरला, की या निमित्तानं सर्वजण एकत्र येतील आणि सर्वांशी नीताची ओळख होईल. नीता माझ्यापेक्षा खूप लहान होती. त्यामुळे मी तिला 'नीतावहिनी' न म्हणता 'नीता' म्हणावं, असं त्यांनीच मला सुचवलं आणि मला ते आवडलंही.

त्या कार्यक्रमाच्या रात्री जेवणं झाल्यावर सर्व आपापल्या घरी गेली. माझ्या कानावर आलं, 'नीता म्हणत होती, तिनं खूप मोठमोठ्या संस्था पाहिल्या आहेत. त्या मानानं ही 'हेल्पर्स' अगदी लहान आहे.' हे खरं होतं. पण नव्या नवरीनं हे म्हटलेलं अनेकांना रुचलं नव्हतं. नीता येण्यापूर्वी मी, देशभ्रतार, विश्रांती, केकडे सर्वजण दुपारचं जेवण एकत्र घेत असू. नीता आल्यानं केकडे यायचे बंद झाले. विश्रांती गावाहून परतली नव्हती. देशभ्रतारांनी मी दुपारी जेवले की नाही याची साधी चौकशीही केली नाही, याचं मला त्यावेळी खूप वाईट वाटलं. असंच एकदा माझ्या हातून जमिनीवर कागद आणि पेन पडलं. नीता समोरच होती. नेहमीच्या सवयीनुसार मी देशभ्रतारांना, 'ते देणार का?' म्हणताच, नीता रागानं म्हणाली, ''दीदी, असली कामं तुम्ही यांना सांगू नका. मला सांगा. मी करेन.'' देशभ्रतार यावर काहीच बोलले नाहीत. महाप्रयासानं मी माझे अश्रू रोखले. त्या दिवशी घरी लवकर परतले.

ऑफिस सुटल्यावर क्वार्टरवर थांबून मी काम करू लागले, की मदतीला देशभ्रतार येत. त्यांना 'घरी जा' म्हटलं, तरी ते ऐकत नसत. हळूहळू नाईलाजानं मी कामच घरी नेऊ लागले. नवीन लग्न झालेल्या नीताच्या इच्छा-आकांक्षा मला कळत होत्या. संस्थेमुळे किंवा माझ्यामुळे त्या दोघांत कसलंही वादळ येऊ नये, ते दोघे सुखी व्हावेत, असं मला मनापासून वाटत होतं. पण देशभ्रतार खाली जेवायला येऊ लागले. नीतालाही दुपारी जेवायला मी खाली येण्याची विनंती केली. तीही येऊ लागली. जेवण झाल्यावर एखादं काम मी तिला देऊ लागले. खाद्यपदार्थांच्या ऑर्डर्स आल्यावर तिला मदतीला बोलावू लागले. बेडशीटस्, पिलो कव्हर्स शिवण्याचं काम मी मिळवलं होतं, त्यातही तिची मदत घेऊ लागले. मग अधूनमधून रात्रीच्या जेवणासाठीही नीता मला थांबवू लागली. ऑफिस सुटल्यावर

तिनं केलेलं काम बघायला बोलावू लागली. कामात ती तरबेज होती. रुचकर जेवण, उत्तम शिलाई, उत्तम टायपिंग सर्वच तिचं काम मला आवडत होतं. देशभ्रतारांना अगदी योग्य पत्नी मिळाली, असं वाटलं. माझ्याशी एरवी अतिशय प्रेमानं वागणारी नीता, देशभ्रतारांसमोर मला उलट उत्तरं देई. देशभ्रतारांना ते रुचत नसे. हळूहळू याचं प्रमाणही कमी होत गेलं आणि आमचा ग्रुप एकतेनं सर्व लहान-मोठ्या कामात गुंग झाला.

दिल्ली-मुंबई सहल, क्रीडा स्पर्धा, काहीही असो, नीता माझा एक हात बनली. दिल्लीहून रात्री-अपरात्री आलो, तरी न कंटाळता 'बाहेर जेवण नको, मी सर्वांसाठी जेवण करते' म्हणून खरोखर गरमगरम रुचकर जेवण करून वाढत असे. बाहेरच्या कामासाठीही मी तिला बरोबर नेऊ लागले. देशभ्रतार असले तरी, नसले तरी. संस्थेचं आयकराबाबतचं काम असो, की धर्मान्यास आयुक्तांकडे काम असो, उद्योगभवनात, जिल्हाधिकारी कार्यालयात सर्वत्र नीता माझ्या बरोबर येऊ लागली. घर सांभाळून ती हे सर्व करायची, याचं मला मनापासून कौतुक वाटत होतं. आम्ही तिला मानधन द्यायलाही सुरुवात केली. कालांतरानं ऑफिसमुळे मी जाऊ शकले नाही, तर ती एकटी जाऊन कधी गोडीगुलाबीनं, कधी भांडून, तर कधी भावनातिरेकानं रडून कामं फत्ते करून येई. कौतुकानं लोक मला रिपोर्ट करत, "त्या देशभ्रतारवहिनी वेळेत हे काम होणार नाही असं दिसताच रडू लागल्या आणि आम्हाला हातातली इतर कामं सोडून तुमचं काम करून द्यावं लागलं..." आमच्या सर्व भावनांशी नीता समरस होत होती.

एकदा तर ऑफिस करून, संस्थेचं काम संपवून क्वार्टरला कुलूप लावताना एक परगावची अपंग व्यक्ती नाव नोंदणीसाठी आणि मदतीसाठी आली. नीताचा स्वयंपाकही व्हायचा होता. मी वैतागून त्या व्यक्तीला 'आता परत जा, दिवसा उजेडी या,' म्हणून परत पाठवू लागले. तेव्हा नीता माझ्या मनातलं बोलली. म्हणाली, "दीदी, तुम्हाला 'हे' सोडून परत येतील. मी यांचं काम करून वर घरी जाते. एवढ्या लांबून हा आला आहे. परत पाठवणं बरं वाटत नाही..." तिची पाठ थोपटून, मनापासून आभार मानून मी घरी आले. त्या अपंगाची नोंदणी जर त्या दिवशी झाली नसती, तर मी त्या रात्री झोपू शकले नसते. अनेकदा देशभ्रतार आणि नीता स्वत: कमी जेवून संस्थेत आलेल्या लाभार्थींना जेवायला वाढत. कालांतरानं सोयीचं व्हावं म्हणून त्यांनी माझ्या क्वार्टरच्या शेजारची क्वार्टर घेतली. समोरासमोर दारं होती आमची. हळूहळू माझं स्वयंपाकघर रेकॉर्ड रूम बनलं आणि माझं स्वयंपाकघर त्यांच्या स्वयंपाकघरात एकरूप झालं. नीता माझी हरप्रकारची सेवा, आई-बहिणी-नातेवाईकांप्रमाणे करू लागली. देशभ्रतारांचं लग्न झालं आणि पाठोपाठ रजनी आणि पी. डी. देशपांडे यांचंही लग्न होऊन ते नांदेडला गेले. मुख्य

कार्यक्रमाच्या वेळी ते दोघे येत.

संस्थेचं कार्य चालूच होतं. वैद्यकीय तपासणीत कॅलिपर्स व ट्रायसिकल्सची गरज असलेल्यांना परगावी एका शिबिरात ही कृत्रिम साधनं मोफत मिळवून देण्यासाठी नेलं होतं. नेहमीप्रमाणे मी, देशभ्रतार, अभिजित गारे, विजयकुमार नलवडे, राजीव वणकुद्रे, रमेश रांजणे आदी होतो. तिथे संचालकांशी जवळून ओळख झाली होती. एक दिवस ते माझ्या सरकारी ऑफिसमध्ये आले आणि आमच्या असिस्टंट कलेक्टर-साहेबांना त्यांच्या बक्षीस समारंभाच्या वेळी प्रमुख पाहुणे म्हणून बोलावण्यासाठी मी त्यांच्यासोबत साहेबांकडे यावं, अशी विनंती केली. आमच्या बालकांना त्यांनी कृत्रिम साधनं देऊन आम्हाला उपकृत केलं होतं. या भावनेनं मी साहेबांकडे त्यांच्यासोबत गेले आणि त्यांना विनंती केली. ती त्यांनी लागलीच मानलीही. साहेब माझ्या ऑफिसमधील कामाबाबत समाधानी होते आणि संस्थेच्या कामावरही खूश होते. मला सर्व प्रकारचं सहकार्य ते देत होते. पण नंतर काय झालं काय कळलं नाही. साहेब माझ्यावर रागावल्यासारखे वागू लागले. अनेक दिवस मला कारण कळलं नाही. पण क्वार्टरवर मी अपंगांना एकत्रित करते, कमर्शियल कामांसाठी क्वार्टरचा उपयोग केला जातो, असा आरोप माझ्यावर केला गेला व यासाठी मला आणि इतर काही लोकांना पोटभाडेकरू ठेवल्याबद्दल मेमो मिळाला. मी क्वार्टर घेतानाच दिलेला अर्ज दाखवल्यावर मात्र ते प्रकरण थंडावलं. पण कालांतरानं साहेब माझ्यावर रागावण्याचं कारण मला जे कळलं, ते भयानकच होतं. ज्या संस्थेच्या संचालकांनी साहेबांना बक्षीस समारंभाला बोलावलं, त्यांच्यावर डिपार्टमेंटची केस होती आणि अशा ओळखीचा फायदा घेऊन ती व्यक्ती रात्री साहेबांना त्यांच्या घरी त्या केससंबंधी भेटली. साहेबांचा समज हे सर्व माझ्या संमतीनेच असावं. कदाचित मी यासाठी देणगीही घेतली असावी, असा समज साहेबांनी करून घेतला असावा. त्यांनी खरं तर मला बोलावून जाब विचारायला हवा होता, म्हणजे त्या व्यक्तीला मी त्यांच्यासमोर बोलावून खरं-खोटं सांगितलं असतं. मी अकाउन्टस् विभागात काम करत असल्यानं मला तांत्रिक बाबींची माहिती नव्हती आणि असण्याचं कारणही नव्हतं. या असल्या प्रकारांशी माझा दुरूनही संबंध येऊ नये, म्हणून तांत्रिक कामात 'गुड', 'व्हेरी गुड' शेरा मिळूनही स्पेशल पगार, जादा पगार नाकारून मी परत अकाउंटस् विभागात गेले होते.

त्या संस्थेच्या त्या संचालकांचा एक दृष्टिकोन सांगायचा म्हणजे, दोन्ही पायाला कॅलिपर्स असलेल्या विद्यार्थ्याला ट्रायसिकल द्यायची नाही. ती त्यांच्या मते

चैन होती, तर माझ्या मते कॅलिपरच्या सहाय्यानं जे अंतर चालायला तास-अर्धा तास लागेल, तिथे ट्रायसिकलवरून पाच मिनिटात जाता येतं. शिवाय कॅलिपरनं जास्त चालता येत नाही. घरापासून लांब असलेल्या शाळेला जाण्यासाठी ट्रायसिकल ही हवीच. माझा त्यांच्याशी या विषयावर वाद झाला. शेवटी रागानं मी त्यांना विचारलं, "तुमचे दोन्ही पाय चांगले आहेत. मग तुम्ही ही स्कूटर का वापरता?... खरं सर्वांगीण पुनर्वसन करायचं असेल, तर अशी संकुचित वृत्ती ठेवून उपयोगी नाही. शंभरऐवजी वीस जणांचं पुनर्वसन करा, पण ते परिपूर्ण करा."

मात्र त्या व्यक्तीचं खरं रूप कळल्यावर त्यांना भेटायची इच्छाही मला झाली नाही. नंतर अनेक वेळा एकत्रित मिळून एखादी योजना राबवण्याची सूचना त्यांनी मांडली. पण आम्ही ठामपणे नकार कळवला. त्यानंतर त्यांच्या शिबिराला मी परत गेलेच नाही. लहानाची मोठी झालेली मुलं अभिजित, विजयकुमार, राजीव, रांजणे यांच्यापैकीच एखादा जबाबदारीनं लाभार्थींना अशा शिबिरात नेऊन कृत्रिम साधनं घेऊन परत येई.

एकदा 'नासीओ' कॅम्पमध्ये बऱ्याच ट्रायसिकल्स, व्हीलचेअर्स संस्थेच्या लाभार्थींसाठी मोफत मिळाल्या होत्या. लाभार्थी म्हणजे बहुतेक सर्व शिक्षण घेणारे विद्यार्थीच होते. आलेल्या ट्रायसिकल्स आमच्या सेंट्रल एक्साईजच्या आवारातच, शेडमध्ये ठेवण्यात आल्या होत्या. कृत्रिम साधन नसलेल्या अपंग व्यक्तीला त्याची किती गरज असते, हे मला कळत होतं; म्हणून शक्य तितक्या लवकर त्या साधनांचं वितरण करण्याचा विषय मी सभेत मांडला. ही सभा क्वार्टरवर झाली होती. इतर काही सदस्यांचं म्हणणं, मोठा पाहुणा मिळेपर्यंत दोन-तीन महिन्यांनी त्या साधनांचं वितरण करावं. पण ऑफिसच्या शेडमध्ये जास्त दिवस ही साधनं ठेवणं योग्य नाही आणि लाभार्थींना एवढे दिवस वाट पाहायला लावणंही योग्य नाही, असं मला आणि काही सदस्यांना वाटत होतं.

मोठ्या इतर पाहुण्यांपेक्षा सेंट्रल एक्साईजचे कमिशनर कोल्हापूरला येणार आहेत, तेव्हा त्यांच्या हस्तेच वितरण करू, असा प्रस्ताव मी मांडला. सभेला आमंत्रित म्हणून आलेल्या एक सदस्या म्हणाल्या, "तुमच्या नोकरीच्या करिअरसाठी, स्वत:साठी तुम्ही हे असं म्हणताय..." मला काय बोलावं हेच कळेनासं झालं. प्रमोशन, जादा पगार, नोकरीची करिअर, याची तर मी कधीच काळजी केली नव्हती आणि हा आरोप! इतर सदस्यांची प्रतिक्रिया महत्त्वाची होती. देशभ्रतार तर वाक्य संपताच खवळून उठले. "हे तुम्ही कोणाला बोलताय? ज्यांनी आपलं सर्वस्व संस्थेला दिलं आहे त्यांना?... या क्वार्टरवरील हे अपंग कल्याणाचं कार्य अखंड चालू राहावं, डिपार्टमेंटच्या कोणी तक्रार केली, तरी कमिशनरनी हे जवळून पाहिलं तर भविष्यात काही अडचण संस्थेच्या कार्यात येऊ नये आणि दीदी ऑफिस सोडून

अनेक वेळा संस्थेच्या कामासाठी बाहेर जातात, तेव्हा त्याला आडकाठी होऊ नये, यासाठी कमिशनरना बोलावू असं त्या म्हणतात.'' इतर सदस्यही माझ्या वतीनं बोलले. मा. अध्यक्षांनी त्या आमंत्रितांना माझी माफी मागण्याची सूचना केली व त्यांनी माफी मागितल्यावर वातावरण शांत झालं.

असंच एकदा एका कार्यक्रमात लहान अपंग बालकांच्या हातून फुलं देऊन पाहुण्यांचं स्वागत करण्याचा प्रस्ताव मी मांडला. उद्देश हा, की चालता न येणारी मुलं शस्त्रक्रियेनंतर कृत्रिम साधनांच्या सहाय्यानं कशी चालतात, हे हितचिंतकांना आणि देणगीदारांना दिसावं, कळावं. पण यावर एका सदस्यांनी असंच आपलं मत व्यक्त केलं. 'आलेल्या मोठ्या पाहुण्यांना अशी फुलं घेताना कसंतरीच होईल आणि हळूहळू चालण्यानं कार्यक्रमाचा वेळ जाईल.' यावर आमचं म्हणणं होतं, 'ज्या पाहुण्यांना अपंग बालकांकडून फुलं घेताना कसंतरीच होईल, तो पाहुणा अशा कार्यक्रमांना येणारच नाही. आणि त्यानं येऊही नये. ज्यांच्यासाठी कार्यक्रम करीत आहोत, त्या बालकांच्या चालण्यात थोडा वेळ गेला तर काय हरकत आहे? त्यांनी चालावं, स्वत:च्या पायावर उभं राहावं, हाच तर संस्थेचा उद्देश आहे.' उद्देशपूर्तीसाठी वेळ जातो असं म्हणणं हास्यास्पद होतं. कधी कधी स्टेजवर कोणाशेजारी कोणी बसायचं, त्यात लहान-मोठेपणा, जात-पात याचा संबंध काही सदस्य आणत. पण सुदैवानं, या खोट्या लहान मोठेपणाच्या कल्पना, जात-पात न मानणारे सदस्य बहुसंख्येनं असल्यानं प्रत्येक कार्यक्रम आमच्या मनासारखा होत गेला.

खरं पाहता कार्यक्रम करून जाहीरपणे अशी कृत्रिम साधनं वाटणं, हे मलाच पटत नाही. कारण घेणाऱ्याला किती संकोच वाटत असतो. आपल्या शारीरिक आणि आर्थिक परिस्थितीमुळे नाईलाज म्हणून अगतिकतेनं अशी मदत घ्यावी लागत असते. ती घेतल्यावाचून प्रगतीची संधी मिळणार नसते. पण देणगीदारांना त्यांच्या पैशाचा विनियोग कसा, कोणासाठी केला गेला, हे कळणं, त्यांनी स्वत: ते बघणं आवश्यक असल्याचं जाणवू लागल्यावर असे जाहीर कार्यक्रम आम्ही करू लागलो. अन्यथा रविवारी संस्थेच्या दैनंदिन कामाचा तो एक भाग आहे.

कार्यक्रमाच्या वेळी मला सर्वात मोठं संकट वाटे ते भाषणाचं. हजार कामं करायला माझी तयारी असे. पण भाषण म्हटलं, माईक समोर आला, की मला कापरं भरे. हात तर अक्षरश: थरथरत. पण मी बोललंच पाहिजे हा आग्रह असे. माझ्या शंभर कामांची शक्ती एका भाषणात खर्ची होते, असं वाटत होतं. बाबूकाका असताना त्यांनी खूप आग्रह केला, तरी आकाशवाणीवर बोलण्याची संधी येऊनही मी बोलले नव्हते. पण आता मी बोलू लागले. दिल्लीहून पुरस्कार घेऊन आल्यावर सांगली आकाशवाणीच्या श्रीमती मेश्राम यांनी संस्थेत येऊन माझी मुलाखत घेतली. ती आकाशवाणीवर ऐकली, तेव्हा वाटलं, आपण अगदीच काही वाईट

बोलत नाही. हळूहळू या दहा वर्षांत भाषणाची भीती कमी होत गेली आहे. हातांचं थरथरणं कमी झालं. पण आजही प्रत्यक्ष काम आणि भाषण यात निवड करायला सांगितली, तर मी कामाचीच निवड करेन.

कार्यक्रमाचा विषय निघाला की आणखी एक विषय आठवतो. बाबूकाकांचा फोटो कार्यक्रमाच्या वेळी स्टेजच्या पुढच्या बाजूला खुर्चीवर ठेवून त्यांना हार घालावा, त्यांची आमच्या मनात ताजी असलेली आठवण इतर कार्यकर्त्यांपर्यंत पोहोचावी आणि आमच्या कार्यक्रमात, यशात तेही सहभागी असल्याचं समाधान आम्हाला मिळावं ही माझी आणि रजनीची इच्छा. पण 'बाबूकाका हेल्पर्सचे संस्थापक थोडेच आहेत? त्यांचा या संस्थेशी काय संबंध? तो फोटो नको...' असं काही सदस्यांचं म्हणणं. पहिल्या वेळी ऐन कार्यक्रमाच्या वेळी तो फोटो बाजूला केला गेला. कार्यक्रमात इतर लोकांसमोर आमचे मतभेद दिसू नयेत, म्हणून गप्प राहिलो. पण नंतर बाबूकाका आमच्यासाठी कोण आहेत, ते नसते तर ही 'हेल्पर्स'ही नसती, हे स्पष्टपणे त्या अल्पसंख्या असलेल्या सदस्यांना सांगावं लागलं. नंतर संस्थेच्या प्रत्येक कार्यात बाबूकाकाही सहभागी होऊ लागले.

संस्थेचं कार्य जसजसं वाढू लागलं तसतसे मतभेद होऊ लागले. एकदा अशाच एका वैद्यकीय शिबिरात होमिओपॅथी मेडिकल कॉलेजात शिकणारी छाया देसाई, हिला तिची आई कॅलिपर मिळवण्यासाठी घेऊन आली. मोफत कॅलिपर नको म्हणून छाया यायला तयार नव्हती. पण पुण्या-मुंबईला त्यासाठी दोनतीन वेळा जाण्यापेक्षा इथेच कॅलिपर घ्यावं, यासाठी तिला आईनं आणलं आणि हळूहळू ती आमच्या संस्थेच्या कार्यात सहभागी होऊ लागली. त्याच सुमारास रमाकाकी शिरगावकर, सौ. स्मिता शिरगावकर यांनी, कार्यात पूर्णत्वानं सहभागी होता येत नाही म्हणून राजीनामा दिल्यानं श्री. पी. डी. देशपांडे आणि श्रीकांत केकडे यांचा समावेश समितीत करण्यात आला होता. देशभ्रतारांना त्या पूर्वीच समीतीत घेण्यात आले होते. कालांतरानं कार्य वाढलं आणि सात कमिटी मेंबर्सची संख्या नऊ करण्यात येऊन आनंद पटेल व छाया देसाई यांचा समावेश समितीत करण्यात आला. माझी वहिनी इर्शाद ही माझी बहीण-मैत्रीण-सहकारी अशा अनेक नात्यांनी माझ्या बरोबरीनं संस्थेच्या अनेक कार्यात सहभागी होऊ लागली होती, त्यामुळे तिलाही समितीत घेतलं.

संस्थेला उत्पन्नाचं साधन म्हणून खाद्यपदार्थ आणि शिलाईबरोबर लिक्विड साबण बनवण्यात येऊन संस्थेतर्फे त्याची विक्री करण्यात येऊ लागली. हे साबण बनवणं अगदी सोपं होतं. त्यामुळे ते सुदृढांकडून बनवून न घेता अपंगांकडून बनवून घेऊ, असा प्रस्ताव मांडला. तेव्हा, ही मुलं मग स्वतंत्रपणे स्वतःच हे काम

करतील, संस्थेत राहणार नाहीत; मग त्यांच्याकडून फक्त विक्री करून घेऊ व त्यांना कमिशन देऊ; आणि होणारा नफा बाजूला ठेवून त्यातून संस्थेच्या ऑफिससाठी फ्लॅट घेऊ, ही कल्पना पुढे आली. अपंग मुलामुलींनी स्वतंत्रपणे आपल्या पायावर उभं राहावं, हेच अंतिम ध्येय असताना ही कसली विचित्र स्वार्थी विचारसरणी, हे कळणं खरंच कठीण होतं! या अपंग मुलांना जेव्हा साबणाची विक्री करताना 'ते आम्ही स्वत: बनवतो असं ग्राहकांना सांगा' ही सूचना देण्यात आली, तेव्हा मात्र मी मुलांना खोटं बोलून लोकांची दिशाभूल करणं चुकीचं आहे, हे पटवून दिलं.

वर्षअखेरीसही या 'हेल्प व्होकेशनल प्रॉडक्ट'चे पैसे संस्थेत जमा झाले नाहीत. तेव्हा मी उपाध्यक्ष होते. मी ट्रेझररशी चर्चा केली. जर मार्च अखेरपर्यंत हिशेब आणि पैसे संस्थेत जमा झाले नाहीत, तर जनरल बॉडीतही विषय सर्वांसमोर काढू या. मग ट्रेझररनं त्या जबाबदार व्यक्तीकडून सर्व हिशेब मागवून घेतले आणि पैसेही संस्थेच्या बँकेच्या खात्यात जमा केले.

याच सुमारास मला कसला तरी पुरस्कार मिळाला होता आणि त्यानिमित्त माझा पुण्यात सत्कार करण्यात आला. पुणे आकाशवाणीवर माझी मुलाखत ठरवण्यात आली. मी 'नको' म्हणत होते, परंतु अनुताई आणि सुजलाताई यांनी आग्रह धरला. - मा. अनुताई भागवत या आपले वडील कै. शिवाजीराव पटवर्धन यांच्या स्मृतीला उजाळा देण्यासाठी 'स्नेहप्रकाश' या नावानं दरवर्षी अपंगांच्या समस्यांवर एक पुस्तक लिहितात. मा. सुजलाताई नित्सुरे याही मोठ्या सामाजिक कार्यकर्त्या आहेत. - ही मुलाखत उषाताई पागे यांनी सुजलाताईंच्या घरीच घेतली. संगमनेरच्या रामदास सोनवणे या तरुणानं ती मुलाखत ऐकली.

रामदासला वडील नव्हते. आईनं कष्ट करून शिकवलं. पदवीधर असूनही रामदासला बेकार होऊन घरी बसणं योग्य वाटलं नाही. योग्य नोकरी मिळाली नाही, म्हणून रस्ते बनवणाऱ्या कामगारांबरोबर तो हजेरीवर काम करू लागला. स्लॅबच्या मिक्सरखाली काही करत होता. अचानक मिक्सरची टाकी तुटून त्याच्याखाली तो सापडला आणि पाठीचा कणा मोडला. माझ्यासारखा तो पॅराप्लेजिक झाला. स्वत: नोकरी करून आईला आरामात जगू द्यायचं त्याचं स्वप्न धुळीला मिळालं. उलट परत एकवार तो लहान बाळ झाला. आईला त्याची संपूर्ण सेवा करावी लागत होती. वर्षभर दवाखान्यात राहिल्यावर त्याला घरी पाठवण्यात आलं. मनात आत्महत्येचे, मृत्यूचे विचार सतत येत असतानाच्या काळात त्यानं माझी आकाशवाणीवरची मुलाखत ऐकली. त्याच्यासारख्याच स्थितीत मी क्रियाशील आयुष्य जगत आहे, हे ऐकून त्याला आशेचा किरण दिसला आणि त्यानं मला पत्र

लिहिलं, 'मी कोल्हापूरला येऊ का? माझा उपचार व पुनर्वसनाचा भार संस्था घेईल का? माझ्याकडे आर्थिक बळ काहीच नाही. कोल्हापूरला येण्यासाठीही गावातील लोकांकडून मदत गोळा करावी लागणार आहे. मणक्यातील रॉडमुळे बसून प्रवास अशक्य. झोपून प्रवास करायला हवा. म्हणजे स्पेशल गाडी करून यावं लागणार.'

त्यावेळी संस्थेकडे स्वत:ची जागा नव्हती. आकाशवाणीवर मुलाखत द्यायला नको, असं जे मला वाटत होतं ते याचसाठी, की अशा प्रसिद्धीनंतर असंख्य लाभार्थी आशेनं संस्थेकडे येतात. पण त्या मानानं देणगीदार व हितचिंतक क्वचितच लाभतात. प्रसिद्धीचे अनेक तोटे मी स्वत: अनुभवलेले होते. त्यामुळे प्रसिद्धी नको हा माझा हट्ट होता. पण त्याशिवाय लोकांना, समाजाला संस्थेचं कार्य कळणार नाही आणि गरजेच्या पूर्ततेसाठी सहाय्य करणारी मंडळी संस्थेपर्यंत पोहोचणार नाहीत, हा सर्वांनी सांगितलेला विचार पटल्यानं मी पुणे आकाशवाणीवर मुलाखत दिली होती.

रामदासचं पत्र येताच मी खूप अस्वस्थ झाले. त्याला मदत करण्याची तीव्र इच्छा होती. पण जवळ जागा व पुरेसा पैसा नव्हता. अनुताईंना रामदासच्या पत्राच्या झेरॉक्ससहित पत्र पाठवलं, की 'त्याला मदत करण्यास अजून संस्था असमर्थ आहे. इतर अडचणी आम्ही दूर करू, पण त्याच्या पुनर्वसनासाठी बराच पैसा लागेल त्याची चिंता आहे. असं कोणाला आशेला लावून निराश करू नये, यासाठी मी मुलाखत नको म्हणत होते.' तर उलट टपाली अनुताईंचं उत्तर आलं, 'त्याच्या उपचारासाठी लागणारा पैसाही मिळेल. मी त्वरित दोन हजार रुपये पाठवत आहे. नंतरही व्यवस्था करेन. तू पैशाची काळजी करू नकोस.'

खूप आनंद झाला ते पत्र वाचून मला. रामदास सोनवणेप्रमाणेच मला प्रकाश जोशी या अनाथ आणि हातापायानं अपंग असलेल्या छोट्या मुलाचंही पुनर्वसन करायचं होतं. मी त्वरित रामदासला उत्तर पाठवलं. प्रकाश जोशीच्या अनाथपणाविषयी लिहिलं, 'त्याला अनाथाश्रमात प्रवेश नाही. तेव्हा आम्ही तुझी व तुझ्या आईची संपूर्ण जबाबदारी घेत आहोत. संस्थेकडे एका व्यक्तीसाठी एवढा पैसा नाही, पण दोघांच्या जेवणाची, कपड्यालत्त्याची जबाबदारी मी वैयक्तिक 'दीदी' या नात्यानं घेत आहे. कोणत्याही नात्यात अटी असू नयेत. पण मला प्रकाशसाठी आई हवी आहे. तुझी आई फक्त तुझी न राहता प्रकाशची आई होण्यास तयार असेल, तर तुम्ही दोघांनी इथे यावं. संपूर्ण उपचार आणि पुनर्वसनाची व्यवस्था केली जाईल.'

रामदास व्हॅनमध्ये झोपून कोल्हापूरला पोहोचला. त्याला पैशाची व्यवस्था गावातून करायला बराच कालावधी लागला. तोपर्यंत प्रकाश जोशीला मेरी वॉनलेसमधून डिस्चार्ज मिळाला होता. अनाथाश्रमातून नकार आल्यावर मिरजेच्या डॉ. पाठक यांना त्यांच्या अनाथाश्रमात प्रकाशला प्रवेश देण्याविषयी श्री. पी. डी. देशपांडेंनी विनंती केली आणि

ती त्यांनी त्वरित मान्य केली. प्रकाश जोशीला घेऊन सौ. रजनी मिरजेला गेली. त्याच्या दुसऱ्या दिवशी रामदासचं आगमन झालं. प्रकाशला आई भेटलीच नाही.

रामदासला बेडसोअर्स होते. मुंबईला मामांना पत्र लिहून वॉटरबेड मागवून घेतला. उपचार सुरू झाले. दीड-दोन वर्षं रामदास दवाखान्यात होता. त्याच्या पाठीतील रॉड काढण्यात आला. व्हीलचेअर देण्यात आली. तो हिंडू फिरू लागला. त्याच्या चेहऱ्यावर हास्य आलं. दवाखान्यातील संस्थेच्या इतर पेशन्टस्च्या खर्चाचा हिशेब ठेवण्याचं काम त्याला दिलं. जेवण घरून जात होतं. इतर खर्चासाठी माझा पगार सत्कारणी लागत होता. दोघांसाठी जेव्हा कपडे आणले, तेव्हा दोघांचे डोळे पाणावले. त्यांचे कोणीच नातेवाईक नव्हते. त्यामुळे दवाखान्यात कोणी येणं, भेटणं हे समाधानही त्यांना नव्हतं. त्याचं शारीरिक पुनर्वसन पूर्ण झालं होतं. पायाला युरीन बॅग लावून पॅन्ट-शर्ट व्यवस्थित घालून तो हिंडू फिरू लागला होता. लुंगी गुंडाळून आलेला, हाडांचा सापळा वाटणारा रामदास असा कार्यक्षम झाल्याचं बघून प्रचंड समाधान वाटत होतं. डॉक्टरांच्या हाताला यश आलं होतं. मात्र रामदासला आणखी काही महिने दवाखान्यातच राहावं लागणार होतं.

सुख-दुःख, समाधान-अस्वस्थता, कोणतीच गोष्ट जास्त वेळ टिकणारी नसते, याचं प्रत्यंतर देणारी घटना पाठोपाठ घडलीच. एके दिवशी माझं डोकं दुखत होतं, म्हणून अर्ध्या दिवसाची रजा घेऊन मी घरी आले आणि गोळी घेऊन झोपले होते. अर्ध्या तासातच मिरजेहून फोन आला, 'प्रकाशनं तीन दिवस काही खाल्लं नाही. दीदी हव्यात, दीदी आल्यावर जेवणार म्हणतो. तेव्हा त्वरित या.' प्रकाशला मिरजेला नेल्यापासून नोकरी आणि संस्थेचं वाढतं कार्य यामुळे इच्छा असूनही मला मिरजेला त्याला भेटायला जाणं जमलं नव्हतं. रजनी मात्र सांगलीला गाण्याच्या रेकॉर्डिंगसाठी गेली, की त्याला भेटून येत होती. त्यामुळे तिथल्या स्टाफला 'दीदी' म्हणजे रजनीच वाटल्या.

असं एकाकी आयुष्य जगणाऱ्या प्रकाशनं कोल्हापूरमधील वास्तव्यात आपल्या आई-बाबांची कधी आठवण काढली नव्हती. त्यानं 'दीदी' इतके दिवस पूर्ण वर्ष न भेटता कशा राहिल्या, याची खंत केली. काही दिवस रामदासच्या आईला त्याची आई बनवण्यासाठी त्याला कोल्हापूरला घेऊन यायचं, असं ठरवून फोननं टॅक्सी मागवली आणि मी, अभिजित गारे व नीता मिरजेला गेलो. प्रकाशला बघताच मला धक्का बसला. त्याचा आजार बळावला होता. फक्त हाडं दिसत होती. हातही हलवता येत नव्हता त्याला. मान धरवत नव्हती. मला बघताच 'दीदी, घरी न्या' हे एकच वाक्य तो बोलत होता. मी अधिकाऱ्यांची परवानगी काढली. त्याचा शेवट जवळ आला असल्याचा तज्ज्ञ डॉक्टरांचा शेरा वाचला. मनाला सत्य स्वीकारण्यावाचून गत्यंतरच नव्हतं. तिथूनच कोल्हापूरच्या मेरी वॉनलेस हॉस्पिटलला फोन केला,

'रामदासच्या शेजारची कॉट तयार ठेवा. प्रकाश जोशीला सोबत घेऊन मी येत आहे.' सुदैवानं आम्हाला डॉ. सातवेकर हे देवमाणूस लाभले होते. त्यांनी आम्हाला कधीच कोणत्याच गोष्टीला 'नाही' म्हटलं नाही. कितीही प्रचंड बिल असो, मी जी रक्कम देईन, ती ते स्वीकारत व बाकीची सवलत देत.

३० डिसेंबर ९२ चा दिवस होता तो. मिरज ते कोल्हापूर टॅक्सीत प्रकाशला मांडीवर घेऊन केलेला तो प्रवास खूप लांबतोय, असं वाटत होतं. तो प्रवास विसरणं अशक्य आहे. माझ्या पाठीची उशी माझ्या मांडीवर ठेवून त्यावर प्रकाशचं डोकं ठेवलं होतं. मान सतत घसरत होती. हाताला किंवा शरीराला जराही धक्का बसला, तरी तो विव्हळत होता. अभिजित गारे आणि नीता यांचं कौतुक वाटलं. अतिशय प्रेमानं ते त्याला गोंजारत होते. आम्ही रात्री बारा वाजता कोल्हापूरला पोहोचलो. माझा आजार, डोकेदुखी वगैरेंचा विचारही मनात येणं अशक्य होतं. सिस्टरनी प्रकाशसाठी एमर्जन्सी वॉर्डमध्ये व्यवस्था केली होती. पण माझ्या विनंतीखातर त्याला रामदासच्या शेजारच्या कॉटवर ठेवलं. म्हणजे रामदासच्या आईला दोन्ही कॉटस्च्या मध्ये झोपून दोघांकडे लक्ष ठेवणं जमलं असतं. सिस्टर, रामदास व आईंना सूचना देऊन आम्ही एक वाजता घरी परतलो. प्रकाश 'जाऊ नका, थांबा...' म्हणत होता. 'इथे नको, घरी न्या..' म्हणत होता. पण 'तू लवकर बरा हो, मग घरी जाऊ,' असं सांगून त्याला औषध, इंजेक्शन दिल्यावर आम्ही परतलो. प्रकाशला असह्य वेदना होत होत्या. मला दुसऱ्या दिवशी ऑफिसला वेळेवर जाणं अत्यावश्यक होतं. घरी येऊन दोन घास खाऊन पलंगावर पडताच गाढ झोप लागली.

सकाळी ऑफिसला जाऊन कामाला लागले. अकरा बाराच्या सुमारास नीताचा निरोप आला. रामदासच्या आई आल्या आहेत. प्रकाश खूप त्रास देतो म्हणतात आणि मला दवाखान्यात बोलावत आहे. दुपारी जेवणाच्या डब्यासोबत परत तोच निरोप घरून आमच्या आईचा आला. तीच वाक्यं - 'प्रकाश खूप त्रास देत आहे, तुला दवाखान्यात बोलावलं आहे.' ऑफिसचं काम इतकं महत्त्वाचं होतं, की ते संपल्याशिवाय जाणं योग्य नव्हतं. चार वाजेपर्यंत काम संपवून मी दवाखान्यात येते, असा निरोप मी दोन वेळा पाठवला. तरीही रामदासच्या आई तीन वाजता सरळ माझ्या ऑफिसमध्ये आल्या. आमच्या आईनं आणि नीतानं 'जाऊ नका' असं सांगितलं होतं, पण त्या आल्या आणि तावातावानं सांगू लागल्या, "तो प्रकाश खूप हट्टी आहे. रात्रभर त्यानं झोपू दिलं नाही..." मी अवाक होऊन ऐकत राहिले. माणुसकीचा हा साक्षात्कार! ज्या रामदासला केवळ त्याच्या आईनं प्रकाशचीही आई व्हावं या अटीवर आणलं आणि रामदासचंच नव्हे, तर त्याच्या आईचंही पालकत्व स्वीकारलं, त्या रामदासच्या 'आई' म्हणवणाऱ्या बाईकडे पाहणं, बोलणंही मला नको वाटलं. माणसाच्या जन्माला येऊन 'आई' पदाला काळिमा लावणारी ती

स्त्री मला डोळ्यासमोर नकोशी झाली. नाईलाजानं संपत आलेलं काम आवरलं. "तुम्ही पुढे व्हा.. मी येते." एवढंच बोलले. खूप राग आला, की शांतपणे निर्णय घेऊन कृती करायची सवय लागली आहे.

दवाखान्यात गेले. माझ्या आणि रामदासच्या झालेल्या पत्रव्यवहाराची फाईल रामदासच्या हातात वाचायला देण्याआधी त्याला विचारलं, "काय रे, प्रकाशनं आईला खूप त्रास दिला का?" तर त्याचं उत्तर, "हो. एक मिनिटही झोपू दिलं नाही. सतत कुशी बदला, इथे दुखतं, तिथे दुखतं म्हणत होता.." रामदासला त्या एवढ्याशा जिवाला होणारा त्रास न दिसता आईचा त्रास दिसत होता. "तू असा त्रास कधी आईला दिला नाहीस? आईला तो त्रास वाटला नाही? तुझ्या आईला मी आता त्रास देणार नाही." एवढं बोलून मी सिस्टरकडे गेले. त्यांची माफी मागून प्रकाशची कॉट बदलली. संस्थेचे अनेक पेशंटस् शस्त्रक्रिया होऊन दवाखान्यात होते. त्यातल्याच एकीच्या बहिणीला सांगितलं, तिनं प्रकाशची सेवा करावी अथवा आत्ता त्वरित डिस्चार्ज घेऊन घरी जावं आणि आठवड्याला दोनदा ड्रेसिंगसाठी यावं. तिच्या भावाच्या पायाची जखम अनेक महिने वाळत नव्हती आणि भावानं एकदा औषधाच्या बिलात खाडाखोड करून, ते पैसे घेऊन खर्च केल्याचा प्रकार घडला होता. तिनं घरी न जाता प्रकाशची सेवा करण्याचं मान्य केलं. प्रकाशला लघवी, शौचाचं भान नव्हतं. सतत भिजणारी चादर काढावी लागत होती. मी स्वत: घरून जादा चादरी नेऊन त्याची चादर बदलत होते आणि माझ्या बरोबरीनं सर्व कार्यकर्ते -अभिजित, राजीव, रमेश वगैरे आम्ही रोज प्रकाशकडे सकाळ-संध्याकाळ जात होतो. तो म्हणेल ते खायला देणं, खेळणं देणं एवढंच आमच्या हातात होतं. असह्य वेदना होणाऱ्या शरीरावरून हात फिरवणं, पावडर लावणं यातच समाधान मानावं लागत होतं.

एकदा त्यानं विमान मागवून घेतलं. त्याला स्वत:ला त्यावर हात उचलूनही ठेवता येत नव्हता. हातात द्या, म्हणाल्यावर त्याच्या जवळ ते विमान ठेवून त्यावर त्याचा हात ठेवला, तर गोड हसला आणि 'दीदी, आपण विमानानं दिल्लीला जाऊ,' म्हणाला. एक महिना रोज तो घरी नेण्याचा हट्ट करत होता. मी डॉक्टरांना 'घरी म्हणजे क्वार्टरवर त्याला नेते काही दिवस...' असं म्हटलं, तर डॉक्टर मला रागावले. म्हणाले, "या कार्याला मर्यादा पाहिजे. अशा अवस्थेत मी परवानगी देऊ शकत नाही." प्रकाशच्या कॉटशेजारी आमचाच एक वयस्कर पेशन्ट होता. तो स्वत:हून प्रकाशला भरवणं, बिछाना स्वच्छ करणं या गोष्टी करू लागला. त्याला प्रकाशही शेखमामा म्हणू लागला. खरं म्हणजे तो प्रकाशचा 'बाबा' झाला होता. एका बाजूला रामदासच्या सुदृढ आईचं नावाचंच मर्यादित आईपण, तर दुसऱ्या बाजूला अपत्य नसलेल्या त्या अपंग पुरुषाचं प्रकाशचे बाबा होणं. या दोन्ही गोष्टी

मी अचंबा करीत स्वीकारल्या. एक महिना माझं संस्थेच्या इतर कोणत्याच कामात लक्ष लागलं नाही. ऑफिसला जाण्यापूर्वी प्रकाश, ऑफिस सुटल्यावर प्रकाश! रात्री घरी येऊन झोपणं एवढंच काम हातून होत होतं. विचित्र मन:स्थिती होती माझी. रोज देवाला 'प्रकाशला लवकर बोलावून घे' म्हणून विनवत होते. एकदा बाहेर वाऱ्यावर न्या, म्हणाला. कसं न्यायचं, हा प्रश्नच होता. पूर्ण लोळागोळा होता तो. पण देशभ्रतार आणि संस्थेच्या बालमित्रांनीच ते अवघड कामही केलं. रोज रात्री आळीपाळीनं सर्वजण राहू लागले. शेवटच्या दिवशी, म्हणजे ३० जानेवारी ९३ च्या रात्री मला बळजबरीनं सर्वांनी घरी पाठवलं आणि तो गेल्यावर मला दवाखान्यात नेलं. एक गोड मुलगा पोरकेपणातच संपला याचं खूप दुःख झालं. पण मी मनापासून देवाचे आभार मानले. तेवढ्या रात्री संस्थेची इतर मंडळीही आली. 'सकाळ'चे संपादक दीक्षितसाहेबही दोन वाजता आले. सर्वजणच स्मशानभूमीत गेलो. संस्थेनं केलेली पहिली अंतक्रिया होती ती. एवढ्या कोवळ्या वयात ही मुलं हे सारं कसं काय करत आहेत, याचंच आश्चर्य वाटत होतं मला. पी. डी., अजीज, देशभ्रतार, वणकुद्रे, अभिजित, नलवडे, रमेश, डॉ. पी. जी. कुलकर्णी, श्री. पुणतांबेकर (चेअरमन रत्नाकर बँक), श्री. एम. व्ही. गाडगीळ (व्यवस्थापक युनायटेड वेस्टर्न बँक) सर्वजण नि:स्तब्ध होते.

प्रकाश अंधारातून प्रकाशाकडे गेला की प्रकाशातून अंधाराकडे, हे देवालाच ठाऊक! प्रवासाला जाताना जगातील ही सर्वत्र पसरलेली जागा बघून प्रचंड खंत वाटे. पृथ्वीतलावर एवढी जमीन असताना, आम्हाला अपंगांसाठी एका घराची जागा मिळू नये?.... प्रकाशला घर देऊ शकलो नाही, याचा सल सतत जाणवत होता. पण यानंतर येणाऱ्या प्रकाशला तरी असं बेघर होऊन मरावं लागू नये, यासाठी जागा मिळवण्याला प्राधान्य देण्याचं ठरवून त्या कामाला अक्षरश: जुंपलो.

शासकीय बालगृहात चौदा वर्षांनंतर अपंगांना घरी पाठवण्यात येतं. तसंच पराकोटीचं अपंगत्व असलेल्यांना तिथे प्रवेश नसतो. का, तर अशा अपंगांसाठी वेगळा कर्मचारी वर्ग ठेवावा लागेल. या अशा वसतिगृहावर खरं म्हणजे पाटी लावली पाहिजे, की नावापुरतं अपंगत्व असलेल्या, स्वत:चं सर्व काम करू शकणाऱ्या बालकांसाठीचं वसतिगृह म्हणून! म्हणजे आमची निराशा तरी होणार नाही. चौदा वर्षांपर्यंत या बालगृहात शस्त्रक्रिया केली जाते. कृत्रिम साधनं दिली जातात. त्यावर प्रचंड पैसा खर्च केला जातो आणि चौदा वर्षांनंतर म्हणजे जास्तीत जास्त सातवीपर्यंत शिक्षण झालेल्या अपंगांना घरी खेड्यापाड्यात पाठवण्यात येतं. विद्यार्थी आणि त्यांचे पालक थोडा त्रास झाला, तरी शिक्षणासाठी तो सहन करायला

तयार असत. पण इमारतीतील बाथरूम, संडासाच्या अडचणींमुळे संचालक अशा अपंग विद्यार्थ्यांना प्रवेश देऊ शकत नव्हते. दरवर्षी काही विद्यार्थ्यांना बुद्धिमत्ता असून शिक्षण अर्धवट सोडावं लागत होतं. यासाठी 'हेल्पर्स'नं निर्णय घेतला, स्वत:चं वसतिगृह बांधण्याचा. महत्त्वाकांक्षी निर्णय होता तो. पण प्रयत्न करायचेच असं ठरवून आम्ही जागा शोधायला सुरुवात केली.

शासनाकडे जागेचा प्रस्ताव दिला. शासनाची जागा जिथे असेल, त्या जागेसाठी संस्थेच्या स्थापनेपासून अर्ज करत होतोच. पण त्या जागेचं नियोजन आधीच झालेलं असायचं. आम्हाला मिळण्यासारखी जागा कुठे आहे, हे कळणं आवश्यक होतं. आमच्या सुदैवानं त्यावेळी श्री. अजितकुमार जैन जिल्हाधिकारी म्हणून आले होते. त्यांना कोणत्याही कार्यक्रमात न बोलावता नुसती बातचीत करण्यासाठी संस्थेच्या कार्यालयात सुट्टीच्या दिवशी बोलावलं. तेही आनंदानं आले. आमचं कार्य, आमचे प्रश्न, समस्या सर्व एकाग्रतेनं ऐकलं. वसतिगृहाची एवढी मोठी योजना आम्ही यशस्वीपणे राबवू शकू का, हा प्रश्न विचारून त्यांनी इतर संस्थांच्या बरोबरीनं आम्ही कार्य करावं, असा सल्लाही दिला. परंतु असं एकत्रित काम करताना येणाऱ्या अडचणी, आमच्या अपंग पुनर्वसनाच्या कल्पना एकदम इतरांना पटतीलच असं नाही, वगैरे त्यांना सांगितल्यावर त्यांनी वसतिगृहाच्या जागेसाठी प्रयत्न करण्याचं मान्य केलं. जागा त्यांनीच आम्हाला सुचवावी अशी आम्ही त्यांना विनंती करताच, दुसऱ्या दिवशी त्यांनी जिल्हाधिकारी कार्यालयात आम्हाला बोलावलं. मी तिथे यायचा त्रास घेऊ नये, दुसऱ्या कोणालाही पाठवावं, अशी सूचनाही केली. त्यांनी सुचवलेली जागा पाहून आम्ही त्वरित अर्ज केला. संस्थेच्या स्थापनेपासून दहा वर्षं जागेसाठी आमचा प्रयत्न सुरू होता. पण पहिल्यांदाच आमचा जागेचा प्रस्ताव महाराष्ट्र शासनाकडे, मुंबईत मंत्रालयात शिफारशीसहित पाठवण्यात आला.

उचगावची जागा बघायला आलो, तेव्हा तिथे शेजारी पॉलिटेक्निक कॉलेजचं बांधकाम सुरू होतं. आम्ही स्वप्नं रंगवू लागलो. याच्या शेजारी आपलं वसतिगृह झालं, तर या कॉलेज विद्यार्थ्यांसाठी आपण कॅन्टीन चालवायचं, मेस सुरू करायची, वसतिगृहाचा जेवणाचा खर्च अशा स्वकष्टाच्या पैशातून करायचा. मुंबईला प्रस्ताव गेल्यावर मी आणि देशभ्रतार मंत्रालयात गेलो. आत जाण्यासाठी पास लागतो, हे मला माहीत नव्हतं. मंत्रालयाच्या बाहेरून आत फोन करून, मी व्हीलचेअरवर आहे व संस्थेच्या जागेच्या कामासाठी आत यायचं आहे, हे महसूल खात्यातील अंडर सेक्रेटरींना सांगितलं. काय आश्चर्य! ओळखदेख नसलेल्या त्या व्यक्तीनं त्वरित शिपायाकडून गेटवर पास पाठवून दिला. आत चौकशी केल्यावर कळलं, की आमच्या प्रस्तावासोबत आणखी पाच संस्थांचे प्रस्ताव उचगाव येथील जागेसाठी आहेत. ती जागा खूप मोठी होती. आम्ही फक्त दोन एकर

मागितली होती. अनेक जण पाच एकर जागा मागा, असं म्हणत होते. पण त्या जागेवर जी योजना राबवणार, त्याच्या खर्चाच्या एक षष्ठांश रक्कम संस्थेच्या नावे बँकेत असणं आवश्यक होतं. आमची योजना ४४ लाखांच्या बांधकामाची होती. ८० विद्यार्थ्यांना राहण्यासाठी आठ खोल्या, जेवणघर, स्वयंपाकघर. म्हणजे कमीत कमी पाच-सात लाख रुपये आमच्याकडे बँकेत शिल्लक असणं आवश्यक होतं. मोठ्या जागेवर मोठी योजना म्हणजे जास्त शिल्लक. हे साडेसात लाख जमवणंच खूप अवघड वाटत होतं. पण देवाचं नाव घेऊन प्रयत्न करत होतो.

दुसऱ्या वेळी मंत्रालयात गेलो. तत्कालीन महसूलमंत्री छगन भुजबळ यांना भेटायला. तर दोनदा ते भेटलेच नाहीत. मग एकदा त्यांच्या पी. ए. कडून कळलं, की ते बंगल्यावर आहेत. थोड्याच वेळात परगावी जाणार आहेत. माझ्यासोबत माझा भाचा जफर होता. केवळ त्याच्या चपळाईमुळे श्री. भुजबळ यांची भेट झाली. मंत्रालय ते मंत्र्यांचा बंगला हे अंतर, वेळ आणि मला उचलणं, व्हीलचेअर फोल्ड करणं, टॅक्सी थांबवून त्यात चढवणं हे सारंच अवघड होतं. पण प्रयत्न करणं आवश्यक होतं. कारण परत कोल्हापूर-मुंबई प्रवासापेक्षा ते सोपं होतं. शेवटी श्री. भुजबळ यांच्या बंगल्यावर पोहोचले. बंगल्याला पायऱ्या होत्या, म्हणून मला खालीच थांबवून जफर वर गेला. दुसऱ्या बाजूनं श्री. भुजबळ गाडीत बसण्यासाठी आले. वाटेतच मला बघून विचारपूस केली. मी संस्थेची सर्व माहिती फोटोसहित सांगितली. 'तुमचं काम नक्की करतो,' म्हणाले. अतिशय छान हसून बोलले. कार्याचं कौतुक केलं आणि निघून गेले. जफर खाली आला. त्याची आणि त्यांची भेट झालीच नाही. पण काम यशस्वी झालं होतं.

कोल्हापूरला परतल्यावर रजनीला श्री. भुजबळ यांच्या भेटीचा वृत्तांत दिला, तर रजनीनं आनंदाची बातमी दिली, की ते तिचे वर्गबंधू आहेत. मग त्वरेनं तिनं माझ्या भेटीचा संदर्भ देऊन पत्र लिहिलं. काही महिन्यांनी महसूल मंत्रिपद सोडता सोडता श्री. भुजबळ यांनी आमच्या जागेच्या मंजुरी प्रस्तावावर सही केली. आमची स्वप्नं साकार करण्याची संधी आम्हाला दिली. त्यांचं ऋण आम्ही कधीही विसरणार नाही.

जागा मंजुरीचं पत्र आलं. त्यावेळी वसतिगृह प्रकल्पासाठी जमवलेले पैसे गॅस एजन्सीसाठी खर्च झाले होते. गॅस एजन्सीसाठी कर्ज काढण्यासाठी अनेक बँकांकडे अर्ज केल्यावर फक्त रत्नाकर बँकेनं कर्ज देण्याचं मान्य केलं. आवश्यक त्या कागदपत्रांच्या पूर्ततेत वेळ चालला होता. प्रमुख काम होतं, धर्मादाय आयुक्त (पुणे) यांचं कर्ज घेण्यासाठीच्या मंजुरीचं.

आनंद पटेल त्यावेळी पुण्यात होता. सी. ए. करत होता. तो समिती सदस्य होता. त्यामुळे पुण्यातील काम त्याच्यावर सोपवलं. मी स्वत: देशभ्रतारांबरोबर दोन

वेळा त्या कामासाठी पुण्याला गेले. आनंद पटेलच्या मदतीनं कर्ज मंजुरीची ऑर्डर मिळवली. त्यानंतर कोल्हापूर येथे सर्व समितीनं एकत्रित बँकेत जाऊन सह्या केल्यावर आम्हाला साडेसात लाख रुपयांचं कर्ज मिळणार होतं. तो पैसा आधीच खर्च केलेला असल्यानं उचगावची जागा ताब्यात घेताना हेच साडेसात लाख रुपयांचं बँक सर्टिफिकेट दाखवल्यानंतर उचगावची जागा मिळणार होती. मुदत संपायला फक्त तीन-चार दिवस होते. त्या मुदतीत बँकेतील शिल्लक दाखवून जागा ताब्यात घेणं आवश्यक होतं. सर्वांनी बँकेत जाऊन सह्या करण्याची तारीख ठरवून सर्वांना पत्रं पाठवली. आनंद शहाला पत्र पाठवलं. ज्या दिवशी अकरा वाजता सह्या करायच्या होत्या, त्याच्या आधल्या दिवशी दुपारपर्यंतही आनंद आला नाही. तेव्हा पी. डीं. चा फोन आला. आनंदला जाऊन आणणं आवश्यक आहे. आला नाही तर कर्ज मिळणार नाही. तो आला नाही, त्याचा फोन नाही, पत्र नाही याचं आम्हाला आश्चर्य वाटत होतं. नक्कीच गंभीर आजारी असेल. दम्याचा त्रास होता त्याला. पी. डीं. चं म्हणणं मीच फक्त त्याला आणू शकेन. वेळ अपुरा होता, पण इलाज नव्हता. टॅक्सीनं संध्याकाळी सहा वाजता मी, प्रशिक्षण केंद्रातील टेक्निशियन अरुण लोखंडे, (जो एका पायानं अपंग होता, पण मला उचलणं, बसवणं वगैरे सर्व कामं करत असे) आणि विश्रांती आम्ही कोल्हापूर सोडलं. आनंदला बरं नसलं तरी टॅक्सीनं आणायचं आणि टॅक्सीनं परत पाठवायचं, असं ठरवून मी ऑफिसमध्ये सकाळपासून बसलेले. त्यात हा प्रवास! पण ध्येयापुढे शरीराकडे बघून चालणार नव्हतं.

रात्री बारा वाजता आनंदच्या घराचं दार ठोठावलं. त्याचे बाबा बाहेर आले. नेहमीप्रमाणे घरी आत बोलावलं नाही. जेवणाची चौकशी नाही. एरवी नेहमी आग्रहानं आत नेणं, खाऊ-पिऊ घालणं असायचं. काळजीनं आनंदसंबंधी विचारलं, एवढ्यात तोही बाहेर आला. "संस्थेच्या कर्जाची जबाबदारी माझा मुलगा घेणार नाही. यासाठी तो आला नाही," हे वडिलांचं उत्तर ऐकून मी अवाक झाले. आम्ही त्यांना समजावलं, "जामीनदार देवमाणससमान असलेले डॉ. मोहनराव गुणे आणि माझा भाऊ अजीज हुरजूक आहे. कर्ज फिटलं नाही तर बँक त्यांच्याकडून घेईल. शिवाय आम्हा समिती सदस्यांना खात्री आहे, की वेळेत आम्ही कर्ज फेडू." पण त्यांचं उत्तर होतं, "मी बँकेत नोकरीला आहे. मला सर्व माहीत आहे. माझ्या मुलाच्या हातात मला भिकेची करवंटी द्यायची नाही. संस्थेचं काम करणं म्हणजे स्वत:ला भिकेला लावणं. हे मला मान्य नाही..." मी सज्ञान असलेल्या त्या आनंदला विचारलं, "तुझेही विचार हेच आहेत का?" तो मख्खपणे उभा राहिला. त्याला विचारलं, "हे या पूर्वी तू पत्रानं, फोननं आम्हाला का कळवलं नाहीस?" त्यावरही त्यानं उत्तर दिलं नाही. संस्थेचं वसतिगृह आणि गॅस एजन्सीचं स्वप्न

त्यांच्या अशा वागण्यानं भंगणार, याचा खेदखंत त्याला नाही, याचं आश्चर्य वाटलं. संस्थेच्या यशात, नावाच्या मोठेपणात फक्त तो सहभागी होणार होता. त्याच्या बुद्धिमत्तेनुसार मी त्याची केलेली पारख चुकली होती. अतिशय स्वार्थी, मतलबी निघाला तो! संस्थेचा कार्यभार व्यवस्थित सांभाळू शकेल, म्हणून मी त्याला माझ्यासोबत दिल्ली-मुंबईला संस्थेच्या कामासाठी आणि क्रीडा स्पर्धेसाठी नेलं होतं. त्याच्या या धक्कादायक वागणुकीमुळे मला आठवण झाली, की आपल्या स्वत:च्या स्कॉलरशिपचे पैसे संस्थेला देणगी म्हणून देणार, असं तो फक्त बोलला होता; हातून कृती घडली नव्हती.

त्या रात्री टॅक्सीतच त्याच्याकडे पाहताना श्रीमंत अपंगांच्या विचित्र मनोवृत्तीच्या आलेल्या अनुभवानं मन इतक्या कटुतेनं भरून गेलं, की अशी व्यक्ती समितीवर तर नकोच, पण संस्थेत सभासद म्हणूनही राहू नये, असं वाटलं. त्याला तसं स्पष्टपणे सांगण्याअगोदर महाप्रयासानं वसतिगृहासाठी मिळवलेली जागा हातची जाऊ नये, म्हणून परत एकदा शांतपणे विनंती केली. अक्षरश: स्वत:चा स्वाभिमान बाजूला सारून विनवणी केली, की "जर दुदैवानं संस्था कर्जफेड करू शकली नाही आणि समिती सदस्यांना पैसे भरायची वेळ आली, तर आनंद शहाच्या वाटणीचे पैसे मी भरेन, असं स्टँम्प पेपरवर लिहून देते; पण आता बरोबर चल, सह्या कर आणि नंतर हवं तर संस्था सोड..." पण वडिलांचा व त्याचा ठाम नकार होता. वडील विचित्र आहेत आणि त्यांच्या धाकात सर्व घर आहे, हे माहीत होतं. पण हा धाक इतक्या पराकोटीचा, की स्वत: अपंग असून इतर अपंगांचं भवितव्य आपल्यामुळे धोक्यात येईल, याची जाणीवही होऊ नये? शेवटी त्याचा राजीनामा घेऊन रात्री तोंडात पाणीही न घेता आणि आनंदला सोबत न घेता आम्ही पुणं सोडलं.

अरुण लोखंडे रागानं धुमसत होता. दीदींनी विनवूनही या आनंदनं ऐकू नये, याचं त्याला इतकं दु:ख झालं, की टॅक्सी सुरू होताच तो रडला. मन कमालीचं बेचैन आणि तशात टॅक्सी नादुरुस्त झाली. अपरात्री गावातील गॅरेज बंद. आडवळणाला नेऊन भयावह अशा जागेत त्या भयानक काळोखात टॅक्सी थांबताच थोडा वेळ भीतीनं ग्रासलं. पण तासाभरात टॅक्सीचं काम झालं आणि आम्ही पहाटे पाच वाजता पी. डीं. च्या दारी गेलो. घरी जाण्याइतका वेळ हाती नव्हता. आनंदचा राजीनामा मंजूर करणं व ठराव वगैरे घेऊन अकरा वाजता बँक गाठायची होती. आमचा पुण्याहून फोन आला नाही. त्यामुळे पी. डीं. नी ओळखलं, की आनंद येणार नाही. आम्हाला वेळेत बँकेत पैसे मिळणार नाहीत. त्यांनी एका रात्रीतून आपल्या मित्र परिवारातून बिनव्याजी तीन लाखांची व देशभ्रतारांनी श्री. जयवंतराव जोशी यांच्याकडून चार लाखांची सोय केली होती. ही बातमी मिळताच मला हायसं

वाटलं. घरी येऊन आंघोळ, नाश्ता करून, बँकेत सर्व चेक जमा करून वेळेत बँकेचा दाखला घेतला आणि जागा ताब्यात घेतली. रत्नाकर बँकेचे पैसे मिळायला थोडा अवधी लागला. पण चार-आठ दिवसांत काम झालं. हितचिंतकांनी दिलेले पैसे त्वरित आभारासहित मार्चमध्ये वर्ष अखेरपूर्वी परत केले. या हितचिंतकांनी आमच्यावर विश्वास दाखवला. केवळ त्यामुळे आज उचगावच्या वसतिगृहात शंभर मुलं शारीरिक व मानसिक पुनर्वसनाबरोबर शिक्षण घेत आहेत.

एका रविवारी संस्थेत आम्ही सर्वजण कामासाठी जमलो, तेव्हा पी. डी. देशपांडे यांनी एक भयानक बातमी दिली. चौदा वर्षांचा नववीत शिकणारा माधव याला प्रचंड इलेक्ट्रिक शॉक लागला. मामांच्या घराच्या वास्तुशांतीसाठी गेला असता गच्चीवर लोखंडी सळीनं पतंग काढताना शॉक बसला आणि दोन्ही हातापायांच्या ठिकऱ्या ठिकऱ्या झाल्या. दवाखान्यात ॲडमिट केलं तरी गँगरीन झाल्यानं दोन्ही हात-पाय काढायचा निर्णय डॉक्टरांनी घेतला आणि माधवनं त्याला संमती दिली. अर्ध्या पुतळ्यासारख्या दिसणाऱ्या त्या माधवला चाकांची खुर्ची हवी होती. मेरा हॉटेलच्या श्री. शरफुद्दीन कापडी यांनी आठच दिवसांपूर्वी परदेशी बनावटीची सुंदर व्हीलचेअर दिली होती. तीच व्हीलचेअर त्वरित माधवला देण्यात आली.

आठ दिवस माधवला भेटायला जाण्याचं धाडस मला झालं नाही. नुसत्या त्याच्या स्थितीच्या कल्पनेनं अंगावर शहारे येत होते. देवानं आणि डॉक्टरांनी त्याला जिवंत ठेवून काय मिळवलं हे कळत नव्हतं. कोल्हापुरात अस्थिव्यंग तज्ज्ञ डॉक्टरांच्याकडे त्याला घेऊन गेलो, तर त्यांनी सांगितलं, काही करता येणार नाही. कारण हाताचे खुंटही नसल्यानं आणि कृत्रिम पायांवरही तोल सांभाळता येणार नसल्यानं कृत्रिम हातपाय बसवता येणार नाहीत. सुदैवानं त्याचवेळी अस्थिव्यंग तज्ज्ञ डॉक्टरांची इथे कॉन्फरन्स होती. मुंबईचे डॉ. चौबळ हे तज्ज्ञ येणार होते. डॉ. गजानन जाधवांना फोन करून माधवची केस सांगितली आणि कॉन्फरन्समध्ये डॉक्टरांचा सल्ला घ्यावा ही विनंती केली. दिलेल्या वेळेत मी आणि देशभ्रतार पोहोचलो. पण माधवला घेऊन त्याची आई आणि मामा आले नाहीत. शेवटी देशभ्रतार रिक्षा करून त्यांच्याकडे गेले व त्याला घेऊन आले. डॉक्टरांनी माधवच्या शारीरिक पुनर्वसनाचं काम मुंबईच्या 'ऑल इंडिया इन्स्टिट्यूट'मध्ये आव्हानात्मक केस म्हणून घेतल्यास काही मार्ग निघू शकेल, असं सांगितलं. माधवला त्वरित मुंबईला नेण्याचं ठरवलं. पण परत पैसा हाच मोठा प्रश्न होता. मी आणि आईनं काही रक्कम त्याला मुंबईला नेण्यासाठी बाजूला काढली. त्याच सुमारास ओगलेवाडीच्या

कमलाताई सोवनींशी पत्रानं ओळख करवून घेतली होती. कुष्ठरोग्यांसाठी कार्य करणारे श्री. ठकार यांनी कमलाताईंचा पत्ता मला देऊन त्यांना पत्र लिहून संस्थेची माहिती कळवण्यास सांगितलं होतं. त्याच पत्रात मी माधवच्या पुनर्वसनासाठी खूप पैसा लागणार असल्याचं लिहिताच त्यांनी पैसे पाठवले. वर्तमानपत्रात उपसंपादकांनी माधववर एक लेख लिहिला व मदतीचं आवाहन केलं. ते वाचून बालमित्रापांसून ते वृद्धांपर्यंत अनेकांनी आपला खारीचा वाट उचलला. सर्वांत विशेष वाटलं ते भीक मागून व स्वकष्टानं जगत असलेल्या 'स्वाधार केंद्रा'तील कुष्ठरोग्यांनी दिलेल्या पाचशे रुपयांच्या देणगीचं. आम्हाला बोटं झडलेले हात-पाय आहेत, पण या माधवला एवढ्या लहान वयात हे कसलं जिणं नशिबी आलं, या सहवेदनेनं जमवलेली ती देणगी लाखमोलाची होती. त्यात, आम्ही त्यांच्या केंद्रात येणार नाही या कल्पनेनं 'देणगी पाठवून देतो' म्हणून त्यांचा निरोप येताच, आम्ही 'तिथे येऊन देणगी स्वीकारतो' म्हणून कळवलं. शिवाजी पाटील, देशभ्रतार, रजनी, पी. डी. आम्ही सर्वच माधवला घेऊन गेलो. तिथे बोलताना मला व रजनीला रडू आवरणं शक्य झालं नाही. पी. डीं. नी समजावलं, अशा सार्वजनिक ठिकाणी अशा भावना अनावर होऊ देणं ठीक नाही.

पी. डी. हे व्यक्तिमत्त्व लाखात नव्हे, अनेक लाखात एखादंच असू शकेल. नेहमी शांत, हसरा स्वर. मी कितीही काळजीत, त्रागयात असले आणि फोनवर त्यांचा हसरा आवाज ऐकला, की माझं दुःख-व्यथा सर्व दूर पळतात. मध्यंतरी ध्येयाला बाधक असं वळण संस्थेला येऊ लागल्यावर मी संस्था सोडण्याची भाषा बोलले, तेव्हा त्यांनी, ''एक संस्था तुम्ही सोडली, आता ही संस्था तुम्ही नाही सोडणार. संस्थेचं ध्येय न पटणारे संस्था सोडतील. आम्ही सर्वजण आहोत. तुम्ही मुळीच डगमगू नका.'' असा मला धीर दिला आणि खरोखर युक्तिवादानं, हसत, शांतपणे डगमगणाऱ्या संस्थेला स्थिर, भक्कम केलं. तर अशा संस्थेचे आधारस्तंभ असलेल्या पी. डीं. च्या सौम्य दटावण्यानं मी आणि रजनी त्या दिवशी शांत झालो आणि यापुढे अशा सार्वजनिक ठिकाणी डोळ्यात अश्रू येऊ द्यायचे नाहीत, हा ठाम निश्चय केला.

माधवला घेऊन मी, देशभ्रतार मुंबईला ॲडमिट करायला निघालो. माधवच्या मामांना सोबत बोलावलं होतं, पण 'नोकरीमुळे येऊ शकणार नाही' असं ते म्हणाल्यानं देशभ्रतारांना रजा काढावी लागली होती. मी कुठेही जाताना मला दोन मदतनीस लागतात. एक पुरुष उचलण्या-बसवण्यासाठी आणि एक स्त्री वैयक्तिक कामासाठी. यावेळी माधवच्या आई सोबत होत्या आणि माधवसाठी मी व देशभ्रतार रजा काढून मुंबईला जातोय, तर माधवच्या आई त्याची सर्व कामं करतात म्हणजे माझीही करतील, असं साहजिकच मला वाटलं होतं. शारीरिक अडचणीमुळे हल्ली

मला थ्री टियरनं प्रवास करता येत नव्हता. सहापेक्षा जास्त जण, मोठा ग्रुप असला तरच मी थ्री टियरनं प्रवास करत होते. कारण कंपार्टमेंन्टला पडदा लावता येत होता. लहान ग्रुप असेल तर फर्स्ट क्लासनं प्रवास करत होते. आईनं प्रवासासाठी खास पडदा शिवून दिला होता.

प्रवासाची सुरुवात होण्याअगोदरच स्टेशनवर मी आणि माधव एके ठिकाणी व्हीलचेअरवर बसलो असताना एक अगदी साधा माणूस जवळ आला. त्यानं 'सकाळ' मधील लेख वाचला होता. त्याला माधवच्या उपचारासाठी पंचवीस रुपये द्यायचे होते. ते देऊ का, असं विचारून त्यानं पैसे दिले. मला असे वाटेत पैसे घेताना संकोच वाटला. पण त्या सदगृहस्थाची मदतीची भावना मोलाची वाटली व ते पैसे मी घेतले. त्यांचं नाव, पत्ता लिहून घेतला. माधवला या घटनेनं खूप अस्वस्थ वाटत असणार अशी माझी कल्पना होती. मला मी अपंग झाले, त्यावेळी पडणारी स्वप्नं आठवली. रस्त्यात लोक मला पैसे देत असल्याचं ते स्वप्न असायचं आणि दचकून जाग आल्यावर मी खूप अस्वस्थ व्हायची. मी माधवला सहज विचारलं, "माधव, या माणसानं असे तुझ्या उपचारासाठी पैसे दिल्यावर तुला काय वाटलं?" तर त्याचं उत्तर होतं, "आनंद वाटला." मी अपंग झाले तेव्हा सोळा वर्षांची होते आणि हा तर जेमतेम पंधरा वर्षांचा आहे, अशी मी माझ्या मनाची समजूत घातली. 'सकाळ' वाचून लहान मुलांपासून ते वृद्धांपर्यंत अनेकांनी मदत दिल्याची चर्चा करताना कळलं, की बऱ्याच जणांनी संस्थेकडे पैसे जमा न करता माधवच्या आई-मामांकडे पैसे दिले होते आणि आज आमच्यासोबत पण सेकंड क्लासमधून माधवचे दोन मामा मुंबईला संस्था बघायला येणार होते. मनात आलं, आधी माहीत असतं तर देशभ्रतारांची रजा खर्ची पडली नसती.

रेल्वेत माधवला आत चढवताना देशभ्रतारांना, त्याला कसं उचलावं हा प्रश्न पडला. मला नेहमीच ते उचलत, रेल्वेत बसवत. पण गुडघ्याखाली व कमरेखाली हात घालायचा म्हटलं तर माधवला काखच नव्हती. म्हणजे काखेला जोडून असतात ते हातच नव्हते. इतरांच्या मदतीनं माधवला आत चढवलं. माधवला गरज म्हणून मुंबईला यायला नकार दिलेल्या मामांनी पैसे जमताच मुंबईला येण्याचा बेत आखला आणि रेल्वेत आम्ही बसेपर्यंत आम्हाला त्याची कल्पनाही दिली नाही, तेव्हाच त्या सर्व कुटुंबाच्या मनोवृत्तीची थोडीशी कल्पना आली.

रेल्वेनं वेग घेतला. मी मनातील राग आवरून शांत राहिले. माधवचे प्रश्न सुरू होते. 'नॉनव्हेज आवडतं. मुंबईत ते मिळेल का?' प्रवासात माधवच्या आईनं कसल्याही प्रकारची मदत न करता माझं काम देशभ्रतारांना करायला लावलं, याची खंत आजही वाटते. आजही अनेक अपंगांचे पालक स्वत:च्या पाल्याव्यतिरिक्त दुसऱ्यांची सेवा करायला तयार नसतात, याचं दु:ख होतं.

मुंबईत पोहोचल्यावर त्याच्या मामांचा आम्हाला काडीचाही उपयोग न होता उलट त्रासच झाला. ऑल इंडियाच्या कॅन्टीनमध्ये नाश्त्याला गेलो. आमचा अशावेळी नेहमीच साधं आणि कमी खर्चाचं खाण्याकडे कल असतो. आम्ही मागवलेला नाश्ता माधवला आवडला नाही. त्याच्या आवडीचं त्यानं काही मागवलं आणि त्याच्या आईनं एका शब्दानंही त्याला टोकलं नाही. हारूनमामा तिथे आले होते. माधवच्या व त्याच्या आईच्या जेवणाचे पैसे संस्थेतर्फे भरले. समाजसेविका सौ. फर्नांडिस यांना भेटलो. संस्थेची माहिती त्यांना होतीच. माधवच्या कृत्रिम साधनांच्या खर्चाची सोय आम्ही देणगीदार मिळवून करू, काळजी करू नका, असा दिलासा त्यांनी दिला.

मी आणि देशभ्रतार सर्व व्यवस्था करून निघताना, डिस्चार्ज मिळाल्यावर ट्रेनचं रिझर्व्हेशन मामांमार्फत करून यायचं वगैरे समजावून सांगत होतो, तर माधवचा प्रश्न 'विमानाच्या तिकिटात सवलत मिळत नाही का? मुंबई-कोल्हापूर विमान आहे.' देवानं त्याचे दोन्ही हात-पाय घेतल्यानं इतका वेळ त्याच्याविषयीचा राग मनात ठेवून त्याला एका शब्दानं मी दुखावलं नव्हतं. पण त्याच्या या वाक्यानं व त्याहीपेक्षा हे कौतुकानं ऐकत असलेल्या आईच्या चेहऱ्यावरील भाव पाहून माझा संयम सुटला. म्हटलं, ''इथे पिकनिक करायला, मजा करायला आला आहेस का? उपचारासाठी आला आहेस ना? लोकांच्या पैशावर चैन करण्याचा विचार करतानाही शरम वाटली पाहिजे. आज घेत असलेली मदत उद्या दाम दुपटीनं परत करायची आहे, ही भावना हवी. आई महिना साडेतीनशे रुपये मिळवते आणि संस्था, समाज खर्च करतो, म्हणून तू विमानाचा प्रवास, उत्तम नाश्ता, मटण वगैरेचा विचार करतोस, हे चुकीचं आहे. येताना माझी गरज म्हणून तुला फर्स्टक्लासनं आणलं. मी फर्स्टक्लास आणि तुम्ही थ्री टियरनं यायचं, हे मनाला बरं वाटलं नाही. पण परत येताना तुम्ही थ्री टियरनं यायचं आहे, हे लक्षात ठेवा. परिस्थितीची जाणीव ठेवून माणसानं वागावं. अपंगत्वाचं भांडवल करून पैसा मिळवणं, चैन करणं हे योग्य नाही. मी स्वत: संस्थेच्या कामासाठी कधी विमानानं प्रवास करायचा विचारही मनाला शिवू देत नाही.'' माझ्या या भडिमारानं दोघं माय-लेक रडायला लागले. त्यांच्याकडे दिलेले पैसे काटकसरीनं वापरा, असं सांगून बाहेर पडताना, मला असं बोलायची वेळ आली याचं अतोनात वाईट वाटत होतं.

नंतर मामांकडून रिपोर्ट कळला. दवाखान्यात येणाऱ्या श्रीमंत व्हिजिटर्ससमोर 'आम्ही दोघे एकटेच आहोत..' वगैरे ते सांगत. 'हेल्पर्स'नं त्यांना तिथे आणलं, सर्व खर्च 'हेल्पर्स' करत आहे, हे ते सांगत नव्हते. एवढी मोठी आपत्ती व त्यात एकाकी, वडील नाहीत, यामुळे अनेक जण त्याला मदत करत. बुद्धीनं तो तल्लख होता. उपचार पद्धतीत घ्याव्या लागणाऱ्या मेहनतीतही तो मागे हटला नाही.

त्याच्यातल्या असामान्य जिद्दीनं तो कृत्रिम पायांवर उभा राहिला. त्याला तिथे एक व्हीलचेअर भेटीदाखल देत होते. पण त्याला दिलेली परदेशी बनावटीची चांगली व्हीलचेअर आम्ही परत घेऊ, या विचारानं त्यानं ती नाकारली. शेकडो अपंग विनाव्हीलचेअर असताना, त्यानं मिळणारी व्हीलचेअर घेऊन आम्हाला विनंती करायची होती, की परदेशी व्हीलचेअर मी वापरीन आणि मिळालेली संस्थेला घ्या. दुसऱ्या अपंगाला उपयोगी पडेल. पण दुसऱ्याच्या विचाराचा लवलेशही त्या मायलेकात नव्हता. बोलून काही उपयोग नव्हता, म्हणून मी गप्प राहिले.

मुंबईहून तोंडात पेन धरून त्यानं सुंदर अक्षरात लिहिलेली आपल्या प्रगतीची पत्रं वाचून घेतलेले श्रम सार्थकी लागल्याचं समाधान वाटत होतं. माधव कोल्हापूरला परतला. शाळेत जाऊ लागला. शाळेनं संपूर्ण सहकार्य दिलं. शाळेला रिक्षानं येण्या-जाण्याचा खर्च संस्था देत होती. संस्थेनं भविष्यात त्याला उपयोगी पडावेत म्हणून त्याच्या नावावर पाच हजार रुपये ठेवले. मिरजेचे डॉ. पाठकही मदत पाठवू लागले. त्यानं तोंडात पेन धरून दहावीच्या शाळेच्या परीक्षा दिल्या. फायनल परीक्षेच्या वेळीही 'रायटर नको' म्हणत होता. पण सलग इतकं लिहिण्याची ताकद राहणार नाही, म्हणून आम्हीच रायटर द्यायला लावला. दहावीला ७८ टक्के गुण घेतल्यावर रोज अनेक ठिकाणी त्याचे सत्कार झाले. त्याचं हे यश निश्चित कौतुकास्पद होतं. संकटानं खचून न जाता तो जिद्दीनं जगत होता. आईही साथ देत होती. संस्थेनं त्याचं कौतुक 'भरारी' या पुरस्कारानं केलं.

अकरावीला शाळेत जाण्यासाठी त्याला कपडे हवे होते. कृत्रिम साधनांच्या आकारानुसार कपडे आवश्यक होते. म्हणून त्याच्याकडे कपडे खरेदीसाठी पैसे दिले आणि पावत्या आणायला सांगितल्या, तर त्या पावत्या 'ड्रेसलँन्ड'मधील महाग, उंची कपड्याच्या दुकानातील होत्या. मी किंवा पी. डी. कमावते असूनही कधी गेलो नाही, त्या दुकानातून माधवच्या आईनं ती सारी खरेदी केली होती. पावत्या माझ्या हाती आल्या, तेव्हा अनुताई समोर होत्या. या अशा मनोवृत्तीच्या लोकांना समजावणं माझ्या शक्तीबाहेरचं होतं. अशा वेळी मला फक्त राग येतो, चीड येते. अनुताईंनाच त्यांना समजावण्याचं काम दिलं. समाजाचीही गंमत वाटली. जेव्हा उपचारासाठी पैशाची गरज होती, तेव्हा पुरेशी मदत मिळत नव्हती. परंतु आता मात्र सत्काराचा पाऊस पडत होता. अगदी येण्याजाण्यासाठी रिक्षाचा खर्च होत असतानाही. यश मिळवण्यासाठी हातभार लावण्यापेक्षा यश मिळाल्यावर कौतुक, हे काही जणांचं गणितही मला समजण्यासारखं नव्हतं. त्याच्या सत्काराच्या वेळी मला सोबत येण्याचा आग्रह असे. दोन ठिकाणी गेले व नंतर माफी मागू लागले. कारण मला कार्यालाच वेळ अपुरा होता.

पुढे दिल्ली-ट्रीपला व ताजमहाल बघायला त्याला ग्रुपसोबत नेलं. तेव्हाही माधव असाच विचित्र वागला. आम्ही इथे राहण्या-जेवण्याच्या व्यवस्थेच्या काळजीत असताना त्याला मटण हवं असायचं. इतर मुलांच्या पैशानं स्वत:ची खरेदी असेही प्रकार त्यानं केले.

खेड्यापाड्यातील अपंगांना शासनाच्या सोयी-सवलतींची अजिबात माहिती नसते. एस. टी. च्या पासाची सवलत खेडोपाड्यात पोहोचवण्यासाठी आम्ही, सरकारी दवाखान्याच्या मदतीनं (त्यावेळी जिल्हा शल्यचिकित्सक डॉ. पाठक होते) वैद्यकीय तपासणी करून एस. टी. बसच्या व रेल्वेच्या सवलतीचे पास देण्याचं शिबीर आयोजित केलं. या तपासणीत इतर गरजांचीही नोंद घेतली जाऊन पूर्तता केली जाई. या शिबिरासाठी इतकी प्रचंड नावनोंदणी झाली, की एका वर्षात सलग पाच-सहा शिबिरं घ्यावी लागली. एका शिबिराच्या वेळी तर मला खूप ताप होता. औषध घेऊनही एकशे दोनच्या खाली ताप आला नाही. पण शिबीर पुढं ढकलणं शक्य नव्हतं. सर्व कार्यकर्ते नवीन म्हणून मला जाणं भाग होतं. तापातही सकाळी आठ ते संध्याकाळी सहा-सातपर्यंत काम करण्यात काही आगळाच आनंद होता.

या अशा शिबिरातूनच संस्थेला सुजाता कुलकर्णीसारखी कार्यकर्ती, कर्मचारी लाभली. शिबिरात कामाला कार्यकर्ते कमी पडत. अशा वेळी अपंग शिबिरार्थी अथवा त्यांचे पालक यांची निवड केली जाई आणि त्यांना कामं वाटून दिली जात. सुजातानं कामात आवड दाखवली. संस्थेच्या वाढत्या कार्यात वणकुद्रे, ज्याच्या एका पायाला पोलिओ होता, नलवडे, ज्याच्या एका हाताला पोलिओ होता, यांच्याबरोबर जादा कर्मचारीवर्गाची गरज होती. सुजाताला दीडशे रुपये मानधन घेऊन कामाला येणार का, असं विचारलं. ती आनंदानं यायला लागली. पोलिओमुळे चालताना तिला इतका तोल सांभाळावा लागायचा, की ती पडते की काय अशी सतत मला भीती वाटायची. पण सुजाता सतत खळाळतं हास्य सोबत घेऊन काम करायची. तिचं ते हसणं मला आवडायचं. पण कधी ती कामात चुकली आणि मी बोलत असताना हसली, तर माझा राग वाढायचा. मग तिच्या हसण्याचं रूपांतर रडण्यात व्हायचं. अशा वेळी मला खूप वाईट वाटायचं. आता दोघींना एकमेकींच्या स्वभावाची सवय झाली. के. एम. टी. बसनं स्टॉपवरून क्वार्टरपर्यंत ती चालत कशी यायची, याचं मला अजूनही आश्चर्य वाटतं. दुदैवानं आज मात्र तिला संस्थेत येता-जाताना दाराबाहेर पडताच कोणाच्या तरी हाताचा आधार घ्यावा लागतो. बसनं घरी येणं-जाणं तर अशक्यच झालं आहे.

सुजाता नवीन असताना, तानाजी भिवसेकर नावाचा हाताला पोलिओ असलेला

एक कर्मचारी आणि नीता यांची तक्रार असायची, की सुजाता बसल्या ठिकाणाहून 'हे दे, ते दे' अशा ऑर्डर्स देते. सुजाताला 'संस्थेच्या ऑफिसपुरती व्हीलचेअर वापर,' असं म्हणावंसं वाटलं, परंतु 'चालण्या-फिरणाऱ्यांना दीदी तुम्ही व्हीलचेअर देऊ नका' हे डॉ. पी. जी. कुलकर्णी यांचे शब्द आठवले. नीता आणि तानाजीला मी समजावलं, "सुजाताची शारीरिक स्थिती बघून 'हेल्पर्स'च्या कार्यालयात जर तिला सहकार्य मिळालं नाही, तर माझ्यासारख्या पूर्ण व्हीलचेअरला खिळलेल्यांनी इतरत्र नोकरी कशी करायची?..." मग हळूहळू कर्मचाऱ्यांत समंजसपणा वाढला.

एकदा वणकुद्रे, अभिजित आदींनी माझ्याशी खासगी बोलायचं आहे, म्हणून वणकुद्रेच्या घरी मला नेलं. छायाही तिथं होती. तिथं सर्वांनी जे सांगितलं, त्यानं मी झोपेतून जागी झाल्यासारखी झाले. कामाच्या नशेत, नोकरी सांभाळून कार्य करताना एकमेकांशी बोलायला, संपर्काला वेळ मिळत नसल्यानं वाढत गेलेल्या गैरसमजाचा तो भयंकर परिणाम मी पाहत होते. सर्वांची तक्रार होती ती देशभ्रतार आणि नीताबद्दल. ती दोघं संस्थेत राहिली तर संस्थेच्या प्रगतीला खीळ पडेल, इतक्या पराकोटीला त्यांचे विचार गेले होते. खरं म्हणजे संस्थेचं कार्य देशभ्रतार-नीताच्या मदतीनं वेगानं प्रगतिपथावर चाललं होतं.

संस्थेच्या कॅन्टीनच्या ऑर्डरनंतर संस्थेनं खरेदी केलेलं, पण उरणारं साहित्य दोन ऑर्डर्समध्ये बराच काळ राहत असल्यानं शिळं होऊ नये, म्हणून मी ते नीताला द्यायला लावत होते आणि त्याचे पैसे संस्थेत जमा करत होते. पण या सर्वांनी हिशेब दाखवा, असं म्हणायचं धाडस न करता, ते सर्व साहित्य देशभ्रतार कुटुंब घेतं, असा समज करून घेतला. शिवाय स्वच्छता, शिस्त या बाबतीत नीता आणि देशभ्रतार सर्वांना रागावत, याचा त्यांना राग होताच. मात्र रागावण्याबरोबरच प्रत्येकाच्या खाण्यापिण्याकडे बऱ्याच वेळा स्वखर्चानं ते जातीनं, अगदी माझ्यापेक्षाही जास्त लक्ष देत होते, हे त्या वाढत्या वयाच्या मुलांना समजू शकलं नाही. मी त्यांना समजावलं. पण संस्थेत असे गट निर्माण होतील की काय, या विचारानं मनात धास्ती निर्माण झाली. इतर संस्थेसारखीच आपल्या संस्थेतही भांडणं होऊन संस्थेच्या वाढत्या कार्याला खीळ तर बसणार नाही ना, असं वाटलं. पण सुदैवानं या बैठकीसाठी पुढाकार घेतलेल्या वणकुद्रेचा स्वार्थ लवकरच उघडकीस आला आणि त्याला आम्ही संस्थेत येण्याची मनाई केली. संस्थेला लागणारी कीड वेळीच दूर करण्यात आली.

कालांतरानं नीताशी या ग्रुपचं इतकं छान जमू लागलं, की एकदा हे कार्यकर्ते कर्मचारी, मी आणि देशभ्रतार सतत त्यांच्यासोबत काम करीत असूनही आम्हाला वगळून, नीताला घेऊन हॉटेलात जेवायला गेले. अनेक वर्षांच्या कामाच्या व्यापातून केव्हातरी चाकोरीबाहेर जायला आम्हालाही आवडलं असतं. पण आम्ही नोकरीच्या

ठिकाणी असताना आम्हाला न विचारता, आम्हाला टाकून हे सर्व गेले, याचं काही दिवस खूप वाईट वाटलं होतं. आपण इतकं एकरूप होऊन कार्यकर्त्यांबरोबर काम करत असताना त्यांनी आपल्याला टाळलं, याचं ते दुःख होतं. पण नंतर मनाची समजूत घातली, की कदाचित आम्ही वयानं मोठे म्हणून त्यांना आमची अडचण वाटत असणार. त्यानंतर त्यांना मजा करता यावी म्हणून त्यांनी बोलावलं तरी जायचं नाही, हे मी मनोमन ठरवून टाकलं.

संस्थेच्या ऑफिसमध्ये रविवारी कामाला यायचं निमित्त करून एक अपंग तरुण मुलगी येत होती. संस्थेतर्फेच तिच्या पायावर शस्त्रक्रिया केली होती. सर्वजण घरी परतल्यावर ती राजीवबरोबर बागेत व इतरत्र फिरायला जायची. तिच्या आईला बोलावून सांगितलं, की असं फिरणं बरोबर नाही. तर म्हणाली, "राजीववर विश्वास आहे." आमचं म्हणणं होतं, आधी शिका, आपल्या पायावर उभे राहा आणि मग लग्न करा; पण चर्चेचा विषय होऊन स्वतःची आणि संस्थेची बदनामी करू नका. काही भलं-बुरं होऊ नये यासाठी राजीवच्या घरीही कल्पना दिली. पण त्यांच्या वर्तणुकीत बदल झाला नाही. मग नाईलाजानं दोघांना संस्थेची दारं बंद करावी लागली.

अपंग तरुण-तरुणींची लग्नं व्हावीत, त्यांचाही संसार थाटला जावा, असं आम्हा सर्वांनाच वाटत होतं. त्यासाठी सौ. रजनीच्या नेतृत्वाखाली विवाह मंडळ चालवलं जाऊ लागलं. हा विभाग पूर्णपणे रजनीनं सांभाळावा, मी त्यात गुंतणार नाही, हे मी रजनीला सांगितलं होतं. तरी चंदवाणी हॉलमध्ये घेतलेल्या वधू-वर मेळाव्यात रजनी आणि पी. डी. यांच्या आग्रहानं मी सहभागी झाले. पण माझ्या मनातील भीती खरी ठरली. माझी नोकरी, पगार, फ्लॅट व भावांची आर्थिक स्थिती यामुळे काही स्थळं येत होती, त्यात भर पडली. एकानं तर कहर केला. इतकं विचित्र पत्र लिहिलं, की ते पत्र, विवाह मंडळाची स्टेशनरी, रजिस्टर फाईल वगैरे सर्व मी रजनीच्या घरी पाठवून दिलं आणि यापुढे हे कार्य संस्थेच्या कार्यालयात न चालता रजनीच्या घरी करावं, असं सुचवलं. रजनीनंही ते आनंदानं स्वीकारलं.

एक असाच पराकोटीचं अपंगत्व असलेला आणि व्हीलचेअरला खिळलेला श्रीमंत तरुण संस्थेत येत होता. मुलींशी गप्पा करणं, काम न करणं हे त्याचं वैशिष्ट्य होतं. एकदा त्याला 'रजनीकडे जाऊन नाव नोंदव' म्हटलं, तर म्हणे, "नको! इथेच सूत जमतं का बघतो..." मला त्याचा इतका राग आला, की मी म्हटलं, "आमच्या मुली वाटेवर पडलेल्या नाहीत... गाडीतून फिरवून, हॉटेलमध्ये खायला घालून सोडून देण्यासाठी त्या नाहीत. आमच्या मुलींकडे आदरानं पाहायचं असेल तरच यापुढं संस्थेत यायचं, नाही तर संस्थेची दारं अशांसाठी बंद असतात." त्यानंतर एक दोन वर्षं तो आला नाही. परत एकाकी असल्यानं येऊ लागला. मग

आम्ही त्याला मुलांसोबत सहलीला नेलं. समुद्राच्या सान्निध्यात तो सर्व विसरला. निसर्गाशी सूत जमवलं. पुढे अनेकवार संस्थेला आर्थिक मदतही केली. गरजेचं साहित्यही दिलं. आज तो आमचा चांगला मित्र आहे.

एका अपंग तरुणाच्या बाबतीत मात्र सर्व उलटंच घडलं. वारंवार सूचना देऊनही त्यांची वर्तणूक सुधारली नाही. मग त्या अपंग तरुणीची आई होण्याची चिन्हं दिसायला लागल्यावर मात्र माझ्याकडं येऊन रडणं, मरणावाचून गत्यंतर नाही, वगैरे नाटकं केली गेली. मीही त्या नाटकाला फसले. त्यावेळी संस्थेचा एक मोठा कार्यक्रम होता. पण एक नव्हे, दोन जीव वाचवण्यासाठी आणि त्या अपंग मुलीच्या आयुष्याचे धिंडवडे निघू नयेत म्हणून, त्यांना घेऊन मी, देशभ्रतार आणि रजनी नरसोबाच्या वाडीला गेलो आणि तिथं त्यांचं व्यवस्थित लग्न लावून दिलं. त्या अपंग तरुणाच्या आई-वडिलांना आपल्या मुलानं अपंग मुलीशी प्रेमाचे खेळ केले तर चालत होतं, पण लग्न करून आणलेली अपंग सून घरात नको होती; म्हणून त्यांनी त्याला घरात घेतलं नाही. मग रजनीनंच त्यांची तात्पुरती सोय लावून दिली. त्या दोघांना घरी घ्यावं म्हणून कार्यक्रमाला आलेल्या देसाईकाकाजींना घेऊन मी मुलाच्या वडिलांकडे गेले. तरी त्यांनी गरोदर असलेल्या आपल्या सुनेचा स्वीकार केला नाही. उलट 'उद्या त्याचं दुसरं लग्न जातीतल्या मुलीशी लावून देतो' म्हणू लागले. हार मानून आम्ही परतलो. शेवटी मी माझ्या स्वभावानुसार त्यांना संसार थाटण्यासाठीही आर्थिक मदत केली. पण त्या आर्थिक मदतीच्या आधारे त्यांनी, लग्नानंतर इतक्या लवकर मूल झालं तर लोक, समाज, नातेवाईक काय म्हणतील, म्हणून मुलीच्या आईच्या आग्रहानं जन्माला येणाऱ्या त्या बाळाला, आईच्या जिवाला धोका असतानाही मारून टाकलं. स्वतःच्या मनातील स्वतःच्या इज्जतीपेक्षाही अशी लपवून मिळवलेली इज्जत काहींना प्रिय असते. शेवटी आपणच मूर्ख म्हणून मी या प्रकरणातून लक्ष काढून घेतलं. पुढे त्या तरुणाला एका ठिकाणी नोकरी मिळाली. पण नोकरीतही त्यानं गडबड केल्यानं त्याला कमी केलं. आपण संस्कार करायला अपुरे पडलो, याची खंत अनेक दिवस माझ्या मनात सलत राहिली. कारण अगदी लहानपणापासून या मुलांना मी आपलं मानलं होतं. नंतर मी प्रगतिपथावर अभिमानानं, इज्जतीनं पुढं जाणाऱ्या इतर मुलांकडं पाहून त्याला विसरण्याचा प्रयत्न केला.

प्रकाश संसुद्दी नावाच्या तरुण पॅराप्लेजिकला व्हीलचेअरवरून कसं जगायचं, हे मेरी वॉनलेस हॉस्पिटलमध्ये अनेक महिने शिकवलं होतं. तो स्वतंत्रपणे त्याची पिठाची गिरणी चालवू लागला होता. त्याचा संसार परत मार्गी लागला होता, याचं समाधान प्रचंड होतं. पण आज तो या जगात नाही. त्याची पत्नी समर्थपणं व्यवसाय सांभाळत आहे.

संस्थेच्या वाढत्या कार्यात सल्लागार समितीमधील डॉ. सुनीलकुमार लवटे, डॉ. मोहनराव गुणे, दीक्षितसाहेब, शिवाजीराव पाटील यांचा सहभाग वाढत होता. रामदास सोनवणे याला डिस्चार्ज मिळालेला होता. त्याला कुठं ठेवायचं हा प्रश्न ठाकला. तेव्हा मोठा भाऊ भाईजान याचा फ्लॅट अल्पशा भाड्यानं घेऊन त्यात प्रशिक्षण केंद्राबरोबर रामदासला ठेवून तो प्रश्न सोडवला. संस्थेच्या चंदवाणी हॉल येथील एका कार्यक्रमात खासदार सदाशिवराव मंडलिक आले, तेव्हा त्यांना जिल्हा परिषदेमध्ये रामदासला ग्रामसेवकाची नोकरी मिळावी यासाठी विनंतीपत्र दिलं. त्यानंतर रामदासला लेखी परीक्षेचा कॉल आला. पुण्यात परीक्षा होती. मी एक प्रवासाला आणि बाहेर राहण्याला सरावले होते, पण रामदासच्या बाबतीत काय होईल असं वाटत होतं. सुजलाताईंना फोन करून त्यांच्या घरी व्यवस्था होईल का, हे विचारलं. त्यांच्या घरी कमोड होता. त्यांनी मान्यता दिल्यावर तो परीक्षेला जाऊन आला. पास झाला आणि त्याला नोकरीचा कॉलही आला. माझ्या आयुष्याचं सार्थक झाल्यासारखं मला वाटलं. कारण माझ्यासारख्या एका पॅराप्लेजिकचं सर्वांगीण पुनर्वसन करण्यात आम्हाला यश आलं होतं. पण अपॉईंटमेंट लेटर हातात असूनही त्याची व्हीलचेअर बघून त्याला नोकरीवर हजर करून घेईनासे झाले, तेव्हा मला त्यांच्या साहेबांकडे स्वत: जावं लागलं. मग त्याला घेतलं गेलं. नंतर राहायला मोठी क्वार्टर मिळाली. एवढ्या मोठ्या घरात फक्त दोघे राहत होते. मला जेवायला बोलावलं तेव्हा मी गेले. पगारातून त्यानं मला साडी घेऊन दिली. अशा भेटी मी स्वीकारत नाही, पण त्याला नकार देणं अशक्य झालं. त्याच्या आनंदात माझा आनंद होता.

पाच एप्रिल, ९४ ला रामदासनं मुलाखतीसाठी लिहिलेलं त्याचं हे मनोगत.

मी श्री. रामदास हरी सोनवणे. नगर जिल्ह्यातील संगमनेर तालुक्यामधील सावरगाव, धुळे या खेडेगावातील तरुण आहे. अत्यंत हलाखीची परिस्थिती असतानाही एस. एस. सी. (७५ टक्के) नंतर महात्मा फुले कृषी विद्यापीठामध्ये कृषी पदविका अभ्यासक्रम (७२ टक्के) पूर्ण केला. परंतु झीरो बजेटमुळे सरकारी नोकरभरती बंद असल्याने व खासगी ठिकाणी प्रयत्न करूनही नोकरी न मिळाल्याने आणि उदरनिर्वाहासाठी मजुरीशिवाय गत्यंतर नसल्याने मजुरी करू लागलो. मजुरीचे काम करत असतानाच दुर्दैवाने शुक्रवार ३० जून, ८९ ला कॉंक्रीट मशीनचा एक जड भाग माझ्या पाठीवर पडला. त्याच क्षणी माझा कंबरेपासून खालील भाग लुळा पडून संवेदनाहीन झाला. अपंगत्व आल्यानंतर अवघ्या एकोणीस दिवसांनी म्हणजे १९ जुलै, ८९ ला माझी जिल्हा परिषद, नगरमध्ये ग्रामसेवक म्हणून नेमणूक

झाल्याचा आदेश आला. परंतु अपंगत्वामुळे हजर होता आले नाही. कॉंट्रॅक्टर व नातेवाईक यांनी पुणे, प्रवरानगर येथे माझ्यावर दीर्घकाळ वैद्यकीय उपचार केले. परंतु बिछान्यावर पडून राहण्याशिवाय गत्यंतर नव्हते. नातेवाईक, मित्रमंडळी मदत करत होते. परंतु जीवनात नैराश्य आले होते. नको ते वाईट विचार मनात घोळत. माणूस म्हणून माझे जीवन संपल्यातच जमा होते. जीवनातील संपूर्ण उभारी निघून गेली होती. डोळ्यांपुढे फक्त काळाकुट्ट अंधार दिसत होता.

अशा प्रकारे नको असलेले जीवन जगत असतानाच 'हेल्पर्स ऑफ दि हँडिकॅप्ड' च्या अध्यक्षा नसीमा दीदी यांची आकाशवाणी, पुणे केंद्रावर ७ मार्च, ९२ रोजी मुलाखत ऐकली. संस्थेचा पत्ताही संपूर्ण ऐकला नव्हता. संस्थेच्या नावाने कोल्हापूरला पत्र लिहून माझी संपूर्ण परिस्थिती कळवली. लगेच संस्थेने मला पूर्ण पत्ता देऊन आईसह संस्थेत यायचा सल्ला दिला. मित्रांनी व नातेवाईकांनी पैसे जमवून मला ४ ऑगस्ट, ९२ ला संस्थेत आणले. लगेच स्वत: दीदींनी मला डॉ. सातवेकर यांच्याकडे मेरी वॉनलेस हॉस्पिटल, कोल्हापूर येथे वैद्यकीय उपचारासाठी दाखल केले.

दवाखान्यात उपचार घेत असताना संस्थेचे पदाधिकारी, कार्यकर्ते, कर्मचारी रुग्णांना भेटण्यास येतात. त्यांचे ते प्रेमळ वागणे, सहकार्य यामुळे मला व आईला आपण आपल्या आप्तेष्टांपासून ४०० किलोमीटर दूर आहोत, असे कधीही जाणवले नाही. सर्वजण वेळोवेळी सर्वांना मार्गदर्शन करत असत. मुख्यत्वे मी भारावून गेलो, तो दीदींच्या कार्याने. स्वत: पराकोटीच्या अपंग असूनही त्या जर इतके कार्य करतात, तर मीसुद्धा जीवनात एक माणूस म्हणून नक्की जगू शकेन, असा आत्मविश्वास प्रथमच उत्पन्न झाला.

आमची हलाखीची परिस्थिती लक्षात घेऊन दीदींनी माझा व आईचा जेवणाचा, कपड्यांचा व इतर सर्व आर्थिक खर्च स्वत:च्या पगारातून पेलला. त्यांचे हे उपकार मी जन्मभर विसरणार नाही. त्यांचे सर्व कुटुंबीयदेखील मला व आईला त्यांच्याच कुटुंबातील व्यक्ती समजून आपुलकीने व आदराने वागवत.

संस्थेची आर्थिक मदत, सर्वांचे सहकार्य, तसेच सर्वांनी दिलेला मानसिक आधार व डॉ. सातवेकर यांच्या प्रयत्नांनी माझी शस्त्रक्रिया यशस्वी झाली. माझ्या पाठीतील रॉड काढण्यात आला. रॉड काढल्यानंतर मला व्हीलचेअरवर बसता येऊ लागले. पाठदुखीचा जो त्रास होता, तोही बंद झाला. मला फिरण्यासाठी आवश्यक असलेली व्हीलचेअर संस्थेने मोफत दिल्याने बाह्य जगात फिरता येऊ लागले. याच काळात प्रादेशिक दुय्यम सेवा निवड मंडळ, पुणे यांची ग्रामसेवकपदासाठी जाहिरात आल्यानंतर संस्थेने माझा अर्जही पाठवला होता.

वैद्यकीय उपचार पूर्ण झाल्यानंतर ऑगस्ट, ९३ ला मला हॉस्पिटलमधून

डिस्चार्ज मिळाला. मग संस्थेने माझ्या आर्थिक पुनर्वसनासाठी प्रयत्न सुरू केले. मला व आईला राहण्यास संस्थेच्या व्यवसायिक प्रशिक्षण केंद्रामध्ये मोफत जागा उपलब्ध करून दिली. मी तिथेच संस्थेच्या गॅस एजन्सीमध्ये नोंदणीकरता येणाऱ्या नवीन ग्राहकांच्या नोंदणीचे काम करू लागलो. त्यामुळे मला काम करण्याची सवय होऊ लागली.

सुदैवाने मला प्रादेशिक दुय्यम निवड मंडळ, पुणे यांच्याकडून १६ सप्टेंबर, ९३ मध्ये ग्रामसेवकाच्या मुलाखतीसाठी बोलावण्यात आले. संस्थेने एक मदतनीस पुण्याला जाण्यासाठी बरोबर दिला. दीदींमुळे पुणे येथे आमची श्रीमती सुजलाताई नित्सुरे यांच्याकडे उत्तम व्यवस्था झाली व मुलाखत चांगल्या प्रकारे देता आली. माझी शासकीय सेवेत अपंगांसाठी असलेल्या राखीव जागेवर नेमणूक व्हावी म्हणून दीदी, श्री. देशभ्रतारसर, श्री. पी. डी. देशपांडेसर यांनी व्यक्तिशः कोल्हापूर जिल्ह्याचे तत्कालीन पालकमंत्री सदाशिवराव मंडलिक यांना भेटून प्रयत्न केले. त्यांच्या प्रयत्नांना यश आले. माझी कोल्हापूर जिल्हा परिषदेमध्ये ग्रामसेवक म्हणून नेमणूक होऊन शेंडापार्क येथे हजर होण्याचा आदेश मिळाला.

नोकरीचा आदेश मिळाला, परंतु ती माझी खरी परीक्षाच होती. कारण राहणार कुठे, कसे करणार असे एक ना अनेक प्रश्न समोर होते. परंतु दीदी स्वतः माझ्याबरोबर शेंडापार्क येथे आल्या. त्यांच्या ओळखीने श्री. देवलापूरकर यांनी त्यांच्याकडे पुरेशी जागा नसतानाही माझी व आईची राहण्याची सोय केली. त्यांची ही माणुसकी सतत स्मरणात राहील. त्यानंतर मी १८ ऑक्टोबर, ९३ ला प्रत्यक्ष कामावर हजर झालो. शेंडापार्क, कुष्ठधामचे अधीक्षक डॉ. भोमाज यांनी माझे अपंगत्व पाहून मला राहण्यास सरकारी क्वॉर्टर उपलब्ध करून दिली. कार्यालयातील सर्वच अधिकारी व सहकारी मला सहकार्य करतात व माझ्याबरोबर प्रेमाने वागतात.

अशा प्रकारे 'हेल्पर्स ऑफ दि हँडिकॅप्ड, कोल्हापूर' या संस्थेच्या संपर्कात आल्याने माझ्या संपूर्ण जीवनाला कलाटणी मिळाली. समाजात मी मानाने जगू लागलो आहे. माझ्या जीवनाची जी वाताहत झाली होती, ती बदलून संस्थेने मला जीवनात पुन्हा उभे केले आहे. जर संस्थेशी संपर्क आला नसता तर मी आजही बिछान्यात खितपत पडलो असतो व संपलो असतो. असा संस्थेमुळे मला फायदा झाला आहे. असा फायदा इतरही अपंग बांधवांना व्हावा, यासाठी मी संस्थेला शक्य ती मदत करत राहणार आहे. नव्हे ते माझे कर्तव्यच आहे!

एके दिवशी मी ऑफिसमध्ये काम करत होते, तोच रामदासच्या आई धावत धावत माझ्याकडे आल्या आणि 'रामदासची युरीन पास होणं बंद झालं आहे. त्याला दवाखान्यात डॉ. सातवेकरांकडे नेलं आहे. तुम्ही चला.' म्हणू लागल्या. टेबल

आवरून, साहेबांना सांगून व देशभ्रतारांना निरोप ठेवून मी त्यांच्याबरोबरच बाहेर पडले. दवाखान्यात त्याचा 'एक्स-रे काढा' म्हणून सांगूनही तो एक्स-रे रूमच्या बाहेरच होता. मी डॉ. सातवेकरांना भेटताच त्यांनी सर्व स्टाफला भराभर सूचना देऊन एक्स-रे, स्कॅनिंग करून त्याला त्वरित ऑपरेशन थिएटरमध्ये घेतलं. ब्लॅडरमध्ये स्टोन्स झाले होते. ऑफिस सुटताच देशभ्रतारही मेरी वॉनलेसमध्ये आले.

तेवढ्यात आणखी एक घटना घडली. रात्री दहा वाजता ऑफिसच्या शिपायाचा निरोप आला, की ऑफिसमधील एक सहकारी श्री. भोई यांना फूड पॉयझनिंग झाल्यानं डॉ. संभाजी पाटील यांच्याकडे दाखल केलं आहे आणि ते कसंसंच करत आहेत. त्यांच्या पत्नी आम्हाला बोलवत आहेत. हे भोई, मी संस्थेचं कोणतंही काम कोणत्याही वेळी त्यांना सांगितलं तरी तत्परतेनं नेहमी करत. कधी नकार देत नसत. रामदासला नुकतंच ऑपरेशन थिएटरबाहेर आणलं होतं. त्याची सर्व सोय करून आम्ही डॉ. पाटील यांच्या दवाखान्यात गेलो, तर भोईंना बघून, काही तासांत माणूस कुठून कुठे पोहोचतो याचा प्रत्यय आला. ते अर्धवट बेशुद्धीत होते. कोणाला ओळखत नव्हते. डॉक्टरांशी चर्चा केली. त्यांना कुठे हलवायला हवं का, विचारलं. त्यांनी सांगितलेल्या तज्ज्ञ डॉक्टरांना फोन केला. ॲम्ब्युलन्सची सोय केली. पण त्यांना हलवणं धोक्याचं आहे, असं डॉक्टरांनी सांगितलं. तज्ज्ञ डॉक्टरच तिथे आले. श्री. भोईंची स्थिती थोडी सुधारल्यावर देशभ्रतारांनी मला घरी सोडलं आणि ते आपल्या घरी गेले. त्यावेळी रात्रीचे बारा वाजून गेले होते.

दुसऱ्या दिवशी रामदासच्या नोकरीच्या ठिकाणी वैद्यकीय दाखला, रजेचा अर्ज नेऊन दिला आणि विनंती केली, की नोकरी लागताच दोन महिने पूर्ण होण्याआधी एक-दोन महिन्यांची रजा घेतल्यामुळे त्यांनी रामदासच्या फाईलवर काही रिमार्क लिहून नवीन कर्मचारी घेऊ नये. डॉ. सातवेकरांनी स्वत:ही त्यांना फोन करून तो कामावर नक्की हजर होणार असल्याचं सांगितलं व त्याप्रमाणं रामदास परत कामावर हजरही झाला. रामदासच्या सुदैवाने साहेब चांगले भेटले. श्री. भोई यांच्यासाठी स्टाफ वेल्फेअर फंडामधून पैशाची व्यवस्था केली. कालांतरानं तेही बरे झाले. कामावर हजर झाले व त्यांनी सर्व पैसेही फेडले. तो वेल्फेअर फंड आज बंद झाला आहे याची खंत वाटते.

रामदासनं एक वर्ष व्यवस्थित नोकरी केली. पहिल्या पगारातील निम्मा पगार त्यानं संस्थेला देणगी म्हणून दिला. नंतरही दरमहा संस्थेला शंभर रुपयांची देणगी तो देत होता. मी दिल्लीला संस्थेच्या काही कामानिमित्त गेले होते. त्यावेळी दिवाळी होती. रामदासला नोकरी आणि मोठं घर मिळाल्यावर त्याच्या बहिणी, भाचे वगैरे नातेवाईक त्याच्याकडे येऊ लागले. मला मनोमन आश्चर्य वाटलं, की इतके दिवस, म्हणजे जवळजवळ एका वर्षापेक्षाही अधिक काळ कोणीही दवाखान्यात

येऊ शकलं नाही आणि आता हे सगळे कसे काय येतात? हलाखीच्या परिस्थितीमुळे बहुतेक नातीही विसरावी लागतात.

मी दिल्लीला गेले आणि रामदासच्या बहिणींनी दिवाळसणाला त्याला आपल्या घरी येण्याचा आग्रह केला, म्हणून रामदास रजा काढून गावी गेला. मला माहीत असतं तर मी रजा काढू दिली नसती. बहिणींनाच इथे कोल्हापूरला बोलावून दिवाळी साजरी करण्याचा सल्ला दिला असता. पण मी दिल्लीहून परत येण्याअगोदरच रामदास देवाघरी गेल्याची तार आली. कळलं ते असं, की बहिणीच्या घरी त्याला ताप आला. पाय खूप सुजले आणि दोन दिवसांत तो गेला. युरीन इन्फेक्शन किती भयंकर असतं, हे मला माहीत होतं. रामदासच्या आधी संस्थेतर्फे उपचार केलेले सर्व पाच-सहा पॅराप्लेजिक पेशंट घरी आपल्या गावी गेल्यावर सहा-आठ महिन्यांत निधन पावल्याचं वृत्त आलं होतं. एक रामदास तरी जगायला शिकला असं वाटलं होतं. पण सर्व व्यर्थ. देवानं मलाच पॅराप्लेजिक बनवून इतकी वर्षं का आणि कसं काय जिवंत ठेवलं आहे, याचं मनोमन आश्चर्य करत रामदासला विसरून संस्थेच्या कामात मी स्वतःला बुडवून घेतलं. परत कोणा पॅराप्लेजिकच्या पुनर्वसनाचं काम हाती घ्यायला नको, हा विचार सतत मनात येत होता. कारण इतकी मेहनत, इतका खर्च केल्यावर मी जिवंत असताना इतर पॅराप्लेजिकनं मरावं याचं अतोनात दुःख होई. हे दुःख ते गेल्याचं असायचं, की मी अजून जिवंत का याचं असायचं, हे अजूनही मला कळत नाही. रामदासच्या आईला शासनाकडून २५-३० हजार रुपये मिळाले. संस्थेला अधूनमधून त्या देणगी अजूनही पाठवतात.

फलटणच्या डॉ. मंजिरी निमकर आमच्या कार्यानं प्रभावित झालेल्या होत्या. त्या शस्त्रक्रियेसाठी व कृत्रिम साधनांसाठी देणगी स्वतःहून पाठवत होत्या. एकदा आमच्या संस्थेचं ट्रेनिंग सेंटर सुरू होण्यापूर्वी बेळगावच्या अपंग संस्थेला आम्ही कॅलिपर्सची ऑर्डर दिली. ऑर्डर देऊनही बरेच दिवस कॅलिपर्स मिळाले नाहीत. बेळगावच्या संस्थेकडे चौकशी केली, तेव्हा त्यांच्याकडील टेक्निशियन नोकरी सोडून परदेशात जाणार आहे; पण त्यापूर्वी आमच्या मुलांचे कॅलिपर्स तो पूर्ण करेल, असं आश्वासनही मिळालं. आम्हाला 'नासीओ' दोन-तीन वर्षं ट्रायसिकल्स व व्हीलचेअर्स मोफत पुरवत होती. त्यासाठी विहीत नमुन्यात अर्ज, पावत्या, उत्पन्नाचे दाखले, वैद्यकीय दाखले, फोटो वगैरेंची पूर्तता करावी लागत होती. बेळगावच्या संस्थेलाही या योजनेचा लाभ घेण्याची इच्छा होती. त्यांनी अनेक अर्ज केले होते. पण त्यांना होकारार्थी उत्तर आलं नाही. मी मुंबईला संस्थेच्या कामानिमित्त जाताना बेळगावच्या सेक्रेटरीनं- जी माझी मैत्रीण होती- मला विनंती केली, की मी 'नासीओ'च्या अधिकाऱ्यांना

-श्रीमती नमा भट यांना- बेळगाव संस्थेला मोफत कृत्रिम साधनं देण्याविषयी विनंती करावी. मी त्यानुसार नमाताईंशी बोलले. तेव्हा त्या म्हणाल्या, ''तू त्या संस्थेची सभासद असशील आणि सर्व कागदपत्रांची पूर्तता तुझ्या सहीनं करण्याचे अधिकार ती संस्था तुला देत असेल, तर मी त्यांचा अर्ज मंजूर करते. कारण कागदपत्रांची पूर्तता अनेक जण योग्य पद्धतीनं करत नाहीत आणि शासनाकडून मिळालेल्या अनुदानात मग ती रक्कम खर्च टाकता येत नाही. मग पत्रव्यवहारात बराच वेळ जातो आणि सर्वांनाच त्याचा त्रास होतो. वेळेत शासनाला खर्चाचे हिशेब पाठवायचे असतात.''

तीन-चार वर्षं मी अशा कागदपत्रांची पूर्तता योग्य पद्धतीनं केल्यानं नमाताईंचा माझ्यावर विश्वास होता. त्या विश्वासापोटी त्या असं म्हणत असल्या तरी बेळगावच्या संस्थेला ते कितपत आवडेल, असं मला वाटत होतं. पण माझं पत्र जाताच त्यांनी मला कृत्रिम साधनं मिळवण्याच्या कामासाठी सर्व व्यवहार करण्याचे अधिकार लेखी पाठवले. आमच्या 'हेल्पर्स'कडेही त्यावेळी कृत्रिम साधनांसाठी मोठी प्रतीक्षा यादी होती. त्यामुळे 'हेल्पर्स'च्या खर्चानं मुंबईला जायचं, पत्रव्यवहार वगैरे सर्व करायचं व त्या योजनेचा लाभ आम्ही 'हेल्पर्स' जसे बेळगाव, पंढरपूर, इचलकरंजी, सांगली वगैरेच्या अपंगांना देत असू, त्याप्रमाणे या बेळगाव संस्थेला मिळणाऱ्या मोफत साधनांपैकी काही साधनं 'हेल्पर्स'च्या लाभार्थींना द्यावीत, असं ठरलं. त्याप्रमाणे आम्ही आमच्या लाभार्थींच्या कागदपत्रांची पूर्तता केली, तरी बेळगावहून पूर्तता झाली नाही. त्यांना फोन करूनही काम झालं नाही. पण नमाताईंना मी शब्द दिलेला होता. योग्य वेळी कागदपत्रांची पूर्तता न झाल्यास 'नासीओ'चं तेवढ्या रकमेचं अनुदान वाया गेलं असतं. नक्की रक्कम काही आता आठवत नाही, पण सत्तर हजारांच्या पुढील ती रक्कम असावी. शेवटी पी. डीं. ना विचारून बेळगावच्या संस्थेच्या लाभार्थींच्या कागदपत्रांची पूर्तता आपणच करायची, असं ठरवलं. त्यांना त्याप्रमाणे फोनवर निरोप दिला व मी, डॉ. छाया देसाई, अभिजित वगैरे बेळगावला गेलो. बेळगावला ऑर्डर दिलेल्या कॅलिपर्सचं कामही अजून पूर्ण झालेलं नसल्यानं ते काम कोठवर आलंय, तेही पाहायचं होतं.

आम्ही बेळगावला पोहोचलो, त्या दिवशी त्यांची सभा होती व त्यात बरीच गरमागरम चर्चा झाली असावी. आम्ही आमच्या कामात मग्न होतो. काम संपताच निघायचं होतं. दुसऱ्या दिवशी ऑफिस गाठायचं होतं. आम्ही दुपारच्या जेवणाचा डबासुद्धा आमच्याबरोबर नेला होता. हे असं करायची सवय देशभ्रतारांनी लावली होती. त्या सवयीत अनेक फायदे होते. आपल्या जाण्यामुळे इतरांना त्रास होत नाही. वेळेवर जेवता येतं, बाहेरचं खाऊन तब्येत बिघडण्याचा धोका नसतो आणि पैशाची बचत होते. बेळगाव संस्था पूर्वी मला माझीच संस्था वाटत होती. यावेळीही तिथले अपंग आणि कोल्हापूरचे अपंग माझ्या दृष्टीनं वेगवेगळे नव्हते. काही ओळखीच्या

लोकांनी स्वत: होऊन संस्थेतील काही माहिती मला दिली. मैत्रीण असूनही याबाबत आपण दखल द्यायची नाही, असं ठरवून मी काही न बोलता कोल्हापूरला परतले आणि ऐकलेलं सर्व विसरूनही गेले. रजनीलाही वृत्तांत दिला नाही. 'हेल्पर्स'शी फक्त संबंधित बाबींचीच चर्चा केली.

बेळगावचे कॅलिपर्स बनवणारे टेक्निशियन श्री. समुद्रे मूळ मिरजेचे. आमच्या मुलांच्या कॅलिपर फिटिंगसाठी त्यांना कोल्हापूरला बोलावलं होतं. त्यावेळी त्यांनी सांगितलं, की हे काम पूर्ण होताच ते बेळगाव संस्थेची नोकरी सोडत आहेत. दोन महिन्यांनी त्यांचा व्हिसा आल्यावर ते गल्फमध्ये नोकरीसाठी जाणार आहेत. मधल्या काळात आम्ही व्यवस्था केल्यास ते आमच्या मुलांना कॅलिपर्स बनवण्याचं काम शिकवतील. याच सुमारास 'आम्हाला कॅलिपर टेक्निशियनची गरज आहे. 'नासीओ'तून शिकून बाहेर पडलेल्यांचे नाव-पत्ते मला पाठवा,' असं मी नमाताईंना लिहिणार आहे, असं बेळगावच्या संस्थेच्या सेक्रेटरीजवळ मी बोलले. तर 'त्याच पत्रात आम्हालाही टेक्निशियन पाहिजे हे लिहा,' असं त्यांनी सांगितल्यानं, दोन्ही संस्थांसाठी टेक्निशियन्स हवे आहेत, असं पत्र मी पी. डीं. कडून लिहून घेऊन नमाताईंना पाठवलं होतं.

श्री. समुद्रेंचा प्रस्ताव मी कमिटीपुढे ठेवला. शस्त्रक्रिया झालेल्या मुलांच्या बाबतीत त्वरित कॅलिपर न मिळाल्यास पायाच्या सोडवलेल्या शिरा परत आखडायचा धोका असतो. असं दोन मुलांच्या बाबतीत झालं होतं. असं झालं म्हणजे पैसा, वेळ आणि सोसलेल्या वेदना सर्व वाया जात होतं. यामुळं कमिटीनं भाईजानच्या फ्लॅटमध्ये ट्रेनिंग सेंटर सुरू करून त्यात कॅलिपर्स बनवण्याचं ठरवलं. आठ दिवसांत जनवाडकरकाका आणि डॉ. मोहनराव गुणे यांनी पन्नास हजारांची यंत्रसामग्री मिळवून दिली व आमचं ट्रेनिंग सेंटर सुरू झालं. अरुण लोखंडेसाठी बापूसाहेब वालावलकर यांच्याकडे मीच विनंती केली, की अरुणला त्यांच्या सेवेतून मुक्त करा. कॅलिपर्स बनवण्याचं प्रशिक्षण आम्ही त्याला देणार आहोत. त्यांनी आनंदानं अरुणला नोकरीतून मुक्त केलं.

आमचा दुसरा प्रशिक्षणार्थी होता राजेंद्र चव्हाण. राजेंद्र चव्हाण चिकोडीचा. आठवीत शिकत असताना एक पाय पूर्ण सडलेला व दुसरा पाय गुडघ्यापासून नाही, अशा अवस्थेत आलेला. वर्षभर डॉ. सातवेकर त्याच्या पायाची जखम बरी करण्याचा प्रयत्न करत होते. मी कंटाळून 'जखम बरी होत नाही, तर तो पायच कापा,' म्हणताच त्यांनी मला समजावलं, ''मनुष्याच्या शरीराचा कोणताही अवयव आपण जिवंत करू शकत नाही. अगदी शेवटचा उपाय म्हणूनच असे अवयव काढायचे असतात.'' पण दीड वर्षांनंतर डॉ. सातवेकरांनी हार मानली आणि त्याचा पाय मुंबईला नेऊन काढण्याचा सल्ला दिला. आतापर्यंत मुंबईच्या हाजी अली

येथील 'अखिल भारतीय विकलांग चिकित्सा केंद्रा'तील डायरेक्टरांशी पूर्ण परिचय झालेला होता. आमच्या पेशंटना ते त्वरित दाखल करून घेत. राजेंद्रलाही त्यांनी दाखल करून घेतलं. नेहमीप्रमाणे मामांचं सहकार्य होतंच. राजेंद्रचा दुसरा पाय दफन करताना त्याच्या वडिलांचं रडणं बघून मामांचं मनही हेलावलं.

राजेंद्र अनेक महिने मुंबईत राहिला. अर्थातच, सर्व खर्च संस्थेनं केला. परतला तो दोन्ही कृत्रिम पायांवर उभा राहूनच! त्याला बघून अतिशय समाधान झालं. मुंबईहून परत येताच त्याला कॅलिपर्स बनवण्याचं काम शिकवलं. इतके दिवस त्याच्या जेवणा-राहण्याचा खर्चही आम्हीच करीत होतो. आता त्याला विद्यावेतन देऊ लागलो. तो भाईजानच्या फ्लॅटमध्ये 'आत्माराम' मध्येच राहू लागला. स्वयंपाक करून खाऊ लागला. स्वकष्टाची भाकर तो खात होता आणि मी तृप्त होत होते. कालांतरानं प्रशिक्षण केंद्राचा विस्तार झाला. राजेंद्रला मिळणारी रक्कम वाढली. तो जास्त पैसे घरी पाठवण्याऐवजी गुटखा खाऊ लागला, दारू पिऊ लागला. त्याला अनेकवार समजावलं. रागावले आणि शेवटी त्याला त्याच्या गावी पाठवलं. त्याचं क्षमायाचनेचं पत्र आलं. त्याच्या गावातच त्याला पानपट्टीचं दुकान काढायचं आहे, आर्थिक मदत करा. त्याच्या वडिलांनीही ग्वाही दिली. मग वैयक्तिक रकमेतून त्याला परत करण्याच्या अटीवर आर्थिक मदत दिली. पैकी काही रक्कम त्यानं परत केली. बाकी मी माफ केली. मध्यंतरी संस्थेत काही कामानिमित्त तो आला होता. उत्तमपैकी नव्हे, पण त्याचं बऱ्यापैकी चाललं आहे.

आम्ही आम्हाला लागणारे कॅलिपर्स, कुबड्या स्वत:च्या प्रशिक्षण केंद्रात बनवायला लागलो. आता आम्हाला इतरांवर अवलंबून राहावं लागत नव्हतं. जास्त पैसा खर्च होत नव्हता. याच्या समाधानात दिवस चालले होते आणि बेळगावहून रजिस्टर पोस्टानं एक पत्र आलं. धक्कादायक होतं ते पत्र. बेळगावच्या संस्थेच्या अध्यक्षांचं ते पत्र होतं. त्यांच्याकडून हे असलं पत्र..! पत्र इंग्लिशमध्ये होतं. मी ते जपून ठेवलं आहे. मजकूर असा होता -

'आमचा टेक्निशियन तुम्ही पळवलात. त्यासाठी बेळगाव लाभार्थींचे कागदपत्र तयार करवून घेण्याचं निमित्त करून येथे आलात. बेळगाव संस्थेला घातक असं वर्तन तुम्ही केलं आहे. महाराष्ट्राबाहेर राज्य पातळीवर आपण कार्य करतो, हे दाखवून देण्यासाठी तुम्ही हे केलंत.'

ते अध्यक्ष दारू पितात हे माहीत होतं. पण असं नशेत त्यांनी पत्र लिहिलं, तरी सेक्रेटरीनं त्यांना ते पाठवायची कशी काय परवानगी दिली? का तीही बेळगाव संस्थेला जागा मिळवण्यासाठीचं माझं सहकार्य विसरली? ती संस्था आणि कोल्हापूरमध्ये प्रथम स्थापलेली संस्था या जुळ्या बहिणी आहेत. एक मला दुरावली, तरी बेळगावची दुसरी संस्था माझीच आहे, असं सतत म्हणणाऱ्या माझ्या मैत्रिणीनं त्या

पत्राचा माझ्यावर काय परिणाम झाला, हे विचारणारं पत्रही लिहिलं नाही अथवा फोनही केला नाही. एरवी बेळगाव संस्थेतून इतका प्रदीर्घ वेळ ती फोनवर गप्पा मारायची, की मला आणि रजनीला याचं आश्यर्च वाटायचं. कहर म्हणजे त्या पत्राची कॉपी त्यांनी रजनीलाही पाठवली.

त्याच्या उत्तरादाखल 'नासीओ'ला टेक्निशियनच्या संदर्भात लिहिलेल्या पत्राची व 'नासीओ' कॅम्प बेळगाव संस्थेच्या वतीनं मी घ्यावा, अशा बेळगाव संस्थेनं दिलेल्या पत्राची झेरॉक्स प्रत जोडून मी त्यांच्या त्या पत्राचं उत्तर दिलं. पण डोक्यात घण घातल्यासारखं होत होतं. त्या पत्रातील शब्द फेर धरून डोळ्यापुढे नाचत होते. शरीरातील आजारापुढे मी कधी हार मानत नाही. पण मनाच्या आजारानं, या विश्वासघाताच्या धक्क्यानं मी काही दिवस बिछाना धरला. त्यानंतर काही दिवसांनी त्या मैत्रीण म्हणवणारीचा फोन काही कामानिमित्तानं आला. तेव्हा मी तिला ओळखत नाही म्हणून सांगितलं. ती कोल्हापूरला येणार म्हणून म्हणताच मी तिला बजावलं, की "तू आलीस तरी मी तुला भेटणार नाही आणि तू माझ्या घरी येऊन माझ्या आईला त्रास देऊ नयेस." याचं कारण माझ्या अपंग मैत्रिणी आल्या, की त्यांना आंघोळीला पाणी देण्यापासून जेवणा-झोपण्याची व्यवस्था करण्यापर्यंतची सर्व कामं आई स्वत:ला संधिवाताचा त्रास असूनही हसत, एका शब्दानं मला न दुखवता करत होती. कधी कधी आईला आणि घरच्यांना असा त्रास देत असताना मलाच अपराधी वाटायचं. एकदा तर अजीजचे खास आमंत्रित पाहुणे येणार म्हणून केलेला खास स्वयंपाक, ही बेळगाव संस्थेची मंडळी न कळवता आल्यानं त्यांना जेवायला घालून, परत दुसरा साधा स्वयंपाक करून आईनं त्या अजीजच्या खास आमंत्रित मित्रांना जेवू घातलं होतं. मला नोकरी लागल्यावर मी बाहेर जेवायला नेते, असं कधी म्हटलं, तरी हे चालायचंच. 'तुम्हाला बाहेर जाण्यात त्रास आहे,' असं म्हणून अनेक वेळा अचानकपणे बेळगावकरांसाठी आई-वहिनी, बहिणींनी स्वयंपाक केलेला होता. इतक्या वर्षांतील अनेक सुखद आठवणी विसरून त्यांनी लिहिलेलं ते पत्र आठवलं, तर आजही माझ्या संवेदना असलेल्या शरीराची आग आग होते.

त्यानंतर अनेक पुरस्कार मला मिळाले, तेव्हा बेळगावच्या संस्थेला माझा सत्कार करण्याची इच्छा झाली. तसं त्यांचं पत्र आलं. तेव्हा त्या पत्राचं उत्तर मी पाठवलं नाही. मैत्रिणीचा फोन आला, तेव्हा म्हणाले, "त्या पत्रानं माझा सत्कार केला तेवढा पुरे नाही का? आता बेळगावला बोलावून कसला आहेर मला द्यायची इच्छा आहे?" चूक होते माणसाची निराशेच्या, रागाच्या भरात, हे मलाही कळतं. पण चूक उमगल्यावर त्यांनी लेखी माफी मागून मग मैत्रीचा हात पुढं करायला हवा होता. मला राग होता, तो त्यांनी माफी मागितली नाही याचा. त्यानंतर ते अध्यक्ष खूप आजारी पडले व आमच्या मैत्रिणीनं बोलावलं, तेव्हा राग विसरून आणि

पूर्वीची मैत्री आठवून मी त्यांना पी. डी. व रजनीबरोबर दवाखान्यात भेटूनही आले. आजही ती मैत्रीण येते. पण प्रेमाचा तो ओलावा आणि भावनेत गुंतून राहण्याइतका वेळही नसतो.

गॅस एजन्सी मंजूर झाली व ती सुरू करण्यासाठी कोणकोणती पूर्तता करणं आवश्यक आहे, याची चौकशी करण्याकरता मी आणि देशभ्रतार आम्ही मुंबईच्या गॅस एजन्सीच्या मुख्य कार्यालयात गेलो. तिथे आमच्या हातातील एजन्सी मंजुरीचं पत्र पाहून पहिला प्रश्न विचारला गेला, "किती लाख खर्च केलात ही एजन्सी मिळवण्यासाठी?" आम्ही हसून संस्थेचे अहवाल दाखवून म्हणालो, "आम्हाला देणगी घेण्याची सवय आहे. देण्याची नव्हे!" त्यानंतर आम्हाला माहिती मिळायला संध्याकाळ झाली. माहिती अशी होती - 'लोकवस्तीत ठराविक क्षेत्रफळाची शो रूम हवी. लोकवस्तीपासून दूर गोडाउन हवं. गोडाउनच्या चोहोबाजूंनी अमुक इतकी जागा मोकळी सोडली पाहिजे.' माहिती घेऊन कोल्हापूरला परतलो व शो रूमसाठी जागा बघायला सुरुवात केली. राजारामपुरी आदी ठिकाणी जागा थोडी स्वस्त होती. पण संस्थेच्या कार्याबरोबर आम्हा कार्यकर्त्यांना एजन्सीचं काम पाहणं अवघड गेलं असतं. यासाठी ताराबाई पार्क येथेच शो रूम घ्यायची ठरलं. सुदैवानं कोल्हापूर येथे झालेल्या अपंग क्रिकेट स्पर्धेचं उद्‌घाटन ज्यांच्या हस्ते झालं होतं, त्या बाळासाहेब पाटणकर यांचेच ताराबाई पार्क येथे दुकानगाळे द्यायचे होते. दरात थोडी सवलत घेऊन विनासायास शो रूमसाठी दोन दुकान गाळे संस्थेच्या नावे खरेदी करण्यात आले. संस्थेच्या मालकीची ती पहिली मालमत्ता होती. अर्थार्जनाच्या क्षेत्रातील आमचं ते पहिलं पाऊल होतं.

शो रूमच्या बरोबरीनं गोडाउनसाठी जमीन बघायला सुरुवात केली. आठवड्यात चार पाच वेळा तरी जागा बघायला जात होतो. नियमात बसणारी जागा बघण्यात सहा महिने गेले. जमीन ताब्यात मिळून त्यावर विशिष्ट पद्धतीचं गोडाउन बांधून एक वर्षाच्या आत गॅस एजन्सी सुरू झाली नाही, तर हातातील मंजुरी पत्र रद्द झालं असतं. डोक्यावर वेळेची टांगती तलवार घेऊन, नोकरी सांभाळून जमीन शोधत होतो. शेवटी एक जागा टेंबलाईजवळ मिळाली. सरकारी नियमात ती बसेल असं आम्हाला वाटलं. गॅस एजन्सीच्या अधिकाऱ्यांना 'ती जागा येऊन बघा व होकार द्या, म्हणजे खरेदी व्यवहार करतो' म्हणून कळवलं. पण त्यांच्याकडून काहीच कळलं नाही. शेवटी ती जागा दुसऱ्यानं घेऊ नये म्हणून आणि त्या वेळच्या गॅस एजन्सीचे कोल्हापूर येथील प्रतिनिधी, जे क्वचितच ऑफिसच्या वेळेत भेटत असत, त्यांनी ती जागा बघितली होती, म्हणून आम्ही अॅग्रीमेंट केलं. मालकास पैसे

दिले. स्टॅप ड्यूटीही भरली आणि जागा ताब्यात घेऊन बांधकाम सुरू करत असल्याचं कंपनीला कळवलं.

हे सर्व ठरवत असतानाच अचानक कंपनीचे अधिकारी कोल्हापूरला आले. त्यांना जागा दाखवायला मी आणि पी. डी. गेलो. गाडीत संस्थेची माहिती सांगत पी. डीं. नी 'भरारी' स्मरणिकेचा अंक त्यांना दाखवण्यासाठी पुढं केला. त्याच्या मुखपृष्ठावर दोन्ही हातपाय नसताना तोंडात पेन धरून लिहिणाऱ्या मुलाचं व पायात कॅलिपर घालून झोक्यावर उभं राहून उंच झोका घेणाऱ्या मुलीचं चित्र होतं! तेव्हा झुरळ झटकावं त्याप्रमाणे ती स्मरणिका त्यांनी झिडकारली आणि रुक्ष स्वरात ते म्हणाले, "तुमच्या या अपंग कल्याणकार्याशी माझा काही संबंध नाही. फक्त एजन्सीसंबंधी बोला. अवांतर नको." मी आणि पी. डीं. नी तो अपमान पचवला. जागेजवळ पोहोचेपर्यंत स्तब्धच राहिलो. त्यानंतर त्या अधिकाऱ्यानं चक्क ती जागा नामंजूर केली. सर्व पैसे परत मिळवून ॲग्रीमेंट कॅन्सल करण्यात बरीच शक्ती खर्ची पडली. त्यावेळी आठवलं, अजीज सुट्टीत मस्कतहून कोल्हापूरला आला होता. मी ऑफिसमध्ये नोकरीच्या ठिकाणी असताना असेच शो रूम मंजुरीसाठी अचानक कंपनीचे अधिकारी आले, तेव्हा ऑफिसमधून निघणं मला शक्य नसल्यानं मी अजीजला त्या अधिकाऱ्यांबरोबर पाठवलं. बोलता बोलता, अजीज कुठे नोकरी करतो हे त्या अधिकाऱ्यांनी विचारलं. दर तीन महिन्यांनी तो मस्कतहून कोल्हापूरला येतो, ते त्यांना कळलं आणि अजीजला या कामी पाठवण्यात माझी चूक झाली असं वाटलं.

गॅस एजन्सीची मंजुरी मिळताच सर्वप्रथम आम्ही गोडाउनसाठी शिरोली येथील औद्योगिक वसाहतीत जमीन मिळण्यासाठी अर्ज केला होता. एकाच ठिकाणी गोडाउन व भविष्यकाळात तिथेच अपंग व्यावसायिक प्रशिक्षण केंद्र सुरू करायचं, या विचारानं वीस हजार चौरस फूट जागेची मागणी शासनाकडे केली होती. परंतु जागा मंजुरीला खूप वेळ लागतो आणि तोपर्यंत एजन्सी सुरू करण्यासाठीची मुदत निघून जाईल, अशी भीती असल्यानं खासगी जमीन खरेदी केली होती. एम. आय. डी. सी. तील जागा लवकर मिळावी, म्हणून उद्योग भवन येथे माडीवर असलेल्या कार्यालयात सौ. नीता, श्री. देशभ्रतार व मी जाऊन आलो होतो. पण कोल्हापूरहून कागदपत्रं मुंबई कार्यालयात जाऊन मग तिथून मंजुरी येणार, असं सांगण्यात आलं होतं.

आम्ही खरेदी केलेल्या जागेस कंपनीनं नकार देताच मी ताबडतोब मुंबई गाठली. एम. आय. डी. सी. च्या ऑफिसमध्ये जाण्यासाठी तयार होऊन निघाले. निघण्याआधी फोन केला होता. तेव्हा कळलं, संबंधित अधिकारी श्री. पठाणसाहेब विमानानं दिल्लीला जाणार आहेत. 'लवकर आलात तर त्यांची भेट घडवून देईन,'

असं त्यांच्या खासगी सचिवानं सांगितलं. लिफ्टजवळ आलो तर लिफ्ट बंद. पाच मजले व्हीलचेअरसहित. अरुंद जिन्यावरून वळणावर व्हीलचेअर पूर्ण उचलावी लागते. पण हे दिव्य बहीण रेहाना, तिच्या मुली व सोबत आलेले मदतनीस श्री. अरुण लोखंडे यांनी केलं. त्यांनी मला व्हीलचेअरसहित खाली आणून दाखवलं. मला खाली आणताना मनात धास्ती होती. खाली आणणाऱ्यांना काही होणार तर नाही ना? सर्वजण घामाघूम झाले होते. भाईसाब बऱ्याच वेळा स्वत: टॅक्सीनं ऑफिसला जाऊन गाडी माझ्यासाठी ठेवीत. त्यामुळे गाडीतून अगदी वेळेत आम्ही एम. आय. डी. सी. च्या मुख्य कार्यालयात पोहोचलो. अगदी थोड्या पायऱ्या होत्या. त्याही चढून गेलो. पठाणसाहेबांच्या खासगी सचिवानं आम्हाला त्वरित पठाणसाहेबांच्या केबिनमध्ये नेलं. संस्थेचे अहवाल, फोटो व जमिनीसंबंधीची फाईल बघताच पठाणसाहेबांनी कोल्हापूर ऑफिसला फोन लावला. आमच्यासाठी चहा मागवला. फोनवर कोल्हापूरच्या अधिकाऱ्यांशी ते बोलले. "चाकातल्या खुर्चीत असलेल्या एका स्त्रीला तुम्ही मुंबईपर्यंत यायला लावता? अजून ती फाईल मुंबईला का आली नाही? सविस्तर अहवालासहित त्वरित ती फाईल मुंबईला आली पाहिजे.... मी आज दिल्लीला जात आहे. परत येईन तेव्हा फाईल माझ्या टेबलावर असली पाहिजे..." ओळख नाही, देख नाही. पण केवढं सहकार्य! अशा अनेक व्यक्तींमुळे आमच्यासारख्या संस्था जिवंत आहेत. मी त्यांना धन्यवाद दिल्यावर, "खरं तर आम्ही तुमची क्षमा मागितली पाहिजे झालेल्या दिरंगाईबद्दल. तुमचं काम करतो. तुम्ही निश्चिंत होऊन कोल्हापूरला जा. अशा संस्थेला मदत करणं हे पुण्याचं काम आहे. मी तर फक्त माझी ड्यूटी करत आहे," असं श्री. पठाणसाहेब बोलले. समाधानानं हसून 'मंजुरीचं पत्र न्यायला कधी येऊ,' असं मी विचारलं, तर 'त्याची गरज नाही, कोल्हापूरमध्ये ते पत्र तुमच्या हातात मिळेल,' असं आश्वासन त्यांनी दिलं. लवकरच ती जागा ताब्यात आली. गोडाउनच्या जागेचं भूमिपूजन बाबूकाकांचे जिवलग मित्र बाळासाहेब जनवाडकर यांच्या हस्ते केलं. मी आणि अनेक अपंगांनी हातात कुदळ घेतली. स्वत:च्या जागेतील तो कार्यक्रम रोमांचकारी होता आम्हा सर्वांसाठी..!

त्या जागेवरील गोडाउनचा प्लॅन मंजूर करवून आणण्यासाठी मला परत मुंबईला जावं लागलं. कारण पोस्टानं पाठवलेल्या कागदपत्रांची रजिस्टरची पावती येण्याव्यतिरिक्त संबंधित कार्यालयातून काहीच कळलं नव्हतं. मुंबईला जाताना यावेळी एका हितचिंतकाला फोननं मी येणार असल्याची कल्पना दिली होती. त्यांनी आधीच सर्व चौकशी केली आणि उद्योगधंदा चालवण्यासाठी आवश्यक गोष्टींचं ज्ञान मला देण्यासाठी एका उच्च पदावर असलेल्या अनुभवी व्यक्तीची व माझी भेट घडवून दिली. कडू कारल्याप्रमाणे मी हे ज्ञानाचे धडे केवळ अपंगांच्या

उज्ज्वल भवितव्यासाठी गिरवले आणि पचवले. मंजूर प्लॅन घेऊन परतले. आनंदात काहीतरी कमतरता भासत होती. पण संस्थेला कायमस्वरूपी उत्पन्नाचं साधन म्हणून आम्ही या एजन्सीकडे बघत होतो. कर्ज फिटल्यावर त्याच्या उत्पन्नातून वसतिगृहाचा खर्च भागावा, ही अपेक्षा होती.

गोडाउन बांधून झाल्यावर यानंतरचं काम होतं एक्स्प्लोजिव्ह लायसेन्स मिळवण्याचं. परत माझी वरात मुंबईला! यावेळी त्या कार्यालयाच्या अधिकाऱ्यांना कोल्हापूरला आणून गोडाउन दाखवून लायसेन्स घेण्याचं दिव्य करायचं होतं. कार्यालयात गेल्यावर आत आधी मुंबईतील हितचिंतक गेले. काय बोलणी झाली मला नीट समजलं नाही. यावेळी काम झालं. लायसेन्स घेऊन मी मरगळलेल्या मनानं परतले. अपंग कल्याणाच्या प्रत्यक्ष कार्यात रात्रंदिवस काम करूनही न थकणारी मी एक व्यवसाय उभा करताना शरीरानं नव्हे, पण मनानं थकू लागले.

सर्व बाबींची पूर्तता करून मार्च ९३ पूर्वी कंपनीशी करार होणं आवश्यक होतं. परत मी मुंबईला गेले. प्रत्येक वेळी रेल्वेनं प्रवास करत होते. मुंबईतील कंपनीच्या मुख्य कार्यालयात कराराचे कागद मिळाले. ते घेऊन पुण्याच्या विभागीय कार्यालयात सह्या होणार होत्या. पण त्यापूर्वी कोल्हापूरच्या जिल्हाधिकारी कार्यालयातून एक पत्र घेणं आवश्यक होतं. वेळ अतिशय थोडा होता. रेल्वेचं रिझर्व्हेशन मिळणं अवघड होतं. शेवटी मुंबईहून टॅक्सीनं कोल्हापूर गाठलं. वाटेत कऱ्हाडजवळ एका टँकरला आग लागल्यानं तासभर थांबावं लागलं. तेव्हा आठवला, थोड्याच दिवसांपूर्वी झालेला आमच्या सह्याद्री एक्स्प्रेसचा अपघात...

झालं असं, की अनुताई भागवत यांनी संस्थेच्या कार्यावर एक स्लाईड शो बनवला होता. स्वतःच प्रोजेक्टर खरेदी करून पहिला कार्यक्रम पुण्यात आयोजित केला. तो प्रोजेक्टर घेण्यासाठी आम्हाला पुण्याला बोलावलं. संस्थेच्या आम्हा कार्यकारी मंडळाला आपापले नोकरी व्यवसाय सांभाळून संस्थेच्या कार्याबरोबर संस्थेच्याच हितासाठी आवश्यक जनसंपर्क करायला खरोखर वेळच मिळत नव्हता. त्यामुळे कोल्हापूरमधील असंख्य लोकांना संस्थेच्या कार्याची माहिती नाही हे जेव्हा अनुताईंनी ओळखलं, तेव्हा त्यांनी संस्थेसाठी एक स्लाईड शो तयार केला. या कामी संस्थेचे कार्यकर्ते व प्रसिद्ध फोटोग्राफर अनिल वेल्हाळ यांनी मनःपूर्वक सहकार्य दिलं. अनिल वेल्हाळ आमचे मित्र व नंतर संस्थेचे कार्यकर्ते आहेत.

मला जेव्हा जेव्हा माझी शक्ती संस्थेच्या एखाद्या कामाकरता अपुरी आहे असं वाटतं, तेव्हा वेळ अवेळ न बघता मी अनिलला फोन करते. तो असेल तिथून धावत येतो. मग मुंबई, दिल्लीची सहल असो, वा स्पोर्टस् असो, तो मदतीसाठी हजर असतो. कोल्हापूरच्या महानगरपालिकेच्या वरच्या मजल्यावर मला चढवल्यावर सकाळपासून दुपारपर्यंत थांबून माझं काम झालं नाही, म्हणून मी फोन करताच तिथे

येऊन माझं काम फत्ते करून देण्याचं काम तो तत्परतेनं व आनंदानं करतो. त्याला मी 'अहो जाहो' न म्हणता एकेरी संबोधावं, हा त्याचाच आग्रह.

अशा या अनिलनं व त्याचा भाऊ प्रशांत यानं अनुताईंना हव्या तशा स्लाईडस करून दिल्या. त्यावर अनुताईंनी स्वत: कॉमेन्ट्री तयार करून ती अतिशय प्रभावी आवाजात टेप करून घेतली. त्याला नाव दिलं, 'आम्ही पुढेच जाऊ' व प्रोजेक्टर विकत घेऊन 'आम्ही पुढेच जाऊ' चा पहिला कार्यक्रम पुण्याच्या पुण्य नगरीत आयोजित केला. तो प्रोजेक्टर स्लाईड शोसहित संस्थेला प्रदान करण्याचा कार्यक्रमही त्याचवेळी आयोजित केला. मी, रजनी, पी. डीं. नी यासाठी पुण्याला यायलाच हवं असा त्यांनी आग्रह धरला. कोयना एक्स्प्रेसनं, रेल्वेच्या भाड्यातील सवलत त्यावेळी फर्स्टक्लासलाही असल्यानं मी, पी. डीं. नी रजा घेतली व रजनी, विश्रांतीसोबत फर्स्टक्लासनं पुण्याला गेलो. अनेक वर्षांनंतर मी व पी. डीं. नी त्या प्रवासात प्रथमच मनसोक्त अनेक विषयांवर गप्पा मारल्या. कारण नेहमी वेळ थोडा - कामं जास्त अशा प्रसंगीच आम्हा कार्यकर्त्यांची भेट होत असल्यानं वैयक्तिक गप्पा कधी होतच नाहीत.

पुण्यातील 'आम्ही पुढेच जाऊ' कार्यक्रम कल्पनेपलीकडे चांगला झाला. आता आम्हाला वेळ नसला, तरी या प्रोजेक्टर आणि स्लाईड-शोच्या द्वारे आम्ही लोकांपर्यंत आमचं कार्य नेऊ शकत होतो.

अनुताईंचे त्यातील शब्द आहेत :

'विघ्नास दूर करूनी आम्ही पुढेच जाऊ,
आम्हीच ते उद्याचे आकाश-चंद्र पाहू'

'वेदनेला नसते जात, वेदनेला नसतो धर्म, वेदनेला नसते सीमा. म्हणूनच कोंडलेली वेदना बाहेर पडली, ती सामर्थ्य बनून इतरांच्या अडखळत्या पावलांना दिशा देण्यासाठी, मार्ग दाखवण्यासाठी...'

कार्यक्रम संपताच आम्ही चौघं सह्याद्री एक्स्प्रेसनं कोल्हापूरला यायला निघालो. अर्थातच, फर्स्ट क्लासच्या चार बर्थच्या कंपार्टमेन्टमध्ये आम्ही होतो. माझा सेंट्रल एक्साईजमधील सहकारी सुरेश गुरव. अगदी तरुण होतकरू मुलगा. मला रेल्वेत चढवण्यासाठी खास आला होता. प्रोजेक्टर त्यानं पायाखालच्या बाजूला असलेल्या स्टूलावर ठेवला. 'तिथे नको, पडला तर फुटेल' असं मी म्हणताच, 'नाही पडणार' म्हणू लागला. पण एखादी गोष्ट माझ्या मनाला खटकली, तर माझ्या मनासारखंच आग्रहानं करून घ्यायची मला वाईट सवय आहे. त्या स्टूलाखाली व्यवस्थित प्रोजेक्टर बसत असताना विनाकारण वर का ठेवायचा, म्हणून मी आग्रहानं प्रोजेक्टर खाली ठेवून घेतला.

परतीचा प्रवास सुरू झाला. रजनी, मी व पी. डी. गप्पांत रंगून गेलो. रात्रीचे

दोन-अडीच कधी वाजले कळलं नाही. आता झोपायचंच. नाहीतर दुसऱ्या दिवशी ऑफिसमध्ये त्रास होईल, म्हणून डोळे मिटले. अर्ध्या तासात झोपेच्या कुशीत शिरत असताना प्रचंड मोठा आवाज झाला. डब्यात धूर आल्यासारखा वाटला. भूकंप झाला, की रेल्वेवर दरोडा पडला, की रेल्वेला आग लागली, काहीच कळेना. प्रचंड हेलकावे खात, बर्थवरून मी व रजनी खाली पडता पडता कशाला तरी धरून कोण जाणे पण स्थिरावलो. रेल्वेचा डबा तिरका झालेला वाटत होता. रेल्वे थांबली होती. पी. डी. दार उघडू लागले, तेव्हा त्यांना थांबवलं. बाहेर खूप लोकांचा आवाज येऊ लागल्यावर दार उघडलं. ज्याला धूर समजत होतो ती धूळ व माती होती. रेल्वे रूळ सोडून खाली घसरली होती. रेल्वेचे अकरा तुकडे झाले होते. पाच-सात डबे रुळाच्या खाली होते. एक मोठी लोखंडी सळी तुटून आमच्या दारात येऊन पडली होती. दुसऱ्या डब्यांची बरीच मोडतोड झाली होती. पण आश्चर्य म्हणजे आम्हा चौघांपैकी एकालाही खरचटलं देखील नव्हतं. गाडी थांबताच आम्ही अपंग म्हणून अनेक अधिकारी, डॉक्टर आमची विचारपूस करायला डब्यात आले. आम्हाला काळजी प्रोजेक्टरची होती. त्याला धक्काही लागला नव्हता, हे नवलच होतं. मध्यरात्रीची तीनची वेळ. सर्व प्रवासी झोपले होते, म्हणून जीवितहानी टळली. हाच अपघात दिवसा झाला असता, तर लोकांनी भीतीपोटी गाडीबाहेर उड्या टाकून जीव वाचवण्याऐवजी गमावला असता.

प्रवासाला निघताना सकाळच्या नाश्त्यासाठी आम्ही काही घेतलं नाही, म्हणून अनुताईंनी उरलेल्या चपात्या व चटणी सोबत दिली होती. 'नाश्त्याला घरी पोहोचतो, काही नको,' म्हणून रजनी नको म्हणत असताना अनुताईंचं मन राखण्यासाठी मी त्या चपात्या ठेवून घेतल्या होत्या. दुसरी रेल्वे येईपर्यंत सकाळचे अकरा वाजले व त्या अनुताईंच्या चपात्या इतक्या आवडल्या, की सदैव आठवणीत राहतील. भूक लागल्यावर खाल्लेलं सर्वच छान चविष्ट लागतं. एरवी मला वाफा निघणारं पहिल्या वाफेचं गरमागरम जेवण हवं असतं.

रेल्वे अधिकाऱ्यांनी दुसरी रेल्वे अशा तऱ्हेनं लावली, की त्या नवीन आलेल्या रेल्वेचा फर्स्ट क्लासचा डबा आमच्या डब्यासमोर आला. तरीही प्लॅटफॉर्म नसलेल्या ठिकाणी एवढ्या उंचीवरून एका डब्यातून मला आणि रजनीला उतरवून दुसऱ्या डब्यात चढवणं, ही काही साधी गोष्ट नव्हती आणि मुख्य म्हणजे नेहमीचे अनुभवी मदतनीस बरोबर नव्हते. पण रेल्वेतील प्रवासी व अधिकाऱ्यांनी आम्हाला संकोच वाटणार नाही, अशा पद्धतीनं दुसऱ्या डब्यात चढवलं. रेल्वेच्या अपघाताच्या निमित्तानं समाजाच्या सहकार्याचा खूप चांगला अनुभव आठवणीच्या गाठोडीत बांधला गेला. थोड्या थोड्या वेळानं मला आणि रजनीला काही त्रास नाही ना, औषध हवंय का, असं सर्वजण विचारत होते. घरी या अपघाताची बातमी कळली

असणार आणि सगळे काळजीत असणार याची कल्पना होती. पण कोल्हापूर रेल्वेस्थानकावर घ्यायला आलेल्या देशभ्रतारांनी अपघाताची बातमी घरी कळवली नव्हती. फक्त रेल्वे खूप उशिरा येणार आहे, एवढाच निरोप घरी दिला होता. दुपारी घरी पोहोचल्यावर आंघोळ आदी आटोपून गरमागरम जेवून शांत झोप काढली. ऑफिसला जाण्याचा प्रश्नच नव्हता.

मुंबईहून कोल्हापूरच्या प्रवासात टॅक्सीत बसून समोर पेटलेला टँकर बघताना मनात विचार आला, पुण्याच्या पुढे कऱ्हाडजवळ याच ठिकाणी अपघात का होतात? रजनी, पी. डीं. ची मिनी बसही याच ठिकाणी उलटली होती व सुदैवानं त्यांना दुखापत झाली नव्हती. पुण्याच्या रेल्वे अपघातानंतर कोल्हापूरला पोहोचल्यावर झोपता आलं होतं. पण यावेळी उशीर झाला, म्हणून थोडाही आराम न करता जिल्हाधिकारी कार्यालयातील काम आटोपून परत पुणं गाठायचं होते. सोबत हारूनमामा व विश्रांती होते.

उशीर झाल्यानं टॅक्सी घरी न नेता देशभ्रतारांकडे घेतली. नीताला जिल्हाधिकारी कार्यालयातील कागदपत्रं आणण्यासाठी तिथं सोडलं. तेथील अधिकाऱ्यांना लवकर काम करून देण्याची विनंती करून घरी येऊन आंघोळ केली. आई 'जेवून जा' म्हणत होती. तिला 'डब्यात जेवण भर, टॅक्सीत जेवते,' म्हणून सांगितलं. कारण परत दुपारी तीन ते चारच्या दरम्यान मला पुणं गाठून गॅस एजन्सीचा करार पूर्ण करून घेऊन एजन्सी सुरू करण्याचा परवाना मिळवायचा होता. शेवटचा दिवस होता तो. जिल्हाधिकारी कार्यालयात गेले, तर कागदपत्रं तयार नव्हती. मला टॅक्सीतून उतरून त्या पायऱ्या चढून वर जावं लागलं. पण मी जाताच त्वरित काम झालं. नीताचे आणि त्या कार्यालयातील सर्व कर्मचाऱ्यांचे आभार मानून कोल्हापूर सोडलं. पुण्यात कंपनीच्या कार्यालयात वेळेत पोहोचल्यावर सुटकेचा निःश्वास सोडला. देवानं यश दिल्याबद्दल त्याचे आभार मानले. सर्व कागदपत्रांवर त्या अधिकाऱ्यांच्या व माझ्या सह्या होऊन कोल्हापूरला मध्यरात्री पोहोचले. आता आम्हाला गॅस कनेक्शनसाठी बुकिंग करून घेता आलं असतं.

काहींनी सल्ला दिला, इतर डीलर्ससारखं बुकिंग करून घ्या. एकदम जास्त बुकिंग करू नका. मी स्वतः अनेक वर्षं गॅससाठी बुकिंग करू शकले नव्हते. जेव्हा विचारावं तेव्हा, 'आता बुकिंग सुरू नाही, थोड्या दिवसांनी या.' हेच उत्तर मिळत होतं. सर्वसामान्यांनाही गॅस कनेक्शन मिळावं, रॉकेलसाठी रांगेत दिवसभर उभं राहायला लागू नये, म्हणून बुकिंग सर्वांसाठी खुलं ठेवण्याचं ठरवून तशी बातमी आम्ही दिली. आम्हाला कंपनीनं पूर्ण महापालिकाक्षेत्र दिल्यानं कोल्हापूरमधील कोणत्याही कानाकोपऱ्यातील रहिवासी आमच्याकडे बुकिंग करू शकणार होता व सर्वसामान्यांपर्यंत स्वयंपाकाचा गॅस पोहोचवून आम्ही स्वतःला धन्य समजणार

होतो. अर्थार्जनबरोबर समाजकल्याणाचं स्वप्न आम्ही पाहत होतो.

माझ्या सुदैवानं आमच्या घराण्यात अगदी जवळचं लग्न निघालं आणि मी आग्रहानं घरच्या सर्व मंडळींना लग्नाला पाठवलं. मला लग्नाच्या कार्यक्रमात नटूनथटून सहभागी होण्याची आवड नाही व आता तर गॅस एजन्सीच्या सुरुवातीच्या काळात मी कोल्हापूरमध्ये असणं जरुरीचं होतं. माझ्याबरोबर विश्रांती, नीता वगैरे आमच्या घरी राहतील, असं ठरलं. सर्व मंडळी गावाला गेली. आठ दिवस 'नशेमन'मध्ये संस्थेचे कार्यकर्ते रात्रंदिवस काम करत होते. डायनिंग हॉलच्या टेबलाला कार्यालयीन टेबलाचं स्वरूप आलं.

गॅस कनेक्शनसाठी खुली नोंदणी कोल्हापूरच्या इतिहासात बहुतेक पहिल्यांदाच होत होती. पहिल्याच दिवशी पाच हजारच्या वर लोक आले. सर्वांना एकाच दिवशी पावत्या देणं शक्य नव्हतं. कागदपत्रं ठेवून प्रत्येकाला कूपनवर पावती नेण्याची तारीख लिहून दिली व त्या तारखेआधी पावत्या लिहिण्यासाठी आम्ही रात्रंदिवस पाळीपाळीनं काम करत होतो.

लोकांची गर्दी इतकी प्रचंड, की कागदपत्र घेऊन कूपन देण्यासाठी रस्त्यावर संस्थेचं पहिलं खरेदी केलेलं टेबल घेतलं आणि तिथेच काम सुरू केलं. मे महिना, कडाक्याचं ऊन, त्यातच मध्येच वळवाचा पाऊस आला तर छत्री घेऊन काम सुरूच राहिलं. पण काही मंडळींनी मात्र आमच्या सौजन्याचा गैरफायदा घेतला. आपापसात मी आधी, तू आधी करता करता माझ्या अंगावर, टेबलावर धक्काबुक्की सुरू करून खास व्हीलचेअरच्या उंचीनुसार करून घेतलेलं माझं लाडकं टेबल अक्षरश: जमीनदोस्त केलं. आम्हा कार्यकर्त्यांचा आवाज लोकांपर्यंत पोहोचावा म्हणून लाऊडस्पीकर आणला. पोलिसांनाही गर्दी, दंगा, भांडणं मिटवण्यासाठी बोलावलं. काही तथाकथित नेते लोकांचे ग्रुपस्, पैसे घेऊन बुकिंग मिळवून देतो म्हणून रेशन कार्डच्या झेरॉक्स आदी कागदपत्रांचे गठ्ठे आमच्या हातात देऊ लागले. अशी वशिलेबाजी करायची असती, तर आम्ही खुली नोंदणी केलीच नसती. त्या कागदपत्रांना हात न लावता ज्याची त्याला परत करायला लावली. तरीही माझ्या हातात कागदपत्रं देण्याचा प्रयत्न केला, तेव्हा ते झेरॉक्स चक्क मी फाडले व हा प्रकार थांबला. पोलिस आले आणि लाऊडस्पीकर लावणाऱ्या आमच्या कार्यकर्त्यांवरच चुकून पहिली लाठी पडली. त्या गर्दीत त्यांच्यापर्यंत पोहोचून पोलिसांना समजावेपर्यंत क्षणभर वाटलं, हे लोक टेबलासारखीच माझ्या व्हीलचेअरची अवस्था करतील की काय? स्वत:चं भलंबुरं कशा वागण्यात आहे, हेही त्यांना कळत नव्हतं. पोलिस सर्वांना शांत करत असताना मी चहा-कॉफी मागवून आधी स्वत: प्याले व इतर कार्यकर्त्यांनाही दिली. एरवी सर्वांत शेवटी खाण्यापिण्याची सवय आहे मला.

नोंदणी बंद केली. एक डबा मागवून त्याला छिद्र पाडलं. नोंदणीसाठी

आलेल्यांना आमच्या टेबलासाठी त्यात निधी टाकणार असाल, तरच बुकिंग सुरू करणार; नाहीतर सर्वांनी घरी परत जावं, असं सांगताच सर्वांनी डब्यात पैसे टाकायला सुरुवात केली. रात्री पैसे मोजले आणि दुसऱ्याच दिवशी जुनं टेबल दुरुस्त करून घेऊन वर एक गोदरेजचं लहान टेबल विकत घेतलं. याचसाठी मी नेहमी म्हणत असते, जे होतं ते भल्यासाठीच. एरवी गॅस एजन्सीला गरज असूनही असं उत्तम टेबल विकत घेणं परवडणारं नव्हतं.

आम्ही सर्व कार्यकर्ते संध्याकाळी खूप उशिरापर्यंत शो-रूम आणि आत्माराम अपार्टमेंटमध्ये काम करून सर्व रेकॉर्ड घेऊन घरी येत असू. चारही खोल्यांत काम सुरू असे. स्वयंपाकात जास्त वेळ न घालवता अंडी-पाव, पाव-भाजी, भात-आमटी यावर वेळ निभावली. एकदा रजनीनं फ्रीज उघडला, तर त्यात आईनं मला 'आठवणीनं खा' म्हणून सांगून ठेवलेले आंबे दिसले. मी चक्क विसरून गेले होते. सर्वांनी वाटून ते आंबे खाल्ले. आंब्यासारखी चीज मी विसरू शकते, याचं रजनीला आश्चर्य वाटलं. पण मध्यंतरी एकदा मला आंब्याची एवढी जबरदस्त रिॲक्शन आली होती, की पाच-सहा वर्षं मी आंब्याला स्पर्श केला नव्हता. होमिओपथी औषधं सुरू केल्यावर मी आंबा खाऊ लागले. डॉ. मोहनराव गुणे यांचे आभार मानावे तेवढे थोडे आहेत. मला बरं नसलं आणि कामाच्या रेट्यामुळे त्यांच्याकडे जाणं जमलं नाही, तर सकाळी उठल्याउठल्या ते घरी येतात व मला औषधं देतात. बरं नसतानाही औषध देऊन प्रवास करण्याची परवानगी देतात.

आजही घरी आंबे आणतात. पण वाटतं, आता आपले खाण्याचे दिवस संपले. ज्या मुलांचे हे आंबे खाण्याचे दिवस आहेत, त्यांना सोडून घरी आंबा खाताना नको वाटतं. परंतु मी आंबा खाल्ला नाही, तर आई आणि घरातल्या इतरांनाही खाण्यात गोडी वाटत नाही. मग उपाय उरतो हंगामात एकदा-दोनदा तरी वसतिगृहात आंबे घेऊन जाणं. याबाबतीत मामा, वाडीकरदादा आणि अजीज माझ्या भावना न सांगता ओळखून वसतिगृहात एकदा तरी आंबे घेऊन पाठवतात. मामा तर प्रत्येक ईदला दूध आणि मेवा, शिरकुर्म्यासाठी आठवणीनं पाठवतात. त्यामुळे मीही शिरकुर्मा करायला शिकले आणि तो आईइतकाच चांगला होतो, हे सांगताना मला आनंद होतो.

गॅस एजन्सी सुरू झाली. आम्ही कार्यकर्त्यांनी पाळीपाळीनं, ज्याला जितकी जमेल तेवढी आपल्या नोकरीच्या कार्यालयातून जास्तीत जास्त रजा काढून शो-रूममध्ये पूर्ण वेळ ड्यूटी केली. गॅस एजन्सीची घडी आम्ही बसवण्याचा प्रयत्न केला. पण म्हणावं तसं यश आलं नाही. कारणं अनेक होती. आमच्याकडे बुकिंग

केलेल्यांची नवीन कनेक्शन्स देण्याची ऑर्डर येऊन कनेक्शन देऊ लागताच, इतर डीलर्सकडे पूर्वी नावनोंदणी केलेल्यांच्या तक्रारी आल्यानं इतर डीलर्सकडे नोंदणी केलेल्यांची यादी आमच्याकडे आली. त्यांना कनेक्शन देणं सुरू केलं. अनेक जणांनी दहा दहा वर्षांपूर्वी नावनोंदणी केलेली होती. मधल्या काळात दुसरीकडून कनेक्शनची सोय केल्याने त्यांच्याकडे शेगड्या होत्या. डीलरला फक्त गॅस शेगडीतील नफा मिळतो. बाकी डिपॉझिट रक्कम व गॅसची किंमत कंपनीला जाते. सिलिंडरच्या कमिशनमधून पेट्रोल, पगार, भाडं, टेलिफोन, लाईट, पाणी एक ना अनेक खर्च जाता काहीच शिल्लक राहत नसे. कर्जाचे हप्ते फेडणंही कठीण! व्याज भरताना मनाला दु:ख होई. इतके कष्ट करून, मेहनतीचा पैसा कमवून संस्था चालवायची इच्छा असताना हे काय चाललं आहे, कळत नसे.

आम्ही ग्राहकांना विनंती करायला सुरुवात केली, की "तुम्हाला कनेक्शन मिळत आहे. शेगडी घेतली नाहीत, तर आम्हाला कार्यासाठी देणगी द्या." काही जण आनंदानं देणगी देत. काही देत नसत. आम्ही कार्यकर्ते नोकरीवर हजर झालो. स्टाफच्या हाती एजन्सी सोपवली. स्टाफ व्यवस्थित एजन्सी चालवत होता. मी माझं पूर्ण लक्ष आता उचगाव इथे मिळालेल्या जागेवर केंद्रित करायचं ठरवलं. एजन्सीचं कर्ज फिटेपर्यंत वसतिगृह बांधून पूर्ण व्हायला हवं होतं. म्हणजे एजन्सीतून मिळणारं उत्पन्न वसतिगृहासाठी वापरता येणार होतं.

उचगावच्या जागेवरील प्लॅन आर्किटेक्ट प्रमोद बेरी यांनी बनवला. तत्पूर्वी आम्हा अपंगांना काय हवं, काय नको यासाठी त्यांच्या ऑफिसमध्ये, उचगाव साईटवर बैठकी, भेटी झाल्या. अत्यंत तन्मयतेनं ते आमच्या गरजा ऐकून घेत. अनेक वर्षांपासून स्वेच्छेनं संस्थेकडे दरवर्षी देणगीचा चेक पाठवून संस्थेच्या कार्याचं कौतुक करणाऱ्या देणगीदारांपैकी, हितचिंतकांपैकी ते एक होते. खडकी येथील लष्कराच्या अपंग जवानांसाठी बांधलेली इमारत ते बघून आले. परदेशी इमारतींचा अभ्यास केला आणि आमच्यासमोर आमच्या वसतिगृहाचा आराखडा ठेवला. खरं पाहता, शासनाकडून मिळालेली जमीन इतकी उंच-सखल होती, की आम्हा अपंगांना योग्य अशी इमारत बांधून मिळेल की नाही, अशी शंका मनात येऊन गेली होती. पण श्री. बेरी यांनी इतकं सुरेख वसतिगृह कागदावर आम्हाला काढून दाखवलं, की आम्ही आनंदानं मोहरून गेलो. आमचं स्वप्न लवकरच साकार होणार होतं. एकही पायरी नसलेलं घर, स्वावलंबनानं जगायला देणारं घर! पण बेरीसाहेबांनी दिलेला खर्चाचा आकडा बघून आम्ही चिंतित झालो. मात्र त्यांनीच आम्हाला धीर दिला, 'कामाला सुरुवात करू, पैसा येईल.' अनेक देणगीदारांचे पत्ते ते स्वत: आम्हाला पाठवत. आमच्याकडून विनंतीपत्र घेऊन देणगीदारांना पाठवत. मुंबईहून रेहानाचे पती खानसाहेब यांनी आपल्या मित्रांकडून मोठमोठ्या देणग्या

मिळवल्या. खासदार उदयसिंहराव गायकवाड यांनी मुख्यमंत्री निधीतून पाच लाख रुपये मिळवून दिले. आमच्या सर्व नातेवाईकांनी एका खोलीच्या खर्चासाठी जमेल तेवढी आर्थिक मदत केली. कमी पडलेली रक्कम मी माझ्या जनरल प्रॉव्हिडंड फंडातून काढली.

उचगावच्या जागेचं भूमिपूजन सौ. रजनी करकरे-देशपांडे व श्री. पी. डी. देशपांडे पती-पत्नींनी केलं. परत आम्ही सर्वांनी देवाचं नाव घेऊन कुदळ हातात धरली. सर्वात आधी जागेला कुंपण घालून मग बांधकाम करायचं ठरलं. जागेची मोजणी करताना लक्षात आलं, की जागेच्या आत एक झोपडी आहे आणि जागेच्या सीमारेषेवर एक झोपडी आहे. सीमारेषेवरील झोपडीचा प्रश्न नव्हता. देवाच्या कृपेनं एवढ्या दोन एकर मिळालेल्या जागेतील काही फूट जागा कमी झाल्यानं आमच्या ध्येयपूर्तीत काही कमतरता राहणार नव्हती. प्रश्न होता आतील झोपडीचा. स्वत:चं घर वसवताना दुसऱ्या कोणाचं घर मोडण्यानं आनंद मिळणार नव्हता. पण त्या कामी आम्हाला उचगावचे माजी सरपंच आण्णाप्पा चव्हाण व त्यावेळचे सरपंच गणेश काळे यांनी मोलाचं सहकार्य केलं. आम्ही त्या झोपडीच्या मालकाला आमच्या कम्पाउंडबाहेर झोपडी बांधून घ्यायचा खर्च दिला. कम्पाउंड बांधताना बोअरवेलच्या खोदकामाच्या वेळी जिल्हाधिकारी अजितकुमार जैन यांना बोलावलं. तेव्हा आमच्या उचगाव जमिनीच्या आसपासच्या काही लोकांनी त्यांना घेराव घालून, आम्हाला ती जागा कशी दिली, याविषयी थोडा विरोध केला. कम्पाउंड बांधणाऱ्या कामगारांना काम करणं अशक्य झालं. तेव्हा मला निरोप मिळताच मी परत रजा काढली. कम्पाउंड बांधताना भर उन्हात तिथे जाऊन मी राहू लागले. उन्हाचा त्रास होऊ नये म्हणून सोबत छत्री नेत असे. आमच्या जागेपर्यंत जाणारा रस्ता एवढ्या भयानक खाचखळग्यांनी भरलेला होता, की संपूर्ण बांधकाम होईपर्यंत माझ्या पाठीच्या कण्याला आणि शरीरातील हाडांना दुखापत होईल की काय, असं वाटे.

बांधकाम सुरू केलं तेव्हा पाण्याची सोय नव्हती. मोफत बोअरवेल खुदाई करून मिळावी यासाठी श्री. बाळासाहेब इंग्रोळे आम्हाला मार्गदर्शन आणि सहकार्य करत होते. त्यांच्या मदतीनं आम्ही जयसिंगपूरच्या 'कल्पवृक्ष ट्यूबवेल कंपनी'शी संपर्क साधला. त्यांनी मोफत खुदाईचा दिवस ठरवताच एका पाणी दाखवणाऱ्या व्यक्तीला बोलावून जागा ठरवली. ती एकूण जागेच्या थोडी मध्यात होती. दुसऱ्या दिवशी जिल्हाधिकारी व अनुताईंच्या उपस्थितीत नामफलकाचं अनावरण व बोअरवेल खुदाई प्रारंभ होणार होता. माझ्या क्वार्टरवर संध्याकाळी साडेपाच वाजता श्री. अण्णाप्पा चव्हाण आले. "उचगावच्या जागेत सोळा बोअरवेल अयशस्वी झाल्या आहेत. कशाला एवढी मेहनत घेता? वेळ नि पैसा वाया जाईल," असं म्हणाले. सर्व तयारी झालेली आणि हे काय संकट! काही कळेना. पण त्वरित कृती

केली. जिल्हा परिषदेत नोकरीला असलेले संस्थेच्या व्यवस्थापन समितीचे श्री. दस्तगीर पठाण यांना फोन केला, ''शास्त्रीय पद्धतीनं पाण्याची जागा दाखवणारं यंत्र कोणाकडे असतं त्यांना घेऊन या. उचगावला जाऊन त्यानं पाहणी करून बोअरवेलची जागा ठरवू या.'' केवळ जिल्हाधिकारी या कार्यक्रमाला येणार असल्यानं सूर्य अस्ताला जाण्यापूर्वी यंत्र व तज्ज्ञांसह दस्तगीर उचगावला पोहोचले. मीही सर्व कामं बाजूला ठेवून गेले. अंधार पडता पडता सूर्याच्या अंतिम किरणांनी आम्हाला आशेचा किरण दाखवला. पश्चिमेला अगदी कडेची जागा निश्चित केली गेली. दुसऱ्या दिवशी अनुताईंच्या हस्ते बोअरवेल खुदाईचा कार्यक्रम झाला. जिल्हाधिकाऱ्यांनी घेराव घातलेल्या जमावाला समजावून परत पाठवलं. पाण्याचा पहिला फवारा आकाशात उडाला, तेव्हा आदल्या दिवशीसारखीच संध्याकाळ झाली होती. अतिशय सुरेख अशा सूर्यास्ताच्या साक्षीनं सर्वांनी भरपूर पाणी लागल्याचा आनंद साजरा केला. रात्रभर खुदाईचं काम चालणार होतं. काही कार्यकर्ते थांबले. वारा आणि कडाक्याची थंडी होती. जेवण, ब्लँकेटची सोय करून देऊन आम्ही देवाचे आभार मानत आनंदानं परतलो. बोअरवेलला हातपंप बसवला. पण आता लवकरात लवकर त्या जागेत वीज आणून विजेची मोटार बसवणं आवश्यक होतं. त्याशिवाय बांधकामाला जोर येणार नव्हता. विजेचा पंप बसेपर्यंत दोन-चार वेळा रात्री-अपरात्री पाण्याचा टँकर घेऊन मी आणि देशभ्रतार उचगावला गेलो. दिवसा टँकर उपलब्ध होत नसे. आमची रिक्षा पुढे आणि टँकर मागे. असं उपाशीतापाशी काम करून, घरी येऊन गरमागरम जेवून मग शांत झोपण्यातही एक आगळाच आनंद होत होता. अनेक वेळा तेथील कामगारांसाठी मी गरम वडा-पाव नेत असे.

मी रजा काढली होती, पण देशभ्रतार नोकरी सांभाळून माझ्यासोबत येत. अनेक वेळा मला एकटीला उचगावला जावं लागे. भाड्याच्या रिक्षातून एकटी जात असे. रिक्षाचालक आमचे चांगले मित्र व मदतनीस बनले. पण दरवेळी दीडपट भाडं देताना संस्थेकडे रिक्षा नाही, याची खंत वाटायची. मी बांधकामाच्या जागेवर एक-दोन खुर्च्या नेऊन ठेवल्या. पायावर प्रचंड सूज येई. अशा वेळी दोन्ही पाय, समोर खुर्ची ठेवून त्यावर ठेवले की बरं वाटे. कागद-पेन सोबत घेऊन तेथील शांत वातावरणात मनातले तरंग लिहावेसे वाटत. पण अनंत आठवणी मनात गर्दी करत आणि आजचं-उद्याचं काम, त्यांची आखणी, यातच वेळ निघून जाई.

वीज मिळवण्यासाठी कोल्हापूर ऑफिसला अर्ज दिला. मा. एच. डी. पाटील यांनी व महाराष्ट्र राज्य वीज मंडळ कार्यालयातील सर्व अधिकारी, कर्मचारी यांनी एवढं सहकार्य दिलं, की अर्ज दिल्यापासून बारा दिवसांत विजेचे खांब आमच्या कम्पाउंडमध्ये आले. दोन वेळा मी व नीता, देशभ्रतार हुपरीला गेलो. एकदा तर रिक्षाचा संप असताना एका रिक्षाचालकानं आमची निकड जाणून आम्हाला हुपरीला

नेलं. बोअरवेलला विजेचा पंप बसवून त्याचं उद्घाटन मा. एच. डी. पाटील यांच्या हस्ते केलं. पाण्याचा लोट बघून सर्वच प्रसन्न झाले. उचगावला पाणी लागणार नाही असं वाटत असता, व सोळा वेळा अपयश आल्यावर, आम्हाला देवानं दिलेल्या या यशाबद्दल देवाचे आभार मानताना माझ्या अंगावर रोमांच आले. आमच्या प्रत्येक सुखदुःखात 'सकाळ' चे संपादक अनंत दीक्षित आवर्जून सहभागी होत. भर उन्हातील पाण्याचा हा आनंद साजरा करताना तेही होते. भाषणात त्यांनी मला कोल्हापूरची मदर तेरेसा म्हटलं. त्यावेळी आठवला, मदर तेरेसांच्या भेटीला जाण्यासाठी मी निघाले होते तो प्रसंग.

खूप वर्षांपासूनची मदर तेरेसा यांना भेटायची इच्छा होती. त्यांच्याशी काही क्षण बोलून खूप काही मिळवायचं होतं. कोल्हापूर ते नागपूर, नागपूर ते कलकत्ता व परतीचंही रेल्वेचं रिझर्व्हेशन झालं. कलकत्त्याच्या बिमलेन्दु चक्रवर्तीला कळवून तिथे राहण्याची सोयही केली. क्रीडा स्पर्धांच्या वेळी या रसगुल्ल्यासारखा स्वभाव असलेल्या बिमेलेन्दुशी ओळख झाली होती. अनेक वर्षांनी त्याची भेट होणार होती. त्याचं घर, त्याची आईही भेटली असती. अनेक वर्षं मला तो आग्रहानं कलकत्त्याला बोलावत होता.

दिवाळीच्या सुटीत हा कार्यक्रम आखला होता. ऑफिसमध्ये बोनसची बिलं बनवण्याचं काम होतं. दुसऱ्या दिवशी बोनस वाटप करायचा होता. आमच्या एका सहकाऱ्यानं बनवलेलं एक बिल चुकलं. ते परत करून घरी जायला रात्री उशीर झाला, म्हणून दुसऱ्या दिवशी लवकर येऊन चेक लिहायचं ठरवलं. रोज आईच्या आग्रहाखातर अंगावर घातलेले सोनं - चेन, कानातील रिंग्ज, बांगडी, अंगठी काढल्याशिवाय मला चैन पडत नाही. रोज घरी येताच हे अलंकार रुमालात बांधून पर्समध्ये टाकणं आणि दुसऱ्या दिवशी आंघोळ, कपडे करून तयार झाल्यावर ते घालणं, ही एक प्रतिक्षिप्त क्रिया होऊन बसली आहे. कारण आरशासमोर तयार होताना लक्ष कोणाच्या बोलण्याकडे वा कपडे-दागिने याकडे नसून ऑफिसमध्ये कोणती कामं करायचीत व त्यापूर्वी संस्थेची कोणती कामं डायरीत शिल्लक आहेत, ती कशी, कोणत्या क्रमानं पुरी करायला हवी आहेत, या विचारात मी नेहमी असते आणि त्या दिवशी तर सर्व महत्त्वाची कामं आवरून दोन दिवसात कलकत्त्याला निघायचं होतं. जाण्याची निम्मी तयारी आईनं केली होती. निम्मी करायची होती.

गडबडीत विचाराच्या तंद्रीत तयार झाले. दागिन्यांचा रुमाल सोडला, पण सर्व दागिने मांडीवरच राहिले. मी संस्थेत म्हणजे माझ्या क्वार्टरवर आत जाताच नीतानं प्रश्न केला, "दीदी, आज कानात, गळ्यात काहीच का घातलं नाही? कसंतरीच वाटतं." माझा हात कानावरून, गळ्यावरून फिरला. खरंच दागिने नव्हते. पर्स

उघडली. आतही काही नव्हतं. सर्व काम सोडून त्याच पावली, त्याच रस्त्यानं घरी आले. वाटेत रॉकेल डेपोवरील रांग, ऑफिस ते जवळजवळ आमच्या घरापर्यंत होती. स्वच्छ, सुंदर ऊन, मांडीवरून दागिने पडले तर ते चकाकले असणार. नगरसेवक राजेंद्र खानविलकर यांनी नुकताच रस्ता छान दुरुस्त करून दिला होता. घरी पलंगापर्यंत येऊन शोधलं, पण दागिने सापडले नाहीत. हे दागिने आईनं, भावानं केलेले होतं. मी घेतलेले असते तर कदाचित इतकं वाईट वाटलं नसतं. सर्व मूड गेला. ऑफिसमध्ये जाऊन बोनसचा चेक लिहिला. नागपूर, कलकत्ता येथे तार दिली, 'येणे रद्द केलेले आहे.' सर्वांनी समजावलं. पण स्वत:च्या हलगर्जीपणामुळे झालेल्या नुकसानीनं मूड गेला होता. कलकत्त्याला जाऊनही आनंद मिळाला नसता. मदर तेरेसांच्या भेटीची इच्छा मनातच राहिली. परत जायला वेळही मिळाला नाही. एवढं होऊनही आई व अजीजनं लवकरच मला परत दागिने करून दिले. या सगळ्याची काय गरज आहे, हे मला मात्र कळत नाही. मन राखायचं म्हणून वाद न घालता घालायचं. माझे बाकी सर्व चोचले ते पुरवतात, म्हणून त्यांचा हा हट्ट मी पुरवत होते.

उचगाव वसतिगृहाच्या बांधकामाचा पायाभरणी समारंभ कोणाच्या हस्ते करायचा याची जेव्हा चर्चा झाली, तेव्हा भाईसाब खानसाहेबांनी सुचवलं, की एखाद्या लाभार्थीच्या हस्ते पायाभरणी करावी. आईच्या कडेवरून संस्थेत आलेल्या व डॉ. आर. बी. सातवेकर यांनी ऑपरेशन केलेल्या, कुबड्यांच्या आधारे चालू लागलेल्या बंडू हराळेच्या हस्ते पायाभरणी करण्याचं एकमतानं ठरलं. तो कार्यक्रम सर्व थोरामोठ्यांच्या उपस्थितीत आनंदात झाला. निगम सॅनिटी कन्स्ट्रक्शनचं टेंडर मंजूर केलं होतं. श्री. निगम यांनी समारंभाचा चहा-पाण्याचा खर्च आणि व्यवस्था स्वेच्छेनं केली. संस्थेच्या फाउन्डर मेंबर मा. आईसाहेब - कागलच्या महाराणी श्रीमती विजयादेवी घाटगे, निवृत्त न्यायमूर्ती श्री. सुभाषचंद्र देसाई, जिल्हा पोलिसप्रमुख भगवंतराव मोरे, उद्योगपती शिवाजीराव देसाई, मुंबईचे देणगीदार अरविंद रानडे, माधवप्रसाद गोयंका, नाना बेरी, पुणतांबेकर, रेहाना, खानसाहेब, हारूनमामा, अनुताई, कमलाताई अशी अनेक थोर मंडळी आशीर्वाद द्यायला आली.

एकदा मुंबईत हाजी अली येथे एकदम चार पेशंटस्ना संस्थेतर्फे पाठवलं होतं. प्रत्यक्ष तिथल्या डायरेक्टरांशी त्यांच्या ॲडमिशनसंबंधी बोलले होते. सोबत गेले नव्हते. काहीतरी अडचण आली आणि दवाखान्यात त्या पेशंटस्ना आणि त्यांच्या पालकांना प्रवेश मिळाला नाही. मुंबईहून फोन आला. रेहानाकडेही पाहुणे होते. एवढ्या आठ-दहा लोकांची सोय मुंबईसारख्या ठिकाणी करणं अवघड होतं. अशी

अडचण आहे, काय करता येईल, असा फोन हितचिंतकांना केला, तर क्षणाचाही विलंब न लावता त्यांनी माझ्या घरी येऊ देत, मी सर्व व्यवस्था करतो, तुम्ही काळजी करू नका, असा दिलासा मला दिला. सांगितल्याप्रमाणे त्यांनी सर्व व्यवस्था चोख केली.

मुंबईत नेहमीच मोठा ग्रुप गेलो, तर राहण्याचा मोठा प्रश्न पडतो. कारण आम्हाला विशिष्ट सोयीची बाथरूम आणि संडास लागतात. काही वेळा आमदार खानविलकरसाहेब व आमदार सुरेश साळोखे यांच्यामुळे आमदार निवासात राहता येतं. तर काही वेळा हाजी अलीच्या 'ऑल इंडिया इन्स्टिट्यूट'च्या दवाखान्यातील गेस्ट रूममध्ये राहण्याची परवानगी मिळते. पण तरी अनेक वेळा खूपच त्रास होतो. त्यामुळे शासनाकडे मुंबईत 'हेल्पर्स'साठी एक सदनिका मोफत वा अल्पदरानं मिळावी, यासाठी गेली अनेक वर्षं प्रयत्न करत आहोत. पण अजून आम्हाला यश मिळालेलं नाही.

वसतिगृहाच्या पायाभरणीच्या आदल्या दिवशी काही कार्यकर्ते, देणगीदार, हितचिंतकांसाठी आमच्या घरीच 'नशेमन'मध्ये रात्रीचं जेवण आयोजित केलं होतं. भाईसाब -खानसाहेब -दुपारीच पोहोचणार होते. ते मुंबईत राहत असल्यानं संस्थेच्या इतर कार्यकर्त्यांशी त्यांचा परिचय जवळून होऊ शकणार होता. पण मध्यरात्रीनंतर सर्व आमंत्रित परतल्यावर ते आले. मी पहाटेच उचगावला ते उठायच्या आधी गेले. कार्यक्रमाच्या वेळी भाईसाब खूप मलूल, थकलेले असे वाटले. देसाईकाकाजींनी मला बातमी दिली, की कारवारहून ते कोल्हापूरला येण्याआधी काही कामानिमित्तच नावेत बसले होते व नाव उलटली. भाईसाबना पोहता येत नाही. इतरांनी त्यांना बाहेर काढलं. बुडता बुडता वाचले. दवाखान्यात जाऊ, असं सर्वजण म्हणत होते. पण ते क्वचितच कोल्हापूरला येतात. आणि मुख्य म्हणजे या पायाभरणीला येण्याचं आश्वासन त्यांनी मला दिलं होतं. त्यांनी त्वरित कोल्हापूरकडे गाडी वळवली. त्यांचे बूट-मोजे सर्व पाण्यानं चिंब होते.

कमलाताई सोवनी नव्वद वर्षांच्या स्वातंत्र्यसैनिक. त्यांनी वसतिगृहातील पाणीपुरवठ्यासाठी लागणाऱ्या पाईपलाईन वगैरे खर्चासाठी पंचावन्न हजार रुपये देणगी दिली होती. स्वतःचे दागिने विकून त्यांनी रक्कम पाठवली व हे जाहीर करू नये, अशी विनंती केली होती. आज कमलाताई या जगात नाहीत. पण त्यांचे आशीर्वाद सदैव आमच्यासोबत आहेत. कार्यक्रमासाठी आलेल्या सर्व पाहुण्यांनी वृक्षारोपण केलं. कमलाताई म्हणाल्या, "ही सर्व झाडं जगली पाहिजेत. त्यांना पाणी घालण्यासाठी माणूस नेमा. पैशाचा प्रश्न असेल तर मी त्याचा पगार देईन." परंतु उचगावच्या झोपडपट्टीत राहणाऱ्या आमच्या शेजाऱ्यांपैकी एका गरजू तरुणाला, प्रकाश काळे याला आम्ही वॉचमन म्हणून नेमलं होतं; मग त्यालाच झाडांना पाणी

घालायचं कामही दिलं.

एकंदरीत दोन दिवसांपूर्वी आलेला कटू अनुभव अशा थोरामोठ्यांच्या गोड प्रोत्साहनपर बोलण्यानं, आशीर्वाद व शुभेच्छा यामुळे विसरता आला. खरं म्हणजे आनंद वाटून घ्यावा, दुःख, मनःस्ताप मनातच ठेवावा, या विचाराची मी आहे. पण एकदा आपलं आयुष्य कागदावर उतरवण्याचं ठरवलं आणि वाटलं, की फक्त चांगलंच जगाला सांगून काय उपयोग? वाईटही सांगणं आपलं कर्तव्य आहे. अर्थात, या कटू सत्यामुळे संस्थेच्या प्रगतीला खीळ पडू नये, अशी इच्छाही आहे. वाचकांनी हे वाचताना मी कोणावर टीका करत नाही, माझी कोणाचा अपमान करण्याची, कोणाला दुःख देण्याची इच्छा नाही, हे लक्षात घ्यावं. घडलेलं सत्य सांगणं, हे मी माझं कर्तव्य समजते. असं कार्य करणाऱ्या कोणाला माझं लेखन मार्गदर्शनपर ठरावं हा हेतू असल्यानं, हे सत्य पूर्ण स्वरूपात नसलं तरी त्याचा उल्लेख अपरिहार्य आहे असं वाटतं.

पायाभरणीला दोन दिवस राहिले होते. आदल्या दिवशी सर्व परगावचे आमंत्रित येणार होते. त्यांची राहण्याची सोय हॉटेल मेरामध्ये संस्थेचे देणगीदार व हॉटेलचे मालक शर्फुद्दीन कापडी यांनी माफक दरात केली. लग्न सोहळ्यापेक्षा जास्त दडपण आमच्यावर होतं. मोठ्या लोकांची सोय आपल्या हातून योग्य प्रकारे व्हावी, ही इच्छा होती. सर्व कार्यकारी मंडळ, व्यवस्थापन समिती सदस्य तन्मयतेनं घेतलेली जबाबदारी पार पाडत होते. अचानक एक फोन आला. झालं असं होतं, की केंद्र शासनाकडे कृत्रिम साधनांसाठी अनुदान मिळावं यासाठी गेली चार-पाच वर्षं आम्ही प्रयत्न करीत होतो. खासदारांनी यावर्षी आमची कागदपत्रं दिल्लीला पोहोचवली होती. हे अनुदान मिळण्यापूर्वी केंद्र शासनाच्या अधिकाऱ्यांनी येऊन संस्थेची पाहणी, तपासणी करायची असते. त्यासाठी आलेले अधिकारी पुण्याच्या एका मोठ्या हॉटेलात उतरले होते. मला- अध्यक्षांना -फाईल घेऊन तिथे बोलावलं होतं. येताना मी त्या अधिकाऱ्यांचं कोल्हापूर ते अतिदूर असलेल्या त्यांच्या गावापर्यंतचं रेल्वेचं फर्स्ट क्लासचं तिकीट सोबत आणायचं होतं. इतक्या ऐनवेळी फोन आला होता, की सभा घेऊन निर्णय घ्यायलाही वेळ नव्हता. शिवाय असे विषय सभेपुढं मांडून ते प्रोसिडिंगला घेणं शक्य नव्हतं. कार्यकारी मंडळाच्या काही सदस्यांशी फोनवर संपर्क साधला. एकदाच असं गैर वागल्यावर कायमस्वरूपी दरवर्षी आपल्याला भरघोस अनुदान मिळेल या आशेनं, या आलेल्या फोनप्रमाणे वागायचं ठरवलं. वेळ अपुरा होता. त्यामुळे मी व देशभ्रतार यांनी टॅक्सी करून पुण्याला जावं आणि इतर सदस्य कोल्हापूर येथील पायाभरणी समारंभाची तयारी करतील, असं ठरलं. मला भयानक थकवा आलेला होता. एक अखेरचा प्रयत्न म्हणून पुण्याला फोन करून 'तुम्हीच पायाभरणीच्या कार्यक्रमाला या,' अशी विनंती

त्या अधिकाऱ्यांना केली. रेल्वेचं तिकीट काढलं आहे हेही कळवलं. पण त्यांनी 'वेळ नाही' म्हणून सांगितलं. परगावाहून आलेल्या पाहुण्यांच्या स्वागतासाठी मी कोल्हापूर येथे नसणार याची खंत वाटत असताना, फर्स्ट क्लासच्या रेल्वेच्या तिकिटाचं ओझं सोबत घेऊन टॅक्सीनं पुणं गाठलं. रेल्वेच्या प्रसाधनगृहात जाऊन तोंड वगैरे धुऊन फ्रेश झालो आणि त्या मोठ्या हॉटेलात त्या अधिकाऱ्यांच्या खोलीत गेलो. भयानक अस्वस्थ मन:स्थितीत चेहऱ्यावर स्मितहास्याचा बुरखा घेऊन त्या अधिकाऱ्यांना भेटलो. अतिशय मिठास हिंदी बोलणं. तपासणीचा रिपोर्ट तयार केला गेला. त्यांच्यासमवेत चहा-नाश्ता घ्यावा लागला. सह्या-शिक्के घेऊन मी आणि देशभ्रतार बाहेर पडलो. कोल्हापूरच्या परतीच्या वाटेनं आमची टॅक्सी धावू लागली. आमचं सुदैव इतकंच, की आमचा जास्त वेळ त्यांनी घेतला नाही.

त्यानंतर आम्हाला तीन वर्षं कृत्रिम साधनांसाठी अनुदान मिळालं. मार्चअखेरीस किंवा एप्रिलमध्ये अनुदानाचा चेक हाती यायचा व मार्चअखेरीस सर्व रक्कम खर्च केली, अशी कागदपत्रं पुराव्यासह शासनाला ठराविक वेळेत सादर करावी लागायची. मग ती रक्कम खर्च करून अपंग व्यक्तींची वैद्यकीय तपासणी, मापं घेऊन कॅलिपर्स बनवणं, कानपूरहून मटेरियल मागवणं यासाठी खूप वेळ जाऊ लागला. आवश्यक वेळ अपुरा असला तरी हिशेब शासनाला पाठवायचाच. या कृत्रिम साधनांचं वितरण करताना शासनाच्या अधिकाऱ्यांना बोलवावं अशी अट होती. त्यानुसार सर्व कार्यक्रम पत्रिकेसह आखला, पण वेळेवर कानपूरहून कृत्रिम साधनं मिळाली नाहीत. आमच्याच प्रशिक्षण केंद्रातील कृत्रिम साधनांचं त्या कार्यक्रमात वाटप करण्यात आलं. त्यावेळी दरवर्षी दोन, तीन लाख रुपये किंमतीच्या कृत्रिम साधनांचं वाटप 'हेल्पर्स'तर्फे केलं जात असे. अनुदान पंचेचाळीस हजार रुपयांपेक्षा जास्त मिळत नसे. उलट समाजकल्याण खात्याकडे कृत्रिम साधनांसाठी आलेले अर्ज समाजकल्याण खातं आमच्याकडे पाठवून अनुदानातून यांना कृत्रिम साधनं द्या, अशी आज्ञा करी. अनुदानाची निम्म्यापेक्षा जास्त रक्कम अशी शासनाकडून आलेल्या अर्जांना कृत्रिम साधनं पुरवण्यात खर्च होई. या सर्व प्रकारामुळे आम्ही दरवर्षी कृत्रिम साधनांसाठी करावा लागणारा अर्ज पाठवणं बंद केलं.

'आत्माराम अपार्टमेंट'मधील भाईजानच्या, युसूफ हुरजूक याच्या फ्लॅटमध्ये कृत्रिम साधनं तयार करताना मशीन्सचा आवाज होई. वरच्या मजल्यावर राहणाऱ्यांना दुपारी झोपेच्या वेळात त्याचा त्रास होई. काही दिवस दुपारी दोन-तीन तास मशीनचं काम बंद ठेवून पाहिलं. पण तक्रारी येतच राहिल्या. भाईजान त्यावेळी संस्थेकडून नाममात्र भाडं घेत होता. महिन्याला एक हजार भाडं आम्ही देत असू. त्यामुळे

घरफाळा वाढला. दरवर्षी कमीत कमी पाच हजार रुपये भाईजान संस्थेला देणगी देई. म्हणजे भाड्याची घेतलेली निम्मी रक्कम तो देणगी स्वरूपात परत करीत होता. आता वाढलेला घरफाळाही त्यानंच भरायचा, मलाच विचित्र वाटलं. पण समितीत हा विषय ठेवताच तो फ्लॅट वापरात असेपर्यंत संस्थेनं घरफाळा भरायचा ठराव समितीनं मंजूर केला.

गॅस गोडाउनसाठी जागा बघताना महानगरपालिकेचा कदमवाडी येथील सांस्कृतिक हॉल आम्ही बघितला होता. तो हॉल ओस पडलेला होता. तिथे जुगार, दारू असे धंदे चालत असत. हॉलच्या चारी बाजूनं फुटलेल्या बाटल्यांच्या काचा विखुरलेल्या होत्या. खिडक्यांच्या काचाही सर्व फुटलेल्या होत्या. ती जागा आम्हाला पसंत पडली. पी. डी., रजनी, देशभ्रतार, अभिजित, छाया, इर्शाद यांनाही ती जागा दाखवली. त्या जागेवर थोडा खर्च करून तिथे 'आत्माराम'मधील प्रशिक्षण केंद्राचं स्थलांतर करायचं सर्वानुमते ठरलं (१९९४-९५) व त्या तयारीला लागलो. संस्थेच्या आर्किटेक्ट संदीप अंकले यानं, ज्यानं शो-रूमचं फर्निचर करवून दिलं, त्याच्यावरच कदमवाडीच्या हॉलमधल्या पार्टिशनची आणि इतर फर्निचरच्या कामाची जबाबदारी सोपवली. आतील बाथरूम व स्वच्छतागृहे आम्हाला हवी तशी बांधून घेतली. महानगरपालिकेनं त्या हॉलचं भाडं महिना सतराशे दहा रुपये ठरवलं. भाडं कमी करण्याची विनंती केली, पण त्यांना तसं करण्यात अडचण होती.

केंद्र शासनाच्या सायन (मुंबई) येथील 'अपंगार्थ व्यावसायिक पुनर्वसन केंद्र' यांच्याशी संपर्क साधला. मी तिथे गेले. तेव्हा तेथील अधिकारी श्री. नरसिंहन व त्यांचे सहकारी श्री. लवांगरे यांनी आमच्या व्यावसायिक पुनर्वसन केंद्रासाठी तीन, सहा व अकरा महिन्यांचं, निरनिराळ्या व्यवसायांचं प्रशिक्षण देण्याचं मान्य केलं व मोलाचं सहकार्य दिलं. 'हेल्पर्स'कडे नोंदणीकृत अपंगांतून आम्ही निवड करून ग्रुप्स केले. पहिल्या वर्षी विजेची उपकरणं दुरुस्ती, स्क्रीन प्रिंटिंग, दुचाकी वाहन दुरुस्ती, रबरी शिक्के बनवणं वगैरे कोर्सेस निश्चित केले गेले. या केंद्र शासनाच्या सौजन्यानं सुरू केलेल्या प्रशिक्षण वर्गाचं उद्‌घाटन करायला, गॅस एजन्सीच्या अधिकाऱ्यांना प्रमुख पाहुणे म्हणून बोलावलं. आता नवीन जागेत वेळी अवेळी काम केलं तरी चालत होतं. कोणाची तक्रार नव्हती. सुरुवातीला तिथे फक्त पुरुष प्रशिक्षणार्थींनाच प्रवेश दिला. स्वयंपाकाला सौ. गडकरी होत्या. त्यांचे पती श्री. हारून गडकरी, ज्यांचा एक पाय कृत्रिम होता, त्यांना वॉचमन म्हणून नेमलं. पण मुक्ता, सुरेखा व कांचननं आग्रह धरला, आम्हालाही प्रवेश द्या; आम्हालाही काही शिकून स्वतःच्या पायावर उभं राहायचं आहे. तरुण-तरुणींना एका छताखाली ठेवलं तर काही बिकट प्रश्न निर्माण होतील, म्हणून कदमवाडीचं वसतिगृह व प्रशिक्षण केंद्र फक्त पुरुषांसाठीच ठेवायचं असं कार्यकारी मंडळानं ठरवलं होतं;

पण अपंग स्त्रियांनी किती वर्षं घरातच स्वतःला कोंडून घ्यायचं? काही अडचणी आल्याच, प्रश्न उद्‌भवलेच, तर ते आपण सोडवू; पण प्रवेश देऊन या तरुणींनाही स्वाभिमानानं जगण्याची संधी देऊ, अशी चर्चा मी व रजनीनं आपसात केली आणि कार्यकारी मंडळापुढं प्रस्ताव मांडला. नेहमीप्रमाणे सर्वांनी मंजुरी दिली. मुक्ता, सुरेखा, कांचन आनंदल्या.

मुक्ताला वडील नव्हते. पायाला पोलिओ झालेला. एका कुबडीच्या आधारानं सर्व कामं ती करीत होती. पंधरा-वीसवरून वसतिगृहात एकदम तीस-चाळीस लोक झाल्यानं सौ. गडकरींना स्वयंपाकाचं काम एकटीला झेपेना. त्यात त्या गरोदर होत्या. मुक्तानं स्वयंपाकाची जबाबदारी घेतली. मदतीला सुरेखा व कांचन होत्या. सुरेखानं रबर स्टॅम्प मेकिंगचा कोर्सही घेतला. पहाटे चपात्या करायला सर्व पुरुष प्रशिक्षणार्थीही मदत करीत. सर्व कामांची - झाडलोट, फरशी पुसणं, बाथरूमची, अंगणाची स्वच्छता, बागकाम - वर्गवारी करून पाळ्या लावण्यात आल्या. उचगाव येथे होणाऱ्या वसतिगृहाची जणू रिहर्सल आम्ही कदमवाडी येथे करीत होतो.

विजेच्या उपकरणांच्या दुरुस्तीच्या प्रशिक्षणासाठी एका अपंग शिक्षकाचीच नेमणूक केली. इतर प्रशिक्षकही नेमण्यात आले होते. परीक्षेच्या वेळी सर्वांनी पास व्हावं, यासाठी त्या अपंग शिक्षकानं सर्वांना खुशाल कॉपी करायला परवानगी दिली. त्यापूर्वीही खोटं बोलायला त्यानं प्रोत्साहन दिलं होतं. अशा प्रशिक्षकाला ठेवून आम्हाला अपंगांच्या हातात फक्त सर्टिफिकेटचा कागद द्यायचा नव्हता. परीक्षा व्यवस्थित घ्यायला लावली आणि त्या शिक्षकाला कमी करण्यात आलं.

याच सुमाराला चोवीस वर्षांच्या एका सुंदर पॅराप्लेजिक तरुणीला तिच्या भावानं माझ्याकडे आणलं. सलोनी चंदवानी तिचं नाव. बेडसोअरनं बेजार झालेली, पण डॉक्टरांचा सल्ला न मानणारी. अतिशय हट्टी! पाच वर्षांपूर्वी साखरपुडा झाला होता. टेंबलाईच्या जत्रेत फिरत्या पाळण्यात बसली आणि वर गेलेला पाळणा तुटून खाली पडली. पाठीचा कणा मोडला. माझ्यासारखं अपंगत्व आलं. लग्न होणं शक्यच नव्हतं. पराकोटीचं अपंगत्व व त्यात वैवाहिक आयुष्याच्या स्वप्नांचा चुराडा झालेला. तिच्या मनःस्थितीची कल्पना मी करू शकत होते. ती व्हीलचेअरवर बसायलाही तयार नव्हती. तिला वाटत होतं, मुंबईच्या मोठ्या डॉक्टरांकडे गेलो तर आपण चालायला लागू. खोट्या आशा दूर सारून तिनं सत्याचा स्वीकार करायला हवा होता. मुंबईच्या हाजी अली येथील सर्वांत मोठ्या हॉस्पिटलमध्ये मी स्वतः तिला घेऊन गेले. उचगाव बिल्डिंगसाठी केंद्र शासनानं मागितलेल्या अर्जाची फाईल मंत्रालयातून दिल्लीला पाठवण्याचं कामही मला करायचं होतं. मुंबईत तिला ॲडमिट करून मी माझी कामं आवरली. सायन येथील पॅराप्लेजिक फाउन्डेशन येथे

मुद्दाम तेथील अपंगांच्या राहण्याची सोय कशी केली आहे, हे बघण्यासाठी गेलो. आम्ही वसतिगृह काढायचं ठरवल्यापासून आदर्श वसतिगृह निर्माण करण्यासाठी, मी जाईन तिथे जास्तीत जास्त वसतिगृहं पाहात होते. तर सायन येथील पॅराप्लेजिक फाउन्डेशनमध्ये फक्त पॅराप्लेजिकच्या क्रीडा स्पर्धा वाशी येथे आहेत, असं कळलं. मला चंदवाणीला हे दाखवायचं होतं, की या जगात ती एकटीच पॅराप्लेजिक नसून शेकडो तरुण-तरुणी तिच्यासारख्याच पॅराप्लेजिक आहेत; आणि शिक्षण, क्रीडा, कला इत्यादी अनेक क्षेत्रात उत्तम कामगिरी करून त्या सन्मानानं, आनंदानं जगत आहेत. या हेतूनं तिला घेऊन वाशीला जायचं निश्चित केलं. नोकरी आणि संस्था यात गुंतल्यानं अलीकडे माझा क्रीडा स्पर्धेशी संबंधच राहिलेला नव्हता. त्यामुळे स्पर्धेत ऐनवेळी भाग घेता आला नाही, तरी मैदानावर या निमित्तानं सर्वांना, नव्या-जुन्या मित्रमैत्रिणींना भेटता येईल हा उद्देशही होता. माझ्या आग्रहाखातर सलोनी यायला तयार झाली. मला मैदानावर अचानक पाहून संचालक व स्पर्धकही आनंदले. चंदवानीला खूपच आग्रह करूनही तिनं स्पर्धेत भाग घेतला नाही. पण संचालकांनीच मला भाग घेण्याची विनंती केल्यानं, अनेक वर्षांनंतर स्पर्धेत भाग घेऊन मी पाच प्रथम क्रमांकाची रोख बक्षिसं मिळवली. हाजी अली ते वाशीसाठी केलेला टॅक्सी खर्च निघून उलट रक्कम शिल्लक राहिली. सर्व भाचे मंडळींबरोबर या जिंकण्याचा आनंद दुसऱ्या दिवशी रेहानाच्या घरी साजरा केला.

या स्पर्धेच्या वेळी खरा लाभ मला झाला तो म्हणजे, जगातलं एक आश्चर्य मला मैदानावर साक्षात पाहायला मिळालं. त्या आश्चर्याचं नाव होतं महेंद्र कुलकर्णी! ज्याला भेटतील त्याला भारावून टाकणारं हे व्यक्तिमत्त्व. महेंद्र म्हणजे पर्वतांचा अधिपती. पर्वतासमान उंच, भारदस्त, प्रत्येकाला आकर्षित करणारं निर्मळ, निष्पाप, हास्य; ज्याला बघून त्याच्या अंतर्मनात खदखदणाऱ्या ज्वालामुखीची आणि व्याधीनं ग्रासलेल्या शरीराची कोणी कल्पनाही करू शकणार नाही. अशा या व्यक्तिमत्त्वाला जेव्हा वाशीच्या मैदानावर एका हातानं व्हीलचेअर रेसमध्ये भाग घेताना, एका हातानं व्हीलचेअरवरील थ्रो-बॉल मॅच अप्रतिमपणे खेळताना, हसताना, बोलताना पाहिलं, तेव्हा आश्चर्यानं मी थक्क झाले. त्यांच्या मनोधैर्यानं आनंद झाला, पण त्याचवेळी देवानं इतक्या सुंदर व्यक्तिमत्त्वाला असं व्हीलचेअरवर खिळवून ठेवावं, एक हातही निकामी करावा आणि दोन्ही कानाला श्रवणयंत्र अडकवण्याची पाळी आणावी, हे पाहून व्यथितही झाले. महेंद्र यांना बघून, माझ्यात जो थोडाफार मानसिक अपंगत्वाचा अंश शिल्लक होता, त्याचं पुनर्वसन झालं म्हटल्यास हरकत नाही. संस्थेच्या इतर कामांसाठी मुंबईतील वेळ अपुरा असल्यानं गडबडीत फक्त महेंद्रचं अभिनंदन केलं व संचालकांच्या आग्रहाखातर दोन शब्द बोलले. चेशायर होम, अंधेरी व पॅराप्लेजिक फाउन्डेशन, वाशी यांच्या थ्रो-बॉल टीमला जागतिक

अपंग दिनानिमित्त कोल्हापूर येथे आम्ही आयोजित करणार असलेल्या स्पोर्टस्चं निमंत्रण देऊन मी कोल्हापूरला परतले. कोल्हापूरच्या अपंगांनीही व्हीलचेअरवरील थ्रो-बॉल शिकावा, म्हणजे आनंदाबरोबरच संपूर्ण शरीराला कायम व्यायाम मिळेल, हा विचार मनात होता.

नंतर लवकरच फेब्रुवारीमध्ये इमारतीच्या अनुदानाच्या कामासाठी मी दिल्लीला जाऊन आले. महेंद्रना पत्र लिहून अधिक माहिती विचारण्याची इच्छा होत होती, पण नोकरी व संस्थेच्या कामात अक्षरश: तीन-चार तासांची रात्रीची झोप वगळता रात्रंदिवस गुंतलेली असल्यानं महेंद्रना पत्र लिहिणं जमलंच नाही. मार्च ९४ ला चेशायर होम, अंधेरीच्या टीमबरोबर महेंद्र कोल्हापूरला आले. संस्थेची अध्यक्षा व स्पोर्टस्ची व्यवस्थापिका असल्यामुळे त्या टीमसोबतही मला जास्त वेळ देता आला नाही. सर्वांची सोय सौ. रेणुका बोंद्रे यांनी त्यांच्या वसतिगृहात केली. जेवणापासून बिछान्यांपर्यंत सर्व देखरेख त्या स्वत: करत होत्या. त्या सर्व टीमकरता कोल्हापूर दर्शनासाठी स्पेशल बस केली, तेव्हा सर्व कामं बाजूला ठेवून त्या टीमबरोबर गप्पा मारण्यासाठी मी सोबत गेले. त्यावेळी माझ्या असं निदर्शनास आलं, की त्यातल्या अनेकांच्या व्हीलचेअर्स मोडक्याच नव्हे, तर टाकाऊ आहेत. व्हीलचेअरवर जगणं अवलंबून असलेल्या त्या तरुणांच्या व्हीलचेअर्सची स्थिती आणि महेंद्रची मनाला हेलावून टाकणारी कहाणी ऐकून मी इतकी व्यथित झाले, की नंतर ग्राऊंडवरच्या साध्या गोष्टीच्या कमतरतेच्या निमित्तानं मला रडू कोसळलं. माझं असं ग्राऊंडवर रडणं गैर आहे, चुकीचं आहे हे कळत होतं, पण मनाला आणि डोळ्यांनाही मला आवर घालता आला नाही. लहान-थोर सर्वांनाच माझ्या रडण्याचं आश्चर्य वाटलं असेल, पण जगातील हे दु:ख लवकर संपावं असं वाटत असताना, ते कधीच संपणारं नाही याची जाणीव मला हेलावून टाकत होती. ग्राऊंडवर एका मोठ्या श्रीमंत, पैसे असलेल्या संस्थेचे पदाधिकारी आले. त्यांना मुंबईहून आलेल्या टीममधील त्या आठ जीर्ण अवस्थेतल्या व्हीलचेअर्स दाखवून आठ व्हीलचेअर्स देणगीदाखल देण्याची विनंती केली. त्यांनीही ताबडतोब ती मान्य केली. कागदपत्र, अर्ज, फोटो पाठवून देण्याची त्यांनी टीमसोबत आलेल्या स्पॅनिश सिस्टरला -ज्यांनी स्वत:च्या स्पॅनिश नावाच्या अर्थावरून सर्वांना सोपं जावं म्हणून आपलं नाव पुष्पा ठेवलं होतं -विनंती केली, तेव्हा माझं मन थोडं शांत झालं आणि मी जबाबदारी घेतलेल्या इतर कामांत लक्ष पुरवू शकले.

महेंद्रची ऐकलेली कहाणी अशी होती, की १९८६ मध्ये चुकीनं त्यांना घराबाहेर असताना ग्लिसरॉल दिलं गेलं. तीन-चार महिने ते कोमामध्ये होते. जाग आली तेव्हा अक्षरश: सर्व काही गमावलेलं, नियतीनं हिरावून घेतलेलं. स्मरणशक्ती गेलेली. (पुढे केव्हातरी कळलं, की सोबतचा ड्रायव्हर, महेंद्र जगणार नाहीत या

समजुतीनं सर्व कागदपत्रं, सूटकेस, पैसे वगैरे घेऊन पळून गेला होता.) कोणी नातेवाईक जवळ नाहीत. कसं ते देवालाच माहीत, पण अपरिचित म्हणून दवाखान्यात रेकॉर्डला नोंद होती. पायातील शक्ती, वाचा, श्रवणशक्ती गमावलेली. दृष्टीही क्षीण झालेली. नंतर अनेक दवाखान्यांतून निरनिराळी ट्रिटमेंट घेऊन, स्वत:च्या इच्छाशक्तीच्या बळावर व्हीलचेअरवरून एका हातानंच हिंडू-फिरू लागले. हिंदी, इंग्लिश शिकले. कविता रचू लागले. श्रवणयंत्राच्या सहाय्यानं ऐकू लागले. स्वत: बनवलेल्या साधनानं लिहू लागले. स्वत: ब्रश करणं, दाढी करणं, आंघोळ करणं. सगळं काही प्रचंड इच्छाबळावर करू लागले. राखेतून पुनर्जन्म घेतला. स्पोर्टस्‌मध्ये प्रावीण्य दाखवू लागले. दवाखान्यात राहून अपंगत्वात काही बदल होणं अशक्य आहे असं त्यांना जेव्हा कळून आलं, तेव्हा १९९२ मध्ये चेशायर होम, अंधेरीला आले. तिथे त्यांना सर्व सुखसोयी होत्या. पण मनाला समाधान नव्हतं. बहुधा ते डॉक्टर किंवा संशोधक असावेत. त्यांच्यातील संशोधक त्यांना स्वस्थ बसू देत नव्हता. दयेवर जगणं नकोसं झालं होतं. श्रमाची, घामाची भाकर खाण्याची इच्छा होती. पण संधी मिळत नव्हती. कोरडी सहानुभूती, पोकळ आशा, दयेचा वर्षाव करत लोक येत व जात. अशातच ते कोल्हापूरला आले होते. येथे करमणुकीच्या कार्यक्रमाच्या वेळी त्यांनी गाणं म्हटलं, 'घुंगरू की तरह बजता ही रहा हूँ.' एक कविता जाता जाता रेल्वे स्टेशनवर मला ऐकवली. मनात खोलवर त्या कवितेचा व महेंद्रचा ठसा उमटला. रेकॉर्डमधून ती कविता शोधून काढणं कठीण आहे. अन्यथा कुणालाही ती कविता नक्की आवडेल अशी आहे.

महेंद्र कोल्हापूरहून परतले. चेशायर होमच्या तरुणांना व्हीलचेअर देणाऱ्या त्या संस्थेनं नंतर कोल्हापूरबाहेरील अपंगांना अशी साधनं पुरवण्यातील आपली असमर्थता व्यक्त केली. मी तर त्या माझ्या आठ बांधवांना व्हीलचेअर पुरवण्याचा शब्द दिला होता. माझ्या भावानं मला गरज आहे म्हणून विशिष्ट बनावटीची वीस ते तीस हजारांची व्हीलचेअर मागवून दिली होती. त्याची परतफेड करण्याची वेळ आली आहे असं समजून, मी एका व्हीलचेअरसाठी पाच हजार पाचशे रुपये कर्ज काढले. सौ. रेणुका बोंद्रेवहिनींना माझी व्यथा, खंत सांगताच त्यांनी एका व्हीलचेअरचे पैसे पाठवून दिले. दोन व्हीलचेअर्सची रक्कम पाठवून मी त्वरित कानपूरला ऑर्डर दिली. इतर सहा व्हीलचेअर्ससाठी प्रयत्न करू लागले. पैशाची चणचण, वसतिगृहाचं रेंगाळलेलं बांधकाम, त्यातच मुंबईच्या सतत फेऱ्या करून देसाईकाकाजींच्या मदतीनं मिळेल ती देणगी कोल्हापूरला आणत होते. शेवटी बांधकाम बंद पडू नये म्हणून बिनव्याजी कर्ज हितचिंतकांकडून घेण्यास सुरुवात केली. आई, भाईसाब व घरच्या सर्वच मंडळींचा असं कर्ज काढून संस्था चालवण्याला विरोध होता. पण

मला आणि समितीला वाटत होतं, की आज ना उद्या देणग्या मिळतील; पण बांधकाम बंद पडलं, तर ते परत सुरू करणं जवळजवळ अशक्य होईल. अशा विचित्र मन:स्थितीत मी मुंबईला गेले होते.

माझी वर्गमैत्रिण सौ. सुनीता अणावकर - पूर्वीची चेंदवणकर - एस. एस. सी. नंतर वीस-पंचवीस वर्षांनी भेटली होती. संस्थेच्या कार्यानं ती प्रभावित झालेली होती आणि संसार सांभाळून मला होईल तेवढी हरतऱ्हेची मदत करीत होती. मी मुंबईला गेले, तेव्हा तिनं मला एका मोठ्या देणगीदाराची भेट घडवून देण्यासाठी ठाण्याला बोलावलं. भाईसाहेबांकडे परदेशी पाहुणे असल्यानं त्यांची मोठी कार मला मिळू शकणार नव्हती. मारुतीमध्ये व्हीलचेअर बसत नव्हती. म्हणून टॅक्सीनं ठाण्याला जावं लागणार होतं. वाटेत चेशायर होममधील बांधवांना भेटून, मला त्यांना व्हीलचेअर देण्यासंबंधी दिलेल्या वचनाची आठवण आहे, हे सांगण्याची इच्छा होती. उशीर होत असल्याबद्दल माफीही मागायची होती. पण टॅक्सीनं जाणार असल्यानं ते शक्य नव्हतं. टॅक्सीचं बिल वेटिंगमुळे खूप वाढलं असतं. जून महिना, धो-धो पाऊस होता. सकाळी तयार होता होता रेहानाजवळ मनातील विचार बोलून दाखवला, तर 'तू तयार हो, मी थोडा वेळ तुझी व्हीलचेअर खाली नेऊन मारुतीत बसते का बघते,' म्हणून ती खाली गेली. माझ्याबरोबर तिची मोठी मुलगी हुमेरा येणार होती. मी पुढे बसावं, हुमेराला जरा अवघडून बसावं लागेल, पण मारुतीनं घरच्या ड्रायव्हरसोबत पूर्ण दिवस मला बाहेरची कामं करता येतील आणि तिलाही काळजी राहणार नाही, असं रेहानानं सांगताच मला आनंद झाला. भर पावसात अचानक चेशायर होममध्ये गेले. नेहमीप्रमाणे सर्वांना मला बघून आनंद झालेला दिसला नाही. 'चोराच्या मनात चांदणं,' तसं मला वाटलं. मी आठ व्हीलचेअर्स देण्याची थाप मारली आणि मार्च ते जूनपर्यंत त्यांना पत्रही पाठवलं नाही, भेटलेही नाही असं वाटून सर्वजण माझ्यावर नाराज आहेत, असं मला वाटलं. पण चंद्रशेखरनं मला हळूच सांगितलं, कोल्हापूरहून परतल्यावर महेंद्रना ताप आला. उलट्या झाल्या आणि त्यांच्या गळ्यात बसवलेला इलेक्ट्रॉड केव्हा पडला ते कळलंही नाही. त्यामुळे त्यांचं बोलणं बंद झालं. ऐकताना अंगावर शहारे आले. महेंद्रच्या या स्थितीमुळे संपूर्ण चेशायर होम मलूल व सुन्न झालं होतं. ते तिथली चैतन्यमूर्ती होते. या भयानक स्थितीमुळे ते क्वचितच खोलीबाहेर पडत होते. कोणाला भेटत नव्हते. मी मनाचा धीर करून आत निरोप पाठवला. 'मी आत येऊ का?' तर त्यांनी स्वत:च बाहेर येत असल्याचा निरोप दिला. श्वास रोखून थरथरत्या अंत:करणानं मी त्यांची वाट पाहत होते. ते पुढं आल्यावर मी बोलले, तरी ते बोलू शकणार नव्हते. काही क्षणातच व्हीलचेअरवरून एका हातानंच व्हीलचेअर चालवत जी व्यक्ती पुढं आली, दाढी-मिशा, डोक्याचे केस वाढलेले

ते महेंद्रच आहेत, यावर विश्वास ठेवायला मन तयार नव्हतं. मी फक्त एक नजर त्यांच्यावर टाकली. परत डोळे वर करून त्यांच्याकडे पाहण्याची हिंमत माझ्यात नव्हती. कसे आहात, म्हणून विचारण्याचा प्रश्नच नव्हता. काय बोलणार होते मी? सांत्वन, धीर, सर्वांच्या पलीकडील ती स्थिती होती. मी खाली मान घालून रडू आवरण्याचा प्रयत्न करत आहे, हे महेंद्रनी ओळखलं. "आय हेट टिअर्स... मी जंगली जनावरांसारखा दिसतो ना? मला भेटायला, बघायला येणाऱ्या लोकांच्या नजरा, शब्द, चुकचुकणं हे सर्कशीतल्या प्राण्याला बघायला आलेल्या प्रेक्षकांप्रमाणे असतं. म्हणून मी मुद्दामच त्यांना समाधान वाटेल, असं जंगली जनावराचं प्रदर्शनात मांडण्यासारखं रूप धारण केलंय. हे पत्र मी तुम्हाला लिहिलं होतं. पोस्टात टाकावंसं वाटलं नाही. इथं वाचू नका. बाहेर पडल्यावर वाचा..." डाव्या हातानं, एका कृत्रिम साधनात पेन अडकवून एका कागदावर मोठमोठ्या अक्षरात हे पॅडवर लिहून त्यांनी ते पॅड माझ्या हाती दिलं. माझं वाचून होताच पॅड परत घेतलं. "मी परत येईन," एवढंच बोलून मी तेथून बाहेर पडले. आले तेव्हा जसा पाऊस कोसळत होता, तसाच अजूनी कोसळत होता. गाडी सुरू होताच मी महेंद्रचं पत्र वाचलं. मी त्यांचं मला आलेलं खासगी पत्र असं जाहीर केल्याचं महेंद्रना कळलं, तर त्यांना माझा राग येईल. पण ते पत्र वाचल्याशिवाय मी महेंद्रच्या पुनर्वसनाच्या कामी स्वत:ला का झोकून दिलं, ते कळू शकणार नाही.

दीदी,

यानी जगद दीदी, शायद आपको इस संबोधनपर ताज्जुब होगा, लेकिन जो शख्स जिस नाम से लोकप्रिय हो, वही उसकी शख्सियत बन जाती है। आपको दीदी नामसे पुकारा जाना, मेरे मन में आपके लिए एक खास जगह बना गया।

दीदी, कोल्हापूर आना मेरे लिए एक खास तजुरबा था, मैंने बहुत कुछ सीखा है, एकजूट होकर, खुद्दारी से कुछ कर गुजरने की तमन्ना आप और आपके 'हेल्पर्स ऑफ द हँडिकॅप्ड' के हरएक सदस्य में देखकर बहुत खुशी हुई, जिसे सिर्फ बयानही किया जा सकता है।

जबसे मैं उस हॉस्पिटल के हादसे से बाहर निकला, मैं एक जिंदा लाश था, मेरा सब खत्म हो चुका था। लेकिन मैं उम्मीद के सहारे कोशिश करता रहा, की एक दिन मेरी खुदी और मेहनत के बलबुतेपर मैं कामयाब होकर रहूँगा, मैंने एक नई जिंदगी शुरू की, फिरसे सीखना शुरू किया। डॉक्टर कहते थे, मैं १०० टक्के अपंग हो चुका हूँ। मैंने और मेरी जिदने उन्हे गलत साबित कर दिखाया, शायद आपको मालूम नहीं होगा, यह जो खत लिख रहा हूँ, वह खुद बनाये रायटिंग

डिवाईस से लिख रहा हूँ, क्योंकी मैं पेन पकड नही सकता हूँ। मेरा मतलब यह है, कि मेरी इस जिद का फायदा क्या हुआ? क्या चेशायर होमही मेरी मंजिल थी?

दीदी, मैं चेशायर होम में करीब देढ सालसे हूँ, लेकिन मुझे सकून नही है। मैं कुछ करना चाहता हूँ, कुछ सीखना चाहता हूँ। मैंने बहुतोंसे अपने पुनर्वसन के बारेंमे बात की, लेकिन सब बेकार! यहाँ बम्बईमे, भीख दे सकते है लेकिन किसी को खुद्दारीसे जीने का मौका नही दे सकते। यह अजीब बात है, कि हम हेलन केलर की तारीफ मे आसमान जमीन एक कर देंगे, लेकिन किसी को वैसा बनने का मौका नही देंगे!

मेरा दर्द आप महसूस कर सकती है, क्योंकी आप भी यह सब सह चुकी होंगी। मैंने हॉस्पिटल में एक कविता लिखी थी -

I MAY PERHAPS SUCCEED,
OR MAY BE RUINED
BUT, SOMEONE WILL SAY
HE REALLY DID
HE LIVED INDEED

लेकिन तब मालूम नही था, कि यह एक ख्वाब है, जो चेशायर होमतकही पहुँचा सकता है। मैं यह नही कहता, कि चेशायर होम ठीक नही है, लेकिन मुझ जैसे के लिए सिर्फ खुली कैद है, यह उन लोगों के लिए है, जो तन और मन दोंनो मे हार चुके हो।

सच दीदी, मैंने यहाँ किसी के अंदर अपने आजाद वजूद की तमन्ना नही देखी है, बस हालातों से समझौता करके बीस-बीस साल गुजर चुके है। मुझे ऐसी जिंदगी नही चाहिए, या तो कुछ कर दिखाऊँगा, या फिर जिंदगी को इस कैद से रिहा कर दूँगा।

इसके लिए मैं बंबई छोडने का फैसला कर चुका हूँ, नही जानता मेरी मंजिल कहाँ है? मुझे यकिन है, कि मैं अपनी मंजिल खुद ही ढूंढ लूँगा। लेकिन आपसे गुजारिश करूँगा, कि आप सिर्फ कोल्हापूर के लिए 'लाईट हाऊस' न बनकर, सूरज बनकर आशा और उम्मीद का प्रकाश किजिएगा। मैं बंबई छोडने से पहले आपसे फोनपर बात करता चाहता था, लेकिन २० मार्च को तेज बुखार हुआ, व्होमिटिंग हो रही थी, व्होमिट मेंही गले में फिट इलेक्ट्रोड बाहर निकल गया, जो अमेरिकन डॉ. पेंसफोर्डने मायक्रोसर्जरीसे फिट किया था। तबसे आवाज भी गयी, न...न... आप यह न समझे, कि आवाज छीन जाने से मैं टूट गया हूँ, दीदी! अब तो हर दुःख सहने और उनसे लडने की आदत सी बन गयी है, हाँ शायद जुलाई,

३१ से पहले कोल्हापूर आऊ, क्योंकी मैंने रेणुकादीदींसे - दत्त मंगल कार्यालय - से वादा किया था, की आखरी बार कोल्हापूर मिलने जरूर आऊँगा। रेणुकादीदी श्री. देशपांडे, श्री. देशभ्रतार, रजनीदीदी और सभी हेल्पर्स ऑफ द हँडिकॅप्ड के सदस्यों को नमस्कार।

महेंद्र कुलकर्णी.

डोळे पुसत सुन्न होऊन मी ठाणं गाठलं. कार्यक्रमात बदल केल्यानं ठाण्याला सुनीताकडे जायला वेळ झाला होता. जेवण तयार करून ती वाट बघत होती. जेवणाची इच्छाच नव्हती, पण नसते जेवले तर तिला वाईट वाटलं असतं. जेवण होताच तिच्या हाती ते पत्र वाचायला दिलं आणि अश्रूंना वाट मोकळी करून दिली. महेंद्रच्या अशा आजारपणातील त्यांचं एकटेपण मला व्यथित करत होतं. सुनीता मला समजावत होती. यातूनही मार्ग निघेल. आपण प्रयत्न करू. हवापालट म्हणून त्वरित कोल्हापूरला येत असतील, तर त्यांना कोल्हापूरला न्यावं. सुदैवानं आता 'आत्माराम अपार्टमेंट'मधील प्रशस्त फ्लॅटचं रूपांतर आम्ही गेस्ट हाऊसमध्ये केलं होतं. येणाऱ्या सर्व पाहुण्यांची तिथेच व्यवस्था करत होतो. स्वयंपाकघरात भांड्याकुंड्यांपासून टॉवेल, नॅपकिन, साबणापर्यंत सर्व सज्ज होतं. शैलेंद्रना तिथे ठेवता आलं असतं. प्रकाश जोशीसारखं त्यांना कुठं ठेवावं, कोणतं घर द्यावं, हा प्रश्न आता नव्हता. त्यांच्या मदतीला कै. रामदास सोनवणेंच्या आई, ज्या सध्या कदमवाडीत मदतनीस म्हणून होत्या, त्यांना ठेवायचं मनोमन ठरवलं व ठाण्याहून परतीच्या प्रवासातच परत चेशायर होमला गेले. सिस्टरना महेंद्रच्या पत्राविषयी सांगता येणार नव्हतं. "महेंद्रना त्या स्थितीत बघून मी माझी त्यांच्या जागी कल्पना केली. अशा परिस्थितीत सर्वप्रथम हवा आणि स्थळबदल हवा असं वाटलं. तुम्ही परवानगी दिलीत, तर काही दिवसांसाठी मी महेंद्रना कोल्हापूरला नेते," असं म्हणताच सिस्टर पुष्पा म्हणाल्या, "महेंद्र खूप हट्टी आहे. विचित्र वागतो. तो 'हो' म्हणत असेल तर मी परवानगी देईन."

महेंद्रना परत त्या अंधारात गाडीतून उतरून भेटायचा धीर झाला नाही. सोबत असलेल्या भाच्याला अरिफला विचारलं, "उद्या मी देईन ती चिठ्ठी घेऊन तू महेंद्रकडे येशील का?" त्यानं लागलीच होकार दिला. माझं परतीचं रिझर्व्हेशन झालेलं होतं. दुसऱ्या दिवशी मी परतले. पाठोपाठ अरिफनं बऱ्याच श्रमानं महेंद्रना कोल्हापूरला आणलं.

संस्थेच्या ऑडिटचं काम सुरू होतं. मी, पी. डी., अभिजित, नलवडे आणि तेलंग दिवसा ऑफिस करून रात्री जागत होतो. महेंद्र आल्यानं मी ऑफिसला

सरळ रजा टाकली. महेंद्रची वाचा यावी, असं खूप वाटत होतं. ते 'नको, यावर जगात कुठेही उपाय नाही', असं म्हणत असताना मी आग्रहानं त्यांना कोल्हापूरच्या दोन इएनटी सर्जनना दाखवलं. त्यांचं मतही महेंद्रसारखंच होतं. म्हणजे महेंद्र परत बोलूच शकणार नव्हते! मी जिभेनं व ते हातानं कागदावर लिहून अशा खूप गप्पा मारल्या. माझ्या प्रश्नांची उत्तरं लिहिताना कदाचित त्यांचा हात दुखलाही असेल. या बोलण्यातून बरीचशी माहिती मिळाली. त्यांना इतके प्रश्न विचारणारी मी पहिली व्यक्ती होते. त्यांनी मुंबईच्या वर्तमानपत्रात त्यांच्यावर आलेले लेख मला वाचायला दिले. त्यातून दिल्लीच्या रस्त्यावरून भटकण्याची त्यांची इच्छा कळली. त्यांची ओळख पटवण्यासाठी टी.व्ही., वर्तमानपत्रांतून बातम्या दिल्यावर दवाखान्यात ड्रायव्हरचं पत्र आलं होतं. त्यातील माहितीनुसार महेंद्रचं शिक्षण आजोबांकडे स्वीडनला झालं होतं. दिल्लीला ते रिसर्च करत होते. तिथे त्यांची लॅब, फार्म हाऊस, गाडी होती. दिल्लीच्या रस्त्यावरून फिरल्यास कदाचित त्यांची ओळख, बँक खातं याचा शोध लागण्याची व गेलेली स्मृती परत येण्याची आशा त्यांना वाटत होती. 'पावसाळा संपल्यावर दिल्लीला जायचं का,' विचारलं तर, 'भूतकाळाच्या शोधात वर्तमान व भविष्य सर्वच अंधारून जात आहे. भूतकाळाचा शेवट केल्याशिवाय नवीन आयुष्य जगणं अशक्य आहे,' असं त्यांनी लिहिताच मी पी. डीं. ना फोन करून ऑडिटच्या कामातून माझी सोडवणूक करायची विनंती केली. त्यांनी ती मानली. सर्वांच्या संमतीनं दिल्लीला त्वरित जायचं ठरलं.

'स्मृती परत आल्यावर काय करणार,' असं विचारल्यावर, 'उर्वरित आयुष्य अपंग सेवेत घालवणार व आपला बँक बॅलन्स, फ्लॅट आदी मिळाल्यास आपलं संशोधनाचं कार्य पुढे चालू ठेवणार,' असं ते म्हणाले. अपयश आलं तर काय करायचं हेही आताच ठरवलं पाहिजे, या माझ्या हट्टाखातर त्यांनी, कोणी त्यांना दत्तक घेऊन लॅब सुरू करून दिल्यास Muscular Distrophy (M.D.) Je Multiple Sclerosis (M.S.) वर संशोधन करण्याची इच्छा व्यक्त केली.

महेंद्रमधील प्रतिभा मला पदोपदी दिसत होती. रजा वाढवून परतीच्या रिझर्व्हेशनची पर्वा न करता आम्ही दिल्लीला गेलो. नेहमीप्रमाणे माझी सावली व पाय असणारे देशभ्रतार पतीपत्नी आमच्यासोबत आले. आपल्या नोकरीची, दोन मुलांच्या शिक्षणाची पर्वा त्यांनी केली नाही.

दिल्लीला गेल्यावर महेंद्रच्या स्मृतीची अनेक कवाडं उघडली गेली. पण एका ठराविक ठिकाणी स्मृतीची चक्रं थांबत होती. डिटेक्टिव्ह एजन्सीचीही मदत घेतली. पंधरा दिवसांत दिल्ली पालथी घातली. जैन टी.व्ही., दिल्ली दूरदर्शन, टाईम्स ऑफ इंडिया सर्व माध्यमांतून शक्य ते सर्व प्रयत्न केले. या सर्व प्रयत्नात दिल्लीची

मैत्रीण प्रमिला आणि तिचे पती महींदरजी यांनी कोणीही कोणासाठी करणार नाही, इतकी मदत आम्हाला केली. सतत दोघांपैकी एक आमच्या सोबत येई. महेंद्रचा विदीर्ण चेहरा पाहताना अंत:करणात काहीतरी तुटत होतं. मी मनात देवाचा सतत धावा करत होते, की आमच्या प्रयत्नांना यश येऊ दे. महेंद्रना आपले कुटुंबीय, आपलं घर, आपली लॅब, आपलं कार्यक्षेत्र सर्व परत मिळू दे. पण यश आलं नाही. मेंदू अतिशय थकला व महेंद्र परत जाऊ म्हणाले. ३१ जुलै ९४ नंतर मात्र, 'कोणी नातेवाईक आले तरी मी जाणार नाही,' म्हणू लागले. घरच्या कुत्र्यालाही आठ दिवसांत शोधून काढलं जातं. इथे आठ वर्षं ते घरापासून दूर होते. नाती-माणुसकी यांच्यावरील त्यांचा विश्वास पूर्ण उडालेला होता. देवाला तर ते मानतच नव्हते. १९८६ नंतर पहिल्यांदा त्यांनी मला 'दीदी' म्हटलं होतं. पण दीदीवरही त्यांचं मन पूर्ण विश्वास ठेवू शकत नव्हतं. त्यांना या आठ वर्षात आलेले अनुभवच तसे भयंकर होते.

कोल्हापूरला परतल्यावर संस्थेनं किंवा मीच त्यांना दत्तक घ्यावं, असं प्रकर्षानं वाटू लागलं. आम्ही महेंद्रजवळ तशी इच्छा व्यक्त केली. अनेक प्रयत्नांनंतर २३ सप्टेंबर १९९४ ला त्यांना कोल्हापूरला आणण्यात यश आलं. महेंद्र येथे येण्यापूर्वी नियतीनं परत एकदा एमएसच्या अ‍ॅटॅकचा घाव त्यांच्यावर घातला. यावेळी त्यांच्या पाठीच्या कण्यावर व हातावर जास्तच परिणाम झालेला होता. तरीही महेंद्र एकटेच मदतीशिवाय स्वत:चे दैनंदिन व्यवहार करत होते. नियतीशी त्यांचं सुरू असलेलं युद्ध पाहताना सारखं वाटे, की हे असामान्य जगणं चित्रित व्हावं. त्याची स्मृती दृश्य, लेखन रूपानं चिरंतन करणं अत्यंत आवश्यक आहे. यासाठी प्रयत्नही सुरू केले. जैन टी. व्ही. च्या डॉ. रागिणी जैन व श्री. राम गबाले याकामी संपूर्ण सहकार्य द्यायला तयार झाले. पण महेंद्रनी होकार दिला नाही. त्यांच्यावरील फिल्म असंख्य निराश अपंगांना जगण्याची प्रेरणा देईल, हे त्यांना पटवण्यात मला यश आलं नाही.

सप्टेंबर ९४ ला ते कोल्हापूरला आले. त्यांना प्रशिक्षण केंद्राचे अधीक्षक म्हणून नेमण्यात आलं. आल्यापासून त्यांनी हाताची कृत्रिम साधनं व कॅलिपर्स यात आमूलाग्र क्रांती केली. गुणवत्ता व संख्या दोन्हीत. त्यांनी बनवलेल्या हाताच्या कृत्रिम साधनांचं व इतर कृत्रिम साधनांचं पेटंट व कॉपी राईट त्यांनी संस्थेच्या नावे करत असल्याचं जाहीर केलं. जागतिक अपंगदिनी २२ कुष्ठरुग्णांना कृत्रिम साधनं, जेवणासाठी, लिहिण्यासाठी, दात ब्रश करण्यासाठी, दाढी करण्यासाठी वगैरे दिली. आता त्यांच्या कर्तृत्वावर विश्वासून आमच्या कॅलिपरला ब्यूरो ऑफ इंडियन स्टँडर्डची मान्यता मिळवून शेकडो अपंगांना रोजगार मिळवून देण्याचा निश्चय केला. याकरता वर्कशॉपसाठी आवश्यक जागा शिरोली औद्योगिक वसाहतीतील

आमच्या गॅस गोदामाच्या शेजारी होती. ती आमच्या मालकीची होती. प्रश्न होता तो आमच्या कृत्रिम साधनांची योग्य पारख करून आम्हाला मान्यता मिळण्याचा व धनाढ्य लोकांनी त्यांच्या धनातून देणगी देण्याचा. डिसेंबर ९४ च्या अखेरीस नियतीशी सुरू असलेल्या महेंद्रच्या युद्धात नियतीला वाटलं असावं, की आपला पराभव होत आहे. अजून हे व्यक्तिमत्त्व संपत कसं नाही?... परत नियतीनं एक डाव टाकला. तीन दिवस एमएसच्या अ‍ॅटॅकनं महेंद्र बेशुद्धावस्थेत होते. नेहमी दृष्ट लागेल असं हास्य असलेल्या महेंद्रना यातनांनी तळमळताना पाहणं अतिशय अवघड होतं. डोळ्यात येणाऱ्या अश्रूंना 'आय हेट टिअर्स' हे त्यांचं वाक्य डोळ्यांबाहेर येण्याची परवानगी देत नव्हतं, तर या तीन दिवसांत महेंद्रना गाफील ठेवून नियतीनं त्यांच्या जबड्यातील ताकदही हिरावून घेण्याचं क्रूर कृत्य केलं होतं. चावता येण्याची क्रिया बंद झाली. गिळतानाही त्रास होत होता व अशा अवस्थेतही चौथ्या दिवशी महेंद्र कामावर हजर झाले. पूर्ण वेळ व्हीलचेअरवरून काम करू लागले. कामाचा वेग प्रचंड वाढवला. स्वत:च व्यायाम व औषधोपचार सुरू ठेवला. मऊ भात गिळण्याइतपत शक्ती आणली. रोज सकाळी रवा, मॅगी अथवा शेवयाचा नाश्ता, दुपारी फक्त थंड ताक, दूध अथवा कॉफी व रात्री डाळभात एकत्रित. आणि हे सर्व स्वत:च्या हातानं करून ते एकटे राहत होते. रामदासच्या आईलाही परत पाठवलं त्यांनी. पूर्वी वर्कशॉपमध्ये स्लोपवरून दुसऱ्यानं चढवावं लागत होतं. पण नंतर स्वत:च्या देखरेखीखाली रेलिंग बसवून स्वत: एकटेच चढ-उतार करू लागले. स्वउपचारानं कोणत्याही क्षणी ते बोलू लागतील, असा विश्वास मला वाटत होता. फायबर कॅलिपर बनवण्याच्या कामात ते गुंतले. त्यांची राहण्याची सोय 'आत्माराम'मध्ये केली होती. तिथेच लहानशी प्रयोगशाळा त्यांना सुरू करून दिली. या कामी अनुताई भागवत, देसाई काकाजी, मोहनदादा, शिरगावकर, शरद सामंत व मान्यवर डॉक्टरांनी कल्पनेपलीकडे आर्थिक व मार्गदर्शनपर सहकार्य केलं. एका संशोधकाला जिवंत ठेवण्यासाठी मी माझी सर्व आर्थिक व शारीरिक ताकद पणाला लावली.

नियती मात्र गप्प बसलेली नव्हती. महेंद्रची दृष्टी दिवसेंदिवस क्षीण होत होती. कोणत्याही क्षणी एमएस चा पुढला अ‍ॅटॅक येईल आणि पूर्ण अंधत्व येईल, असं त्यांना वाटत होतं. अशा परिस्थितीत माझ्यावर अथवा संस्थेवर भारभूत होऊन जगण्याची त्यांची इच्छा नव्हती. दुर्दैवानं असं झालं, तर आम्हाला सोडून जाण्याची भाषा ते करत होते.

दीदी होऊन शेवटपर्यंत त्यांच्या सोबत राहणं शक्य नव्हतं. म्हणून त्यांची माता बनून त्यांच्यासोबत सर्वकाळ राहून, त्यांच्या आत्म्यानं त्यांच्या शरीराची साथ सोडली, तर त्यांच्या इच्छेनुसार त्यांचं क्रियाकर्म करण्याचा अधिकार मला मिळावा,

यासाठी कायदेपंडितांकडे महेंद्रना मी दत्तक घेऊ शकते का, याची विचारणा केली. तर मला उत्तर मिळालं, की मी फक्त नऊ-दहा वर्षांनी त्यांच्यापेक्षा मोठी आहे. शिवाय ते अपंग व मीही अपंग. त्यामुळं कायद्यानं दत्तक घेता येणार नाही.

दहा वर्षांच्या प्रकाश जोशीला घर देऊ शकले नाही. पस्तीस वर्षांच्या महेंद्र जोशींना दगड-विटाचे घर देऊ शकले. पण घरपण देण्यात असमर्थ ठरले. मला अशा असंख्य 'जोशीं'साठी खरं हक्काचं घर बनवायचं होतं. कोण व कसं या कामी मला मार्गदर्शन आणि मदत करेल? देवाला आळवत होतेच, पण शेवटी माणसाच्या माध्यमातूनच देव मदतीला धावणार होता. का तो इतका उशीर करीत होता?

महेंद्र संस्थेच्या कार्यक्रमाच्या वेळी आपलं भाषण लिहीत व मी ते वाचून दाखवी. जागतिक अपंगदिनी त्यांनी लिहिलेलं भाषण असं होतं :

'सन्माननीय अतिथीगण आणि मित्रांनो... हे माझं मनोगत व्यक्त करायची ही दुसरी वेळ आहे. तीच वेळ, तीच जागा, फक्त शब्दांचा बदल! आज जागतिक अपंगदिन आहे. पण माझ्यासाठी तोच अपंगदिन होता, ज्या दिवशी मी मृत्यूशी झुंजत अपंग झालो. एका अपंगाची शारीरिक अथवा मानसिक अवस्था मी चांगली जाणतो.

आज ज्या कै. राजन देशपांडे यांना 'भरारी पुरस्कार' देण्यात येत आहे, ते खरं सांगायचं झालं, तर माझं स्फूर्तिस्थान होते. मी जेव्हाही सायन हॉस्पिटल, मुंबई किंवा पॅराप्लेजिक फाउन्डेशन येथे जाई, तेव्हा हटकून राजनला भेटी. परंतु असं, की माझ्याच काव्यात मी म्हणतो,

हसऱ्या चेहऱ्यामागं दडलेली असते
दुःख क्लेशांची मूक मौन गाथा.

राजन देशपांडेसारख्या जिद्दी, कष्टाळू आणि अपंगत्वाची परिसीमा असतानाही नियतीशी झुंज देणाऱ्या तरुणाच्या हास्यामागं दिसतो... किंकर्तव्यमूढ समाज, सरकारी आश्वासनांची मरगळ आणि प्रतिभेचा अपमान!

एका टेक्स्टाईल इंजिनिअरला एखाद्या टेक्स्टाईल मिलच्या प्रिंटिंग विभागाऐवजी पॅराप्लेजिक फाउन्डेशनमध्ये तोंडात ब्रश धरून चित्रकारी करताना पाहून समाज थक्क होतो.

समाजातील उच्चभ्रू वर्ग, मध्यम वर्ग आणि सामान्य वर्गातील सर्वांपुढे मी आव्हान ठेवतो, की जर समाजातील एका कुटुंबानं एका अपंग मुलास शिक्षण आणि पुनर्वसनासाठी दत्तक घेतलं, तर कोल्हापुरातीलच नव्हे, तर साऱ्या भारत वर्षांतील अपंग मुलांच्या शिक्षणाचा व पुनर्वसनाचा प्रश्न सुटेल. त्याच दिवशी जागतिक अपंगदिन सार्थ ठरेल.

मी मुंबई येथील चेशायर होममध्ये असताना कॉलेजच्या मुलांनी केलेली

समाजसेवा पाहून आनंदित होई. श्रीमंत कुटुंबातील मुलं-मुली जी स्वत:च्या घरात साधा ग्लाससुद्धा धूत नाहीत, ती मुलं अगदी मन लावून अपंगांची सेवा करून काय मिळवत होती? तर बाजारात विक्री अथवा खरेदी न करता येणारी वस्तू आणि ती अमूल्य वस्तू आहे... 'मनाची शांती.' 'मानसिक समाधान'.

समाजसेवा म्हणजे एखादा धंदा-व्यवसाय नसून ती एक तपस्या आहे. जर आम्ही समाजसेवा करीत असू, तर समाज, राष्ट्र आणि मानवतेप्रती ते आमचं आद्यकर्तव्य आहे. मी कोल्हापुरात आलो आणि पाहिलं, की येथील लोक प्रेमळ व दयाळू आहेत. सहृदयी आहेत. पण ते प्रेमळ व दयाळूपणाचा उपयोग योग्य तऱ्हेनं करू शकत नाहीत. त्यांना योग्य श्रद्धास्थान सापडलं नाही. जर असं नसतं, तर आज आमच्या 'हेल्पर्स ऑफ दि हॅण्डिकॅप्ड' या संस्थेत 'हेल्पर्स' कमी का असते? आज या संस्थेला धनासोबत श्रमाचीही आवश्यकता आहे. तरच आमचं स्वप्न लवकरात लवकर पूर्ण होईल.

माननीय नसीमादीदी, श्री. पी. डी. देशपांडेसर, श्री. मनोहर देशभ्रतारजींना संस्थेच्या कामात सहकुटुंब परिश्रम घेताना मी पाहिलं आहे. त्यांच्या श्रमलेल्या चेहऱ्यावर समाधानाची छटा पाहिली आहे. परंतु त्यांचे श्रम किंवा समाधान हीच परिसीमा आहे? आज मी आपणा सर्वांसमोर आव्हान ठेवतो, की जर आपण नि:स्वार्थी भावनेनं संस्थेकरता आपला काही अमूल्य वेळ खर्च केलात, तर ती वेळ दूर नसेल, की जेव्हा सारं आकाश आपल्या मुठीत असेल! यश तुमच्या दारी येईल आणि माझी अपुरी कविता पूर्ण होईल...

'काजव्यासही सूर्य बनवीन मी...'

आज जागतिक अपंगदिनी घोषित करतो, की मी तयार केलेली खाण्याची व लिहिण्याची साधनं, तसंच फायबरपासून करण्यात येणाऱ्या कृत्रिम साधनांचं पेटंट आणि कॉपी राईट मी 'हेल्पर्स ऑफ दि हॅंडिकॅप्ड' या संस्थेच्या नावावर करतो. माझा प्रयत्न राहील, की ही कृत्रिम साधनं कोल्हापूरपुरती मर्यादित न राहता साऱ्या भारतभरातील अपंगांना मिळावीत. मला प्रत्येक दु:खी माणसाला हसताना पाहायचं आहे. आपल्या स्नेह व सहयोगाची अपेक्षा.

धन्यवाद.

आपला

महेंद्र कुलकर्णी.

उचगाव वसतिगृहासाठी जमवलेला निधी संपला. कॉन्ट्रॅक्टरला देण्यासाठी हाती पैसा नाही. १९९५ जूनपासून बुद्धिमान अपंगांचं शालेय शिक्षण बंद पडू

द्यायचं नाही, उचगावचं वसतिगृह सुरू करायचंच, असं ठरवलं असताना ते अशक्य झालं होतं. शेवटी मार्ग काढला, की कदमवाडी येथील वसतिगृहातच प्रशिक्षणार्थींच्या बरोबर शालेय शिक्षण घेणाऱ्या विद्यार्थ्यांना प्रवेश द्यायचा. आम्ही प्रवेश दिला नसता तर ज्यांचं शिक्षण बंद पडलं असतं, अशा आठ विद्यार्थ्यांना प्रवेश देण्यात आला. त्यात पाच मुली व तीन मुलं होती. एक महम्मद, इयत्ता तिसरी, ज्याला दोन्ही हात नव्हते. दुसरा बंडू, इयत्ता तिसरी, ज्याच्या हस्ते पायाभरणी केली होती. त्याचे वडील शेळ्या-मेंढ्या घेऊन गावोगाव फिरत होते. वंदना कुडाळकर, इयत्ता बारावी, तिला वडील नव्हते. संधिवातानं हातपाय आखडलेले. शोभा गुरव, इयत्ता सातवी, दोन्ही पायांना पोलिओ. ताई बडके, इयत्ता पाचवी, उंची कमी आणि हाडे ठिसूळ. प्रकाश गोसावी, इयत्ता तिसरी, जन्मतः अपंगत्व. हातापायात कुबड्या घेऊन चालणारा व शोभा कांबळे, इयत्ता पाचवी, उंचीनं कमी व मतिमंद. वंदना आणि शोभाचं प्रवेशासाठी आलेलं पत्र अतिशय भावनेनं ओथंबलेलं होतं. शाळा व प्रशिक्षण दोन्ही सुरू झालं. महम्मदला समोरच्या शाळेनं प्रवेश नाकारला. पण कोरगावकर शाळेनं सर्व विद्यार्थ्यांना प्रवेश दिला. त्यांचे वर्ग खाली आणले आणि सर्वतोपरी सहकार्य दिलं.

महम्मदला संस्थेत प्रवेश दिला व त्याच दिवशी त्याच्यासोबत आम्ही जेवायला बसलो. मी व महेंद्र दोघंही होतो. पायानं महम्मदला जेवताना बघून दोघेही खूप अस्वस्थ झालो. रात्री घरी परतताना तोच विषय होता. 'आत्माराम'वर आल्यावर महेंद्रनी रात्रभर जागून महम्मदसाठी कृत्रिम हात बनवला. दुसऱ्या दिवशी कदमवाडीला जाण्याआगोदर मला ती आनंदाची बातमी त्यांनी दिली. त्या दिवसापासून महम्मद कृत्रिम हातानं जेवू लागला. महेंद्रसारखे सहकारी कृत्रिम साधनं बनवण्याच्या कामी मिळाल्याचा खूप आनंद झाला. पण ते त्यांचं क्षेत्र नाही, हे कळत होतं. संस्थेकडे मस्क्युलर डिस्ट्रोफीचे बरेच पेशंट होते. सतत त्यांची पत्रं येत. त्यांना जगात कुठेही त्यावर औषध नाही, हे सांगणं कठीण होतं. हा रोग फक्त जलद वाढत जाणारा असतो. महेंद्रनी त्यांना, विशिष्ट आहार देऊन रोगाचं वाढतं प्रमाण रोखता येईल; आम्ही आणि पालकांनी परवानगी दिली तर ते प्रयोग करतील, असं सांगताच सर्व पालकांना बोलावून आम्ही चर्चा केली. चारपाच जणांचे पालक तयार झाले. विशिष्ट आहारासाठी खर्च बराच होता. 'आत्माराम'मध्ये वर राहणाऱ्या श्री. अभय दोशींनी तो खर्च द्यायचं कबूल केलं. उपचार सुरू झाले. आज त्यापैकी एक बी. कॉम. झालेला राजेंद्र घोरपडे आपल्या गावात क्लासेस घेतो. शासनाकडून जागा मिळवून त्यानं स्वतःचं घर बांधलं. त्यांच्या वास्तुशांतीला मी त्याच्या गावी गेले होते. दुसरा संतोष ब्रम्हदंडे. आज उचगाव वसतिगृहात बी. ए. च्या शेवटच्या वर्षात शिकत आहे. त्रास तर आहेच, पण हिमतीनं अजून तग धरून आहे. आदर्श विद्यार्थी,

वक्तृत्व स्पर्धेत बक्षीस, उत्तम चित्रकला अशा आघाड्यांवर यश मिळवत आहे.

कदमवाडीचं वसतिगृह चालवताना अनेक अडचणी आल्या. एका पार्टिशनच्या रूममध्ये माझा पलंग ठेवण्यात आला होता. अनेक रात्री मी तिथे राहत होते. पावसाळ्यात काच नसलेल्या खिडकीतून पाणी आत येत होतं. प्लास्टिक लावून कमी खर्चात तो प्रश्न सोडवला. थंडीत कुडकुडून आमचा बर्फ होईल की काय, असं वाटायचं. प्रत्येक अनुभव स्वत: घेऊन निर्णय घेण्याची सवय लागली होती, म्हणून बरं. प्रशिक्षणार्थींनी सांगण्याअगोदर त्यांचे प्रश्न, समस्या मला समजत होत्या. डॉ. मोहनराव गुणेंना थंडीच्या त्रासाची कल्पना दिली. पोलिओ झालेल्यांना एरवीच्या साध्या थंडीचाही त्रास होतो. माझं तर जरा जास्त थंडी पडली की हातपाय गार होऊन नखं काळीनिळी होत. डॉ. मोहनराव गुणेंनी त्वरित अतिशय उत्तम प्रतीची चाळीस ब्लँकेटस् पाठवून दिली.

थंडीचा प्रश्न सुटला. पण दर महिन्याला एवढ्या लोकांचा जेवणाचा खर्च भागवताना, साहित्य मागवताना त्रेधा उडू लागली. संस्थेत येणाऱ्या देणग्या, माझा पगार अपुरा पडू लागला. एकदा तर अशी वेळ आली, की कुठून कशी सोय होणार, ठराविक लोकांकडेच मागून मागून किती मागणार, दोन दिवसांनंतर काय खायला द्यायचं हा प्रश्न ठाकला. रात्री धीर करून वसतिगृहातील सर्व लाभार्थींना एकत्र केलं आणि प्रत्येकाकडे किती पैसे आहेत ते त्यांनी मला उधार द्यावेत, आठ-पंधरा दिवसांत मी ते परत करेन, म्हणाले. सर्वांनी 'परत नको, हे घ्या...' म्हणून आपापल्याकडील सर्व पैसे माझ्याकडे आणून दिले. छोट्या महम्मद व बंडूनंही त्यांच्या खाऊची छोटीशी रक्कम माझ्याकडे सुपूर्द केली. मग दुसऱ्या दिवशी धान्य वगैरे आणलं. लवकरच देणग्या मिळवण्यातही यश आलं. ठरल्या वेळेत मी सर्वांचे पैसे आग्रहानं परत केले. सर्वांच्या एकजुटीनं मन अतिशय प्रफुल्लित झालं होतं व मनात एक विश्वास निर्माण झाला, की कितीही मोठं संकट आलं, तरी हे लाभार्थीही आपल्याला साथ देतील आणि संकट दूर होईल.

लवकरच एक जरा वेगळाच प्रसंग घडला. मी ऑफिसमध्ये असताना कदमवाडीहून फोन आला, 'आज एका मंडळाचे सदस्य आले होते. त्यासंबंधी बोलायचं आहे. रात्री राहायलाच कदमवाडीला या.' ऑफिस सुटताच मी कदमवाडी गाठली. रिपोर्ट मिळाला तो असा - त्या मंडळाच्या सदस्यांनी केळी, सफरचंदं वगैरे फळं प्रत्येकाच्या हातात देऊन बॅनर लावून फोटो काढला. सर्वांचं म्हणणं होतं, की आम्हाला पक्वान्नं, फळं नकोत आणि असे फोटोही नकोत. खाण्यापिण्यात काटकसर करून आम्ही शिक्षण घेऊ. मलाही तो विचार आवडला. या विद्यार्थ्यांच्या स्वाभिमानाला धक्का लागेल असा प्रसंग येऊ द्यायचा नाही असं ठरवलं, तरी कदमवाडी येथील एका कार्यक्रमात अचानक कार्यक्रमाच्या वेळी 'हे जुने कपडे

तुमच्या मुलांसाठी...' असं जाहीर करून माझ्या हाती ते गाठोडं स्टेजवर दिलं गेलं. त्याप्रसंगी काही कृती करणं अथवा बोलणं गैर ठरलं असतं. खरं पाहता प्रत्येक धर्मात दान गुप्तपणे करावं, गाजावाजा न करता करावं असं आहे. या हाताचं त्या हाताला कळू नये, असं म्हणतात. आपण जेव्हा देतो, तेव्हा घेणाऱ्याला मिंधेपणा, संकोच वाटू नये हा उद्देश असला पाहिजे. आपल्यावर अशी वेळ आली, तर आपल्याला अशा प्रसंगी काय वाटेल, याचा विचारही प्रत्येकानं करायला हवा. संस्थेला जाहीर मदत करणं वेगळं आणि वैयक्तिक मदत देताना ती जाहीर करणं यात फरक आहे. आमच्या विद्यार्थ्यांत न्यूनगंड येऊ नये, यासाठी मी दुसऱ्याच दिवशी ते गाठोडं माझ्या क्वार्टरवर म्हणजे संस्थेच्या ऑफिसमध्ये आणलं आणि ज्यांनी दिलं होतं, त्यांना बोलावून समजून सांगितलं. त्यांना विद्यार्थ्यांचा स्वाभिमान दुखवू नये, हा विचार पटला. पण त्यांना कपडे परत करणं योग्य नव्हतं. ते कपडे ठेवून घेऊन इतर गरजवंतांना त्याचं वाटप केलं. आजही आम्ही असे कपडे वा इतर वस्तू स्वीकारतो ते फक्त संस्थेच्या कार्यालयात. थेट विद्यार्थ्यांना अशी मदत देऊ देत नाही. गरजेनुसार वस्तू पुरवण्यात येतात. प्रत्येकाला पुढे कमवू लागल्यावर आपल्याला त्याची परतफेड करायची आहे, याची जाणीवही करून देतो. आज संस्थेकडून घेताना संकोच करू नका आणि उद्या देताना हात आखडू नका, हीच शिकवण 'हेल्पर्स'च्या मुलामुलींना द्यायचा आमचा प्रयत्न आहे.

कदमवाडीच्या वसतिगृहात अचानक एक अभिजित परब नावाचा मुलगा आला. पोलिओ झालेला, कॅलिपर व कुबड्यांच्या सहाय्यानं चालत होता. 'आई-वडील अथवा कोणी नातेवाईक जिवंत नाहीत. घरमालकानं हाकललं. इथे आलो तर कोणीतरी संस्थेचा पत्ता दिला. राहायची व्यवस्था करा,' म्हणून विनवू लागला. अनाथ म्हणून त्याला प्रवेश दिला. लहानमोठी कामं त्याला शिकवू लागलो. त्यानंतर काही दिवसांनी तो तापानं फणफणला. त्याच्या अंगावरील कपडे, हातातील घड्याळ, पायातील बूट मात्र तो सांगत असलेल्या कहाणीपेक्षा काही वेगळंच सांगत होते. त्यानं दिलेला मुंबईचा पत्ता मी देसाईकाकाजींना कळवून विचारपूस केली, तर तो चुकीचा होता. तिथे त्या नावाचं कोणीच नव्हतं. तापात तो बडबडत होता. आई-बाबाविना या उमलत्या वयाच्या मुलाचा सांभाळ कसा करायचा कळेना. ताप उतरल्यावर मी त्याला प्रेमानं समजावून सांगितलं, की "खरं बोलावं. खोटं बोलण्यानं स्वत:लाच जास्त त्रास होतो आणि नुकसान स्वत:चंच होतं." त्यानं कबूल केलं, की 'आईवडील वगैरे सर्वजण जिवंत आहेत. शाळेत मी आठवीत शिकत होतो. एका मुलीवरून सरांनी खूप मारलं. म्हणून घरी न जाता घर सोडून पळालो.' त्याच्या घरी त्वरित पत्र लिहिलं.

अखेरीस त्याचा ताप टायफॉईडवर गेला. वडिलांआधी त्याची आई मुंबईच्या

पोलिसांसमवेत एक स्पेशल गाडी स्वत:च्या खर्चानं करून आली. का, तर त्यांनी पोलिसांत मुलगा हरवल्याची तक्रार केली होती. सोबत असलेल्या महिला पोलिस, पान खाऊन पिच पिच थुंकणाऱ्या. आमचं पत्र गेल्यावर पोलिसांनी पालकांच्या खर्चानं यायची काही गरज नव्हती. साध्या बस किंवा रेल्वेनं अभिजितचे आई-वडील येऊ शकले असते. वडील परगावी गेलेले होते, म्हणून आई एकटीच आली होती. आम्ही फक्त आईला अभिजितला भेटू दिलं. वडिलांना पाठवा म्हणून निरोप दिला. त्याच्या शाळेत त्याला प्रवेश मिळवून द्या, असं वडिलांना समजावलं. पण त्यांनी शाळेत भांडण करून शाळेची पोलिसात तक्रार केली होती. मी मुंबईला गेले तेव्हा त्याच्या शाळेत जाऊन संचालकांना विनंती केली, की 'त्याला एकदा माफ करा. चुका होतात. सुधारण्याची संधी द्यायला हवी. त्यात अपंग असल्यानं शिक्षणाशिवाय पुनर्वसनाचा, उपजीविकेचा दुसरा मार्ग त्याला नाही.' परंतु याला शाळेत ठेवल्यानं इतर मुलं बिघडतील, म्हणून त्याला प्रवेश दिला गेला नाही. 'शाळा सोडल्याचा दाखला गैरवर्तणुकीचा शेरा न मारता द्या, त्याला आम्ही कोल्हापूरच्या शाळेमध्ये घालतो,' म्हणून सांगितलं. त्यालाही त्यांनी नकार दिला. एवढ्या लांब जाऊनही उपयोग झाला नाही. खिन्न मनानं मी परतले.

अभिजितचं ते वर्ष वाया गेलं. पुढच्या वर्षी त्याच्या वडिलांनी दुसऱ्या एका शाळेत प्रवेश घेऊन शाळा सोडल्याचा दाखला आणून दिला आणि 'हेल्पर्स'च्या मुलांसोबत तो शाळेला जाऊ लागला. दोन वर्षं तो होता. त्याच्या अनेक लहानमोठ्या चुकांना क्षमा केली. पण मुलींच्या बाबतीत गंभीर गैरवर्तणूक आढळून आल्यावर मात्र त्याला फक्त एक संधी दिली. वर्ष संपताच त्याला वसतिगृहातून काढलं आणि वडिलांच्या ताब्यात दिलं. तोवर तो नववी पास झाला होता.

उचगावच्या बांधकामासाठी केंद्र शासनाकडे मागितलेलं अनुदान मिळालंच नाही. मुंबईच्या सिद्धिविनायक मंदिर विश्वस्त निधीकडे बरेच महिने प्रयत्न करीत होतो. यश येत नव्हतं. पण एक दिवस अभिजित गारेनी सांगितलं, की कोल्हापूर येथील त्याच्या वडिलांचे स्नेही श्री. तारळेकर आम्हाला या कामी मदत करतील. परत एक अर्ज करून एक प्रत त्यांच्याकडे द्यावी. त्याप्रमाणे करताच त्या ट्रस्टचे चेअरमन श्री. डहाणूकर आणि इतर ट्रस्टी कोल्हापूरला आले. कदमवाडीचं प्रशिक्षण केंद्र त्यांनी पाहिलं. तिथे बागेत उमललेला गुलाब त्यांना देताच ते खूप आनंदले. उचगावला बांधकामाची गती पैशाअभावी कमी झालेली डोळ्यांनी पाहिली आणि मुंबईला परतताच पंधरा लाख रुपये मंजुरीचं पत्र मंत्रालयात पाठवून, पुढील कागदपत्रं मंत्रालयात जाऊन हलवण्यासाठी आम्हाला निरोप पाठवला. श्री. तारळेकर यांचे आम्ही मन:पूर्वक आभार मानले. नागपूरच्या ताजबाबाला मी वसतिगृह व महेंद्रसाठी नवस बोलले होते. मुंबईच्या हाजी अली दर्ग्यावरही जाऊन आले होते.

शेवटी गणपती मंदिराच्या माध्यमातून डहाणूकरांच्या रूपानं देव आमच्या मदतीला धावला होता.

मी त्वरित मंत्रालयात गेले. दोन मंत्र्यांच्या सहीची, संमतीची गरज होती. कॅबिनेटमंत्री जागेवर होते. राज्यमंत्री घरी होते. पण आधी कॅबिनेटमंत्र्यांना भेटले. त्यांनी राज्यमंत्र्यांकडून फाईल येताच मी मंजूर करीन, म्हणून सांगितलं. राज्यमंत्री श्री. प्रभाकर राणे यांच्या खासगी सचिवाकडून त्यांची दुसऱ्या दिवसाची बंगल्यावरील भेटीची वेळ घेतली. दुसऱ्या दिवशी अगदी वेळेत ते सर्वप्रथम मलाच भेटले. आमचं कार्य फोटोंच्या व अहवालाच्या स्वरूपात बघून खूश झाले. "असंच कार्य सिंधुदुर्ग जिल्ह्यातही करा. मी मदत करीन. शासन जागा देईल," असं म्हणाले. मी होकार दिला. त्याच दिवशी फाईलवर मंजुरी देईन, असं आश्वासन त्यांनी दिलं आणि ते पाळलंही. आठ दिवसांत मंत्रालयाचं मंजुरीचं पत्र पोस्टानं कोल्हापूरला मिळताच मी परत सिद्धिविनायक मंदिर ट्रस्टच्या कार्यालयात चेक ताब्यात घेणं, बँकेत खातं उघडणं या कामासाठी गेले. रेल्वेचं रिझर्वेशन मिळालं नाही, म्हणून लक्झरी बसनं गेले. दुर्दैव म्हणजे बस ब्रेकडाऊन झाल्यानं उशिरा पोहोचली. फोनवर भेटीची वेळ अकरा वाजताची ठरवली होती. जेमतेम आंघोळ करून ट्रस्टच्या कार्यालयात अकराच्या आधी पोहोचलो. तिथे साहेब नव्हते. लक्झरी बसमधील एअर कंडिशनमुळे आणि रात्रभर बसल्यानं खूप त्रास झाला होता. त्यात सकाळी अकरापासून संध्याकाळी पाचपर्यंत त्या कार्यालयात थांबूनही साहेबांची भेट झाली नाही. व्हीलचेअरवर बसवत नव्हतं. तेथील शिपायानं माझी स्थिती बघून आम्हाला वेटिंग रूम उघडून दिली. आत छान गुबगुबीत एक मोठा सोफा व दोन लहान सोफे होते. मी, विश्रांती आणि सोबत आलेला भाचा सर्वच थकलो होतो. मी सरळ मोठ्या सोफ्यावर आडवी झाले. त्या दोघांनी स्वत:ला लहान सोफ्यात झोकून दिलं. दार आडवं करून आम्ही चक्क गाढ झोपलो. नाश्ता नाही, जेवण नाही. शिपायानं नंतर सांगितलं, की तो चहा घेऊन आला होता. आम्ही सर्वच झोपल्यानं तो परत गेला. आम्ही उठल्याची चाहूल लागताच प्रसाद आणि ताक त्यानं आम्हाला आणून दिलं. त्याच्या त्या प्रेमळ स्वभावानं खूप दिलासा मिळाला, पण 'संध्याकाळी पाच वाजता साहेबांनी फोर्टच्या त्यांच्या ऑफिसमध्ये बोलावलं आहे,' असा निरोप मिळाल्यावर मात्र मी हिरमुसले. टॅक्सी करून फोर्टमध्ये पोहोचलो, तर कागदपत्रं ऑफिसमध्ये असल्यानं परत दुसऱ्या दिवशी त्या ऑफिसमध्ये लवकर जाणं आवश्यक होतं. दुसऱ्या दिवशी सर्व कागदपत्रांची पूर्तता करून कोल्हापूरला परतलो. चेक बँकेतील खातं उघडल्यावर ते देणार होते. पण देणगीदार व कर्जदारांना हाती पैसा येत आहे, काम चालू ठेवा हे पटवण्यासाठी तयार असलेल्या चेकची झेरॉक्स व पत्राची कॉपी घेऊन मी कोल्हापूरला परतले.

सिद्धिविनायक ट्रस्टनं दिलेले पैसे बँकेत जमा झाले आणि पंधरा लाखांपैकी कुठे, किती गुंतवायचे, किती कोणाला देणगी द्यायची यासंबंधी निरोप, फोन आले. बांधकामासाठी मिळालेला पैसा असा दुसऱ्या कामासाठी कसा वापरता येणार होता?... मी खूप काळजीत पडले. पण पी. डी. देशपांडे यांनी शांतपणे मला पत्र लिहून दिलं. - 'ज्या कामासाठी पैसा मिळालेला आहे, तो अटीनुसार त्याच कामासाठी वापरला जाईल; नियमबाह्य वर्तणूक आम्ही करणार नाही, याची खात्री ठेवावी.' पत्राची प्रत चेअरमनसाहेबांना पाठवून दिली. त्यानंतर पुन्हा निरोप अथवा फोन आला नाही.

बांधकामानं वेग घेतला. बांधकाम पूर्ण झाल्यावर आतील बाथरूम, संडास कसे असावेत, याचं प्रात्यक्षिक मी ज्या खोलीमध्ये देखरेखीसाठी व ट्रेनिंग देण्यासाठी राहणार होते, त्या खोलीत करायचं ठरलं. आमच्या गरजा सब-कॉन्ट्रॅक्टरना सांगूनही समजत नव्हत्या. नळाची उंची, त्याची जागा, कमोडचं भांडं, त्याला लागून आम्हाला उठण्या-बसण्यासाठी लागणारे पाईप्स, अनेकवार तोडफोड करावी लागली. एवढं करूनही बाथरूमची जमीन किंचित खाली ठेवून हलकासा स्लोप दिला असता, तर बरं झालं असतं, हे खूप उशिरा लक्षात आलं. प्लंबिंगचं काम अतिशय हळू झालं आणि मनाला समाधान होईल, असंही झालं नाही. गरम व थंड पाण्याचा नळ ओळखता येईल, अशी साधी सोयही करून दिली नाही. विजेची बटणं, स्वीचबोर्डस् सर्व आम्हाला हव्या असलेल्या कमी उंचीवर बसवून घेतलं.

वसतिगृहात राहणाऱ्या विद्यार्थ्यांना शाळेत ने-आण करण्यासाठी मिनी बस मिळवण्यासाठी आम्ही श्री. एस. एम. शिरोडकरकाका यांच्या सहाय्यानं आयुर्विमा महामंडळाकडे अर्ज केला होता. मुंबईच्या मुख्य कार्यालयात माझ्या फेऱ्या चालू होत्या. तिसऱ्या फेरीच्या वेळी पल्स पोलिओ मोहिमेसाठी त्यांनी निधी दिल्यामुळे ते आम्हाला त्या वर्षी बस देऊ शकणार नाहीत, असं उत्तर मिळालं. खूप निराशा झाली. पोलिओ झालेल्यांच्या शिक्षणापेक्षा पोलिओ होऊच न देणं जास्त महत्त्वाचं आहे. आपल्याच कार्याला त्यांनी अप्रत्यक्षपणे हातभार लावलेला आहे, यात समाधान मानून घेतलं. रजनी, पी. डी. यांना मी विनंती केली, की "मुंबईत प्रत्येक प्रश्नाचं उत्तर, प्रत्येक कुलपाची किल्ली आहे. आपण प्रयत्न करायला हवा. मदतीला देसाईकाका आहेत. पण प्रत्येक वेळी एकटीनं मुंबईतल्या सर्व मोठमोठ्या ट्रस्टच्या अधिकाऱ्यांपुढं जाताना मला खूप एकटेपणा जाणवतो. पाळीपाळीनं समितीच्या सर्व सदस्यांनी माझ्यासोबत यावं." तात्काळ सर्वांनी मान्यता दिली. त्यानुसार कार्यक्रम आखला. पहिल्या दौऱ्यात देसाईकाकांनी संस्थेकरता रिक्षासाठी

त्या निधीचा चेक श्री. कृष्णा अय्यर यांच्या हस्ते आम्हाला दिला. छोटासा कार्यक्रम रेहाना-भाईसाबच्या घरी झाला. पंतप्रधान कै. इंदिरा गांधी यांना सल्ला देणारे श्री. कृष्णा अय्यर यांच्या हस्ते तो चेक स्वीकारताना मला धन्य वाटलं. त्यांचं भाषण टेप केलं नाही, याची खंत नंतर अनेक दिवस वाटत होती. त्यांचा आशीर्वाद, शुभेच्छा मला लाभल्या. धन्य झालो आम्ही. यावेळी पी. डी., छाया, अभिजित, सुबोध सोबत होते.

नंतर दुसऱ्या वेळी मुंबईला पी. डी. आणि रजनी माझ्यासोबत आले. यावेळी स्त्री मदतनीस न घेता माझे कपडे धुणं व इतर कामं माझी मीच केली. पण थकवा खूप आला. 'दृष्टी ह्यूमन रिसोर्सेस सेंटर' व 'टाटा ट्रस्ट' यांना भेटायचं निश्चित होतं. देसाईकाकांना कळवलं, 'आम्ही येत आहोत. देणग्या मिळतील अशांच्या भेटीच्या वेळी ठरवून द्या.' त्यांनी श्री. बाळासाहेब ठाकरे यांची भेट घडवून देण्यासाठी प्रयत्न करतो म्हणून सांगितलं. आम्ही सर्वजण 'ऑल इंडिया इन्स्टिट्यूट', हाजी अली येथे उतरलो होतो. 'दृष्टी'च्या स्मिता नवरे व ज्योती सुभेदार, भाईसाबचे हुबळीचे मित्र व संस्थेचे देणगीदार श्री. उमरसाब यांच्या ओळखीच्या. ज्योती सुभेदार यांची वर्ग सहकारी. उमरसाबच्या सांगण्यानं त्या दोघी एकदा कदमवाडीला ट्रेनिंग सेंटर बघायला आल्या.

कार्य त्यांना आवडलं. त्यांनी मी जेव्हा जेव्हा मुंबईला जात असे तेव्हा संस्थेची गरज विचारून भरघोस मदत केली. यावेळी पी. डी., रजनीबरोबर मी गेले, तेव्हा त्यांनी 'महालक्ष्मी टेंपल चॅरिटीज ट्रस्ट'चे अधिकारी श्री. जाधव यांच्या भेटीची वेळ ठरवून दिली. त्या प्रचंड पाचऱ्या चढून आम्ही गेलो. त्या गर्दीतही अगदी देवळात आतपर्यंत माझी व्हीलचेअर नेण्याची व्यवस्था करण्यात आली. श्री. जाधव यांनी अर्ज स्वीकारला व नंतर एक लाख तीस हजार रुपये वसतिगृहाच्या फर्निचरसाठी पाठवून दिले. 'व्हीलकार्ट फाउन्डेशन'लाही त्याच दौऱ्यात आम्ही मिळून गेलो. तिथेही चांगला प्रतिसाद मिळून कदमवाडी प्रशिक्षण केंद्रासाठी दोन लाख रुपये मिळाले. कदमवाडीतील विद्यार्थ्यांना जसं घसटत चालावं लागत होतं, तसं उचगावच्या एवढ्या मोठ्या वसतिगृहात होऊ नये यासाठी, या ट्रिपमध्ये कोणीही संस्थेला पन्नास व्हीलचेअर्स देणगीदाखल द्याव्यात, असं मी त्या दिवशी सकाळपासून रजनी आणि पी. डीं. जवळ घोकत होते.

त्या दिवशी आम्ही एका हितचिंतकाकडे गेलो व संध्याकाळी पाच वाजता सहज रेहानाकडे फोन केला; तर ती ओरडलीच, "तू कुठे आहेस सकाळपासून? बाहेर पडल्यावर एकदाही फोन करत नाहीस. श्री. बाळासाहेब ठाकरे यांच्या बंगल्यावर सात वाजताची भेटीची वेळ आहे. देसाईकाकांना तू कुठे आहेस, हे दिवसभर न कळल्यानं तेही अस्वस्थ आहेत. आता तुम्ही शिवाजी पार्कला कसं

वेळेत त्यांच्या बंगल्यावर पोहोचणार? आम्ही ताबडतोब निघतो. तू तसं देसाईकाकांना कळव,'' एवढंच बोलून तिनं फोन ठेवला. चहा, खाणं तसंच टाकून आम्ही परत गाडीत बसलो. संध्याकाळची प्रचंड गर्दी, देवाचा धावा करत गाडीत सर्वजण गप्प होती. साडेसात वाजता आम्ही धडधडत्या अंत:करणानं ठाकरेंच्या बंगल्यावर पोहोचलो. सुरक्षा व्यवस्थेच्या सोपस्कारातून आत बंगल्यात गेलो. कोणाला तरी ते मुलाखत देत होते. तिथूनच आपुलकीनं म्हणाले, ''थोडा वेळ थांबा! एवढी मुलाखत आटोपून घेतो.'' आम्हाला वेळ झाल्यानं ते भेटतात की नाही असं वाटत होतं. थोडा का, ते सांगतील तेवढा वेळ थांबायची आमची तयारी होती.

मुलाखत आटोपताच ते आमच्याजवळ आले. आस्थापूर्वक संस्थेचे फोटो पाहिले. माहिती ऐकली, बघितली आणि आमची गरज विचारली. शाळेच्या मुलांसाठी बस पाहिजे म्हणताच, ''दिली, आणखी काय पाहिजे?'' म्हणून विचारलं. आम्ही इतके आश्चर्यचकित झालो, की आमच्या तोंडून क्षणभर शब्दच फुटला नाही. माझ्या मनाला तर शंका चाटून गेली, एवढी बस देऊन 'आणखी काय पाहिजे' म्हणतात, म्हणजे हे आपली चेष्टा करत आहेत की परीक्षा घेत आहेत? पण शंकेचं निरसन त्वरित झालं. श्री. ठाकरेंनी तिथे उपस्थित असलेल्या दोन सद्गृहस्थांकडे बोट दाखवलं आणि म्हणाले, ''हे सुरेशदादा जैन आणि हे श्री. गणेश नाईक. दुभती गाय दारात आहे तोपर्यंत तिचं दूध काढून घ्यावं; बोला काय हवं ते हे दोघं देतील.'' आमच्या गरजा आमच्या जिभेवरच होत्या. आमच्या मुलांना सतत फिजिओथेरपीची गरज असते. त्याचं साहित्य खूप महाग. दोनतीन लाखांच्या साहित्याची गरज असली, तरी आम्ही संकोचानं एक लाखापर्यंतचं फिजिओथेरपीचं साहित्य आणि पन्नास व्हीलचेअर्स मागितल्या. ''त्यांना देणगीदाखल त्या सहा जानेवारीला मीनाताई ठाकरे यांच्या स्मृतिदिनी द्या. बस व सर्व एकत्रित देऊ,'' असं त्यांनी सांगितलं. व्हीलचेअर्सच्या कंपनीचं नाव, पत्ता, फोन नंबर सर्व त्याच क्षणी घेतलं. फिजिओथेरपीचं साहित्य कोठून, कोणतं खरेदी करायचं हे आम्ही ठरवून बिल पाठवायचं ठरलं. त्यानंतर त्यांनी बसमध्ये कोणकोणत्या सोयी पाहिजेत म्हणून विचारलं. आम्हाला इतका आनंद झाला, की जे घडतंय ते स्वप्न आहे की सत्य, असा प्रश्न पडला. ''...पहिल्या बांधकामाच्या टप्प्यात चाळीस विद्यार्थ्यांना प्रवेश देणार आहोत. तेव्हा त्यांना व्हीलचेअरसहित जागा होईल, अशी बस पाहिजे आणि त्याला रॅम्प हवा, व्हीलचेअर चढवण्या-उतरवण्यासाठी...'' एवढंच आम्ही बोललो. मग आम्हाला त्यांनीच सुचवलं, की त्यात अशा अपंगांसाठी संडास-बाथरूमची सोय हवी; एक झोपता येईल असा बेडही पाहिजे. कोल्हापूरला जाऊन गरजेप्रमाणे मापं घेऊन बसचं डिझाईन आम्ही मुंबईला 'सामना'मध्ये आमदार सुभाष देसाईंकडे द्यायचं ठरलं. श्री. बाळासाहेब ठाकरे यांनी आम्हाला इतका वेळ दिला, इतक्या प्रेमानं बातचीत केली आणि भरघोस मदत देऊ केली, की त्याचा आनंद

गगनात मावणारा नव्हता. तहान-भूक सर्व विसरायला लावणारा होता. देसाईकाकाजी पडद्यामागे असतात. त्यांना त्यांच्या नावाचा मी उल्लेख करते तेही आवडत नाही. पण त्यांनीच आमची आणि बाळासाहेब ठाकरेंची भेट घडवून देण्याची जबाबदारी, श्री. ठाकरेंकडे नोकरीवर घरच्यासारखे असलेले श्री. बाळासाहेब सावंत आणि त्यांची बहीण शुभा यांच्यावर सोपवली होती. ते आमच्यासोबत होते. त्यांचे शतशः आभार मानून आम्ही तृप्त मनानं राहण्याच्या ठिकाणी 'ऑल इंडिया'च्या गेस्टरूममध्ये हाजी अली येथे परतलो. ताजबाबानं माझ्या दोन्ही प्रार्थना ऐकून पूर्तता केली होती. आता मला वसतिगृहाचं उद्‌घाटन होताच नागपूरच्या ताजबाबांना बोललेला नवस फेडायला जायला हवं होतं. त्यानिमित्तानं आनंदवनलाही परत एकदा जाता आलं असतं.

महेंद्र कुलकर्णी दिवसा संस्थेच्या प्रशिक्षण केंद्रात नोकरी करत होते व रात्री आत्माराम अपार्टमेंटमधील प्रयोगशाळेत संशोधन करीत होते. रात्रीची जेमतेम तीनचार तास झोप ते घेत. स्वयंपाक, आंघोळ सर्व एकटे करत. अनेक वेळा उपाशी राहत. 'शरीरात रिझर्व्हड् एनर्जी असते. रोज जेवायलाच पाहिजे असं नाही,' म्हणत. पण घरी चांगलं पक्वान्न खाताना घास आमच्या घशाखाली उतरत नसे. मग कोणाकडून तरी मी अथवा देशभ्रतार-नीता डबा 'आत्माराम'वर पाठवीत असू. असं सारखं घडू लागल्यावर महेंद्र चिडले, तेव्हा मग मी माघार घेतली. घरी सर्वजण चेष्टेनं महेंद्रला माझा 'लाडला' - 'लाडका बाळ' म्हणून चिडवत. कारण त्यांच्याबाबतीत अनेक गोष्टींत मी नियमाला अपवाद करत होते. त्यांनी बोलायला लागावं, श्रवणयंत्र न लावता त्यांना ऐकता यावं, एवढीच माझी प्रबळ इच्छा होती. त्यात मुंबईच्या डॉ. हिरानंदानींनी माझ्या व अनुताईंच्या समोरच महेंद्र आयुष्यात कधीही बोलू शकणार नाहीत, असं सांगितलं होतं.

परंतु एक दिवस महेंद्रनी आनंदाची बातमी दिली. त्यांचा प्रयोग यशस्वी होत आहे आणि आमच्यासमोर ते प्रयोग करून काही शब्द उच्चारू शकतील. त्याप्रमाणे एके रात्री मी, पी. डी., देशभ्रतार आणि महेंद्रच्या इच्छेनुसार माझी आई, असे आम्ही 'आत्माराम'मध्ये जमलो आणि महेंद्रनी महाप्रयासानं 'आई' 'दीदी', 'पी. डी.' असे काही शब्द उच्चारले. नंतर लवकरच कदमवाडी येथे सर्व प्रशिक्षणार्थींसमोर तो प्रयोग केला. तेव्हा त्याचं रेकॉर्डिंगही आम्ही केलं.

सर्वांना आनंद होत होता महेंद्रना मिळत असलेल्या यशाबद्दल. यावेळी महेंद्र काही वाक्य बोलले.

एकदा रंकाळ्यावर महेंद्र मित्रांबरोबर फिरायला गेले असता तिथे त्यांना विनीता भेटली. त्यांची कहाणी ऐकून खूप रडली व महेंद्रच्या सुखदुःखात पत्नी या नात्यानं सहभागी होण्याची इच्छा तिनं महेंद्रजवळ व्यक्त केली. प्रयोग यशस्वी करून कायमस्वरूपी बोलता येण्यासाठी महेंद्रना अहोरात्र त्यांच्याजवळ राहून त्यांची

काळजी घेणाऱ्या जीवनसाथीची गरज होतीच. महेंद्रनी होकार दिला आणि मला अनपेक्षितपणे ही आनंदाची बातमी दिली. मी विनीताला भेटले आणि महेंद्रच्या शारीरिक स्थितीची, कौटुंबिक पार्श्वभूमीची पूर्ण कल्पना तिला दिली. तरी तिचा होकार ऐकून तिच्या मोठेपणानं मनाला समाधान वाटलं. त्यांच्या लग्नासाठी सर्वतोपरी सहाय्य करायचं मी ठरवलं. पण नेमकं त्याच वेळी आमच्या प्रयत्नांना यश मिळून श्री. आर. डी. पाटील यांनी उचगाव वसतिगृहाच्या आवारातील उंचसखल जमीन सपाट करून घेण्यासाठी हायड्रोलिक बुलडोझर आम्हाला मोफत दिला होता. ठराविक मुदतीत त्याचं काम पूर्ण करून घ्यायचं होतं. अंदाजे दोन लाखांचं ते काम होतं. मी माझं सर्व लक्ष त्यावर केंद्रित केलं होतं आणि त्याच आठवड्यात महेंद्रचं लग्न करायचं ठरलं. लग्नाची सर्व जबाबदारी मी रजनीवर सोपवली. नोंदणी लग्नासाठी महेंद्रची पालक म्हणून मी सही केली. कदमवाडी येथे धार्मिक पद्धतीनं लग्न करायचं ठरलं. मी फक्त अक्षता टाकायला कदमवाडीत गेले. जेवायच्या आधीच उचगावहून फोन आला. त्यावेळी दिलीप ऱ्होटाळ नावाच्या एका प्रशिक्षणार्थीला उचगाव बांधकामावर देखरेख करण्यासाठी ठेवलं होतं. एका पायाला पोलिओ, पण कामाला जबरदस्त. फोनवर रात्री दहा वाजता तो सांगत होता, ''तुमची पाठ वळताच बुलडोझरचे ड्रायव्हर बुलडोझर नेऊ लागले आहेत. थांबायला तयार नाहीत.'' त्या रात्री गारठ्यात न जेवताच त्वरित देशभ्रतारांना सोबत घेऊन रिक्षानं उचगाव गाठलं. श्री. आर. डी. पाटीलना फोन केला. त्यांनी ड्रायव्हरला सूचना दिली, की काम संपल्याशिवाय आणि आमची परवानगी घेतल्याशिवाय बुलडोझर हलवायचा नाही. दुर्दैवानं सुरुवातीचे दोन दिवस काही लोकांनी आडकाठी केल्यानं बुलडोझरला काम न करता थांबावं लागलं होतं. दोनच दिवसांपूर्वी मी अशीच वैतागानं रात्री नाईलाजानं जिल्हाधिकाऱ्यांच्या बंगल्यावर गेले होते आणि 'कृपया पोलिस संरक्षण द्या, आम्हाला आमच्याच जमिनीत बुलडोझर चालवायला लोक अडवणूक करत आहेत,' असं सांगितलं होतं. बुलडोझरचे ड्रायव्हर रात्रीही काम करायला तयार होते. जिल्हाधिकाऱ्यांनी मला शांत केलं आणि 'उद्या सकाळी तहसीलदार तुमच्या जागेवर येतील आणि बुलडोझरचं काम करून देतील. कोणी अडवणार नाही,' असं माझ्याकडील कागदपत्रं व नकाशे पाहून उत्तर दिलं होतं. तरी त्या रात्री मी झोपू शकले नाही. आता परत या बुलडोझरच्या ड्रायव्हरला काय झालं होतं कोण जाणे!

महेंद्रचं लग्न झालं, त्या रात्री मी आणि देशभ्रतार उचगावला रात्री बुलडोझर सुरू करायला लावून बसून राहिलो. जवळजवळ पहाटे घरी परतलो. मी झोपण्याऐवजी सरळ आंघोळीला गेले. आंघोळ, नाश्ता करून एक मस्त झोप काढायची इच्छा होती. रजेवरच होते मी.

बाथरूममध्ये असताना फोन वाजला. पहाटेचे पाच वाजले होते. आईनं फोन घेतला. फोनवर फक्त खोकण्याचा आवाज होता. आईनं ओळखलं, 'आत्माराम'मधून महेंद्रचा फोन असणार. लग्नाची पहिली पहाट. अशा फोनऐवजी महेंद्रची अर्धांगिनी झालेल्या विनीताचा आवाज फोनवर असायला हवा होता. बाकी काही फोनवर कळणं शक्य नव्हतं. काही तरी प्रचंड भयानक घडल्याशिवाय महेंद्र असा फोन करणार नाहीत. या विचारानं गडबडीनं मी बाथरूमबाहेर पडले. बाहेर पाऊस पडत होता. तशीच भाच्याला घेऊन 'आत्माराम'मध्ये गेले आणि महेंद्रनी लिहून ठेवलेली चिठ्ठी वाचली. 'पूर्ववैमनस्यातून विनीताला गुंडांनी चाकूचा धाक दाखवून पळवून नेलं.' अश्रूंचा तिरस्कार करणारे महेंद्र रडत होते... आयुष्यात मिळालेला आधार-प्रेम पहिल्याच दिवशी हिरावलं गेलं. पुरुष असून ते आपल्या पत्नीचं संरक्षण करू शकले नाहीत, याबद्दल ते स्वतःचा धिक्कार करीत होते. माझ्या पाठोपाठ हारूनमामा 'आत्माराम'मध्ये आले. अशा संकटाच्या वेळी मला नेहमीच डॉ. सुनीलकुमार लवटेंची आठवण होते व नेहमीच ते मला भक्कम आधार देतात. मी त्यांना फोन करून पोलिस स्टेशनमध्ये तक्रार नोंदवली आणि डॉ. लवटेंच्या कॉलेजवर गेले. ते स्वतः माझ्यासोबत जिल्हा पोलिसप्रमुखांकडे आले. पोलिसांची चक्रं वेगात फिरली आणि अकरा वाजेपर्यंत विनीता व तिला पळवणारे गुंड शाहूपुरी पोलीस स्टेशनमध्ये आले. विनीताला आम्ही आमच्या ताब्यात घेतलं. त्या पळवणाऱ्यांना पोलीस इतकं मारत होते, की आम्हालाच दया आली. 'त्यांना मारू नका, सोडून द्या' म्हणून पोलिसांना विनवलं, तर ते मला रागावले. विनीतावर एकतर्फी प्रेम करणाऱ्यानं तो अविचार केला होता. शेवटी प्रेम म्हणजे चांगली भावनाच या कृतीच्या मुळाशी होती, त्यासाठी त्यांना सर्वांनी क्षमा करावी, असं मला, महेंद्रना व विनीतालाही वाटत होतं. तक्रार परत घेतल्यावर त्यांना सोडून देण्यात आलं. पण नंतर अनेक दिवस मला अनेक फोन आले, की 'तुम्ही हे योग्य केलं नाही. एका अपंगाचं पुनर्वसन करताना एका सुंदर सुदृढ मुलीचं आयुष्य उद्ध्वस्त केलंत. तो पांगळा तिला काय सुख देणार आहे?...' वगैरे, वगैरे. एक तर दोघे सज्ञान होते आणि निर्णय त्यांचा होता. दुसरं म्हणजे, कोणाला कशात सुख, आनंद वाटावा, हादेखील ज्याचा त्याचा प्रश्न आहे. मला धमकीचे फोन आणि पत्रंही आली. पण निनावी फोन आणि पत्रांची मला कधीच काळजी वा भीती वाटत नाही.

या प्रकरणामुळे 'आत्माराम'मध्ये महेंद्रची प्रयोगशाळा सुरू ठेवणं मात्र अशक्य झालं. त्यांनी थंड हवेच्या ठिकाणी पुढील प्रयोग करण्याची इच्छा व्यक्त केली. एकदा पाऊल उचलल्यावर ते पुढेच टाकायचं असतं, या विचारानं मी आणि देशभ्रतारांनी परत रजा काढली. विनीता सोबत होतीच. माझ्या भविष्यनिर्वाह निधीतून कर्ज काढण्यासाठी डॉ. मोहनराव गुणे यांनी वैद्यकीय दाखला देण्यास

नकार दिला. अर्थात, त्यांच्या मते, त्यांनी माझ्या हितासाठीच तसं केलं; परंतु मी मात्र, 'फक्त आजचा दिवस मी जिवंत आहे, उद्या कदाचित नसेनही...' या वृत्तीनं जगत आहे. मला भविष्यनिर्वाह निधीची गरज नाही, हे मी सांगूनही कोणाला पटत नाही. तेव्हा, डॉ. सावनी चौगुलेंकडून वैद्यकीय दाखला घेऊन कर्ज हाती घेतलं. संस्थेनंही आर्थिक मदत दिली आणि आम्ही दिल्लीला गेलो. तिथून मेटॅडोरनं हरिद्वारला गेलो. ना ओळख, ना पाळख. फक्त देवावर विश्वासून गेलो! आमच्या घरी पण कल्पना दिली नाही, पण मनातील श्रद्धेनं सत्य रूप घेतलं. एका धर्मशाळेच्या बाहेर वृद्ध पती-पत्नी बसलेले होते. त्या धर्मशाळेत रात्री उतरलो. व्हीलचेअरला योग्य खोली, संडास, बाथरूम, स्वयंपाकघर सर्व होतं. सकाळी माता-पिताजींना संस्थेची माहिती दिली. महेंद्रना औषधोपचारासाठी तिथे दोन-तीन महिने ठेवायचं आहे, असं सांगितलं. अर्ध सत्य बोललो. ते तिथे स्वत:वर प्रयोग करणार आहेत, हे सांगितलं नाही. माता-पिताजींनी त्वरित होकार दिला. अगदी नगण्य असं भाडं सांगितलं. ते भरून पावती घेतली. त्या खोलीत महेंद्रचा जगावेगळा संसार सुरू झाला आणि आम्ही त्वरित परत निघालो. कारण मुंबईत भाचीचं लग्न होतं आणि लग्नाला वेळेवर पोहोचणं आवश्यक होतं. परत येताना माझे डोळे नकळत भरून येत होते. या विचारानं, की यानंतर महेंद्रची भेट कोणत्या स्थितीत होईल? बोलू लागलेले शैलेंद्र भेटतील? की दृष्टीही गेलेल्या महेंद्रना बघणं आपल्या नशिबी आहे? फक्त देवाकडे प्रार्थना करून आम्ही परतलो. सौ. नीता आणि देशभ्रतार यांच्यासारखे साथीदार नसते, तर माझी कितीही प्रबळ इच्छा असूनही मला काहीही करता आलं नसतं.

दिल्ली-मुंबई पूर्ण प्रवासात मनात महेंद्रचेच विचार होते. एवढ्या कर्तृत्ववान तरुणाचा शोध घरच्या, जवळच्या वा लांबच्या नातेवाईकांनी का बरं घेतला नसेल? पैसा, इस्टेट हे कारण असेल, तर या पैशाला देसाईकाका विष समजून हात लावत नाहीत, हे अगदी बरोबरच आहे... अशा अनेक उलटसुलट विचारात असता गाडी मुंबई स्टेशनमध्ये शिरली. दादर येताच देशभ्रतारांनी सर्व सामान खाली उतरवलं. नेहमीप्रमाणे माझी व्हीलचेअर सर्वप्रथम बाहेर काढली. नीता, निकी, विनीत खाली उतरले. माझी पर्सही खाली उतरलेल्या नीताच्या हातात दिली. मला दोन्ही हातावर उचलून देशभ्रतारांनी एक पाऊल उचलले आणि रेल्वे हलली. त्या धक्क्यानं माझ्यासहित देशभ्रतार पडत होते. पण सहप्रवाशांनी मला आणि त्यांना सावरलं. चालत्या रेल्वेत मला सीटवर बसवून एका वेळी दोघा तिघांनी चेन ओढली. पण रेल्वे न थांबता पुढे पळतच होती. नीता, मुलं आणि सर्व सामान मागे प्लॅटफॉर्मवर व मी विनाव्हीलचेअर देशभ्रतारांसोबत शेवटच्या स्टेशनवर पोहोचले. आता कसं

होणार...? मनात धाकधूक वाटत होती. पण लवकरात लवकर दादरला पोहोचण्यासाठी शॉर्टकट शोधला. रेल्वे स्टेशन मास्तरला गाठून त्यांची व्हीलचेअर मागवण्यात वेळ गेला असता. हमालाला सामानाची गाडी आणायला सांगितली. आधार नसल्यावर बसताना मला तोल सांभाळता येत नाही. पण त्या दिवशी त्या गाड्यावरून मी टॅक्सीपर्यंत पोहोचले. बसले की पाय दुमडून झोपले हे काही आठवत नाही. पण हमालाला द्यायला पैसे नव्हते. त्याला 'आमच्या टॅक्सीसोबत दादरपर्यंत ये, तिथे पैसे देतो' म्हणून सांगितलं. तेव्हा त्यानं टॅक्सीवाल्याकडून पैसे घेऊन द्या, म्हणून सुचवलं. खूप हसू आलं, की एवढी साधी गोष्ट आमच्या लक्षात कशी काय आली नाही! एकदाचं सुखरूप घरी पोहोचलो आणि भाचीच्या लग्नात सामील झालो. आई-बहिणी यांनी तयार ठेवलेले दागिने, कपडे मुकाट्यानं घातले. कारण त्यांची परवानगी न घेता, लग्नाच्या आधीच्या सर्व विधींना हजर न राहता मी दिल्लीला गेले होते. पण म्हणून मला कोणी रागावलं नव्हतं.

महेंद्र नसल्यानं परत कदमवाडीच्या प्रशिक्षण केंद्राची संपूर्ण जबाबदारी माझ्यावर पडली. हरिद्वारला अधूनमधून फोन करून मी महेंद्रची खुशाली विचारून, त्यांना काय हवं नको बघत होते. एका रात्री फोनवर ते स्वत: बोलले व अंगावर रोमांच आले. अनुताई, सुजलाताई कोल्हापूरला आलेल्या होत्या. अनुताईंच्या 'मुक्ती' या पुस्तकाचा प्रकाशन समारंभ आम्ही येथे आयोजित केला होता. महेंद्रच्या यशात त्यांचा सिंहाचा वाटा होता. अनुताई व सुजलाताईंनाही फोनवर महेंद्रचा आवाज ऐकवला. महींदरना नंतर दिल्लीत राहून उपचार घ्यायचे होते. प्रमिला आणि महींदर कपूरनी परत एकदा मदतीचा हात दिला. त्यांच्या राहण्यासाठी एक फ्लॅट उपलब्ध करून दिला. महेंद्र आणि विनीता दिल्लीत आले. महेंद्र चांगल्या प्रकारे बोलू लागले. आता कदमवाडीच्या कामासाठी कुठे जाताना मला त्यांच्याबरोबर बोलण्याचं काम करायला जावं लागणार नव्हतं. पूर्वी एरवीही बऱ्याच वेळा ते एकटे जात. लिहून संभाषण करीत. पण आता त्याची गरज भासणार नव्हती. उचगावच्या वसतिगृहाच्या उद्‌घाटनाची वेळ ठरवली गेली होती. रात्रंदिवस काम करण्यात महेंद्रही सामील झाले. बाथरूम, शौचालयामधील अपंगांच्या सोयीची जबाबदारी त्यांनी घेतली. प्रशिक्षणार्थी स्टाफकडून रात्रीचं ते काम करवून घेतलं.

वसतिगृहाची वास्तुशांती संस्थेचे विश्वस्त श्रीकांत केकडे व त्यांच्या पत्नी, संस्थेच्या कार्यकर्त्या सौ. नम्रतावहिनी यांच्या हस्ते करण्यात आली. नम्रतावहिनी नंतर मुलांना इंग्लिश शिकवायला दर शनिवारी, रविवारी येऊ लागल्या. पण दुर्दैवानं त्यांनाच अपंगत्वाच्या भयानक परिस्थितीतून जावं लागलं. आज सुदैवानं त्या पूर्ववत चालू, फिरू, बोलू लागल्या आहेत. वसतिगृहाच्या उद्‌घाटनाचा कार्यक्रम महम्मद शेखच्या पायानं करण्यात आला. अनेक मान्यवर आशीर्वाद

द्यायला आले. यावेळी महेंद्रचं भाषण वाचायची मला गरज उरली नव्हती. त्यांनी स्वत: भाषण केलं. कार्यक्रम संपवून नंतरची आवराआवरी - जे करताना इतरांना उत्साह नसतो व करवून घेतल्याशिवाय गत्यंतर नसतं - संपवून मी बाबा ताजकडे नवस फेडायला आणि त्याचवेळी आनंदवनमध्ये श्रमपरिहारासाठी दोन दिवस राहायला जाण्याचा कार्यक्रम ठरवला. वसतिगृहाची जबाबदारी नुकत्याच आलेल्या कु. सोनाताई पाटील यांच्यावर सोपवली. यावेळी मला मदतनीस म्हणून वसतिगृहातील स्वयंपाकप्रमुख मुक्ताची असिस्टंट सुरेखा ही अपंग स्त्रीच घेतली. कारण आनंदवनसारख्या नंदनवनाचं दर्शन तिला मिळालं असतं आणि एकमेकांना सहाय्य करून जगण्याचा प्रयोगही झाला असता.

माझ्या जाण्याचा दिवस ठरला आणि महेंद्रनी ते लवकरच कोल्हापूर सोडून जात असल्याची धक्कादायक बातमी दिली. दिल्लीत प्रमिला त्यांचं मन दुखेल असं काही बोलली व त्याची शिक्षा महेंद्र मला देत होते. मी आनंदवनातून परत येईपर्यंतही ते थांबणार नव्हते. त्यांच्यासारख्या संशोधकाला कोल्हापूरमध्ये अडकवणं योग्य नव्हतं. आमच्या संस्थेच्या स्वार्थासाठी त्यांची कितीही गरज असली, तरी त्यांना आज ना उद्या जावं लागणार, हे त्यांना व मलाही माहीत होतं. वाईट वाटलं ते असं तडकाफडकी निरोप समारंभही होऊ न देता ते जाणार असल्याचं आणि मी आनंदवनला जाण्याच्या दिवशी ते मला भेटायलाही आले नाहीत याचं! मनाची समजूत घालून घेतली, निरोप घेताना भावना लपवणं अवघड जाईल म्हणून कदाचित त्यांनी भेट टाळली असेल! अनुताई त्यावेळी कोल्हापूरमध्येच होत्या. त्यांना व सुजलाताईंना वाटलं, महेंद्रच्या जाण्यानं मी खचेन. त्यांच्या पुनर्वसनासाठी त्यांना इथे आणलं होतं. आता जगात स्वबळावर जगण्यासाठी ते पत्नीसहित जात होते. आम्हा सर्वांना अभिमान व आनंद वाटायला हवा, आमचा उद्देश सफल झाल्याबद्दल. सर्वांना आनंद तर होताच, पण कुठेतरी सलही होती.

उचगाव वसतिगृहाचे दैनंदिन व्यवहार सुरू झाले. त्याची घडी बसल्याशिवाय माझ्या नोकरीवर मला हजर होता आलं नसतं. वाढवत वाढवत बिनपगारी रजा दीड वर्ष झाली, हे कळलंच नाही. वसतिगृहात सुदृढ पुरुष मदतनीस ठेवले, पण त्यांनी भयानक प्रकार केला. लहान मुलांचा मानसिक व शारीरिक छळ! डॉ. लवटेसरांचा सल्ला घेतला. त्यांनी योग्य मार्गदर्शन केलं. मुलांच्या खाऊचे पैसेही मदतनिसांनी संपवले. महिन्या दोन महिन्यात सर्व मदतनिसांना घालवून दिलं. मुलामुलींची सभा घेतली आणि एकमेकांना मदत करत जगण्यास कोण कोण तयार आहेत, असं विचारलं. सर्वजण तयार झाले. मी रात्री-अपरात्री सर्व खोल्यांतून फिरून पाहणी करू लागले. पूर्वीपासूनच खोलीला कडी घालून कोणी झोपायचं नाही, हा नियम सर्वांसाठी केलेला आहे. स्त्री विभागाच्या मोठ्या दरवाजाला रोज रात्री आतून कुलूप

लावलं जातं. रात्रीच्या राऊंडचं काम अविनाश कुलकर्णी व कु. सोनाताई पाटील करतात. आता मी हे काम फार क्वचितच करते. अविनाश कुलकर्णी हे साताऱ्याचे. बी. ई. च्या शेवटच्या वर्षाला पिकनिकला गेले, फोटो काढता काढता धरणात पडले आणि माझ्याप्रमाणे पॅराप्लेजिक झाले. पण न खचता शेवटचं वर्ष पूर्ण केलं. आज इलेक्ट्रॉनिक इंजिनिअर असून कुठे नोकरी नाही, म्हणून कदमवाडी संस्थेत व्यवस्थापकाचं काम पाहत आहेत.

उचगावचं वसतिगृह सुरू होताच मोठ्या बससाठी वसतिगृहातच राहणारा ड्रायव्हर नेमला. तो दारू पिऊन दंगा करू लागला. एका रात्री मी आणि पी. डी. संस्थेत काम करत बसलो होतो, तर सोनाताईंचा फोन आला. 'ताबडतोब या, ड्रायव्हर ऐकत नाही.' त्या रात्री सर्व महत्त्वाचं काम सोडून आम्ही दोघांनी उचगाव गाठलं. त्या ड्रायव्हरला नोकरीवरून काढूनच परतलो. मी आनंदवनला गेले, तेव्हा देशभ्रतार व पी. डीं. नी आता असलेल्या श्री. गुलाब शेख यांची नेमणूक केली. ते निर्व्यसनी, कष्टाळू असून मुलांची योग्य काळजी घेतात. केव्हाही जादा कामाला बोलावलं, तरी येतात.

संस्थेत आलेल्या आकाशची कथा वेगळीच. मनाला सुन्न करणारी आहे. बऱ्याच वेळा माझ्या जवळच झोपायचा हट्ट तो करतो. त्याला आईची कुशी मी देऊ शकत नसल्यानं होणारं दुःख मला वर्णन करता येणार नाही. आकाशच्या आईला मधुमेह होता, तरी बहिणीचं लग्न झाल्याशिवाय भावांना लग्न करता येत नाही, म्हणून घरच्यांनी तिचं लग्न लावून दिलं. एक पाय खूपच आखूड, एक किडनी नाही, अशा अनेकविध त्रुटी घेऊन बाळ जन्माला आल्यावर पतीनं पत्नीचं तोंडही पाहिलं नाही. आकाशच्या आईबाबांचं बाह्यरूप दृष्ट लागेल इतकं सुंदर आहे. पतीनं टाकलेल्या बहिणीला अपंग बाळासहित घरी ठेवल्यास घरच्या सुना घर सोडून जातील, म्हणून भावांनी बहिणीला मंदिरात नेऊन टाकण्याची भाषा केली व त्यामुळे ती आमच्याकडे आली. त्यावेळी कदमवाडीचं वसतिगृह सुदैवानं होतं. तिला संस्थेनं आधार दिला. नर्सिंग शिकण्याची व्यवस्था केली. तान्हुल्या बाळावर उपचार केले. बहीण-भावाचं नातं सिद्ध करणारा सण आला, तेव्हा भावांनी बहिणीला घरी बोलावलं. कारण आता ती त्यांच्यावर ओझं नव्हती. पण मी अशा दिखाऊ बहीण-भावाच्या नात्याचं प्रदर्शन करण्यासाठी घरी जायला नकार दिला. रजा मिळणार नाही, जाणार असाल तर कायमचं जा, म्हणून स्पष्ट सांगितलं. पण ती बाई गेली. आठ दिवसानंतर रोज फोनवर परत रडगाणं. पण तिला आम्ही परत प्रवेश दिला नाही.

तीन वर्षांनंतर एक वयस्कर बाई आकाशला घेऊन आली. "या बाळाचे

आईवडील वारले आहेत, याला संस्थेत ठेवून घ्या. मी याची सावत्र आजी -आईची आई -आहे. घरी दारिद्र्य, नवरा अपंग, सासू म्हातारी. याला कुठेतरी सोडून ये, म्हणून सांगितलंय. कुठे सोय झाली नाही, तर नदीत टाकून ये, असं सांगितलंय..'' म्हणाली. याच्या आईला मधुमेह होता, हे वाक्य कानावर पडताच मी आकाशला ओळखलं. याला एकच किडनी आहे का, म्हणून विचारताच 'हो' म्हणाली. ''तुम्ही त्यावेळी आकाशच्या आईला कदमवाडी वसतिगृहातून नेऊन मारली, मग आता का रडता? आता आकाशला सांभाळा... या साडेतीन वर्षांच्या बाळाचा सांभाळ आम्ही उचगाव वसतिगृहात राहणारे अपंग कसा करू शकणार?'' असं म्हणताच, ''तर मग नदीत टाकण्यावाचून गत्यंतर नाही,'' म्हणून सांगितलं. मी नोकरी करीत होते. दुपारच्या जेवणाच्या सुट्टीत जेवता जेवता ही केस हाताळत होते. त्यात आमच्या सोशल वर्कर्सनी आकाश मतिमंद असल्याचा अभिप्राय फॉर्मवर लिहिला होता. त्याच्या थिजलेल्या डोळ्यांमुळे व हालचाल न करता दगडासारखं बसून राहण्याने मलाही तसंच वाटलं. मला परत ऑफिस गाठायचं होतं. विचार करून निर्णय घेण्याइतकाही वेळ नव्हता. संस्थेची काही कामं अर्जंट हातावेगळी करायची होती. रागाच्या भरात वैतागानं मी बोलून गेले, ''खरंच नेऊन टाका नदीत.. तो आणि तुम्ही, दोघांचीही सुटका होईल.'' त्यानंतर ताबडतोब मी ऑफिस गाठलं.

ऑफिसच्या कामात मी आकाशला पार विसरले. सहा कधी वाजले कळलं नाही. वसतिगृहाची बस येताच त्यातून वसतिगृहात आले. बसमधून उतरताच प्रत्येकाच्या काय हवं, नको, वगैरे तक्रारी घेराव घालून सुरू. ब्लडप्रेशर बहुधा वाढलं असावं कारण त्या दिवशी मी रागानं सर्वांना झिडकारलं, ''ऑफिसमधून येताच खोलीवर जाऊन मला थोडं फ्रेश होऊ द्यावं, चहा वगैरे विचारावा आणि मग तासा अर्ध्या तासानं आपली कामं, तक्रारी, उणिवा... काय हवं नको सांगावं, ही अक्कल तुम्हाला कधी येणार?'' माझा पारा चढला होता. एरवी प्रेमानं सर्व ऐकून घेऊन आनंदानं त्यांच्या गरजांची पूर्तता करणाऱ्या मला असा भडिमार करताना बघून सगळी मुलं चिमणीसारखी तोंडं करून 'सॉरी' म्हणाली व आपापल्या खोलीत गेली, तेव्हा मलाच खूप वाईट वाटलं. बिचाऱ्या लहान मुलांना काय कळतं? नकळत मूर्खासारखा मी त्यांच्यावर आकाशच्या आई-बाबांचा राग काढला होता.

पलंगावर पडताच डोळ्यासमोर आकाशचा निष्पाप चेहरा दिसू लागला. वसतिगृहाची नेहमीची कामं आटोपून थकल्यामुळे कधी डोळा लागला कळलं नाही. पण तीन वाजता डोळे उघडताच, आकाशच्या आजीनं त्याला खरंच नदीत टाकलं असेल का, हा विचार मनात घुसला.... छे, छे! तसं झालं तर आमच्या कार्याला काहीच अर्थ नाही; अपंग अनाथांना 'बालकल्याण संकुल'मध्ये प्रवेश नसला, तरी

त्याला ताब्यात घेऊन श्री. दीक्षितसाहेबांमार्फत किंवा जिल्हा पोलिसप्रमुखांमार्फत आपण परत एकदा प्रयत्न तरी करायला हवा होता, असं वाटलं. तिच्या आजीच्या हातात कपड्याची बॅग होती आणि आकाशला आमच्याकडे देऊन ती महाराष्ट्र एक्स्प्रेसनं जाणार म्हणाली होती, हे आठवलं. मन इतकं व्याकूळ झालं, की पहाटे पाच वाजताच मी दीक्षितसाहेबांना फोनवर सर्व हकीकत रडत सांगितली. त्यांना रात्री झोपायला उशीर होतो, हे माहीत असूनही मी स्वत:ला आवरू शकले नाही. तेवढ्या पहाटे मला धीर देण्यासाठी उचगावला येण्याची त्यांची तयारी होती. तेवढ्या पहाटे मला धीर देण्यासाठी उचगावला येण्याची त्यांची तयारी होती. पण मी त्यांना आकाशला शोधून 'बालकल्याण' मध्ये किंवा उचगाव वसतिगृहात आणण्याची विनंती केली. त्यांनी त्वरित कार्यवाही केली आणि वाडीकरदादांनी संस्थेतून पत्ता घेऊन विशालला सुखरुप आमच्या स्वाधीन केलं. तेव्हा कुठे आम्हा सर्वांचा जीव भांड्यात पडला.

काही दिवसांनी कळलं, की ती आजी खोटं बोलली होती. आकाश तनवाणीच्या आईनंही दुसरं लग्न केलं आणि या साडेतीन वर्षाच्या मुलाला टाकून परत दुसऱ्या अपंग मुलाला जन्म देण्यासाठी ती खूप लांब गेली आहे. वसतिगृहात आकाश मात्र सर्वांच्या 'आँखोंका तारा' झाला. एवढा छोटा बाळ एकदाही रडला नाही. अगदी गोड हसायला, बोलायलाच नव्हे, तर 'आती क्या खंडाला' असं केअरटेकर सोनाताईंशी फोनवर बोलून सर्वांना हसवू लागला. आता तो कृत्रिम पाय लावून बार्समध्ये चालतो. हौसेनं बालवाडीत डबा घेऊन जातो. लवकरच कुबड्या घेऊनही तो चालेल. दिवाळीच्या सुट्टीत, उन्हाळ्याच्या सुट्टीत सर्व मुलांचे आईबाबा येऊन त्यांना नेतात, तेव्हा "दीदी, ताई, माझे पप्पा कधी येणार?" हे त्याचे बोबडे बोल ऐकून डोळ्यात येणारे अश्रू आवरणं कठीण असतं. हा प्रसंग वाडीकरदादांना सांगताच क्षणाचाही विचार न करता त्यांनी सांगितलं, "त्यात काय एवढं! मी नेतो त्याला घरी." त्यांच्या या वाक्यानं अंगावर रोमांच आले. वाडीकरदादांइतकंच कौतुक सौ. वहिनींचं वाटतं. हा जो आनंद असतो, तो अलौकिक असतो. खूप थाटात वाडीकरदादांच्या घरी राहून त्यानं आपले सर्व बालहट्ट - खेळणी, कपडे, खाणं-पिणं वगैरे पूर्ण करून घेतले. सुट्टी संपल्यावर सर्व मुलं आल्यावर त्याला आणलं, तर तो खूप रडला. त्यांना सोडायला तयार नव्हता. त्या संध्याकाळी रात्री त्याला आवरणं आम्हाला कठीण गेलं. वसतिगृहाचं दुसऱ्या टप्प्याचं बांधकाम सुरू होतं. तिथले कामगारही आपलं काम सोडून, त्याला कडेवर घेऊन, खाऊ देऊन, फिरवून त्याचं रडं शांत करण्याचा प्रयत्न करत होते. या दिवाळीच्या सुट्टीतही वाडीकरदादा त्याला घेऊन गेले होते. खेळणी कपड्यांसहित त्याला परत आणलं, तेव्हा पूर्ण वसतिगृह बाबा आमटेंच्या आनंदवनात जाण्याच्या तयारीत बुडालं होतं.

विशालही त्या आनंदात असल्यानं वाडीकरदादा जाताना रडला नाही. पण आकाशला सारखा ताप येत असल्यामुळे कदाचित हा प्रवास झेपणार नाही, म्हणून त्याला न नेण्याचा निर्णय झाला होता. परंतु 'नेणार नाही' हे कळताच त्यानं सर्वांशी अबोला धरला आणि संस्थेत पहिल्यांदा आला तेव्हा जसा बसला होता, तसा कोपऱ्यात बसून राहिला. आम्ही निर्णय बदलल्यावर तो आनंदानं बागडत आनंदवनात गेला. डॉ. अनिल अवचट यांचा 'नसीमा आणि हेल्पर्स' हा लेख वाचून उचगाव वसतिगृहात आलेल्या व पहिल्याच वर्षी आदर्श विद्यार्थिनीचा पुरस्कार मिळवलेल्या कु. अमिता रुग्गेनं आकाशवर केलेली ही कविता.

'आकाश गोरा गोमुटा बाळ असा
अनाथ होईल कसा
वात्सल्याचं प्रेम देण्याचा
घेतला कुणाचा कुणी वसा
त्या बाळावर निराधाराचा
बिलकुल नाही ठसा
असता कुठेही मिळाला त्याला
पोटासाठी मूठफसा
गोड बोबडी लडिवाळाची
असे त्याची भाषा
निष्पाप बालकाला त्या
नाही कसली आशा
कुणी दीदी, कुणी ताई त्याची
कुणी काका, कुणी दादा
राजालाही घायल करतो
हा छोटा प्यादा

काही ठिकाणी ही माणुसकी अजूनही प्रत्ययास येते, म्हणून बरं. अन्यथा स्वत: जिवंत असताना अपंग अपत्यालाच आईवडील वारले, असं खोटं बोलायला लावणाऱ्या माया धनगरच्या आईवडिलांसारख्यांना पाहिल्यावर, माणुसकीवरचा विश्वास डळमळू लागतो. कधी कधी इतके क्लेशदायक अनुभव येतात, की वाटतं पराकोटीच्या सर्व अपंगांना घेऊन सामूहिक आत्महत्या करावी आणि समाजाच्या दृष्टीनं असणारी ही अडगळ दूर करावी. हे वाचून कदाचित दचकाल आपण! पण शिक्षणाची दारं जेव्हा अपंगांना बंद केली जातात, शिक्षण क्षेत्रातील नावाजलेल्या तज्ज्ञ व्यक्तीकडून ही जेव्हा अशी वागणूक दिली जाते, तेव्हा आम्ही आणखी

दुसरा कसला विचार करणार?

अपंगासाठी म्हणे स्वतंत्र शाळा काढा. पण का? बुद्धी सर्वसामान्य असताना असं का? आम्ही शाळा काढली, तर ते समाजाला अभिमानास्पद होणार नसून खंत करायची बाब ठरणार आहे. प्रत्येक शाळेत अपंगांना आवश्यक सोयी असायला हव्यात. शिक्षण घेणं हा त्यांचाही हक्क आहे असं समजून, शरीराकडे न बघता फक्त बुद्धीकडे बघून सर्वसामान्य शाळांची प्रवेशद्वारं अपंगासाठी खुली असली पाहिजेत.

ताई पाटील नावाच्या सहा वर्षांच्या मुलीला वसतिगृहात प्रवेश दिला. हात पाय अधू, मानही सरळ राहत नव्हती, पण अतिशय गोड. निष्पाप हास्य चेहऱ्यावर विलसत होतं. तिचा सांभाळ आम्हाला करता येईल की नाही या विचारापेक्षा, तिच्या चेहऱ्यावर या स्थितीतही असलेलं हास्य संपूर्ण वसतिगृहाला आधार देईल असं वाटलं. एवढीशी चिमुरडी हातांच्या बोटात पेन्सिलही धरता येत नसताना, आईबाबांना सोडून शिक्षणासाठी वसतिगृहात राहायला उत्सुक होती.

कदमवाडी वसतिगृहापासून असलेली शोभा गुरव, ही ताई पाटीलसारखीच देखणी. सर्व क्षेत्रात आघाडीवर असलेली. भांडण्यात आणि उद्धट बोलण्यातही. पण रडणाऱ्या लहान बालकांना हसतं करणारी व त्यामुळे मला खूप आवडणारी. दोन्ही पायांना पोलिओ असताना जग जिंकण्याची ताकद असलेली. तिला मी ताई पाटीलला व्यायाम देण्याचं काम दिलं. महेंद्र कुलकर्णी जर व्हीलचेअरवरून एक हात अधू असताना इतरांना व्यायाम देत होते, तर दोन्ही हात चांगले असलेल्या शोभालाही व्हीलचेअरवरून ते काम जमायलाच हवं होतं. आनंदाची व आश्चर्याची गोष्ट म्हणजे, तिमाहीला हातात पेन्सिलही धरू न शकणाऱ्या छोट्या ताईनं सहामाहीत लेखी परीक्षेतही चांगले गुण मिळवले. व्यायामामुळे आता तिची मान पूर्वीसारखी कलंडत नव्हती. व्हीलचेअरवर बसून ती स्वत: जेवत होती. या यशाची ताकद रोज नवीन येणाऱ्या संकटांच्या तुलनेत भारी होती. ताई पाटीलच्या यशाचं श्रेय शोभाच्या श्रमाला आणि सोनाताईंच्या देखरेखीला होतं. ताई वार्षिक परीक्षेत सत्तर ते ऐंशी टक्के गुण मिळवते. ताई पाटील चौथीत शिकत आहे. ती स्वत: व्हीलचेअरवरून खाली उतरून बाथरूममध्ये जाते. तिच्या त्या जिद्दीनं केलेल्या हालचाली बघून मीही थक्क होते.

हळूहळू कुबड्या, कॅलिपरनं चालणारी मुलंमुली चाकांच्या खुर्चीतील मुला-मुलींना उतारावरून चढता उतरताना मदत करू लागली. हे सहकार्य कोणी

कोणाला शिकवलं नाही, अथवा काम म्हणूनही सांगितलं नाही. एकमेकांच्या सहवासात राहताना मनात निर्माण झालेल्या भावनांच्या त्या प्रतिक्षिप्त क्रिया होत्या. नकळत हे सर्व घडत गेलं. असे सुखदुःखाचे घास पचवत असताना संस्थेच्या एक देणगीदार, हितचिंतक वसतिगृहात काही दिवसांसाठी राहायला आल्या. वसतिगृहात दोन सुदृढ स्त्री मदतनीस होत्या. इतर सर्व स्टाफही अपंगच होता. त्या दोन सुदृढ स्त्रियाही आयुष्यात आलेल्या दुर्दैवामुळे आपलं दुःख, एकाकीपणा संस्थेच्या कामात विसरून, दुसऱ्या कोणावर स्वतःचा भार न टाकता स्वावलंबनानं जगता यावं, यासाठी आलेल्या होत्या. संस्थेत कराव्या लागणाऱ्या कामांचं वर्णन त्या राहायला आलेल्या पाहुण्यांनी विचारल्यानं त्यांनी केलं. मी नुकतीच कामावर हजर झाले होते. संध्याकाळी ऑफिस सुटल्यावर वसतिगृहावर आले. बाहेर वाऱ्यातच बोलत बसलो. असं बसून इमारत व आतील मुलामुलींच्या हालचाली पाहण्यात एक अवर्णनीय आनंद नेहमीच लाभत असतो. या आनंदाचा आस्वाद घेत श्रमपरिहाराचं सुख उपभोगत असताना कानी पाहुण्यांचे शब्द आले, "एवढ्या पराकोटीच्या अपंगांना कशाला प्रवेश देता? या दोन सुदृढ स्त्रियांना त्याचा किती त्रास होतो! पगार तुम्ही देता, पण शेवटी रोज रोज तेच स्वच्छतेचं काम करून त्याही कंटाळतात..." अपंगांच्या पुनर्वसन कार्याला देणगी देणारे हितचिंतकच असं बोलत आहेत की हे दुसरंच कोणीतरी बोलतंय, असा प्रश्न मला पडला. शांतपणे मी त्या दोन्ही कर्मचाऱ्यांना बोलावलं आणि कामात काय अडचण आहे, हे विचारलं. तर त्या 'काही नाही' म्हणू लागल्या. त्या दोघींनी अस्वच्छ कपडे धुवायला नकार दिला होता, तेव्हा अशी कामं बळजबरीनं करून घेणं योग्य नाही, हे मलाही कळत असल्यानं मी, शोभा, सोनाताई, सविता अशा आम्ही कितीतरी जणी ते काम वाटून करू लागलो होतो. तेव्हा त्या दोघींनीच स्वतःहून ती जबाबदारी घेतली होती. आज दुसऱ्याच्या समोर, माझ्या माघारी तक्रार केलेली मला रुचली नाही. जरा कडकच शब्दात मी दोघींना समज दिली. 'काम सोडून जायचं असेल, तर जाऊ शकता.' आम्हा अपंगांत एकमेकांच्या सहकार्यानं जगण्याची, शिक्षण घेऊन समाजात आपलं स्थान बनवण्याची हिम्मत सुदैवानं अजून आहे. नावापुरतं अपंगत्व असलेल्यांना प्रवेश देऊन वसतिगृहातील जागा भरण्यासाठी आम्ही 'हेल्पर्स'च्या कार्यकर्त्यांनी आपलं तन, मन, धन खर्ची केलेलं नव्हतं. जे अपंग घराच्या चार भिंतीत खितपत आहेत, ज्यांना कायद्यानं मरता येत नाही, अशा अपंगांचं भविष्य बनवण्याचा प्रयत्न करण्यासाठी हे वसतिगृह आहे. ज्यांच्याकडे पैसा नाही, वशिला लावायला ओळखी नाहीत, अशांसाठी हे वसतिगृह आहे. पराकोटीचं अपंगत्व असलेल्यांना प्रवेश द्यायचा नाही, म्हणजे उद्या मलाच या वसतिगृहात राहायचं नाही म्हणून म्हणतील या! आम्हाला मरू देत नाहीत आणि

जगू देत नाहीत, ही काय रीत झाली? आमच्या घरातून आम्ही निघणार नाही. इथलं काम झेपत नसलेल्यांनी इथून जावं. श्रमदेवतेला पुजणाऱ्यांनीच, मग ती व्यक्ती अपंग असो वा सुदृढ, स्त्री असो वा पुरुष, लहान असो वा थोर, या वसतिगृहात येण्याचं धाडस करावं. येथील नियम सर्वांना सारखे. पडेल ते काम कोणतीही उच्च-नीचतेची भावना न ठेवता हसतमुखानं केलं पाहिजे. माणुसकी हा एकच धर्म या वसतिगृहात पाळला गेला पाहिजे. पहाटे चारपाच वाजता आंघोळीच्या गरम पाण्यासाठी बॉयलर पेटवणं, नाश्ता, डब्यासाठी चपात्या, भाज्या, कांदा चिरणं, धान्य निवडणं, भांडी-कपडे धुणं, बाथरूम, संडास, खोल्यांची स्वच्छता, सर्वांसाठी पाळ्या लावण्यात आल्या आहेत. शिक्षणाचं वय उलटून गेलेल्यांसाठी धान्य निवडणं, झाडांना पाणी, एक ना अनेक कामं आहेत. स्वकष्टाची भाकरी इथं प्रत्येकानं खायची आहे. वसतिगृहाला भेट देणाऱ्या प्रत्येक पाहुण्याचा शेरा असतो, 'एवढी स्वच्छता एवढ्या मोठ्या वसतिगृहात कशी राखू शकता? घरी लहान कुटुंबात पण कधी कधी हे शक्य होत नाही.' उत्तर एकच, 'आपलं काम आपण करायचं. पगारी नोकर ठेवायचे नाहीत. शनिवारी दुपारी विद्यार्थी-पुरुष गट रात्रीचं जेवण तयार करतो, तर रविवारी सकाळी मुली स्वयंपाक करतात. नेहमीच्या स्टाफला आराम. तो स्टाफ सोडून गेला, तरी आणीबाणीच्या वेळी स्वत:चे डबे स्वत: तयार करून शाळेला जाण्याइतकी तयारी आमच्या विद्यार्थ्यांनी ठेवली पाहिजे. वसतिगृहाचा या वर्षीचा निकाल ९७ टक्के लागला. अभिमान वाटावा असे गुण सर्वांना मिळाले आहेत.

वसतिगृहाच्या पहिल्या टप्प्याच्या बांधकामासाठी खूप मन:स्ताप झाला होता. कधी कधी निराशेनं घेरलं होतं. वसतिगृह सुरू झालं, तरी साडेसात लाखाचं कर्ज डोक्यावर होतं. महेंद्रच्या निमित्तानं दाट ओळख झालेल्या स्पेनच्या सिस्टर पुष्पानं माझ्याकडून देणगीसाठी अर्ज घेऊन स्पेनच्या एक संस्थेस पाठवला. श्री. प्रमोद बेरी यांनीही शिफारस केली आणि त्या संस्थेनं दुसऱ्या टप्प्याच्या बांधकामाचा खर्च देऊ केला. पहिल्या टप्प्याचं कर्ज फेडल्याशिवाय दुसऱ्या टप्प्याचं बांधकाम सुरू न करण्याचा आमचा निर्णय आम्ही कळवताच, त्या उदार संस्थेनं साडेसात लाख रुपये पाठवून दिले आणि दुसऱ्या टप्प्याच्या बांधकामाची कागदपत्रं मागवून संपूर्ण बांधकामाच्या खर्चासाठी साठ लाख रुपये मंजूर केले. दोन टप्प्यांत ही रक्कम हाती येणार होती. महेंद्रच्या पुनर्वसनासाठी केलेल्या कार्याला देवानं दिलेला हा पुरस्कार आहे, असं वाटलं. आज बांधकाम पूर्ण झालं आहे. भाजीपाला, बागही अस्तित्वात येत आहे. खेळाच्या मैदानाचं स्वप्न अजून साकार व्हायचं आहे.

महेंद्र कोल्हापूर सोडून गेले आणि अजीज वीस वर्षं परदेशात नोकरी करून घरी आला. माझी धावपळ बघून मला मदत करू लागला. प्रशिक्षण केंद्र व गॅस एजन्सीत त्यानं प्रगती करून दिली. महेंद्र गेल्यावर प्रशिक्षण केंद्रात काही दिवस श्री. डी. आर. कुलकर्णी हे व्यवस्थापक होते. संस्थेतच परदेशी बनावटीची चाकांची खुर्ची बनवण्याचं काम आम्ही हाती घेतलं. इचलकरंजीच्या श्री. साधलेंनी यासाठी सहकार्य दिलं. आज तीन चाकी सायकल, वॉकर, कमोड, कॅलिपरबरोबर चाकांच्या खुर्च्याही आमच्या आम्ही बनवतो. सातारचे श्री. अविनाश कुलकर्णी - पॅराप्लेजिक - व्हीलचेअरवरून व्यवस्थापकाचं काम करत आहेत. इंजिनिअर असून उचगाव वसतिगृहात राहतात. नाजूक आहेत. पण कणखर होतील अशी आशा आहे.

वसतिगृहात प्रवेश देताच सर्व मुलामुलींच्या वैद्यकीय तपासणीसाठी डॉ. पी. जी. कुलकर्णी येतात. आवश्यकतेनुसार शस्त्रक्रिया ठरवल्या जातात. काही शस्त्रक्रिया डॉ. पी. जी. कुलकर्णी यांच्याकडे, तर काही डॉ. सुरेश देशपांडे यांच्याकडे वर्षांच्या पहिल्या सहामाहीतच करवून घेतल्या जातात. संस्थेमध्ये ओ. पी. डी. ला येणाऱ्या अपंगांच्या शस्त्रक्रिया डॉ. नवरे व डॉ. महेश प्रभूंकडे केल्या जातात. अपंगत्वाचं प्रमाण शक्य तितकं कमी करण्यात आल्यावर मुलामुलींच्या मनोवृत्तीत आमूलाग्र बदल झालेला आम्ही अनुभवत आहोत. माझं आधी ऑपरेशन करा, असंही काही चिमुरडी थेट डॉक्टरांना सांगतात.

एकदा सरस्वती टॉकीजजवळून माझी रिक्षा जात असताना संस्थेचा एक जुना लाभार्थी दिसला. मोडक्या कुबडीनं चालत होता तो. लग्न झालेलं, पत्नी-मुलांसोबत दवाखान्यात निघाला होता. त्याला रिक्षात घेतलं. चांगल्या कुबड्या दिल्या आणि चौकशी केली. सुतारकाम येतं, पण पुरेसं काम त्याच्या खेड्यात मिळत नव्हतं. कदमवाडी प्रशिक्षण केंद्रात एखादा सुतार असावा, असं मला नेहमीच वाटत होतं. पूर्वी घेतलेला अपंग सुतार निघून गेला होता. या सुताराला नोकरी करणार का, विचारलं. तयार झाला. आधुनिक फर्निचरसाठी प्रशिक्षणाची गरज होती. अजीजनं ते काम हाती घेतलं. आज त्याच्याकडून बनवून घेतलेली टेबल, कपाटं बघून सर्वजण प्रशंसेचे उद्‌गार काढतात. शिवाजी विद्यापीठाचे कुलगुरू प्रा. द. ना. धनागरे यांनी टेबलाची गुणवत्ता पाहून व किंमत विचारून जेव्हा प्रशंसेचे उद्‌गार काढले, तेव्हा मनात आशेचा अंकुर फुटला, की यापुढे समाज आम्ही बनवलेल्या वस्तूंची गुणवत्ता पारखून ती खरेदी करू लागेल व आर्थिक स्वावलंबनाचं आमचं स्वप्नही एक दिवस साकार होईल.

उचगाव वसतिगृहाला हे चौथं वर्ष सुरू आहे. पहिल्याच वर्षी स्वयंपाक प्रमुख

मुक्ताचं लग्न संजय देशपांडेशी याच वसतिगृहात लावून देण्यात आलं. मुक्ता एक कुबडी घेऊन चालणारी. वडील नाहीत. आई मनोरुग्ण. भावाची जबाबदारी सांभाळत स्वत:च्या हिंमतीवर स्वत:चं गाव सोडून कोल्हापूरमध्ये संस्थेत राहणारी. संजय देशपांडे यांना पाटबंधारे विभागात चांगली नोकरी आहे. दोन्ही हातापायानं अपंग, अकाऊंटन्सीचे क्लासेस घेणारे, अतिशय कार्यशील व समंजस. त्यांच्या आई-बहिणीही समजूतदार व समंजस असल्यानं त्यांनी पुढाकार घेऊन हे लग्न केलं आणि लग्नानंतर येणाऱ्या प्रत्येक अडचणीत त्यांना समर्थपणे साथ दिली. नुकतीच मुक्ता-संजयच्या बाळाच्या बारशाला जाऊन आले. आरोग्यसंपन्न असं त्यांचं बाळ बघून समाधान वाटलं. आमचं वसतिगृह हे मुक्ताचं माहेरघर आहे. ओटी भरण्याचा लहानसा कार्यक्रमही रजनीनं वसतिगृहात आयोजित केला होता.

आमच्या या एकत्रित जीवनात रागालोभाचे, सुखदु:खाचे प्रसंग अनेक येतात. मात्र त्यातूनही एकमेकांविषयी बंधुभाव, प्रेम, आपुलकी दिवसेंदिवस वाढत आहे. असे अनेक प्रसंग आज आठवतात. असंच एकदा काही मुलंमुली ऑपरेशनसाठी दवाखान्यात ॲडमिट झाली आणि वसतिगृहात मोठा कार्यक्रम झाला. सर्व प्रकारच्या अपंगांना एकत्र आणून कोजागिरी पौर्णिमा साजरी केली होती. तीनशे पन्नास लोकांचा स्वयंपाक अनेक गमती-जमतीच्या प्रयोगातून आम्ही केला आणि सर्वांनी त्या जेवणाला 'रुचकर' म्हटलं. पंचपक्वान्नं करण्यात आली होती. दवाखान्यात असलेल्यांच्या तोंडी सर्वांत आधी असं विशेष जेवण गेलं पाहिजे, हा आमचा प्रयत्न असतो. कारण दवाखान्यात असताना भूल, वेदना, औषधं यामुळे जेवणावर वासना राहिलेली नसते. जेवणात थोडासा बदल झाला तर दोन घास जातात. अंगात ताकद राहते. उत्साह वाटतो. कार्यक्रमाच्या दुसऱ्या दिवशी कसली तरी सुट्टी होती. सकाळी नाश्त्याच्या टेबलावर मी सहज चौकशी केली, रात्री दवाखान्यात डबा वेळेवर पोहोचला ना, की उशीर झाला? तर सर्वांच्या माना खाली. धावपळीत स्वयंपाक करणारे, वाढणारे तर दवाखान्यांतील मुलांना विसरलेच, पण ज्या खोलीत रात्रंदिवस एकमेकांच्या सहवासात ही मुलंमुली राहतात, त्यांनाही आपल्या बांधवांची आठवण झाली नाही, याचं दु:ख झालं. आपल्या घरी एखादा भाऊ वा बहीण असे दवाखान्यात असतील, तर आपण काय करतो? स्वयंपाक होताच गरम गरम जेवण प्रथम त्याला नेऊन देतो आणि मगच इतर सगळेजण जेवतात. वसतिगृहातल्या माझ्या मुलामुलींना जेवण शिल्लक राहिल्यावरही आपल्या भावंडांची आठवण आली नाही; त्यांनी ते पदार्थ एकमेकांना आग्रहानं वाढून संपवले होते. म्हणजे हे वसतिगृह घर नसून धर्मशाळा झाली होती, जिथे थोड्या वेळापुरते

वाटसरू एकत्र येतात आणि निघून जातात. कदाचित त्या अल्पकाळात ते वाटसरूही एकमेकांची काळजी घेत असतील... काही क्षणातच माझ्या दुःखाची जागा रागानं घेतली आणि मी वसतिगृहात त्या सुट्टीच्या दिवशी चूलच न पेटवण्याची आज्ञा देऊन माझ्या खोलीत आले. काही तासांनी आमची एक समाजसेविका माझ्याकडे आली, आणि 'प्राथमिकच्या छोट्या मुलांना आणि दवाखान्यातून ऑपरेशन होऊन आलेल्या मुलांना पण उपाशी ठेवायचं का,' म्हणून विचारू लागली. तिच्या त्या विचारण्यानं मला खूप दिलासा मिळाला. म्हणजे मी समजत होते, तेवढी गंभीर परिस्थिती नव्हती. त्यांच्या मनात परस्परांबद्दल कळकळ होतीच. पण त्या दिवशी फक्त त्यांच्यापुरताच स्वयंपाक केला. दुपारी चार वाजता मलाच न राहवून मी स्वत:च सर्वांसाठी उप्पीट बनवलं आणि सर्वांना देऊन त्या दिवशीचा उपवास सोडला.

आणखी एक असाच प्रसंग. साताराममच्या बाबतीतला. साताराम बारावीचा विद्यार्थी. प्रशिक्षणासाठी कदमवाडीला आलेला आणि 'हेल्पर्स'चा होऊन राहिलेला. सतत माझ्यासोबत कामात. रिक्षा, मिनीबस, व्हॅन सगळ्या वाहनांच्या ड्रायव्हिंगपासून ते कॉम्प्युटरवरील प्रत्येक काम करण्यात वाकबगार. गॅस एजन्सी, प्रशिक्षण केंद्र, वसतिगृह, पतसंस्था यांच्या बाबतीतलं कोणतंही काम, मग ते लिखाणाचं असो, हमालीचं असो की निर्णय घेण्याचं असो, तो ते समर्थपणे करतो. कॉलेजची परीक्षा देत नाही, म्हणून महावीर कॉलेजमधील कर्मचारी, 'हेल्पर्स'च्या सर्व विद्यार्थ्यांवर सख्ख्या काका-मामासारखं प्रेम करणारे सुर्वेकाका नेहमी त्याला परीक्षेला बसण्याची आठवण करतात. तेव्हा माझं उत्तर असतं, की तो सावकाश परीक्षा पास होईल. कॉलेजची डिग्री घेऊनही एखाद्याला एवढी कार्यक्षमता कमावता येत नाही. शिक्षण पद्धती बदलली, तरच पुढील आयुष्यात उपयोगी पडेल अशी कार्यक्षमता आजच्या विद्यार्थ्याला येईल. साताराम इतका परफेक्ट आहे, की कित्येक महिने आमच्या घरच्या लोकांना तो अपंग आहे हे माहीत नव्हतं. कारण मला उचलण्याचं कामही तो व्यवस्थित करतो. तो घरी काही खायला दिलं तर खात नाही, म्हणून घरचे लोक नाराज असत. एकदा माझं लक्ष गेलं, त्याला जेवताना चमचा दिला नव्हता. काही बोटं नसताना तो कसा जेवणार होता? मी हे सांगताच सर्वांना आश्चर्य वाटलं. कोणाचंच लक्ष कधीच त्याच्या हाताकडे गेलं नव्हतं. एकदा या सातारामनं त्याच्या चुकीबद्दल मी खूप रागावले म्हणून राजीनामा दिला. त्याच्या मते ती चूक नव्हती किंवा इतकं जास्त बोलण्याइतकी ती मोठी नव्हती. कोण जाणे! पण माझ्या मते ती भयंकर मोठी चूक होती आणि त्याला ती कबूल होऊन परत ती चूक होऊ न देणं अत्यंत महत्त्वाचं होतं. त्यानं राजीनामा दिला. मी तो घेतला. मात्र दोघंही आतून खूप अस्वस्थ होतो. शेवटी अजीजला कळताच अजीजनं त्याची कशी

समजून घातली कोण जाणे! पण सातारामनं राजीनामा मागं घेतला. आज तब्येत ठीक नसतानाही औषधं घेऊन प्रचंड काम करणाऱ्यांच्या यादीत, (सुजाता कुलकर्णी, आशा जमणे वगैरेंच्या,) त्याचं नाव अग्रक्रमानं आहे. याबद्दल डॉक्टर छाया देसाई साताराम औषधाकडे व खाण्या-पिण्याकडे दुर्लक्ष करतो, म्हणून बऱ्याच वेळा त्याच्यावर संतापते. माझ्याकडे तक्रार करते.

सातारामसारखीच संस्थेत आमची आणखीही अनेक मुलं आहेत, ज्यांच्याविषयी सांगितल्याशिवाय मला राहवत नाही. सातारामप्रमाणेच काम करणारी आशा जमणे ही त्यातील एक. पोलिओमुळे पाय किंचित वाकडा, तब्येतीनं नाजूक. पदवीची परीक्षा दिली आणि संस्थेत नोकरी मागायला आली. पहिले काही महिने फक्त येण्या-जाण्याचा खर्च तिला दिला. संस्थेला आलेल्या पैशाच्या निकडीतून पतसंस्थेचा जन्म झाला. आशा बी. कॉम. पास झाली, तेव्हा तिलाच ट्रेनी क्लार्क म्हणून पतसंस्थेत नेमलं. आज ती पतसंस्थेची कॅशिअर, मॅनेजर सर्व काही आहे. आपलं काम करून संस्थेच्या मुख्य कार्यालयाच्या आणि गॅस एजन्सीच्या कार्यातही हिरिरीनं भाग घेते. कष्टाळू आणि धडाडीची आहे. माझी बाहेरची कामं ती करू शकेल, असं वाटतं. पण पतसंस्थेच्या कामातून क्वचितच तिला माझ्यासोबत येण्याची संधी मिळते. मुंबई, दिल्लीला आम्ही सोबत गेलो आहोत. कधी सोनाताई आजारी असतात किंवा रजेवर जातात, तेव्हा ती, नजीमा खान ही सुदृढ सोशल वर्कर आणि सुजाता कुलकर्णी मिळून वसतिगृहात राहून कार्यभार सांभाळतात. पतसंस्थेमुळे अनेक अपंगांना आपला उत्कर्ष साधता आला आहे. या पतसंस्थेच्या अध्यक्षा सौ. रजनी करकरे-देशपांडे आहेत, तर सचिव मी आहे. अनेकांच्या सहकार्यानं आमची 'हॅन्डीहेल्प नागरी सहकारी पतसंस्था' योग्य दिशेनं प्रगतिपथावर वाटचाल करीत आहे आणि एक दिवस तिचं बँकेत रूपांतर होऊन अपंगांना तिथे नोकरी लागेल, अशी स्वप्नं आम्ही पाहत आहोत. आशा जमणेला तिचा हाताला पोलिओ झालेला सहकारी आनंदा मोळे समर्थपणे साथ देत आहे.

लहानपणी संस्थेत आलेल्या युनूससंबंधी सांगावंसं वाटतं. दोन्ही पायांनी अपंग, फडक्यात पाय बांधून पायांचं ओझं गळ्यात अडकवून दोन्ही हातांवर चालणारा. त्यात शाळेचे वर्ग वरती. पण हा अशा स्वावलंबनानं वरच्या मजल्यावरचं समाजकल्याणचं कार्यालय असो की महानगरपालिकेचं कार्यालय, बेधडक जाऊन दिलेलं काम फत्ते करून येतो. बी. कॉम. झाला. कॉम्प्युटर शिकला. गाणी छान म्हणतो. ट्रिपला तो नसला, तर सुनं सुनं वाटतं. पण कामात गडबड करतो. थोडा धांदरट आहे. आज आयुर्विमा महामंडळात अल्पकालाकरता नोकरी करत आहे.

संस्थेत रात्री एक-दोन वाजेपर्यंत काम करतो. पहाटेही काम असेल तर यायला तयार. त्याचे आई-भाऊ त्याच्यावर खूप प्रेम करतात. त्यांनी त्याला स्पेशल स्कूटी घेऊन दिली आहे. कारण तीनचाकी सायकल चालवून चालवून त्याची प्रकृती सतत बिघडत असते. मी संस्थेत काम करत बसले, तर तोही जात नाही. आपलं काम करत थांबतो. अशा छोट्या-मोठ्या सहकाऱ्यांमुळे माझ्या कामाचा उत्साह टिकून राहतो.

गॅस एजन्सीत श्री. राजेंद्र खोराटेसारखे ड्रायव्हर आणि कदमवाडीत मेहबूब मुल्लासारखे कुशल कामगार लाभले आहेत. मेहबूब पुण्याच्या वानवडी केंद्रातून इथे आलेला. अतिशय कष्टाळू आणि कामात प्रवीण. पण अबोल, घुमा, मनातील कोणत्याच गोष्टीचा पत्ता लागू देत नाही. पोलिओमुळं कॅलिपर लावून चालतो आणि उत्कृष्ट कॅलिपर व इतर साधनंही बनवतो.

संस्थेची विद्यार्थिनी अश्विनी माने ही आईच्या आधारानं संस्थेत आलेली. संस्थेतर्फे डॉ. सातवेकर यांनी शस्त्रक्रिया केल्यावर संस्था बनवत असलेले कॅलिपर वापरू लागली. माध्यमिक शालांत परीक्षेत ९१ टक्के मार्क मिळवून आज पुण्याच्या बी. जे. मेडिकलमध्ये शिक्षण घेणारी, उद्याची डॉ. अश्विनी. अभिमानानं सांगावीशी वाटतील अशी अनेक व्यक्तिमत्त्वं संस्थेत आहेत.

'कमवा व शिका' या तत्त्वावर लहानपणापासून नोकरी करणारा विजय नलवडे पदवीधर झाला. गॅस एजन्सीत चार वर्षं त्यानं मॅनेजर म्हणून काम केलं. सातारामप्रमाणे प्रत्येक कामात रात्रंदिवस राबणारा. आज पोस्ट ऑफिसमध्ये चांगल्या पगारावर काम करतो. ऑफिस सुटताच संस्थेच्या अकाउन्टन्सीच्या कामाला येतो व रात्री उशिरापर्यंत विनामोबदला काम करतो. संस्थेच्या हिशेबाचं काम पी. डी. देशपांडे, नलवडे व अभिजित गारे बघतात.

अभिजित गारे संस्थेचा विश्वस्त. एका पायाला पोलिओ. पायावर हात ठेवून वाकून चालायचा. शस्त्रक्रियेनं अपंगत्व कमी होऊ शकत असूनही शस्त्रक्रिया करून न घेतलेल्यांपैकी एक. डॉ. संचेतींना त्याला लहानपणी दाखवण्यासाठी मी स्वत: गेले होते. अगदी लहान असताना माझ्या सहवासात संस्थेचं काम समर्थपणे करू लागला. आनंद पटेलनंतर त्याला समितीवर घेतलं. नलवडेला पोस्टात नोकरी लागल्यावर गॅस एजन्सीचा व्यवस्थापक म्हणून काम करू लागला. त्याच्या चुकीबद्दल एकदा बोलले, तर ते मनाला लावून घेऊन आजारी पडला आणि राजीनामा पाठवला. शेवटी मलाच त्याच्या घरी जाऊन त्याची समजूत घालावी लागली. त्याची वाक्यं होती : "दीदी! तुम्ही मारलं असतं तरी चाललं असतं. पण असं म्हणायला नको होतं...." रागाच्या भरात मी काय काय बोलत असते, याचं कधी कधी मला भान राहत नाही. हा राग चुकीचा आहे ते कळतं. पण आताच्या

पिढीतील शिथिलता, बेशिस्त, बेजबाबदारपणा मला सहन होत नाही. तो बी. कॉम. असून सध्या लॉ करत आहे. वडील वारल्यानं घरची जबाबदारी समर्थपणे पेलत आहे. नोकरी करून रात्री उशिरापर्यंत संस्थेत हिशेबाचं काम करतो. पूर्वी खूप बोलणारा, पण आता भलताच प्रौढ झाला आहे.

तशीच संस्थेची विश्वस्त डॉ. छाया देसाई. पायाला पोलिओ. कॅलिपर लावून चालणारी. स्वत:च्या हिंमतीवर अनेक अडचणींना तोंड देत डॉक्टर झालेली. आज नोकरी व स्वत:ची प्रॅक्टिस यातून संस्थेच्या कामासाठी कमी वेळ मिळतो म्हणून खंत करणारी. पण मी फोन करताच कामाला धावून येते. थोडीशी रागीट. पण एखादं काम सांगितलं, तर जबाबदारीनं शेवटपर्यंत पूर्ण करते. इतका व्यवस्थितपणा कदाचित मलाही जमणार नाही. छाया गाणी अतिशय सुरेख म्हणते. खूप दमले, की तिचं गाणं ऐकल्यावर विसावा मिळतो. सहसा डॉक्टरांचं हस्ताक्षर चांगलं नसतं, पण या डॉ. छायाचं अक्षर दृष्ट लागण्यासारखं, टपोरं मोत्यासारखं आहे. तिच्या डॉक्टरी व्यवसायाची घडी सर्वार्थानं नीट बसावी आणि तिनं संस्थेच्या अपंगांच्या आरोग्याची जबाबदारी पूर्णपणे घ्यावी. त्या दिवसाची मी वाट पाहत आहे.

संस्थेच्या कार्यकर्त्यांमध्ये आवर्जून उल्लेख करावासा वाटतो तो श्री. सुरेश शिपूरकर व श्री. अविनाश वाडीकर यांचा. कोणतंही काम असो, हे हाक मारताच धावून येतात. अविनाश वसतिगृहात रोजचं दूध, कॉट, गाद्या व जे मागू ते त्वरित मोफत देतात. फक्त आर्थिक मदत करतात, एवढंच नसून खरे 'हेल्पर' आहेत. रात्री-अपरात्रीसुद्धा मदतीसाठी आपली गाडी घेऊन येतात. मग ते आमच्या विद्यार्थ्यांना दवाखान्यात ॲडमिट करण्याचं काम असो वा परगावी नेण्याचं. आवर्जून स्वत: सर्व करतात. आम्ही अगदी अशक्य किंवा कठीण प्रसंगीच त्यांना बोलावतो, नेहमी बोलावत नाही अशी त्यांची गोड तक्रार असते. 'मारुती मोटार अशा कामासाठीच घेतली आहे. एरवी स्कूटर पुरेशी आहे,' असं ते म्हणतात. त्यांचं खरं कौतुक वाटतं ते आकाशला गेल्या दोन सुट्टीत त्यांनी आपल्या घरी नेलं याचं.

संस्थेचे विश्वस्त श्रीकांत केकडेंविषयी सांगायचं झालं, तर त्यांचा स्वत:चा अपंगत्वाशी काही संबंध नसताना त्यांनी संस्थेच्या कार्याला वाहून घेतलं आहे. ते एल. एल. बी. असून सेंट्रल एक्साईजमध्ये इन्स्पेक्टर आहेत. जनसंपर्क, लेखन वा कोणतंही काम असो, लहान-मोठेपणा नाही, रात्र-अपरात्र नाही. पी. डीं. च्या नंतर रात्रीचं जागरण करण्यात त्यांचा नंबर लागू शकेल. अशी सुदृढ माणसं जेव्हा संस्थेचं कार्य करतात, तेव्हा त्याचं जास्त कौतुक वाटतं.

संस्थेची आणखी एक विश्वस्त सौ. इर्शाद अजीज हुरजूक. माझी वहिनी.

आता आपल्या वहिनीविषयी सांगणं कदाचित थोडं गैर वाटेल. पण तिच्या कार्याचा उल्लेख केला नाही, तर मलाच बरं वाटणार नाही. संस्थेला देणगी, मग पैशाच्या स्वरूपात असो, वा वस्तूच्या, इर्शाद पुढे असते. याविषयी ती माझ्यापेक्षाही छान बोलते. स्वयंपाकात चतुर असल्यानं भारतीय, मोगलाई व परदेशी, सर्व प्रकारचं जेवण करता येत असल्यानं संस्थेकडे खास पाहुणे आले, की त्यांच्या खाण्यापिण्याची जबाबदारी तिच्यावर असते. एकदा संस्थेच्या कार्यक्रमाच्यावेळी आमच्या घरी जेवणाची व्यवस्था केली. तेव्हा मेरा हॉटेलच्या श्री. शर्फोद्दीन कापडींनी म्हटलं, "आमच्या हॉटेलचं जेवण या जेवणापुढं फिकं आहे." पाहुणेही चविष्ट जेवणानं खूश होतात. शाहू छत्रपती विद्यालयात तिनं एकदा बिर्याणीचा स्टॉल लावला होता. त्यावेळी अनेकांनी बिर्याणी घरीही नेली.

आणखी एक विश्वस्त मुंबईचे खानसाहेब. त्यांच्याविषयी वेळोवेळी उल्लेख आलेलाच आहे. ते नसते तर कोल्हापूरबाहेर पडून एवढं कार्य हातून होणं केवळ अशक्य होतं. पी. डी. देशपांडे, सौ. रजनी करकरे, मनोहर देशभ्रतार, श्रीकांत केकडे हे संस्थेचे चार भक्कम खांब आहेत.

माझा धाकटा भाऊ अजीज याला कशाची उपमा द्यावी कळत नाही. कारण त्याच्या सहकार्यावाचून मी चाकाच्या खुर्चीतून घराबाहेर पडूच शकले नसते. चाकाच्या खुर्चीतून मुंबईत पहिल्यांदा, मला समुद्राच्या लाटांपर्यंत नेणारा हा अजीजच. अजीजचा अर्थ 'प्रिय', मनाला आवडणारा. आमच्या सर्व घराण्यात लहानांपासून वृद्धांपर्यंत सर्वांना तो प्रिय आहे.

सगळ्या सहलींत, समुद्रभेटीत, ताजमहाल पाहताना, दिल्लीच्या राजरस्त्यावरून फिरताना प्रत्येक जण आपलं अपंगत्व विसरून जातो. अशा सहली यशस्वी होतात ते सुबोध मुंगळे, विजय साबळे, नाशिककर, देशभ्रतार, केकडे, शिवाजी पाटील आणि अशाच अनेक मदतनीसांमुळे. या सहलींचा आनंद फोटोंच्या रूपानं कायमस्वरूपी करतात अनिल वेल्हाळ. मुलामुलींना उचलण्यापासून ते सुंदर फोटो काढण्यापर्यंत. शब्दात हा आनंद बांधतात श्री. शिवाजी पाटील. हे सगळे आमचे फॅमिली मेंबर. श्री. दीक्षितसाहेब आणि श्री. शिवाजी पाटील यांच्यामुळे आम्हाला कळलं, की मोठ्या वर्तमानपत्राचे संपादक, उपसंपादक एवढे साधे असतात व सहजतेनं आमच्या कुटुंबातील होऊ शकतात. एरवी संपादक, उपसंपादक म्हणजे खूप मोठे, आपल्या आवाक्यापलीकडील प्रकरण वाटायचं.

सुदृढ सोशल वर्कर नजिमा खान ही संस्था, गॅस एजन्सी, वैद्यकीय शिबीर, सहल यात हिरिरीनं भाग घेणारी. हसतमुख व्यक्तिमत्त्वाची. माझी अथवा इतर पराकोटीचं अपंगत्व असलेल्यांची आंघोळ, कपडे घालणं, स्वयंपाक, शिलाई आदी हरतऱ्हेची सेवा करणारी. पण टेबल वर्कमध्ये लक्ष केंद्रित न केल्यामुळे

अनेक चुका करते; मात्र बोलल्यावर लागलीच 'सॉरी' म्हणते. त्यामुळे तिला जास्त रागावताही येत नाही.

माझी ऑफिसमधील सहकारी विजया पाटील हिचाही आवर्जून उल्लेख करावासा वाटतो. तिचे पती पूर्वी माझ्यासोबत त्याच ऑफिसमध्ये नोकरी करत होते. दारूनं त्यांना संपवलं. त्यांना दारूपासून परावृत्त करण्याच्या माझ्या प्रयत्नांनाही यश आलं नाही. ते प्रथम संस्थेचे कार्यकर्ते होते. पण दारूनं त्यांना आमच्यापासून दूर नेलं. त्यांच्या निधनानंतर विजया पाटीलला त्यांच्या जागी घेतलं. तिची माझ्यावर खूप श्रद्धा. ऑफिसमध्ये मी शिकवेन ते काम तिनं पटकन आत्मसात केलं. असे शिष्य क्वचितच भेटतात. एक मुलगी व वृद्ध आजारी आईसोबत स्वबळावर ती हिंमतीनं जगत आहे. माझं हे बरंचसं लेखन तिनं फेअर केलं आहे. ते करताना कधी कधी मला सल्लाही द्यायची, 'दीदी हे लिहिलं नाही तर चालणार नाही का? हे बरं वाटत नाही. याची काय गरज?' मग चर्चा करून तिचा सल्ला मी एक-दोनदा मानला. माझी धावपळ बघून दर शनिवारी वा रविवारी वसतिगृहात येऊन अन्नधान्य स्टोअररूम, खोल्या, बाथरूम, संडास यांची तपासणी करून लेखी रिपोर्ट मला सादर करते. संस्थेत कार्यक्रम असला, पाहुणे आले, तर वेळप्रसंगी रजा काढून सर्व तऱ्हेची मदत करते. अशा मैत्रिणी मिळायला भाग्य लागतं. मी नोकरी सोडली, तेव्हा रोजचा सहवास सुटणार म्हणून अनेक दिवस रडत होती. तिला सुखी ठेवावं, जुन्या अंधश्रद्धेपासून तिची सुटका व्हावी, हीच इच्छा व प्रार्थना आहे.

संस्थेच्या स्थापनेपासून आजपर्यंत संस्थेला लागणारे बोर्ड, बॅनर मोफत तयार करून देणारे पेंटर अथणे बंधू. संस्थेच्या कार्यालयीन कामकाजाचा बोजा वाढला की संस्थेत येऊन काम करणाऱ्या प्रभावहिनी कामत. तशाच सौ. मंजिरीवहिनी करकरे. देणगी जमवणं असो अथवा कोणतंही काम, संसारात अडकल्यानं जास्त काम करता येत नाही याची खंत व्यक्त करत बरंच काम करणाऱ्या. प्रिंटिंगच्या कामात कौशल्य दाखवणारे सुनील धोपेश्वरकर, श्री. तात्या आठवले हेही संस्थेचेच. संस्थेला हातभार लावलेल्या अनेकांचा उल्लेख नकळत राहून गेला असेल, तर त्यांनी कृपया समजून घ्यावं. पण अशा एक ना अनेकांमुळे संस्था प्रगतिपथावर, उद्याची स्वप्नं पाहत वाटचाल करीत आहे.

कोणी माझा खूप आदर करू लागले किंवा पायाशी वाकू लागले, तर मी त्यांना अडवते. कारण त्यावेळी मनात विचार येतो, की उद्या जर माझी एखादी कृती यांचं समाधान करू शकली नाही, किंवा यांना खटकली, अथवा आमच्या विचारांत तफावत पडली, गैरसमज निर्माण झाले, तर हेच लोक कदाचित आपल्या हातून झालेलं सर्व चांगलं विसरतील आणि त्यांच्या दृष्टीनं असलेल्या एखाद्या चुकीसाठीही,

मला शिक्षा देणं आपलं कर्तव्य आहे असं समजून मला दूर सारतील. कोल्हापूर येथे अशी काही उदाहरणं गेल्या तीस वर्षांत घडलेली मी पाहिली आहेत. या संदर्भात मला मा. अनुताई भागवत यांनी त्यांचे वडील कै. शिवाजीराव पटवर्धन यांच्या जीवनावर लिहिलेल्या 'बिल्वदल'ची सतत आठवण होते. सामाजिक कार्यातूनही निवृत्त होण्याची वेळ ज्या त्या सामाजिक कार्यकर्त्यानं स्वतःच आधी ठरवून घेतली पाहिजे. परिस्थितीमुळे समाजानं आपल्याला आपल्या कार्यापासून दूर करण्याऐवजी, आपण हवेहवेसे असताना आपल्या आवडत्या कार्यापासून दूर होण्यात हूरहूर असली, तरी मनःस्ताप, मानहानी वा दुःख नसेल हे नक्की! संस्थेचं अध्यक्षपद दुसऱ्या कुणीतरी घ्यावं आणि मला नुसती कार्यकर्ती म्हणून आता काही वर्षं कार्य करू द्यावं. जशी मी समाधानानं शासकीय नोकरीतून निवृत्त झाले, तसंच या कार्यातूनही निवृत्त होण्याची माझी इच्छा आहे. त्या आधी चिरनिद्रा नशिबानं लाभली तर उत्तमच. तसं घडलं नाही आणि मी ऐंशी वर्षं जगणार, हे कोणा ज्योतिषानं सांगितलेलं भविष्य जर खरं ठरलं, तर मी या संस्थेच्या कार्यातून निवृत्त झाल्यावर काय करणार, हा प्रश्न माझ्या आप्तस्वकीयांना पडतो.

माझं उत्तर तयार आहे.

पहिली काही वर्षं ज्यांना खऱ्या अर्थानं फक्त इतरांच्या कल्याणातच आपला आनंद आहे असं वाटतं, त्यांना सोबत घेऊन व्यवसायांचं प्रशिक्षण निरनिराळ्या संस्थेच्या कार्याच्या माध्यमातून देणं. त्यानंतर काही वर्षांचा काळ माझे वैयक्तिक छंद, वाचन, पत्रमैत्री, भरतकाम, विणकाम, शिलाई, स्वयंपाक, प्रवास यात घालवायचा आहे. त्यानंतर या पुस्तकात जे लिहायचं राहून गेलं आहे ते लिहीन. ते लिखाण माझ्यानंतर प्रसिद्ध होवो न होवो, मला फरक पडणार नाही. कारण त्यातील कटु सत्याचे परिणाम बघायला मी नसेन. इच्छा एवढीच असेल, जे कोणी ते प्रकाशित करेल त्यानं त्यामुळे कोणा व्यक्तीला वा संस्थेला हानी पोहोचणार नाही, याची काळजी घेतली पाहिजे.

मी निवृत्त झाले तर 'हेल्पर्स'चं कसं होईल, असा प्रश्न विनाकारण काही जणांना पडतो. पण कोणा एका व्यक्तीमुळे संस्था चालत नसते व ती गेली म्हणून काम थांबतही नसतं. विधात्याला त्याची काळजी असते. ती काळजी आपण करायची गरज नाही. एका देणगीदारानं तर मला शाळा व अपंग अनाथगृहासाठी इमारतीसहित जमीन देण्याचं आश्वासन दिलं. हस्तांतर करण्यासाठी ज्या कोणाची परवानगी पाहिजे, ती आणायला सांगितली. मुंबईच्या दोनतीन फेऱ्यात ते काम करण्यातही मला यश मिळालं. आता कोणा अनाथ अपंगाला प्रवेश नाकारण्याचा प्रसंग आपल्यावर येणार नाही, अशा अनेक सुखद स्वप्नांच्या हिंदोळ्यावर झुलत मी त्या परवानगीच्या पत्राची प्रत घेऊन त्या देवासमान वाटणाऱ्या देणगीदाराजवळ

गेले. जे स्वत: नेहमी म्हणायचे, की "घडविणारा परमेश्वर आहे, आपण निमित्तमात्र आहोत, जे आहे ते सर्व त्याचं आहे." तेच मला म्हणाले, "माफ करा, तुमच्यानंतर ही संस्था, एवढा पसारा कोण सांभाळणार? मला ही जमीन व इमारत तुम्हाला देता येणार नाही." त्यांना खूप समजावण्याचा मी प्रयत्न केला, पण नकार ठाम होता. माझ्या मृत्यूचा शोक मीच करायची वेळ माझ्यावर आली. हे माझं दुर्भाग्य होतं. माझ्या डोळ्यातील अश्रू त्यांना दाखवून माझी हार झाल्याचं त्यांना दाखवण्याची इच्छा नसल्यानं त्यांच्याकडे कधीही पाठ करून न जाणारी मी गर्रकन व्हीलचेअर वळवून दाराबाहेर पडले. एकदा माझ्या वेगानं व्हीलचेअर चालवण्याची व वळवण्याच्या कौशल्याची तारीफ डॉ. सातवेकरांनी केली होती, हे त्या क्षणी मला आठवलं. (स्पॉन्डिलायसीसमुळे आज डॉक्टर मला व्हीलचेअर चालवू नका म्हणतात. हाताच्या आधारावर असलेल्यांनी, हातावर भार न देता कसं जगायचं, हे मात्र कोणी सांगू शकत नाही.) खोलीच्या बाहेर साताराम वाट पाहत होता. सर्व अंधुक दिसत होतं. कशीबशी रिक्षात बसले. रिक्षातून भर रस्त्यातून मी रडत जात होते. एक स्वप्न भंगलं होतं. साताराम दीदींच्या या विचित्र, आवाज न करता रडत डोळे पुसण्यानं सुन्न झाला होता. त्याला कदाचित कळलं असेल, की अशा स्थितीत तोंडातून शब्द फुटणं शक्य नाही.

आमचं उद्याचं स्वप्न आहे... अपंग आणि सुदृढ एकमेकांच्या मदतीनं एका शिक्षणसंस्थेत जीवनोपयोगी शिक्षण घेतानाचं. आदर्श अशा प्रशिक्षण केंद्रात कृत्रिम साधनांवर संशोधन करत, नवनवीन कृत्रिम साधनं बनवत असल्याचं. अनाथ, अपंग मुलांच्या घरकुलांचं. हिंमत परिवाराच्या हिंमतग्रामचं. निर्माणनगरचं. सर्व-सामान्यांप्रमाणे विवाह होऊन स्वत:चं कुटुंब असलेल्या अपंगांचं.

शेवटी 'आकांक्षा पुढती गगन ठेंगणे' हेच खरं. पुरस्कार मला अनेक मिळाले. आनंद झाला तो त्याद्वारे मिळणारी रक्कम संस्थेच्या लाभार्थींच्या उपयोगी पडते याचा. पण पुरस्कार स्वीकारताना संकोच असतो. कार्य सर्वांनी मिळून करायचं आणि पुरस्काराला फक्त मी पुढे. अनेकांना विनंती केली, पुरस्कार संस्थेला द्या. सर्व मिळून स्वीकारतो तो आनंद काही आगळाच असेल. त्या भाग्याच्या दिवसाची मी वाट पाहत आहे.

■ ■

संस्थेचे सध्या चालू प्रकल्प

१. घरौंदा : १९९६ पासून कार्यान्वित – उचगाव शांतीनगर, ता. करवीर जि. कोल्हापूर.
अस्थिव्यंग विद्यार्थ्यासाठी वसतिगृह तथा पुनर्वसन केंद्र.

२. दिलासा : २००१ पासून कार्यान्वित – साईबाबा सेवाधाम, कान्हे, ता. मावळ, पुणे.
अस्थिव्यंग व मतिमंदत्व असे दुहेरी अपंगत्व असणाऱ्या बालकांच्या पुनर्वसनासाठी निवासी केंद्र.

३. स्वप्ननगरी : २००१ पासून कार्यान्वित – गाव मोरे, पो. वाडोस, ता. कुडाळ, जि. सिंधूदुर्ग
अस्थिव्यंग विद्यार्थी विद्यार्थिनींसाठी निवासी केंद्र, विविध व्यवसाय प्रशिक्षण केंद्र,
(भातकांडप, शिलाई, काजू प्रक्रिया, दुग्धोत्पादक, शेतीबागायत

४. अपंगांसाठी मैत्रीपूर्ण (अडथळा विरहीत) वास्तूमध्ये अपंग व सुदृढ बालकांसाठी संमिलित व गुणवत्तापूर्ण शिक्षण देणाऱ्या शाळा
समर्थ विद्या मंदिर – २००० पासून कार्यान्वित – उचगाव शांतीनगर, ता. करवीर, जि. कोल्हापूर.
आनंद विद्यालय – २००४ पासून कार्यान्वित – गाव मोरे, पो. वाडोस, ता. कुडाळ, जि. कोल्हापूर.

५. व्यवसाय प्रशिक्षण केंद्र : १९९३ पासून कार्यरत प्रकल्प – कपूर वसाहत, कदमवाडी, कोल्हापूर. कृत्रिम साधने आणि शालेय व कार्यालयीन फर्निचरचे उत्पादन अपंग तंत्रज्ञांद्वारा होते.

६. हॅण्डिहेल्प गॅस सर्व्हिस : १९९३ पासून कार्यरत प्रकल्प – ताराबाई पार्क, कोल्हापूर
अपंग व्यक्तींना प्रशिक्षण आणि लाभदायी रोजगार देणे तसेच संस्थेच्या पुनर्वसनासाठी निधीचा स्रोत या दृष्टीकोनातून ही गॅस सर्व्हिस कार्यरत आहे.

'समर्थ विद्या मंदिर' व 'स्वप्ननगरी' प्रकल्पांकरिता प्राप्त देणग्यांवर देणगीदारांना आयकर अधिनियम १९६१, कलम ३५ ए. सी. अंतर्गत.

१००% कर सवलत

इतर देणग्या ८० (जी) कलम अंतर्गत आयकर सवलतीस पात्र. चेक्स 'हेल्पर्स ऑफ दि हॅण्डिकॅप्ड, कोल्हापूर' या नावाने काढावेत.